அரசூர் வம்சம்

அரசூர் வம்சம்

இரா. முருகன்

எழுத்து
பிரசுரம்

Title: Arsoor Vamsam
Author's Name: Era. Murugan

Published by Ezutthu Prachuram

Ezutthu Prachuram
(An imprint of Zero Degree Publishing)
No. 55(7), R Block, 6th Avenue,
Anna Nagar,
Chennai - 600 040

Website: www.zerodegreepublishing.com
E Mail id: zerodegreepublishing@gmail.com
Phone: 89250 61999

Ezutthu Prachuram First Edition: November2022
ISBN: 978-93-93882-15-8
TITLE NO EP: 380

Rs.

Cover Design & Layout: Vijayan, Creative Studio

பாயிரம்

அரசூர் பற்றி எழுது.

முன்னோர்கள் சொன்னார்கள்.

அவர்கள் என் மேசையில் ஓரங்களில் புகைபோல் ஒட்டிப் படிந்து சூழ்ந்தார்கள். என் கம்ப்யூட்டர் திரையில் பனியாகப் படர்ந்து மறைத்தார்கள். காப்பிக் கோப்பையிலும் அவர்களின் வாடை.

அது புகையிலை வாடை. வீபூதி வாடை. மஞ்சள் வாடை. தூரத்துணி வாடை. பெரிய கங்காளங்களில் சோறு பொங்கும் வாடை. எள்ளுருண்டை வாடை. மாதாகோவில் அப்பத்தின் வாடை.

அவர்கள் ஓரமாக உட்கார்ந்தபடி என்னைப் பார்த்தார்கள்.

அரசூரின் வரலாற்றை எழுது. எங்களைப் பற்றி எழுது.

குடுமி வைத்தவர்கள். நார்மடிச் சேலை போர்த்திய மொட்டைத் தலையோடு பெண்கள். முட்டுக்குக் கீழே தாழ்ந்த அரைவேட்டியோடு மலங்க மலங்க விழித்துப் பார்க்கும்

சிறுவர்கள். வியர்வையில் நனைந்த கல்யாணச் சேலையும் நெற்றி முழுக்க மஞ்சள் குங்குமமும், கையில் வரட்டி தட்ட எடுத்த சாணமும், முகத்தை மறைக்கும் மூக்குத்தியுமாக மிரட்சியோடு சிறுமிகள். கழுத்தில் சிலுவை மாட்டிய சிலரும் உண்டு அங்கே.

எல்லோரும் சொன்னார்கள். அன்போடு இழையும் குரல்கள். கட்டளையிடும் குரல்கள். யாசிக்கும் குரல்கள்.

வாசலில் செருப்புச் சத்தம்.

திரும்பிப் பார்த்தேன். பனியன் சகோதரர்கள்.

முன்னோர்கள் இடம் ஒதுக்கிக் கொடுக்க, பனியன் சகோதரர்கள் தரையில் உட்கார்ந்தார்கள். ஐந்து நிமிடம் முன்னால் சிகரெட் குடித்த வாடை அவர்களிடம்.

எழுது.

பனியன் சகோதரர்களும் சொன்னார்கள்.

என்ன எழுதட்டும்?

இவர்களைப் பற்றி எழுது. எங்களைப் பற்றி எழுது. அரசூர் பற்றி எழுது.

பனியன் சகோதரர்கள் திரும்பவும் சொன்னார்கள்.

எழுதலாம்தான். ஆனால் அரசூருக்கு என்ன வரலாறு இருக்கிறது? பனியன் சகோதரர்கள் எப்படி சகோதரர்கள் இல்லையோ அரசூருக்கும் அதேபோல் சரித்திரம் இல்லை.

ஆனாலும் பனியன் சகோதரர்கள் இருக்கிறார்கள். நூறு வருடத்துக்கு முந்திய மோட்டார் காரில் பயணம் போய்க்கொண்டு, அரசூரின் சின்னத் தெருக்களில் புகுந்து புறப்பட்டுக் கொண்டு, எதிர்ப்படுகிறவர்களில் யார் ஏமாறுகிறான் என்று பார்த்துக்கொண்டு.

முன்னோர்கள் இருக்கிறார்கள். நான் எழுத ஆரம்பித்ததுமே சூழ வந்து கவிந்து கொண்டு.

அரசூரும் இருக்கிறது.

ஆத்தா சாமி கோவில். சுற்றி நாலு தெரு. நேர் எதிர்த்தாற்போல் அய்யா சாமி கோவில். அதற்குச் சுற்றி நாலு வெளிவீதி. குறுக்காக வளைந்து ஓடும் கடைத்தெரு. ராஜா சத்திரம். பிரசவ ஆஸ்பத்திரி. நல்ல தண்ணி ஊருணி. ஃபோட்டோ ஸ்டூடியோ. வால்வ் ரேடியோ ரிப்பேர்க்கடை. தெப்பக்குளம். வேலிகாத்தான் செடிகள் மறைக்கும் பள்ளிக்கூடம். நுடவைத்திய சாலை. சத்தியாக்கிரஹ மேடை. கமலாம்பா காப்பி ஓட்டல். முன்சீப் கோர்ட்.

இதெல்லாம் அரசூர்தான். இது மட்டும் இல்லை. அரண்மனை கூட உண்டு. ரொம்பச் சின்னதாக ஒரு அரண்மனை. ராஜா. ஒரு ராணி. மட்டக்குதிரை. கேடயம். வாள். துடைப்பம். கரப்பான் பூச்சி. வரிக்கணக்குப் புத்தகம். காரியஸ்தன். திவசம் கொடுக்க வாழைக்காய். சமையல்காரன். மீன் செதிள் தேய்க்கப் பாறாங்கல். சீயக்காய்ப் பொடி. சேடிப்பெண். பல்லக்கு.

எல்லாமும் எல்லாரும் இருக்க இடம் உண்டு.

நாங்கள் அரண்மனைக்குப் போனோம்.

பனியன் சகோதரர்கள் தொடங்கி வைத்தார்கள்.

அவர்கள் அரண்மனைக்குள் போயிருக்கிறார்கள்.

கோவிலில் பூத்திருவிழா வருது. வசூல் பண்ண வந்திருக்கோம்.

வெள்ளை வேட்டி. ஒட்ட வெட்டின கிராப்பு. ஒருத்தன் நெடுநெடுவென்று நல்ல உயரம். இன்னொருத்தன் குட்டையாக, குண்டாக.

மேலே சட்டை கிடையாது இரண்டு பேருக்கும். பதிலாக பனியன் மட்டும் போட்டிருக்கிறார்கள். எப்போதும் அதுதான் வேஷம்.

இந்த வேஷத்தோடு அரண்மனைக்குள் பூத்திருவிழாவுக்கு வசூல் பண்ண நுழைந்ததாகச் சொன்னதும் நான் கேட்டேன் - அங்கே ஆள் அரவமில்லாமல் போய் நூறு வருஷத்துக்கும் மேல் ஆகி இருக்குமே. யாரிடம் பணம் பெயருமா என்று பார்க்கப் போனீங்க?

இல்லாமே என்ன? ராஜா இருந்தார். கூடவே ராணி.

அத்தியாயம் ஒன்று

குளிக்கும்போது எல்லோரும் பார்க்கிறார்கள்.

ராணி சொன்னாள்.

ராஜா பல்லாங்குழிப் பலகையில் சோழிகளை நிறைத்தபடி நிமிர்ந்து பார்த்தார்.

அழகான ராணி. இளவயசு கடந்து கொண்டிருக்கிறது. முலைகள் இறுக்கம் தளர்ந்து தொங்க ஆரம்பித்து விட்டன. அரைக்கட்டு பெருத்துக் கொண்டு வருகிறது.

ஆனாலும் ராணி. ஐம்பதுகளின் அந்தப் பக்கம் இருக்கும் தன்னோடு ஒப்பிட்டால் இன்னும் சின்னஞ் சிறிசுதான்.

அவள் குளிக்கும்போது ஏன் பார்க்க வேண்டும்?

தான் இதுவரை அவளைக் குளியலறையில் கதவைத் திறந்து போய் ஒரு தடவை கூடப் பார்த்தது இல்லை என்பது நினைவுக்கு வரச் சோழிகளைத் தரையில் பரத்தி வைத்தார் ராஜா.

அதில் ஒன்று உருண்டு வாசலுக்கு ஓட ஆரம்பித்தது.

முன்னோர்கள் பேச ஆரம்பித்திருக்கிறார்கள். சோழிக்குள் அவர்களில் யாரோதான்.

ராஜாவுக்கு இந்தக் குறுக்கீடு கொஞ்சமும் பிடிக்கவில்லை. அந்தரங்கமாகப் புருஷனும் பெண்சாதியும் கதைத்துக் கொண்டிருக்கும்போது முன்னோர்கள், பின்னோர்கள், அரண்மனை ஜோசியன், மிளகாய்மண்டிக்காரன், சேடிப்பெண் யாரும் வருவது முறையானதில்லை.

பின்னோர்கள் சொன்னால் கேட்பார்கள். உடனே புரிந்து கொண்டு அவர்கள் காலத்துக்குத் திரும்பிப் போய்விடுவார்கள்.

முன்னோர்கள் விஷயத்தில் இது எடுபடாது. அவர்கள் மரியாதையை எதிர்பார்ப்பவர்கள். எந்த நிமிடமும் எங்கேயும் நுழைந்து அதிகாரமாக ஆலோசனை சொல்லி, பயமுறுத்தி, நம்பிக்கை அளித்து வழி நடத்திப் போக வேண்டும் என்று நினைப்பவர்கள்.

ராணி குளிப்பதை யாரோ பார்த்தாலும் அவர்களுக்கு ஒன்றும் இல்லை. ஏதோ தலை போகிற விஷயம் இருப்பதாக வெள்ளைச் சோழியில் புகுந்துகொண்டு அறிவிக்கிறார்கள்.

ராணி வாசலுக்கு உருண்ட சோழியைக் காலால் தடுத்து நிறுத்தினாள். அதை அப்படியே வலது கால் கட்டை விரலுக்குக் கீழே மிதித்தபடி திரும்பவும் சொன்னாள்.

நான் அரண்மனைக் குளத்தில் குளிக்கும்போது தினமும் மேலே இருந்து பார்க்கிறார்கள்.

ராஜா அவள் காட்டிய திசையில் பார்த்தார்.

வடக்கில் பெரிதாக எழும்பியிருந்த கட்டிடம் ஜன்னல் வழியே தெரிந்தது.

கடல் கடந்து போய் புகையிலை விற்றுப் பிழைத்துக் கை

நிறையப் பணத்தோடு திரும்பி வந்த யாரோ அங்கே மனையை வளைத்துப் போட்டுப் பெரிய வீடாக எழுப்பி இருக்கிறார்கள்.

நாலு மாடி. ஏகப்பட்ட அறைகள். தோட்டம். எப்போதும் ஒப்பாரிப் பாடல்களை மட்டும் பாடும் பெட்டி.

ராஜாவை விடப் பணத்தில் கொழுத்தவர்கள். செல்வாக்கும் கூடியிருப்பவர்கள். ராஜாவிடம் இல்லாத பாட்டுப் பெட்டி அவர்களிடம் உண்டு. அந்த ஒப்பாரிப் பாடல்கள் உள்ளத்தை உருக்குகிறவை. எத்தனையோ முறை ராஜாவே ஜன்னல் பக்கம் அவற்றில் மனதைப் பறிகொடுத்து நின்றிருக்கிறார்.

ஆனாலும் பாட்டுப் பெட்டி இருந்தால் ராஜாவுக்குச் சமானமாகி விடவோ ராஜாவை மிஞ்சிவிடவோ முடியுமா என்ன?

ராணி சோழியைக் காதுக்கு அருகில் வைத்துக் கொண்டு கேட்டாள்.

முன்னோர்கள் அவளோடு பேச ஆரம்பித்திருக்கிறார்கள்.

காலில் போட்டு மிதித்தாலும், அவளிடம் ஏனோ அவர்கள் கோபப்படுவதில்லை. முன்னோர்களுக்கும் பிரியமானவள் ராணிதான். அவர்களும் அவள் குளிக்கும்போது பார்க்கிறார்களோ?

இல்லை என்றாள் ராணி. அவர்கள் எல்லாம் என் முப்பாட்டன், அவனுக்கும் முந்திய தலைமுறைக்காரர்கள். என்னை ஒரு குழந்தையாகப் பாவிக்கிறவர்கள். பக்கத்து வீட்டு புகையிலைக் காரர்கள் போல் இளவயசில் அவர்களுக்குப் பிள்ளைகள் கிடையாது.

ஆக, புகையிலைக்கார வீட்டுப் பிள்ளைகள் ராணி குளிக்கும்போது மாடியில் ஏறிப் பார்க்கிறார்கள்.

பிள்ளைகள் தானே. கவலை எதற்குப் படுகிறாய்? மேலே இருந்து கல்லை, மரத் துண்டை ஏதாவது மேலே விட்டெறிகிறார்களா?

ராஜாவுக்குக் குழந்தைகள் இல்லாவிட்டாலும் குழந்தைகளின் குறும்பும் விளையாட்டும் புரியும்.

அவர் மாதம் ஒருதடவை வெள்ளைக் குதிரை சாரட்டில் நகர் வலம் போகிறபோது வீட்டு வாசலில் நின்று சிறுநீர் கழித்தபடி சிரிக்கும் சிறுவர்களை அறிவார்.

பெரியவர்களும் மதிப்பதில்லைதான். வெற்றிலை போட்டபடியோ, வீட்டுக்குள் மனைவியை இறுக்க அணைத்துக்கொண்டு ஜன்னல் வழியாக எட்டிப்பார்த்தபடியோ, சமைக்க மீனை வாசலில் உட்கார்ந்து சுத்தம் செய்து கொடுத்தபடியோ, எண்ணெய்க் குளியலுக்குத் தயாராக கௌபீனம் அணிந்து திண்ணையில் உட்கார்ந்தபடியோ ஆண்பிரஜைகள் தட்டுப்படுவது வழக்கம்.

பெண்களோ, அழுக்குத் துணிகளைத் துவைக்க எடுத்து ஆற்றங்கரைக்கு நடந்தபடியும், தூரம் குளித்து வந்த சலிப்பான முகத்தோடு கையில் குழம்புக்குக் கரைக்க எடுத்த புளியுருண்டையுடனும், ஒருவருக்கு ஒருவர் தலையில் பேன் பார்த்துத் தரையில் நசுக்கியபடியும் இருப்பார்கள்.

தான் பிரஜைகளால் மதிக்கப்படுகிற ராஜா இல்லை என்பது ராஜாவுக்குத் தெரியும்.

ராஜா, ராணி எல்லாம் ஒரு வசதிக்கு வைத்துக் கொண்ட பட்டம் என்று முன்னோர்கள் சொல்லி இருக்கிறார்கள்.

துரைத்தனத்தார் பார்த்துக் கொடுக்கிற பட்டங்கள் ஜமீந்தார், மிட்டாதார் என்று மட்டும் இருக்கும். சுற்றி இருப்பவர்கள் ராஜா என்று விளிக்க ஆரம்பித்து அது தலைமுறைக்கும் தொடரும்.

தொடர்ந்து கொண்டிருக்கிறது. ஆனால் ராஜாவோடு அது நின்று போகலாம். சந்ததி இல்லாத ராஜா என்பதால் அது சாத்தியம் தான்.

ராணியைக் குளிக்கும்போது பார்த்தால் சந்ததி இல்லாமல் வம்சம் நின்று போகாது என்று ராஜாவுக்குப் பட்டது.

அதை அப்புறம் வைத்துக் கொள்ளலாம். புகையிலைக்கார வீட்டுப் பிள்ளைகள் விஷயத்தில் என்ன செய்யப் போகிறீர்கள்? கட்டையாக மீசை வைத்த தடிதடியான ஆண்கள் எல்லோரும்.

ராணி கண்டிப்போடு சொன்னாள்.

அவள் கையில் இருந்து துள்ளி உருண்ட சோழி திரும்ப வாசல் பக்கம் நகர ஆரம்பித்தது. ஏதோ ஒப்பாரிப் பாடல் சன்னமாக அதில் இருந்து வந்தது. புகையிலைக்கார வீட்டு பாட்டுப் பெட்டி முன்னோரையும் பாதித்திருக்க வேண்டும்.

நான் நாளைக்கு காரியஸ்தனை அனுப்பி விசாரிக்கிறேன். நீ நாளைக்குக் குளிக்க வேண்டாம்.

ராஜா முக்கியமான முடிவை அறிவித்த திருப்தி முகத்தில் தெரிய அவளைப் பார்த்துக் கனிவாகச் சிரித்தார்.

விசாரிப்பு. வெறும் விசாரிப்பு. அதுவும் கிழட்டுக் காரியஸ்தனை அனுப்பி.

ராணி எரிச்சல் அடங்காமல் பார்த்தாள்.

ஒரு ராஜாவாகக் கட்டளை போட்டு அந்த வீட்டை இடித்துப் போடச் சொல்லுங்கள் உடனே.

கோபத்தில் குரல் கிறீச்சிடக் கத்தினாள்.

ராஜா அவள் பக்கத்தில் போய் ஆதரவாக அவள் தலையைத் தடவினார்.

ஈரமான தலைமுடி. சிகைக்காயும் வாசனைப் பொடியுமாகத் தொடுவதற்கு இதமாக இருந்தது அவளுடைய முடி. இப்படியே இவளை உள்ளே அழைத்துப் போய்க் கூடினால் வம்சம் விருத்தியாகக் கூடும்.

காலை நேரத்தில் சம்போகத்தில் ஈடுபட்டால் முன்னோர்கள் குறைச்சல் பட்டுக் கொள்வார்கள். அததுக்கு நேரம் இருக்கு. நடுராத்திரியில் வெளிக்குப் போவாயா என்று கடிந்து கொள்வார்கள்.

காலைநேரக் கலவி சுகாதாரத்துக்குக் கேடு வரவழைக்கும் என்று துரைத்தனத்தாரும் சேர்ந்து சொல்வார்கள். மானியத்தை நிறுத்தி வைப்பார்கள்.

மனைவியோடு சுகிக்கக் கூட இன்னொருத்தரிடம் அனுமதி வாங்க வேண்டுமா என்ற சலிப்போடு ராஜா சோழியை ஓரமாக வீசினார். போகம் போகம் என்று சொல்லிக்கொண்டு அது உருண்டது. இதோ இப்பவே என்றார் ராஜா.

ஆனால் காலைச் சாப்பாடு இன்னும் முடிந்த பாடில்லை. வெறும் வயிற்றோடு அதெல்லாம் செய்ய முடியாது. சமையல்காரன் இன்றைக்குத் தாமதாமாகத்தான் வந்தான். கேப்பைக் கிளி கிண்ட ஆரம்பித்து இன்னும் முடித்த பாடாக இல்லை.

ராணி தலையில் சீயக்காய் இன்னும் போகாமல் நறநறத்தது. தலையில் இருந்து அவர் கையைத் தட்டி விட்டாள் அவள். கழுத்தின் ஊர்ந்த பேனை நசுக்கி அரண்மனைச் சுவரில் கோடு கிழித்தாள்.

காரியஸ்தன் வேண்டாம் என்றால் நானே போய் விசாரிக்கிறேன்.

ராஜா கேப்பைக் களி நினைவோடு நாவில் எச்சில் ஊறச் சொன்னார்.

தானே போய் விசாரிக்க, பக்கத்து வீட்டுப் படி ஏற ஒரு சந்தர்ப்பம் கிடைத்தால் அந்தப் பாட்டுப் பெட்டியைப் பக்கத்தில் இருந்து பார்க்கலாம். அவர் போன நேரத்தில் ஏதாவது ஒப்பாரிப் பாடலை அண்டை வீட்டுக்காரர்கள் வைத்துக் கொண்டிருந்தால் அதையும் பக்கத்தில் இருந்து கேட்கலாம்.

நீங்கள் ராஜா. மகாராஜா. அவர்கள் வெறும் பிரஜைகள். ஒரு காசுக்கும் இரண்டு காசுக்கும் புகையிலை விற்றுச் செங்கல் செங்கலாகச் சேர்த்து வீடு கட்டி சீவித்துக் கிடப்பவர்கள். நீங்கள் அந்த வீட்டுப்படி எல்லாம் ஏற வேண்டாம். யாரையாவது அனுப்பி அந்த வீட்டு சொந்தக்காரனைச் சபைக்கு வரவழைத்து உடனே வீட்டைக் காலி செய்யச் சொல்லி உத்தரவு போடுங்கள்.

ராணி நிலைவாசலில் ஒரு காலும் உள்ளே ஒரு காலுமாக அறிவித்துக் கொண்டிருக்க, சமையல்காரன் கேப்பைக்களி நிறைத்த பித்தளைத் தட்டும், மண் சட்டியில் புளிக்குழம்புமாக உள்ளே நுழைந்தான்.

சபை கூட்டுவது, விசாரணை செய்வது போன்ற சமாச்சாரம் எல்லாம் அப்புறம் நடத்திக்கொள்ளலாம் என்று ராஜாவுக்குத் தோன்றியது. அதற்கெல்லாம் செலவு பிடிக்கும். துரைத்தனத்தார் அனுமதிப்பார்களோ என்னமோ.

இப்போதைக்குச் செய்யக் கூடியது, ராணி ஒரு நாளைக்குக் குளியலை ஒத்தி வைப்பது. மற்றும் கேப்பைக் களி சாப்பிடுவது. ராணியும் இங்கேயே உட்கார்ந்து சாப்பிட்டால் நன்றாக இருக்கும்.

அவள் வேண்டாம் என்பது போல் தலையை அசைத்து திரும்ப நடந்து போனாள்.

சோழிகள் தாமே நகர்ந்து பல்லாங்குழிப் பலகையில் இரு வசத்துக் குழிகளையும் நிறைத்தன. நகர்ந்து வாசலுக்குப் போன சோழி தயங்கி நின்று திரும்பி அவசரமாக வந்தது.

முன்னோர்கள் பல்லாங்குழி விளையாட ஆரம்பித்து விட்டார்கள். ராணியும் போய் விட்டாள். எந்த இடையூறும் இல்லாமல் கம்பங்களி சாப்பிடலாம்.

ராஜாவுக்கு ஆசுவாசமாக இருந்தது.

இப்போது பக்கத்துப் புகையிலைக்கார வீட்டுப் பாட்டுப்

பெட்டியில் நல்ல ஒப்பாரிப் பாடலாகச் சுழல விட்டால் பரமானந்தமாக இருக்கும்.

ருசியாகச் சாப்பிட்டுக் கொண்டே துயரத்தைப் பொழியும் இசையைக் கேட்பது போல் சந்தோஷமான காரியம் எதுவும் கிடையாது.

புகையிலைக்கார வீட்டில் கடடை மீசை வைத்த தடிதடியான ஆண்பிள்ளைகள் எத்தனை பேர் இருக்கிறார்கள். அவர்களில் பாட்டுப் பெட்டியை இயக்குகிறவர் யார்?

உருக்கமான, காலத்தை உறைய வைக்கக் கூடிய ஒப்பாரிப் பாடல்களை விடவா இளமை கழிந்து கொண்டிருக்கும் ராணியின் சீயக்காய் வாடையடிக்கும் நிர்வாணம் மனதைக் கவரக் கூடியது?

புகையிலைக்கார வீட்டில் கம்பங்களி செய்வார்களோ என்னமோ? மூன்று வேளையும் அரிசிச் சோறு சாப்பிட்டால் மாடி ஏறி பக்கத்து வீட்டுக் குளியல் அறையில் கண்ணை ஓட்டச் சொல்லுமோ.

ராஜா புளிக்குழம்பை மண்சட்டியில் இருந்து எடுத்து ஊற்றிக் கொண்டிருந்தபோது வாசலில் யானை பிளிறும் சத்தம்.

பனியன் சகோதரர்கள்.

அத்தியாயம் இரண்டு

பனியன் சகோதரர்கள் புது மோஸ்தரில் குப்பாயம் உடுத்தி இருந்தார்கள். அரையில் நாலு முழ வேட்டி.

அது மட்டும் ராஜாவுக்குப் பழக்கமான ஒன்று. எல்லாப் பிரஜைகளும் வேட்டி தான் உடுத்தி இருக்கிறார்கள். அதாவது ஆண்கள். மலையாளக் கரையில் பெண்களும் அந்த வண்ணமே உடுத்தி நடந்து போவதாகப் பயணம் போய் வந்த காரியஸ்தன் ஒருதடவை சொன்னான்.

அதுமட்டுமில்லை. அவர்கள் மேலேயும் ஒன்றும் அணிவதில்லையாம். அதாவது பெரும்பான்மையான பெண் பிரஜைகள். உடுத்தினால் வரி கட்ட வேண்டுமாம்.

அநியாயம் என்று ராணி சொன்னபோது ராஜா உரக்க ஆமோதித்தாலும் மலையாளக் கரைக்கு ஒரு தடவையாவது போய்ப் பார்த்துவிட்டு வர உத்தேசித்திருந்தார்.

ஆனால் அவரால் நகர முடியாதபடிக்கு இடது கால் கொஞ்சம் பாரிச வாயு பாதித்துக் கிடக்கிறது.

ரதங்கள் எல்லாம் ராஜாவுக்கு இரண்டு தலைமுறைக்கு முன்னரே இல்லாமல் போய்விட்டன. குதிரை பூட்டிய வண்டிகளும் மாடு பூட்டிய வண்டிகளும் நிறையப் புழக்கத்தில் வந்திருக்கின்றன.

அதெல்லாம் சாமானியப் பிரஜைகள் போக வர. ராஜா மரியாதை நிமித்தம் அதிலெல்லாம் பிரயாணம் செய்ய முடியாது.

பல்லக்கில் போகலாம் தான். ஆனால் தொடர்ந்து தூக்கிக் கொண்டு போக வலுவாக நாலு பேர் வேண்டும். அவர்கள் களைப்பு அடைந்தால் நகரச் சொல்லி விட்டுச் சுமக்க இன்னம் கொஞ்சம் ஆள்படை கூடவே வரவேண்டும்.

எல்லாவற்றுக்கும் காசு செலவாகும். துரைத்தனத்தார் அனுமதித்த மானியத் தொகையில் ஊருக்குள் வேண்டுமானல் மாதத்துக்கு ஒருமுறை நவமிநாள் பகலிலோ பவுர்ணமி ராத்திரியிலோ பல்லக்கில் ஊர்வலம் போய்வரலாம்.

போயிருக்கிறார் ராஜா.

போனமாதம் நண்டுக் குழம்பும் வான்கோழிக் கறியும் வரகரிசியுமாகச் சாப்பிட்டுவிட்டு வயிறு நிறைந்த திருப்தியோடு பல்லக்கில் ஏறினார். பகலில் பவனி வருவதை விட இது வசதியாக இருந்தது. சுட்டெரிக்கும் வெய்யில் கிடையாது. உடம்பு முழுக்க எண்ணெய் தேய்த்து ஊற வைத்தபடி திண்ணையில் உட்கார்ந்திருக்கும் பிரஜைகள் கண்ணில் பட மாட்டார்கள் ராத்திரியில்.

பந்தம் கொளுத்திப் பிடித்துக் கொண்டு நாலு பேர் முன்னால் நடக்க, தண்டோராவோடு ஒருவன் ஓட்டமும் நடையுமாக அறிவித்துக் கொண்டே போக, நாலு மல்லர்கள் பல்லக்கைச் சுமந்து கொண்டு தடார் தடார் என்று அடி வைத்து நடந்தபோது ராஜாவுக்கு உண்மையிலேயே பெருமையாகத் தான் இருந்தது.

பக்கத்து வீட்டுப் பாட்டுப் பெட்டியில் யாரோ உரக்க ஒப்பாரிப்

பாடல் வைத்துக் கொண்டிருந்தார்கள். இதுவரை கேட்காத புது பாஷையில் இருந்தாலும் அந்த துக்கம் ராஜா மனதுக்கு இதமாக இருந்தது. நண்டுக் கறியோடு இதை ரசித்திருக்க வேண்டும். முடியாமல் போய்விட்டது.

எல்லாவற்றுக்கும் யோகம் வேணும். பாட்டுப் பெட்டி வாங்கக் கூடக் கஜானாவில் கூடுதல் பணம் இல்லை. துரைத்தனம் கொடுக்கும் பணத்தில் ஆட்களை வேண்டுமானால் அமர்த்தி ஒரு நாள் முழுக்க ஒப்பாரி வைக்கச் சொல்லலாம்.

என்ன இருந்தாலும் இயந்திரம் எத்தனை தடவை இயக்கினாலும் ஒரே தரத்தில் சோகத்தைப் பொழிவது போல், சொற்பமான காசும் வெற்றிலை பாக்கும் வைத்து அழைத்து வந்த ஒப்பாரிக்காரர்கள் செய்ய முடியாது. நடுவில் குரல் தளர்ந்து போகும். இருமுவார்கள். புகையிலை போட நிறுத்துவார்கள். ஒண்ணுக்குப் போய்விட்டு வந்து இடுப்பில் சொறிந்தபடி, விட்ட இடத்தில் தொடரும் போது உசிரில்லாத குரலாக வரும்.

மலையாளக் கரைபோல் மேல் துணி உடுத்த வரி போட்டால் என்ன என்று ராஜா யோசித்தார். எல்லோருக்கும் முன்னால் ராணியே மேல் துணியைக் களைந்துவிட்டு மேல் மாடியில் போய் நின்று வரியை ரத்து செய்யச் சொல்லிக் குரல் கொடுத்துப் போராட்டம் நடத்தலாம்.

அவள் துரைத்தனத்துக்கு எப்போதும் எதிரிடையான பாளையக்கார இனத்திலிருந்து வந்தவள் என்பதால் செய்யக்கூடியவள் தான்.

ராஜா இதையெல்லாம் யோசித்துப் பல்லக்கில் போகும்போது சாப்பாடும், கேட்ட சுகமான ஒப்பாரிப் பாட்டும், சாப்பிட்ட கடல் நண்டுமாக தூங்கு தூங்கு என்று கண்ணைச் சுழற்ற, அங்கங்கே கூடி நின்று சிறுநீர் கழித்துக் கொண்டும் ஊர் வம்பு பேசிக் கொண்டும் வறுத்த கடலை கொறித்துக் கொண்டும் இருந்த பிரஜைகளுக்குக் கைகாட்டக் கூட முடியாமல் அசதி ஏற்பட்டு, பல்லக்கிலேயே படுத்து நித்திரை போய்விட்டார்.

நாலு பேர் சுமக்க மல்லக்கப் படுத்தபடி ராஜாவை ஊர்வலமாகத் தொடர்ந்து கூட்டிப் போவது உசிதமானதில்லை என்று பட, காரியஸ்தன் பல்லக்குத் தூக்கிகளை விளித்து உடனே அரண்மனைக்கு ஓடச் சொன்னான்.

தீப்பந்தங்கள் பேயாட்டம் ஆடி அணைய, இருட்டில் இலுப்பெண்ணெய்ப் புகை வாடையும், பாதையில் மகிழம்பூ பூத்த வாசனையுமாக ராஜா அரண்மனைக்குத் திரும்பியபோது ராணி உரக்கக் கோபப்பட்டது இன்னமும் ராஜாவுக்கு நினைவு இருக்கிறது.

மலையாளக் கரைக்குப் பல்லக்கில் போய்வர முடியாவிட்டால் பரவாயில்லை. ஆஸ்டின் காரில் போய்வரலாம் என்று பனியன் சகோதரர்கள் தொடர்ந்து ஆசை காட்டுகிறார்கள்.

ராஜாவுக்குக் காலத்தால் பிற்பட்டவர்கள். ராஜா காலத்திலேயே துரைத்தனத்தார் தேசத்தில் இந்தக் கார் என்ற நூதன வாகனம் வந்தாலும் அது இந்தப் பக்கம் புழக்கத்தில் வந்தது ராஜா காலத்துக்குப் பிறகுதான்.

யானை மாதிரிப் பிளிறிக் கொண்டு நாலு சக்கரத்தில் நகர்ந்து கொண்டு ஒரு ராட்சச இரும்பு யந்திரம். பக்கத்து வீட்டு ஒப்பாரிப் பாட்டுப் பெட்டியும் இது போல் தான் இருக்கும் என்று ராஜாவுக்குப் பட்டது.

அதன் பெயர் கிராமபோன் என்று சொன்னதும் பனியன் சகோதரர்கள் தான்.

கிராமபோனும் ராஜா காலத்துக்கு அப்புறம் தான் புழக்கத்தில் வந்தது. பனியன் சகோதரர்கள் தான் அதைப் பக்கத்து வீட்டுப் புகையிலைக் கடைக்காரர்களுக்கு வாங்கிக் கொடுத்ததாகச் சொன்னார்கள்.

ஆஸ்டின் காரில் எட்டில் ஒரு பங்கு இடத்தைக் கூட அடைத்துக் கொள்ளாத சாது யந்திரம் அது என்ற பனியன் சகோதரர்கள் ராஜாவுக்கும் ஒரு கிராமபோனும் கூடவே ஆஸ்டின் காரும் வாங்கித் தருவதாகச் சொன்னார்கள்.

பணம்? பணம் இருந்தால் காலத்தில் முன்னாலும் பின்னாலும் போய் நினைத்ததை வாங்கி உபயோகித்துச் சுகித்து இருக்கலாம்.

பணத்துக்கு என்ன செய்யலாம் என்று முன்னோரை அழைத்துக் கேட்டபோது அவர்கள் அரண்மனை முற்றத்தில் ஒரு உச்சிவேளை நேரத்தில் புகைபோல் வந்து நிறைந்தார்கள்.

அது அவர்களுக்குத் திவசம் தரப் புரோகிதரை அழைத்து மந்திரம் ஓதவைத்த நேரம்.

அய்யரே நீர் தட்சிணை வாங்கிப் போய் அப்புறம் வாரும். நாங்கள் எங்கள் கொள்ளுப் பேரன், எள்ளுப் பேரனோடு பேசிக் கொண்டிருக்கிறோம்.

முன்னோர்கள் சொல்ல, அவர்கள் வேண்டாம் என்று மறுத்தாலும் பிண்டம் உருட்டி ராஜா கையில் கொடுத்து எள்ளோடு கலந்து முன்னோர்களுக்குப் போடச் சொன்னார் புரோகிதர்.

எள்ளு எல்லாம் ஒத்துக் கொள்கிறதில்லை. கோழியடித்து வைத்துக் கூப்பிட்டால் வேண்டாம் என்றா சொல்வோம் என்று முன்னோர்களில் ஒருத்தர் சொல்ல, அய்யருக்குக் கோபம் வந்து விட்டது.

நீங்கள் கடைத்தேற இதுதான் கொடுக்க வேண்டும் என்று சாஸ்திரம் சொல்கிறது. வேண்டுமானால் வீட்டில் இருந்து புத்தகம் எடுத்து வந்து நிரூபிக்கிறேன்.

அய்யர் உணர்ச்சிவசப்பட, முன்னோர்கள் அவரைச் சமாதானப்படுத்தி, நாலு பூசணிக்காயும், வெங்காயமும், முட்டைக் கோஸும் உருளைக்கிழங்கும், புதுக் காய்கறியென்று பனியன் சகோதரகள் பின்னால் வரும் காலத்தில் இருந்து கொண்டு வந்து கொடுத்த நூர்க்கோலும் கூடவே நாலு பெரிய பணமுமாகக் கொடுத்து அனுப்பி வைக்கச் சொன்னார்கள் ராஜாவிடம்.

அய்யர் எள்ளும் தண்ணீரும் இரைத்துத் தருப்பையில் வைத்துப் பிண்டம் தருவதே முன்னோர்கள் கடைத்தேற உகந்தது என்று இன்னொரு முறை உரக்க அறிவித்துவிட்டு யாரும் ஏதும் பேசாமல் போகக் காய்கறிகளைச் சுமந்து கொண்டு போனதும் முன்னோர்கள் ராஜாவிடம் காசு விஷயத்தில் இன்னும் எச்சரிக்கையோடு இருக்க வேண்டியதின் அவசியம் குறித்துப் பொறுமையாக எடுத்துச் சொன்னார்கள்.

பாட்டுப் பெட்டியும் நூதன வாகனமும் உனக்குத் தேவையில்லாத விஷயம். மலையாளக் கரையில் போய் முலை தெரியக் காட்டி நடக்கிற சுந்தரிகளைப் பார்ப்பதும் தான். அவர்கள் எல்லோருக்கும் கண்ணுக்குள்ளும் மனதிலும் உறைந்து கிடக்கும் அவமானமும் ஆத்திரமும் உனக்குத் தெரியாது. அது உன்னைச் சுட்டுப் போடும். உடம்பு பஸ்பமாகிப் போவாய்.

முன்னோர்கள் எச்சரிக்கை செய்தபோது பனியன் சகோதர்கள் பற்றி ஜாக்கிரதையாக இருக்கச் சொல்லியும் எச்சரிக்கை செய்தார்கள்.

அவர்கள் பின்னால் வரும் காலத்தில் இருந்து புறப்பட்டு வருகிறவர்கள் நம்ப வேண்டாம்.

எனக்கு முன்னால் ஏகப்பட்ட வருடம் முன் சுவாசித்து இருந்து இப்போது இல்லாமல் போன உங்களை நம்புகிறேனே. அதே போல் அவர்களையும் நம்பினால் என்ன?

ராஜா எதிர்க் கேள்வி கேட்டார்.

கலி பெருகிக் கொண்டு போகிறது.

ஒற்றை வரியில் பதில் சொன்ன முன்னோர்கள் கலைந்து போனார்கள் அப்போது.

முன்னோர்களிடம் ரதம் கேட்கலாமா என்று ராஜா யோசித்தார். மலையாளக் கரைக்கே போகாதே என்று உத்தரவு போட்டவர்கள் ரதம் மட்டும் கொடுத்து விடுவார்களா என்ன

என்று தோன்ற அந்த எண்ணத்தைக் கைவிட்டபோது பனியன் சகோதர்கள் மேல் திரும்ப நம்பிக்கை வந்தது.

அவர்களை அப்போதே அழைத்தார்.

அது எளிதான செயல். மனதில் நினைத்தால் போதும். செய்தி போய்ச் சேர்ந்து விடும் அவர்களுக்கு.

தூரம் தொலைவிலிருந்து கம்பி மூலம் சேதி அறிவிக்க ஒரு சாதனம் தங்கள் காலத்தில் இருப்பதாகவும் பனியன் சகோதரர்கள் சொல்லியிருந்தார்கள். ஆனால் ஊரெல்லாம் தோண்டி இரும்புக் கம்பம் நாட்ட வேண்டும் அது செயல்பட என்பதால் ராஜா அது வேண்டாம் என்று சொல்லிவிட்டார்.

பணப் பற்றாக்குறைதான். வரிசையாகக் கம்பம் நாட்டிக் கம்பி இழுக்கப் பணம் கிடையாது. பிரஜைகளுக்கும் பணப் பற்றாக்குறை என்பதால் அப்படியே செய்து வைத்தாலும் கம்பத்தைப் பிடுங்கி விற்று அரிசி வாங்கி விடுவார்கள்.

அப்புறம்தான் பனியன் சகோதரர்கள் நினைத்த மாத்திரத்தில் அவர்களை அழைத்துப் பேச வழி சொன்னார்கள்.

ராஜா அழைத்தபோது அவர்கள் பூத்திருவிழாவுக்கு வசூல் செய்து கொண்டிருப்பதால் உடனே வரமுடியாது என்றார்கள்.

உள்ளூர் அம்மன் கோவிலில் ராஜா தான் பூத்திருவிழா வருடா வருடம் கொண்டாட ஏற்பாடு செய்கிறார். காளை வண்டிகளில் பெரிய மண் பானைகளில் மல்லிகைப் பூவும், சாமந்திப் பூவும், தாழம்பூவுமாக நிறைத்து எடுத்துப் போய் அம்மன் சிலைக்கு மேல் பூசாரி சொரியும் போது, ராஜாவும் ராணியும் சன்னிதானத்துக்கு வெளியே சேவித்தபடி நிற்க, வெளியே வேலிகாத்தான் செடிகளை வெட்டிக் களைந்த செம்மண் பொட்டலில் பிரஜைகள் கொண்டாட்டம் ஆரம்பமாக நிற்பார்கள்.

பூக் கொட்டிப் பூசை முடிந்த பிறகு ராஜா செலவில் பெரிய மண் குடங்களில் கள்ளு வந்து சேரும். ஒவ்வொரு பிரஜைக்கும்

நாலு குவளைக்குக் குறையாமல் கிடைக்கும் அந்தக் கள்ளுக்கும் அதைத் தொடரும் ஆட்ட பாட்டத்துக்கும் கூட்டம் காத்துக் கிடக்கும்.

ராஜாவுக்கு அப்புறம் எத்தனையோ வருடம் சென்று இன்னொரு ராஜா இல்லாமல் போனதால், தாங்கள் இரண்டு பேரும் ஊரில் முழுக்கத் திரிந்து பணம் வசூலித்துப் பூத்திருவிழா நடத்தி வருவதாகப் பனியன் சகோதரர்கள் சொன்னபோது ராஜாவுக்கு வருத்தமாகத்தான் இருந்தது.

நாலு குடம் கள்ளு வேண்டுமானால் அனுப்பி வைக்கலாமா என்று கேட்டபோது அது நடக்கக் கூடிய காரியமில்லை என்று சொல்லி விட்டார்கள் பனியன் சகோதரர்கள்.

பனியன் சகோதரர்களை நம்பாதே என்று யாரும் கூப்பிடாமலே வந்து, ராணியோடு மதியம் பல்லாங்குழி விளையாடும்போது சோழியில் புகுந்துகொண்டு முன்னோர்கள் சொன்னதை ராணி ஆமோதித்தாள்.

இவர்கள் சூதுவாது மிகுந்த மனுஷர்கள். எச்சரிக்கையாக இருங்கள்.

அவளும் தான் சொன்னாள்.

ஆனாலும் பனியன் சகோதரர்கள் சொல்லியிருக்கிறார்கள். ராஜாவை மலையாளக் கரைக்கு ஆஸ்டின் கார் வாகனத்தில் அழைத்துப் போவதாக.

அதைப் பற்றிப் பேச இப்போது வந்திருக்கிறார்கள்.

ராஜா இடுப்பில் ஜரிகை வேட்டியை இறுக்கிக் கொண்டு எழுந்து முன்னறையைப் பார்த்தார்.

ராணி தூங்கிக் கொண்டிருக்க சேடிப்பெண் விசிறிக் கொண்டிருந்தாள்.

பனியன் சகோதரர்களோடு கதைத்து விட்டு சேடியோடு விளையாடலாம் என்று எண்ணம் வந்தது ராஜாவுக்கு.

இன்னும் கொஞ்ச நேரம் விசிறி ராணி சீக்கிரம் எழுந்துவிடாதபடி உறங்க வைக்கட்டும் அவள்.

அதற்குள் பனியன் சகோதரர்களோடு பேசி முடித்து விடலாம்.

ராஜா திருப்தியோடு வாயில் பாக்கை இட்டு மென்று கொண்டு வாசலுக்குப் போனார்.

அத்தியாயம் மூன்று

சுப்பிரமணிய அய்யர் வாசல் திண்ணைக்கு வந்தார்.

உள்ளே ஒரே புழுக்கம். வியர்வையும் மஞ்சளும் சந்தனமும் சிரிப்பும் கும்மாளமும் பாட்டுச் சத்தமுமாக இருக்கிறது.

பெண்டுகள். வீடு முழுக்க அவர்கள்தான்.

வீட்டில் விசேஷம் என்பதால் அல்லூர் அயலூரிலிருந்து உறவுக்காரப் பெண்களும் வந்திருக்கிறார்கள். எல்லா வயதிலும் பிராமண ஸ்திரிகள்.

அய்யர் மாடியை நிமிர்ந்து பார்த்தார். உள்ளே இருபது சிப்பம் புகையிலை அடைத்து வைத்திருக்கிறது. தனுஷ்கோடிக்கு காளை வண்டியில் எடுத்துப்போய் அங்கே இருந்து படகில் அனுப்ப வேண்டும். போன வாரமே சபேசய்யர் யாழ்ப்பாணத்திலிருந்து லிகிதம் அனுப்பி இருந்தார்.

ஒரு அறை தவிர மாடி முழுவதையும் காலையிலேயே பூட்டி மறைப்பாக பவானி ஜமுக்காளத்தையும் தொங்கவிட்டாகி விட்டது. இருந்தாலும் இழை போல் புகையிலை வாடை

அதையும் கடந்து இறங்கி வருகிறது போல் சுப்பிரமணிய அய்யருக்குத் தோன்றியது.

பிராமணனுக்கு விதிக்கப்பட்ட தொழில் இல்லைதான் புகையிலை விற்பது. தர்ப்பைக் கட்டை நீர்க்காவி ஏறிய அங்கவஸ்திரத்தில் இடுக்கிக் கொண்டு அவன் வைதீகனாக வேகு வேகு என்று ஊரெல்லாம் நடந்து கணபதி ஹோமமும், அமாவாசை தர்ப்பணமும், ஆயுட்ஷேம ஹோமமும், ஹிரண்ய திவசமும் செய்துவைக்கக் கடமைப் பட்டவன். அதன்மூலம் லௌகீகர்களான கிரகஸ்தர்களை ஆசாரமாக ஜீவிக்கவும் அப்புறம் ரௌராவாதி நரகங்களில் போய் அடையாமல், வைதாரணி நதி வழியே பித்ருலோகம் பத்திரமாகப் போய்ச்சேரவும் ஒத்தாசை பண்ண வேண்டியவன். இதற்கு என்று விதிக்கப்பட்ட தட்சணையை வைத்துத் தானும் கிரகஸ்தனாக ஜீவித்து, வம்சவிருத்தி பண்ணி, பித்ருக்களுக்கு எள்ளும் நீரும் இறைத்து இவனும் வைதாரணிக் கரைக்கு ஒதுங்க வேண்டியவன்.

ஒரு சின்னக் குடும்பத்தைச் சம்ரட்சிக்கத் தோதாக வைதீகத்துக்குத் தட்சணை வரும். குடுமியில் எள் இரைபட்டு மிச்சம் இருக்கும். திவசம் முடிந்து இடுப்புத் துண்டைத் தரையில் விரித்து கிரகஸ்தன் கும்பிட அந்தத் துண்டில் கால்பதித்து அசதியோடு நடக்கலாம். உங்களுக்கு ரொம்ப சிரமம் என்று அவன் உபசாரமாகச் சொல்வதை அப்பம் வடை அதிகம் சாப்பிட்ட ஏப்பத்தோடு ஏற்றுக் கொள்ளலாம். வாழைக்காயையும் பூசணிக்காயையும் தலையிலும், தானமாக வந்த அரிசியை மேல்துண்டில் தர்ப்பையோடு கட்டித் தோளிலும் தொங்கவிட்டுக் கொண்டு மத்தியானத் தூக்கத்துக்கு வீட்டுக்கு நடக்கலாம்.

அரிசியைக் கலைத்துப் பரத்தி எள்ளை எடுத்து விட்டோ, குழந்தைகள் பசியென்றால் அப்படியே எள் மணக்கவோ சாதம் வட்டித்து ரசத்தோடு இலை இலையாக வார்க்க சோனியான ஒரு பிராமண ஸ்திரி நூல் புடவையும் எண்ணெய் ஏறிய மூக்குத்தியுமாக அகத்தில் காத்திருப்பாள்.

அரிசியும் வாழைக்காயும் சுமக்கிற காரியம் ஜன்மத்துக்குத் தொடரும் புரோகித ஜீவிதம் தான் உனக்கு விதிக்கப்பட்டது என்று சுப்பிரமணிய அய்யரிடம் பித்ருக்கள் கூடச் சொன்னது கிடையாது. வாசித்த கிரந்தங்களில் இருந்து மேலோட்டமாகக் கிரகித்துக் கொண்டது அது.

பித்ருக்கள் கூட மூன்று தலைமுறையாகத் தர்ப்பைக் கட்டைப் பிடிக்கவில்லை. அவர்கள் சத்திரத்தில் சமையல் கரண்டி பிடித்து பெரிய கோடியடுப்புகளில் சாதம் வட்டித்தார்கள். கிராமக் கணக்கு வழக்கை நிர்வகித்தார்கள். சிலர் படிக்கப் போனார்கள்.

சுப்பிரமணிய அய்யரின் தகப்பனார் சங்கர அய்யர் புகையிலை விற்கப் போனார்.

படகேறி யாழ்ப்பாணத்துக்கும் அப்புறம் அங்கே இருந்து தேயிலைத் தோட்டங்கள் இருந்த மலைப்பகுதிக்கும்.

தர்ப்பைக் கட்டில் வராத பணம் புகையிலையில் கொட்டியது. எண்ணெய் காயவைத்த இருப்புச் சட்டிப் பக்கம் வியர்த்து விறுத்துக் கரண்டி பிடிப்பதில் இருக்கும் சிரமம் இல்லை. இலை போட நேரமாச்சு என்று கத்தரிக்காய் வதக்கும்போது யாரும் உக்கிராணத் தரைப் பிசுபிசுப்பில் கால் மாற்றியபடி பின்னாலேயே நின்று கழுத்தறுக்க மாட்டார்கள். கை தளராமல் திரட்டுப்பால் கிண்டி எடுத்து ஓலைப்பாயில் பரத்தி சுடச்சுட இலையில் வார்க்க ஓட வேண்டியதில்லை.

காறுபாறு வேலையின் ஜாக்கிரதையும் பயமும் கூட இல்லை தான். மூணே முக்கால் பணம் கிஸ்தி பாக்கி என்று யார் வீட்டு முன்னாலும் விடிகாலையில் போய் நிற்க வேண்டாம். கண்மாய்க் கரையில் குந்தி இருந்து வெளிக்குப் போகிறவனின் பக்கத்தில் போய் சகஜமாக வரிபபாக்கி கேட்க வேண்டாம். அய்யரே சொம்பைப் பிடிச்சு அப்படியே தூக்கினாப்பலே விடும். கழுவிக்கிட்டு வந்து எடுத்துத் தரேன் என்று மேற்படியான் கேட்டுக்கொண்டபடி குண்டி கழுவ ஒத்தாசை செய்து

கஜானாவுக்குக் காசு சேர்க்க வேண்டாம்.

மூக்கில் ஏறி வயிற்றைப் புரட்டும் புகையிலை வாசத்துக்கு நடுவே நாள் முழுக்க இருக்கப் பழகி விட்டால் அது பிடித்துப் போகும். காசு கொடுக்கிற தெய்வமாக அந்தக் கருப்புச் சிப்பங்களைத் தலைக்கு மேல் வைத்து ஸ்தோத்திரம் சொல்லி சந்தியாவந்தனம் பண்ணும்போது துதிக்கலாம்.

புகையிலை தங்கம் மாதிரி. லட்சுமி அவதாரம். அது சுபிட்சத்தைக் கொடுக்கிற மங்கள வஸ்து. பெரிய வீடு. வீட்டுக்காரி காதில் வைரத்தோடு. ஊரூராகச் சிப்பம் அனுப்பவும், ரெண்டு காசுக்கும் மூணு காசுக்கும் கிள்ளி எடுத்து வாழைமட்டையில் பொதிந்து கொடுத்து விற்கவும் கடை. எல்லாம் அந்தப் புண்ணிய சமாச்சாரம் கொடுத்ததுதான்.

அது துர்தேவதையும் கூட.

மாடியில் ஓர் அறையில் சாமிநாதனைப் பூட்டி வைத்திருக்கிறது. சுப்பிரமணிய அய்யரின் சீமந்த புத்திரன். அதிபுத்திசாலி. சித்தப்பிரமை என்று எல்லோரும் சொல்வதால் அவன் மாடியை விட்டு இறங்குவதே இல்லை. பிராமணன் புகையிலை விற்பதால் பிரம்மசாபம் இது என்று ஊரில் சொல்வது சுப்பிரமணிய அய்யர் காதில் விழுந்திருக்கிறது.

பனியன் சகோதரர்கள், அங்கவஸ்திரமாக இல்லாமல் அதிலும் கால்வாசித் தரத்தில் ரத்தச் சிவப்பில் துண்டு போட்டவர்கள், புரியாத மொழியில் பேசுகிற கறுப்பர்கள் என்று யாரெல்லாமோ மாடிக்குச் சாமிநாதனைத் தேடி வருகிறார்கள். அய்யருக்கு ரொம்பக் காலத்தால் பின்னால் இருக்கப்பட்டவர்கள் அவர்கள் என்று பித்ருக்கள் சொன்னார்கள்.

அவர்கள் வராத நேரத்தில் காளான் போலக் குடைவிரித்தபடி இருக்கும் ஒரு விநோதப் பெட்டியில் உண்டியல்கடை சொக்கநாதன் செட்டியார் வீட்டுப் பழுக்காத்தட்டு போல் எதையோ சுழல விட்டு சங்கீதம் என்று சாமிநாதன் கேட்டுக் கொண்டு இருக்கிறான். உலகத்தில் இருந்தவர்கள். இப்போது

மூச்சுவிட்டு நாளைக்கு அடங்கப் போகிறவர்கள், இன்னும் பிறக்காமலே போய்ச்சேர நாள் குறிக்கப் பட்டவர்கள் எல்லோருக்கும் துக்கப்படப் போதுமான சாவோலமும் அழுகையும் அந்தப் பழுக்காத்தட்டுக்களில் இருந்து வெளிப்பட்டு சுப்பிரமணிய அய்யர் மாத்தியானம் செய்யும் போதும், சந்தியாகால ஜபத்தின் போதும் உபத்திரவப்படுத்துகின்றன.

பூணூலைக் காதில் இடுக்கிக் கொண்டு அவர் தோட்டத்தில் விசர்ஜனம் செய்ய உட்காரும்போது கிளர்ச்சி ஏற்படுத்தி ஸ்கலிதத்தை உண்டாக்குகிறது அந்த சங்கீதம்.

நாலு வராகன் கொடுத்து அந்தச் சனியன் பிடித்த பெட்டியை அவர்தான் பனியன் சகோதரர்களிடம் வாங்கிக் கொடுத்தார். அவ்வப்போது புதுசுபுதுசாகப் பழுக்காத்தட்டில் இன்னும் சோகத்தைப் பதித்து எடுத்து வந்து அந்தக் களவாணித் தேவடியாள் மகன்கள் காலும் அரையுமாக வெள்ளிப்பணம் கறந்து கொண்டு போய்விடுகிறார்கள். கொடுக்காவிட்டால் சாமிநாதன் மாடியில் இருந்து இறங்கி கிரஹத்தில் செய்கிற களேபரம் சகிக்கக் கூடியதாக இல்லை.

சுப்பிரமணிய அய்யர் மாடிப்பக்கம் தன்னிச்சையாக நிமிர்ந்து பார்த்தார். நல்ல நிசப்தம். சாமிநாதன் நித்திரை போயிருப்பான். இல்லாவிட்டால் முன்னோர்களில் யாரையாவது வரவழைத்து அங்குலி யோகம் பற்றியோ முகரதம் பற்றியோ விவாதித்துக் கொண்டிருப்பான்.

அவனுக்குக் கல்யாணம் செய்து வைத்தால் சரியாகி விடுவான் என்றார்கள் பித்ருக்கள். அங்குலி யோகத்தையும் முகரதத்தையும் சம்போக வித்தையையும் விவாதிக்க முன்னோர்களைக் கூப்பிட்டுத் தொல்லைப்படுத்தத் தேவையில்லாமல் பக்கத்திலேயே மடிசாரில் ஒருத்தி இருப்பாள்.

கிறுக்கனுக்குப் பொண்ணு கொடுக்க மாட்டோம் என்று சுப்பிரமணிய அய்யரின் மச்சினர்கள் முகத்தில் அடித்ததுபோல் சொல்லிவிட்டார்கள். சின்னப்பிள்ளை சங்கரனுக்கு ஒன்றுக்கு

மூன்றாக முறைப்பெண்களைப் பாணிக்கிரஹணம் செய்து கொடுக்க அவர்கள் குடுமியை முடிந்து கொண்டு வந்தார்கள். வேண்டாம், வெளியில் பெண் எடுத்துக்கறேன் என்று வைராக்கியமாகச் சொல்லிவிட்டார் அய்யர்.

சங்கரன் சுப்பிரமணிய அய்யரிடம் இருந்து கொஞ்சம் கொஞ்சமாக வியாபாரப் பொறுப்பை எடுத்துக் கொண்டு நேர்த்தியாக நிர்வகிக்கிறான். கடை முழுக்க அவன் அதிகாரத்தில் தான். பகல் நேரத்தில் தூங்கி எழுந்த அப்புறமோ சாயந்திரம் வெய்யில் தாழ்ந்தபிறகோ சுப்பிரமணிய அய்யரும் கடைக்குப் போய்க் கொஞ்ச நேரம் வார்த்தை சொல்லிக் கொண்டிருந்துவிட்டு கணக்கு வழக்குகளில் இங்கொரு நறுக்கும் அங்கொன்றுமாகப் பார்த்துவிட்டு ஏதாவது ஆலோசனை சொல்லி விட்டு வருவதுண்டு. சங்கரன் அதையெல்லாம் கேட்டு செயல்படுகிறானா என்று தெரியாவிட்டாலும் வருஷாவருஷம் தனம் வர்த்தித்துக் கொண்டுதான் போகிறது என்பதில் அய்யருக்கு சந்தோஷம்தான்.

கடைக்குப் போக வேண்டும். வீட்டில் சுமங்கலிப் பிரார்த்தனை என்பதால் இன்னும் கடை திறக்கவில்லை. சாப்பிட்டு விட்டுத்தான் போகவேண்டும் என்று சொல்லித் தடுத்து விட்டார்கள் பெண்டுகள்.

சுமங்கலிப் பிரார்த்தனை என்பதால் பெண்டுகள் முழுக்கச் சாப்பிட்டு முடிந்த பிறகுதான் புருஷர்கள் சாப்பிடுவது.

அவர்கள் மிச்சம் வைத்த வடையும், தணுத்த சாதமும், புளிக்குழம்பும், அவியலும், பருப்புக் கரைசலான ரசமும், நமத்துப் போய்க் கொண்டிருக்கும் பப்படமும், உப்பேறியுமாக ஈரம் உலராத தரையில் பரிமாறக் காத்திருக்க வேண்டும்.

சுப்பிரமணிய அய்யர் காத்திருக்கிறார்.

சங்கரா ஏய் சங்கரா

அவர் குறிப்பில்லாமல் உள்ளே பார்த்துக் குரல் கொடுத்தார்.

சங்கரனுக்குக் கல்யாணம் நிச்சயமாகி இருக்கிறது. அம்பலப்புழையில் பெண் எடுக்கிறார்கள். அடுத்த மாதம் நிச்சயதார்த்தம். அதற்கு முன் வீட்டில் செளபாக்கியம் செழிக்க சுமங்கலிப் பிரார்த்தனை வைக்கவேண்டும் என்று சொன்னாள் கல்யாணியம்மாள். அய்யரின் அகத்துக்காரி.

சங்கரன் எங்கே? கடைக்குப் புறப்பட்டுப் போயிருப்பானோ?

தனுஷ்கோடிக்குப் புகையிலைச் சிப்பம் அனுப்பி வைக்கவேண்டும் என்பது நினைவு வந்திருக்கும். தாக்கோலை எடுத்துக்கொண்டு கடை திறக்க ஓடியிருப்பான்.

உள்ளே பெருங்குரல் எடுத்து பாடுகிற சத்தம். சுப்பம்மாக் கிழவிதான்.

சுமங்கலிப் பிரார்த்தனையின் போது குடும்பத்தில் மஞ்சளும் குங்குமமுமாகப் போய்ச் சேர்ந்த முந்திய தலைமுறைப் பெண்டுகளைக் கூப்பிட்டு வாழ்த்தச் சொல்லிக் கேட்கிற வழக்கம். சுப்பம்மாக் கிழவி கூப்பிட்ட குரலுக்கு அவர்கள் இறங்கி வருவார்கள்.

அவளுக்கு ஏழு தலைமுறைப் பெண்டுகளைத் தெரியும். அவர்களோடு சதா சம்பந்தம் இருப்பதாலோ என்னமோ அவர்கள் ஆசிர்வாதத்தில், நினைத்த மாத்திரத்தில் பாட்டுக் கட்டிப் பாட வரும். அது பக்தி கானமாகவோ, சிரிப்பை வரவழைக்கும் விஷயம் பற்றியதாகவோ, பெண்டுகள் மட்டும் பகிர்ந்து கொள்ளும் பரிபாஷை ரகசியங்களாகவோ இருக்கும்.

சுப்பம்மாள் பாடிக்கொண்டிருக்கிறாள். பழைய சரித்திரங்களை.

போகிற இடத்தில் என்ன பாஷை புழக்கத்தில் இருக்கிறதோ அதை உடனே கிரகித்துப் பேசவும் அவளுக்கு மூத்தகுடிப் பெண்டுகள் வரம் கொடுத்திருக்கிறார்கள்.

இருபது வருடம் முன்னால் கூட்டமாகப் புறப்பட்டு அய்யரின் மாமனாரும் இன்னும் பத்துக் குடும்பமுமாகக் காசிக்குப் புறப்பட்டார்கள். காளை வண்டிகளில் பிரயாணம். அங்கங்கே

மாட்டையும் வண்டியையும் விற்றுவிட்டு வேறே வாங்கிக் கொண்டு தொடந்து போய் ஆறேழு மாதம் கழித்து வாரணாசி போய்ச் சேர்ந்தார்கள்.

திரும்பி வரவும் அதேபோல் மாசக்கணக்கில் ஆனது. வழியில் வைத்து சிவலோகப் பிராப்தி அடைந்தவர்கள் ஏழெட்டுப் பேர் தவிர மற்ற எல்லோரும் பத்திரமாகத் திரும்பினாலும் கழுத்தெலும்பு தெரிய இளைத்துப் போய் முகத்திலும் தளர்ச்சி அப்பியிருந்தது. சுப்பம்மாக் கிழவி முகம் மட்டும் தெளிவாக இருந்தது மட்டுமில்லாமல் முன்னைக்கிப்போது ஒரு சுற்றுப் பெருத்தும் இருந்தாள்.

சுப்பம்மாள் காசியில் விசுவநாதசாமி தரிசனத்தை உத்தேசித்தோ கங்கா ஸ்நானத்தால் கடையேறவோ கிளம்பவில்லை. கல்யாணமான மறுவருஷமே அவளை நிர்க்கதியாக விட்டுவிட்டு வேதாந்தப் பித்தோடு வடக்கே ஓடிய புருஷனையும் தேடித்தான் போனாள்.

காசியில் கோசாயிகளின் கூட்டத்தில் அவன் இருக்கிறானாம். ஒற்றைக் காலையும் நீண்டு தரையைத் தொடும் ஆண்குறியையும் ஊன்றியபடி வளைந்த நகங்களோடு நாள்கணக்கில் அசையாமல் அவன் தீர்த்தக்கட்டத்தில் நிற்பதைக் கண்டதாக முன்னால் காசி போய்த் திரும்பி வந்த யாரோ சொன்னார்கள்.

பக்கத்து மாயானத்தில் பாதி எரித்து வாயில் கொள்ளியோடு கங்கையில் மிதக்கும் பிணங்களைத் தடுத்து எடுத்து நடுராத்திரியில் சிதைச்சூட்டில் வாட்டிச் சாப்பிடுவதாகவும் தகவல் வந்த மணியமாக இருந்தது.

பிராமணன் மாமிசம் சாப்பிட மாட்டான். கோசாயியாகப் போனாலும் தான்.

சுப்பிரமணிய அய்யரின் தகப்பனார் தீர்மானமாக அறிவித்தாலும் அவருக்கும் காசிக்கே நேரே போய் இப்படிப் பிணம் தின்னும் பிராமணர்கள் இருக்கிறார்களா என்று தெரிந்து கொண்டுவர ஆர்வமாக இருந்தது.

ஆனாலும் புகையிலைக் கடை அவரைக் கட்டிப்போட்டு விட்டது. போதாக்குறைக்கு ஷயரோகமும்.

அவர் ரோகத்தில் இறந்த அடுத்த மாதம் சுப்பிரமணிய அய்யரின் மாமனாரும் பத்துக் குடும்பமும் காசிக்குக் கிளம்பியபோது சுப்பம்மாக் கிழவியும் சேர்ந்து கொண்டாள்.

நெற்றி நிறையக் குங்குமமும் சதா சுமங்கலி என்ற பெயருமாக அவள் காசிக்குக் கிளம்பியபோது மூத்தகுடி முன்னோரான பெண்டுகள் ஊர் எல்லை வரை பட்சிகளாகப் பறந்தும், சர்ப்பமாக ஊர்ந்தும் வார்த்தை சொல்லிக் கொண்டு கூடவே வந்தார்கள்.

அவர்கள் சுப்பம்மாள் வாயில் இருந்து எல்லாக் குரலிலும் பாடினார்கள். அவளுக்குக் களைப்பானபோது மற்றவர்கள் குரலில் ஏறிக்கொண்டு தொடர்ந்தார்கள்.

சுப்பிரமணிய அய்யரின் மாமனார் பெண்குரலில் நலுங்குப் பாடல் பாடும்போது, அய்யரின் அகத்துக்காரி கல்யாணியம்மாள் சொன்னாள்.

இது எங்க அத்தைப்பாட்டி. நன்னிலத்திலே வாக்கப்பட்டுப் போனா. சாலாட்சின்னு பேரு.

மூத்தகுடிப் பெண்டுகள் சுப்பம்மாள் கூடவே இருந்ததால் அவள் போகிற வழியில் தெலுங்கு, கன்னடம் என்று எல்லா பாஷையையும் பேசி அங்கங்கே ஜனங்களிடம் பழகி வழி விசாரிக்கவும், சத்திரம் சாவடியில் ஒதுங்கிச் சாப்பாடு வாங்கவும், காளைவண்டி பேரம் பேசவும் ரொம்பவே ஒத்தாசையாக இருந்ததாகச் சுப்பிரமணிய அய்யரின் மாமனார் சொன்னார்.

காசியில் அவள் இந்துஸ்தானியில் கடல்மடை திறந்ததுபோல் பொழிய ஆரம்பித்தது மட்டுமில்லாமல் அந்த பாஷையிலேயே பாடவும் ஆரம்பித்து விட்டாளாம்.

கங்கைக் கரையில் ஏதேதோ தீர்த்தக் கட்டங்களில் அவள் நிலாக்கால ராத்திரிகளில் குரலெடுத்துப் பாடியபோது

சன்னியாசிகளும் கிரகஸ்தர்களும் கூட்டமாகக் கூடிப்போனதாகச் சொன்னார் ஐயரின் மாமனார். சங்கீத சாம்ராட்டான அந்த ஊர்த் துருக்கர் ஒருத்தர் வந்து கேட்டு இது ஆண்டவனுக்கு உரிமையான சங்கீதம் என்றாராம். அதையும் சுப்பம்மாள் தான் மொழிபெயர்த்தாள்.

சுப்பம்மாக் கிழவி காசியில் புருஷன் எங்கும் தட்டுப்படாமலே போக அவனை விட்டுவிட்டு வர, மற்றவர்கள் புடலங்காய், கொத்தவரங்காய், பலாப்பழம் என்று விட்டுவிட்டு வீடு வந்தார்கள்.

இனி ஆயுசுக்கும் அந்தந்தக் காய்கறி சாப்பிடக் கூடாது என்ற வருத்தம் அவர்களுக்கு என்றாலும் சுப்பம்மாக் கிழவிக்கு ஒரு வருத்தமும் இல்லை. அவள் புருஷன் அவள் முலைகளைக் கவ்விச் சுகித்தது ஏதோ கனவில் நடந்த சமாச்சாரமாகத் தோன்ற அவை சுருங்கி மார்க்கூட்டோடு ஒட்டிப் பல காலம் ஆகிவிட்டன.

உடல் தளர்ந்தாலும் குரல் தளராத வரத்தை அவளுக்கு மூத்தகுடிப் பெண்டுகள் கொடுத்திருக்கும் காரணத்தால் சுப்பம்மாக் கிழவி தொங்கத் தொங்க வளர்ந்த காதில் எண்ணெய் ஏறிய தோடும், வியர்வையில் கலைந்த குங்குமமும், வற்றிப்போன ஸ்தனங்களை மூடிய பருத்திப் புடவையுமாகப் பாடிக் கொண்டிருக்கிறாள்.

பெண்டுகள் சாப்பிட்டு முடியும்போது சுப்பம்மாக் கிழவியின் பாட்டு முடியும். அவர்களும் நிதானமாகத்தான் சாப்பிட்டுக் கொண்டிருந்தார்கள். நாலு தலைமுறையில் பூவோடும் பொட்டோடும் போன பெண்டுகள் பத்திருபது பேராவது தேறுவார்கள். ஒவ்வொருத்தரைப் பற்றிச் சுப்பம்மாள் பாடும்போதும் அவர்கள் தங்களுக்கு முந்திய யாரையோ பற்றிய நினைவுகளையும் தன்னோடு அழைத்துக் கொண்டு வருவதால் பாட்டு முடியாமல் போய்க் கொண்டிருந்தது.

நாம சித்தெ சீக்கிரம் முடிச்சு எடத்தைக் காலி பண்ணினா புருஷா சாப்பிடலாம். பாவம். காலம்பற இருந்து அவாளும்

மடியா பட்டினியா இருக்கா. அவாவா சாப்பிட்டு ஸ்வகாரியத்தைக் கவனிக்கப் போக வேண்டாமா?

ஜோசியர் அண்ணாசாமி அய்யங்கார் வீட்டுக்காரி தான் சொன்னது.

அய்யர் அவள் இருந்த திசைக்கு நமஸ்காரம் செய்து கொண்டார்.

மாடியில் இருந்து யாரோ இறங்கி வரும் சத்தம்.

சங்கரன் தான்.

கடைக்குப் போயிருப்பேன்னு நினைச்சேன்.

அய்யர் அவனிடம் சொன்னார். சங்கரன் வெறுமனே சிரித்தான்.

அள்ளிச் செருகிய குடுமியும், பெரிய மீசையும் கருகருவென்று முகத்தை ஒட்டி வளரும் தாடியுமாக அவன் ஷத்திரியன் போல் இருந்ததாக அய்யருக்குத் தோன்றியது.

மீசையையும் தாடியையும் மழித்துவிட்டுக் குடுமி மட்டும் வைத்துக் கொண்டு பிராமணனாக லட்சணமாக இருக்கலாம் அவன்.

பிராமணன் புகையிலை விற்கும்போது அவன் தாடி மீசையோடு இருந்தால் என்ன தப்பு?

கேளுங்கோ எல்லோரும்.

சுப்பம்மாக் கிழவி திடீரென்று சத்தமாகச் சொன்னாள். அதுவரை அவள் பாடியதை நடுவில் நிறுத்தி அவள் குரலில் ஏறிய மூத்தகுடிப் பெண்டு அலறினாள்.

குளிக்கும் பொண்டுகளைப் பார்க்கலாமோ.

குனிந்து பார்க்கலாமோ.

பாதி மறைத்த ஸ்தனமும்

பாங்காய் இடுப்பில் ஒட்டியாணமும்

வாழைத் தொடையும்

வடிவான தோளுமாய்க்

குளிக்கும் பொண்டுகளைப் பார்க்கலாமோ.

குனிந்து பார்க்கலாமோ.

வாயில் சாதத்தோடு எல்லாப் பெண்களும் பாட ஆரம்பித்தார்கள். மஞ்சளும் குங்குமமும் ஸ்நாநப்பொடி வாசனையுமாக மூத்தகுடிப் பெண்டுகள் எல்லோர் குரலிலும் ஏறியிருந்தார்கள்.

அத்தியாயம் நான்கு

சங்கரன் கடைவீதிக்குள் நுழைந்தபோது உச்சிப் பொழுதாகி இருந்தது.

காரியஸ்தனைக் கடையைப் பார்த்துக் கொள்ளச் சொல்லிவிட்டு அவன் புகையிலை நிறைத்த ஓலைக் கொட்டான்களுக்கு நடுவே தலைக்குசரக் கட்டையில் தலையைச் சாய்த்துச் சின்னதாக நித்திரை போகும் நேரம் அது.

இன்றைக்கு ஏகமாக வேலை காத்துக் கிடக்கிறது. முடிந்து தலையைச் சாய்ப்பதற்குள் சாயங்காலமாகி விடும். அப்போது தூங்கினால் மூதேவி வந்து என்ன என்று விசாரிப்பாள்.

ஒண்ணுமில்லே. நீயும் வந்து பக்கத்துலே படுத்துக்கோ.

மாரிலும் முதுகிலுமாக பிடிக்கு அடங்காமல் நாலு முலை. உடம்பு முழுக்க ஊர்ந்து கௌபீனத்தை உருவ நான்கைந்து கைகள். ஒட்டியாணம் மூடிய அரைக்கட்டு. மூதேவிக்கும் யோனி ஒன்றுதான் இருக்கும்.

தாயோளி மாட்டுக்கு எப்படி வாச்சிருக்கு பாருடா.

கொல்லன் இடத்தில் வண்டி மாட்டைக் குப்புறத் தள்ளி லாடம் அடித்துக் கொண்டிருந்தவர்கள் கீழே கை காட்டிச் சிரித்துக் கொண்டிருந்தார்கள்.

அங்கங்கே வண்டிகள் முன்னோக்கிச் சாய்த்து வைத்திருக்க, மாடுகள் பக்கத்தில் வைக்கோலை அசைபோட்டபடி நின்றிருந்தன. வெய்யிலில் சாயம் காய்கிற வாடை.

துணி விற்கும் கடைகளில் சின்னதாகக் கூட்டம். பெருத்த வயிறோடு எண்ணெய் வாணியர் எண்ணைய்க் குடத்தருகில் உட்கார்ந்தபடியே தூங்கிக் கொண்டிருந்தார். கடையின் பின்வசத்தில் அவர் வீடு என்பதால் அடிக்கொரு தடவை உள்ளே இருந்து யாராவது வாசலுக்கு வந்து எண்ணெய்க்குடத்தைப் பார்த்துவிட்டுத் திரும்பப் போய்க் கொண்டிருந்தார்கள்.

கொட்டகுடி தாசிக்கு இதுக்கு மேலேயும் ஒரு கஜம் வேண்டி இருக்கும்.

லாடத்தை மாட்டுக் குளம்பில் இறக்கிக் கொண்டே சொன்னவன் சங்கரனைப் பார்த்தவுடன் மரியாதையோடு நிறுத்தினான். அவன் கடந்து போனதும் தொடர்ந்த சிரிப்பு.

சங்கரனுக்கும் நின்று பார்க்க ஆசைதான். கொட்டகுடி தாசியைப் பற்றிய வர்த்தமானங்கள் அவனுக்கும் இஷ்டமானவை.

பேசவும் பார்க்கவும் தான் இதெல்லாம். அம்பலப்புழை சம்பந்தம் குதிர்கிற வரைக்கும் பார்த்ததை வைத்தும் கேட்டதை வைத்தும் மேலே மேலே கற்பனை பண்ணி ராத்திரியில் கௌபீனம் நனையக் காத்திருக்க வேண்டும்.

பகல் நேரம் அற்பமான ஒரு ஐந்து நிமிஷ சந்தோஷம் போக மற்றப் பொழுது கணக்கு எழுத. புகையிலைச் சிப்பம் எண்ண. பக்கத்து ஊர்களுக்கும் தூரதேசத்துக்கும் புகையிலை அனுப்பச் சித்தம் செய்ய. கொட்டைப்பாக்கை நறுக்க எடுத்துப் போட்டு வாங்கி வைக்க. கால் காசும் அரைக்காசும் வாங்கிப் போட்டுக் கொண்டு புகையிலையும், பாக்கும் நிறுத்து வாழை மட்டையில்

கட்டிக் கொடுக்க உத்தரவு கொடுத்துக் கொண்டு கடைவீதியில் கண்ணோட்டிக் கொண்டிருக்க.

அபூர்வமாகக் கொட்டகுடி தாசி வருவாள். வயதான ஸ்திரீகளோடு ஒட்டிப் படர்ந்தபடி தட்டான் கடையில் கைவளையல் செய்யக் கொடுக்கவோ, மூக்குத்தித் திருகு பொருத்தவோ சின்ன வயது ஸ்திரிகள் வருவார்கள்.

கொட்டகுடி தாசி தரையில் பதித்த பார்வையை மேலே எடுப்பதே இல்லை. ஆனாலும் அவள் கடந்து போனதும் வைத்த கண் வாங்காமல் பின்னசைவில் லயித்துச் சங்கரன் பார்த்தபடியே இருப்பான்.

தட்டான் கடைக்கு வரும் பெண்களின் கண்ணை ஒரு வினாடி சந்திக்கும்போதும், மாடியில் இருந்து எவ்விப் பார்க்கும்போதும் சங்கரனுக்கும் அந்த அழகு தவறாமல் நினைவு வரும்.

கொட்டகுடி தாசி இப்போது கடந்து போனால்? கடைத்தெருவில் கண்ணுக்கெட்டியவரை பார்த்தான் சங்கரன்.

வெறுமையாகக் கிடந்தது தெரு.

கழுத்து வியர்வையை உத்தரியத்தில் துடைத்துக் கொண்டு குடுமியை அவிழ்த்து விட்டபடி கடையோரமாக நின்றான். வேனல் சூடு தாங்க முடியாமல் போய்க் கொண்டிருக்கிறது இந்த வருஷமும்.

கையில் எடுத்து வந்திருந்த செம்பு கூஜாவைத் திருகித் திறந்து உதட்டில் படாமல் பாத்திரத்தை உயர்த்தினான். உரைப்பும் இனிப்புமாக வெல்லப் பானகம் நாக்குக்கு இதமாக இருந்தது.

சாதாரணமாகச் சுக்குவெள்ளம் தான் கொண்டு வரும் பழக்கம். வீட்டில் பெண்டுகள் விசேஷம் என்பதால் பானகம் கொடுத்தனுப்பியிருந்தார்கள்.

சங்கரனுக்குத் தூக்கம் கண்ணைச் சுழற்றிக் கொண்டு வந்தது. மதிய விருந்து கொடுத்த அசதி அது. எண்ணெய்ப் பலகாரங்கள்

சாப்பிடச் சாப்பிட இன்னும் இன்னும் என்று நாக்கு கேட்கிறது. வகை தொகை இல்லாமல் சாப்பிட்டு முடித்ததும் எட்டு ஊருக்கு ஏப்பமும் வயிற்றில் வாயு சேருகிற தொந்தரவுமாக உபத்திரவப் படுத்துகிறது.

குளிக்கும் பொண்டுகளைப் பார்க்கலாமோ.
குனிந்து பார்க்கலாமோ.
பாதி மறைத்த ஸ்தனமும்
பாங்காய் இடுப்பில் ஒட்டியாணமும்
வாழைத் தொடையும்
வடிவான தோளுமாய்க்
குளிக்கும் பொண்டுகளைப் பார்க்கலாமோ.
குனிந்து பார்க்கலாமோ.

சுண்ணாம்புக் கட்டியால் ஒன்று, இரண்டு என்று இலக்கம் எழுதிய பலகைகளை ஒவ்வொன்றாகப் பிரித்து வாசலில் ஒன்றின் மேல் ஒன்றாக அடுக்கிக் கொண்டிருந்தபோது அவன் வாய் முணுமுணுத்தது.

வாயில் சாதத்தோடு பாட ஆரம்பித்து மூக்கில் புரை ஏறச் சிரித்த பெண்டுகள். சுப்பம்மாக் கிழவி ஏதோ மந்திரம் செய்து ஒரு நிமிடம் எல்லோரையும் அசங்கியமாக எதையோ பாடச் செய்துவிட்டாள் என்று தோன்றக் கூட்டமாக அலைபாய்ந்து போன சிரிப்பு.

சுப்பம்மாக் கிழவியும் அந்த நிமிஷப் பெருமையை தனக்கே ஆக்கிக் கொண்டு சிரித்துவிட்டு இன்னும் கொஞ்சம் ரசாபாசமாகப் பாட ஆரம்பித்தாள்.

உச்சிப் பொழுதிலே
உள்ளே வரச் கூப்பிட்டுக்
காசுமாலைக்கு
கழுத்து அளவு பார்க்க
தாழ்வாரத்திலே தட்டானோடே
தையூ போனாளாம்.

உறவுக்காரப் பெண்டுகளில் யாரோ கையைக் காட்டி அவசரமாக நிறுத்தினாள்.

போறும். புருஷா வாசல்லே தான் இருக்கா. அம்பி வேறே வரலாமா போகலாமான்னு வாசல்லேயே நிக்கறான். நிறுத்துங்கோ அத்தை.

பாட்டு நின்றபோதுதான் சங்கரனுக்குச் சட்டென்று உறைத்தது.

குளிக்கும் பொண்டுகளைப் பார்க்கலாமோ.
குனிந்து பார்க்கலாமோ.

அது அவனுக்காகப் பாடினது மாதிரி இருக்கிறது.

சுப்பம்மாக் கிழவிக்கு எப்படித் தெரியும்?

ஊரில் யாராவது சொல்லி இருக்கலாம்.

யாருக்குத் தெரியும்?

சுப்பம்மாக் கிழவியிடம் சுவாதீனமாக வந்து பழகும் மூத்தகுடிப் பெண்டுகள் யாராவது இருக்குமோ?

இருக்கட்டுமே. இப்ப என்ன?

சங்கரன் உதட்டைப் பிதுக்கினான்.

பாதி மறைத்த ஸ்தனமும்
பாங்காய் இடுப்பில் ஒட்டியாணமும்
வாழைத் தொடையும்
வடிவான தோளுமாய்க்
குளிக்கும் பொண்டுகளைப் பார்க்கலாமோ.

அவன் கடைக்குள் நுழைந்தபோது சுற்றிலும் பாட்டுக் குரல்.

அவனுக்கு அவமானமாக இருந்தது. சந்தோஷமாக இருந்தது. பயமாக இருந்தது.

வீடு எழும்பியபோது சங்கரன் ஊரில் இல்லை. சுப்பிரமணிய

அய்யர் அவனை தனுஷ்கோடிக்கு அந்தப் பக்கம் அனுப்பி இருந்தார்.

சித்தப்பா சபேசய்யரோடு அங்கே புகையிலைக் கடையைப் பார்த்துக் கொள்ளப் போனான் சங்கரன்.

லிகிதம் எழுதுவதும் உண்டியல் எழுதுவதும் கணக்கும் வழக்கும் பிடிபட்டுப் போனது அங்கே வைத்துத்தான்.

ஏட்டுப் பள்ளிக்கூடத்தில் பிரி முறுக்கிக் கொண்டு ஓடிய சமாச்சாரம் அதெல்லாம். அங்கே சுப்புராம வாத்தியாரின் வசவும் திட்டும் மறக்க முடியாமல் இன்னும் மனதிலேயே நிற்கிறது.

நாக்கிலே தர்ப்பையைப் போட்டுப் பொசுக்க.

உங்கப்பன் கோமணத்தை அவுத்த நேரம் ராவுகாலம்டா பிரம்மஹத்தி. எட்டு மாகாணி ரெண்டா? எந்தத் தேவிடியாப் பட்டணத்துலே?

சுப்புராம வாத்தியார் தேகம் தளர்ந்து போய்த் தடியை ஊன்றிக் கொண்டு எப்போதாவது கடைத்தெருவுக்கு வருகிறார். நீர்க்காவி வேட்டியும், கிழிந்த மேல்துண்டுமாகக் கண்ணுக்கு மேல் கையை வைத்துக் கொண்டு பார்க்கும்போது சங்கரன் பக்கத்தில் போய்க் கையைப் பிடித்துக் கூட்டி வந்து பலகையில் இருத்தி ஆசிர்வாதம் வாங்கிக் கொண்டு ரெண்டு பாக்கும் வெற்றிலையும் கொடுக்கும் வழக்கம்.

எட்டு மாகாணி அரை என்று அவரிடம் சொல்ல வேண்டும். கொட்டகுடி தேவிடியாளின் அரைக்கட்டு மனதைப் போட்டு இம்சைப்படுத்துவதையும் சொல்லலாம். அவருக்குக் காது கேட்பதில்லை இப்போது.

சாமி. தொண்டிக்குப் போற சரக்கு வண்டி வந்திருக்கு. தெருக்கோடியிலே நிக்க வச்சுட்டு வந்திருக்கேன். சரக்கு ஏத்திடலாமா?

ஐயணை முண்டாசை எடுத்துப் பிரித்தபடி வந்தான்.

எத்தனை சிப்பம் ஐயணை?

தடிமனான கணக்குப் புத்தகத்தைத் திறந்தபடி மைக்கூட்டில் கட்டைப் பேனாவை நனைத்தபடி கேட்டான் சங்கரன்.

குனிந்து பார்க்கலாமோ?

பார்த்தபோது தெரிந்த ஸ்தனங்களின் வனப்பு கிறங்க அடித்தது. அது அகஸ்மாத்தாக மாடிக்குப் போனபோது.

தற்செயலான அந்த நிமிஷங்களுக்காகத் தவம் கிடக்கிறான் சங்கரன்.

தினசரி தானமாக ஒரு வினாடி கீழே இருந்து கண்கள் சந்திக்க வரும். உடை நெகிழ்ந்த ஈரமான மேல் உடம்பில் மறு வினாடி படிந்த பார்வையை வலுக்கட்டாயமாக விலக்கி அடுத்த நாள் விடிய ஏங்க ஆரம்பித்தபடி இறங்குவான் அவன்.

தப்பு என்றது மனசு. தப்பு என்று முன்னோர்கள் புகையிலை அடைத்த இருட்டு அறைகளின் ஈரக் கசிவில் கலந்து பரவிச் சொன்னார்கள்.

இன்றைக்கு சுப்பம்மாக் கிழவியின் குரலில் ஏறிப் பாடுகிறார்கள். எகத்தாளம் செய்கிறார்கள். எச்சரிக்கிறார்கள்.

நாசமாகப் போங்கள். உங்கள் மேல் ஒரு மயிருக்கும் எனக்கு மரியாதை கிடையாது. செத்தொழிந்து போனவர்கள் இங்கேயே என்ன எழவுக்குச் சுற்றிக் கொண்டிருக்கிறீர்கள்?

மளுக் என்று கட்டைப்பேனா முறிந்து மசி கணக்குப் புத்தகத்தில் சிதறியது.

சாமி. சகுனம் சரியில்லே. அப்புறம் அனுப்பிச்சுக்கலாமா?

ஐயணை மரியாதையோடு கேட்டான்.

பார்க்கலாமோ. குனிந்து.

பார்க்கலாமே.

சங்கரன் உரக்கச் சொன்னது புரியாமல் விழித்தான் ஐயணை.

அத்தியாயம் ஐந்து

சங்கரன் சிரித்தான்.

வியாபாரத்துலே சகுனமாவது ஒண்ணாவது.

உள்ளே இருந்து ஐயணை உமி எடுத்துவந்து கணக்குப் புத்தகத்தில் தூவினான்.

வேறே பக்கத்துலே எழுதுங்க சாமி.

இவனை அனுப்பிவிட்டு ஒரு தூக்கம் போடலாம் என்று நினைத்தான் சங்கரன்.

முப்பது சிப்பம் உள்ளே தனியா இருக்கு. எடுத்திட்டுப் போய் தொண்டிக்கு ஏத்தி அனுப்பிடு.

நாலு பக்கம் தள்ளிப் புதுக் கணக்காக சிப்பத்துக்கு ஒண்ணே காலணா வீதம் பதிந்து எழுதினான்.

ராவன்னாமானா தெக்கூர் வகையில் பற்று ரெண்டு ரூபா ஐந்து அணா ஆறு காசு. முன்பணம் வாங்கிய வகையில் ஒரு ரூபா எட்டணா. நிலுவை.

கூட்டெழுத்து. இவன் எழுதியது புரியாமல் போன வாரம் பரசுராமன் எழுத்துக் கூட்டிப் படிக்க முயற்சி செய்து சிரித்தது நினைவு வந்தது.

அம்பலப்புழையில் இருந்து வந்தவன் அவன். சுப்பிரமணிய அய்யரின் ஒன்று விட்ட தமக்கை மகன்.

அம்மாஞ்சி. என்னடா இது. அம்மாஞ்சிக் கணக்கா இருக்கேடா. இப்படி எழுதியா இங்கே ஒப்பேத்தறேள்?

அம்பலப்புழையில் மலையாளத்தில் நிறுத்தி நிதானமாக எழுதிக் கணக்கு வழக்கு வைக்க நாயர்கள் உண்டாம். ரூபாய் அணா பேச்சே இல்லை. சக்கரம் தான் எல்லாம்.

அவன் நம்பூத்திரி போல, தரவாட்டு நாயர் போல எல்லாம் பேசிக்காட்டினான். ஹ ஹ என்று புரண்டு வர மாப்பிள்ளைமார் என்ற துருக்கர்கள் பேசும் மலைப்பிரதேச மலையாளத்தையும் வெகு வினோதமாக உச்சரித்தான்.

சாமி. ஆச்சு முப்பது சிப்பமும் வண்டியேத்தியாச்சு. வீட்டுலே விசேசம்னாரு அய்யா. வெத்திலை பாக்கு வாங்கிட்டு ஓடிவந்துடறேன்.

ஐயணை வேகுவேகுவென்று தலையில் முண்டாசை இறுக்கிக் கொண்டு நடந்தான்.

உதிரியாக இனிமேல் யாராவது புகையிலை வாங்க வரலாம். வெய்யில் நேரத்தில் வருவது குறைச்சல் தான். வெய்யில் தாழ்ந்து விளக்கு வைக்கும் நேரத்தில் கடையில் கூட்டம் இருக்கும்.

சங்கரன் கணக்கு மேசைக்குப் பக்கமாக மல்லாக்கப் படுத்தான். அவன் மாரில் கவிழ்ந்தவள் அவனை விட வயதானவள். கண்ணும் மாருமாக கை இரண்டும் அவளை வளைக்க எழுந்தன.

கண்ணில் தூக்கம் கவிந்து வந்தது.

புகையிலை வாடையும் தேயிலைத் தோட்ட வாடையுமாக சுற்றிச் சூழ்ந்தது.

யாழ்ப்பாணத்தில் சபேசய்யரோடு கடையில் உட்கார்ந்திருப்பது போல் பிரமை சங்கரனுக்கு.

அவன் படகேறி அங்கே போய்த் திரும்பி இந்த ஆவணி அவிட்டத்துக்கு ஒரு வருடம் ஆகி விட்டது.

ஏட்டுப் பள்ளிக்கூடத்தில் தரையைத் தேய்த்து சங்கரனுக்குப் பதிமூன்று வயதானபோது சுப்பிரமணிய அய்யர் அவனை யாழ்ப்பாணத்துக்குத் தன் தம்பி சபேசய்யர் வசம் இருந்து வியாபாரம் பழக அனுப்பி வைத்தார்.

சபேசய்யரும் புகையிலை வியாபாரத்தில் தான் மும்முரமாக இருந்தார். இரண்டாம் தலைமுறைப் புகையிலை வியாபாரிகள் அடுத்த தலைமுறையைத் தயார்ப்படுத்த வேண்டிய நிர்பந்தம்.

சபேசய்யர் தன்னை சபேசன் பிள்ளை என்று கடல் கடந்த இடத்தில் சொல்லிக் கொண்டார். பூணூலைக் கழற்றி வைத்ததோடு அவனையும் கழற்றச் சொன்னார். அவன் சங்கரலிங்கமானான்.

பிராமணர்கள் சைவப்பிள்ளைமார்களுக்குக் காரியஸ்தர்களாக இருந்த பிரதேசம் அது. அவர்கள் பேச்சிலும் பிராமணக் கொச்சை அழிந்துபோய் ஊர்ப் பேச்சோடு ஒன்றாகப் போயிருந்தார்கள்.

சங்கரய்யரை விட சங்கரலிங்கம் எல்லா விதத்திலும் தோதாக இருக்கும் என்று யோசனை சொன்ன சபேசய்யரால் அவன் பேசுகிற விதத்தை மட்டும் கடைசிவரை மாற்ற முடியவில்லை.

அவரோடு மலைப் பிரதேசத்துக்குப் பிரயாணப்பட வேண்டி வந்தது.

பசுமை விரிக்கும் தேயிலைத் தோட்டங்கள். குடியேறி வந்த இந்தப் பக்கத்துக் காரர்கள். வெற்றிலை மென்று துப்பும்

பழக்கத்திலிருந்து மீளாதவர்கள். உழைத்த களைப்புத் தெரியாமல் இருக்க கள்ளை மாந்திப் போதை தலைக்கேற ஏற்றப்பாட்டு பாடுகிறவர்கள். ஏற்றமும் கமலையும் வயலும் இனி ஆயுசுக்கும் அவர்களுக்குத் திரும்ப அனுபவமாகாது என்று சங்கரனுக்குப் பட்டபோது அவனுக்கு மனக் கஷ்டமாக இருந்தது.

ஆனாலும் அவன் புகையிலை விற்க வந்தவன். இருக்கிற பழக்கம் போதாதென்று இதுவேறே. வாயில் அடக்கிப் பழகினால் திரும்பத் திரும்ப அதக்கி மென்று சாற்றை விழுங்கி லகரி ஏற்றி ஆசுவாசத்தைத் தரக்கூடிய வஸ்து.

சிப்பம் சிப்பமாக விற்றான். கங்காணிகளோடு உடன்பாடு செய்துகொண்டு அவர்கள் மூலம் நிரந்தரமாக வருமானத்துக்கு வழிசெய்துவிட்டுத் திரும்பினான்.

சங்கரலிங்கம் பிள்ளைவாள். சபாஷ்.

சபேசன் பிள்ளை அவன் முதுகில் தட்டிக் கொடுத்து நாலு வருஷம் சென்று ஊருக்கு அனுப்பியபோது இங்கே புதுவீடு எழும்பி இருந்தது.

பக்கத்திலே ஜமீந்தார் கிரஹத்தை இக்கினியூண்டாக்கிவிட்டுச் சடசடவென்று உயர்ந்த காரைக் கட்டடம். நீள நெடுக வெள்ளைச் சுண்ணாம்பும் செம்மண் காவியுமாக அந்தஸ்தாக நின்ற வீடு.

ஜமீந்தார் மாளிகையின் கருங்கல் வனப்பு இல்லாவிட்டாலும் உயரம் காரை வீட்டை எடுப்பாக்கிக் காட்டியது.

சுப்பிரமணிய அய்யர் அக்ரஹாரத்தில் இருந்த பழைய வீட்டை வேதபாடசாலை ஆக்கி இருந்தார். லாஹிரி வஸ்து விற்றுக் காசு சேர்ப்பதற்குப் பிராயச்சித்தமாக அதைச் செய்திருந்தார்.

வீடு முழுக்கச் சுற்றி வந்து மாடிக்கு வந்தான் சங்கரன்.

பெரியம்பி உள்ளே இருக்கான். பார்த்துட்டு வா. மத்த நாள்னா நன்னாப் பேசுவான். பழகுவான். அவனைப் பார்க்க முன்னூறு

நானூறு வருஷம் கழிச்சு இருக்கப்பட்டவன் எல்லாம் வருவான். வாசல்லே இருந்து மாடிக்குப் போறதுக்கு தனிப் படிக்கட்டே அவனுக்காகத்தான். ஆனா இன்னிக்குப் பவுர்ணமி. யாரும் வரமாட்டா. நீ போய்ப் பாரு. என்ன, கொஞ்சம் அவஸ்தையா நடந்துப்பான். அவன் போக்குலே விட்டுடு. நாளைக்குச் சரியாயிடுவான்.

சுப்பிரமணிய அய்யர் அவன் மாடிப்படி ஏறும்போது சொன்னார்.

தமையன் சாமிநாதனா அது? சாமிநாத ஸ்ரௌதிகளாகக் கம்பீரமான குரலில் ருத்ரமும் சமகமும் சொல்லிக் கொண்டு மடத்தில் வேதவித்தாக இருக்க வேண்டியவன் ஒட்டி உலர்ந்த தேகமும் குத்திருமலுமாக இருட்டு அறைக்கு நடுவே நக்னமாக நின்று சுயமைதுனம் செய்தபடி சிரிக்கிறான். பின்னால் ஒரு வினோதமான பெட்டியிலிருந்து ஒப்பாரி ஒலிக்கிறது.

வம்சமே அழியறது பாருடா அம்பி.

தரையில் விந்துத் துளிகளைக் காலால் மிதித்து அரைத்து அரைத்துத் தேய்த்தபடி சாமிநாதன் நகர்ந்துவர, சங்கரன் அவசரமாக வெளியே வந்து கதவை மூடித் தாழ்ப்பாள் போட்டான்.

அவனுக்கு மனம் முழுக்க வேதனை கவிந்து வந்தது. அடைத்த அறைக்குள்ளிருந்து இன்னும் சத்தமாக ஒப்பாரிப் பாட்டு வந்தபோது பெருங்குரலெடுத்துக் கூடவே அழ வேண்டும் என்று தோன்றியது.

சங்கரனைப் போல் சராசரி இல்லை சாமிநாதன். ஞான சூரியன் என்பார் சுப்பிரமணிய அய்யர் தன் சீமந்த புத்திரனைப் பற்றிப் பெருமையாக.

சாம வேதத்தை ஊன்றிப் படித்துக் கிரஹித்து ஸ்ருதி மாறாமல் ஓதி ஸ்ரௌதிகளாக அங்கீகாரம் வர ஒரு மாதம் இருக்கும்போது அவனுக்கு மனம் புரண்டு போனது.

சங்கரன் ஏட்டுப் பள்ளிக்கூடத்துக்குச் சுவடி தூக்கிப் போன கடைசி வருடம் அது.

வீட்டு விசேஷத்துக்காக இறங்கி வந்த மூத்த குடிப் பெண்டுகளில் கன்னி கழியாமலே இறந்து போயிருந்த யாரையோ சாமிநாதன் மந்திரத்தால் கட்டிப் பகல் நேரத்தில் கூடியதால் சாபம் ஏற்பட்டதாக சுப்பம்மாக் கிழவி ஒருதடவை பாடியபோது வீட்டில் எல்லோரும் அதை நிறுத்தச் சொன்னார்கள்.

பாதி புரிந்தும் புரியாமலும் சங்கரன் படகேறி சபேசய்யரைத் தேடிப் போனான் அப்புறம்.

கன்னி கழிந்த அந்த மூத்தகுடிப் பெண் வீட்டில் நடந்த அடுத்த விசேஷத்தின் போது, சுப்பம்மாள் நாக்கில் இருந்து எல்லோரையும் காதுகேட்கச் சகிக்காத வார்த்தைகளால் வைது தீர்த்து இறங்கிப் போனதோடு வீட்டையும் மாற்றி இங்கே வந்து விட்டார் சுப்பிரமணிய அய்யர்.

இந்த வீட்டிலும் அந்த மூத்தகுடிப்பெண்ணின் சாபம் சூழ்ந்திருந்ததாகத் தோன்ற மற்ற முன்னோர்களைக் கூப்பிட்டுப் பேசி அவள் அடுத்த ஜன்மம் எடுத்து இதையெல்லாம் மறக்க நடவடிக்கை எடுத்தார் அவர்.

அந்தப் பெண்ணின் கர்ப்பத்தில் இருந்த சிசுவுக்கும் சேர்த்து இந்தக் கடைத்தேற்றுதலைச் செய்ய வேண்டி வந்ததால் பத்து இருபது நாள் தொடர்ந்து நீண்ட சடங்குகள் காரணமாக ஏகமாகச் செலவானதாகச் சபேசய்யர் சங்கரனிடம் ஒருதடவை சொன்னார்.

மூத்தகுடிப் பெண்ணின் உபத்திரவம் இல்லாமல் போனதோடு சாமிநாதனுக்கு அவள் ஆசிர்வாதத்தால் வெள்ளைக்கார தேசத் தர்க்கம், தத்துவம், விஞ்ஞானம் என்று எல்லாம் கூடி வந்தது. ஆனாலும் அவள் கருவில் இருந்து அழிந்த சிசு சபித்துப் போட்டதில் பவுர்ணமிகளில் அவன் ஸ்திதி மோசமாகி விடும்.

திரும்பி வந்த தினத்தில் சாமிநாதனைப் பார்த்துவிட்டு சங்கரன்

வெளியே வர, எதிரே புகையிலை அடைத்த இருண்ட அறை. கதவைத் திறந்து உள்ளே போனான்.

ஈரமும், வாடை கவிந்தும் இருந்த இருட்டில் தேயிலைத் தோட்டங்களை நினைத்துக் கொண்டான் சங்கரன். அங்கே கேட்ட ஏற்றப்பாட்டுகளை நினைவில் கொண்டு வர முயன்றபடி அறையில் மேற்கு வசத்தில் இன்னொரு கதவு மூலம் வெளியே வந்தான்.

முன்னால் நிமிர்ந்து பார்க்க கூரை வேயாத மொட்டைமாடி உசரமாக நின்றது.

வேட்டியைத் தார்ப்பாய்ச்சிக் கட்டிக் கொண்டு கைப்பிடிச் சுவரைப் பிடித்து ஏறினான்.

குளிக்கும் பொண்டுகளைப் பார்க்கலாமோ.

குனிந்து பார்க்கலாமோ.

பார்த்தான்.

அந்தக் கண் இரண்டும் சங்கரனின் மார்பைத் துளைத்துப் போனதுபோல் இருந்தது.

கழுத்தில் தாலி இருக்கிறது. கல்யாணமான ஸ்திரி. தன்னை விட வயதானவளாக இருக்கக் கூடும்.

அவள் கண்ணைத் தாழ்த்திக் கொண்டாள். சங்கரன் அவசரமாகக் கீழே இறங்கியபோது மை தீற்றிய அந்தக் கண்களும் கூடவே வந்தன.

இது நித்தியப்படி வழக்கமாகிப் போனது.

அதாவது மாதத்தில் மூன்று நாள் சங்கரன் மாடி ஏறுவதில்லை. மற்றப்படி கடைக்குப் போகிற நேரத்தை இதை உத்தேசித்துக் கவனமாக மாற்றிக் கொண்டான் சங்கரன்.

என்ன, ஒரு அரை மணிக்கூறு தாமதித்தால் என்ன போச்சு?

ராத்திரி திரும்பி வர நேரம் பிடிக்கிறதில்லையா?

குனிந்து பார்க்கலாமோ. பெண்டுகள்.

அம்பி வெய்யில்லே மொட்டை மாடியிலே என்ன பண்ணிண்டு இருக்கே? ஜபம் பண்றியா?

சங்கரன் பார்த்துக் கொண்டிருந்தபோது பரசுராமனும் கைப்பிடிச் சுவர் ஏறி மேலே வந்தான் போன வாரம். அன்றைக்குப் பகலில் அவன் அம்பலப்புழை திரும்ப உத்தேசித்திருந்தான்.

மேலே இருந்து இரண்டு ஜோடிக் கண்கள் பார்த்தது தெரிந்த ராணி அப்புறம் பார்வையை உயர்த்தவே இல்லை.

அம்பி, நீ அம்பலப்புழைக்கு வாயேன்.

பாதித் தூக்கத்தில் பரசுராமன் கூப்பிடுகிற மாதிரி இருந்தது.

போகலாம். அங்கே மாடி இருக்குமோ.

அத்தியாயம் ஆறு

விடிகாலையிலேயே கலுபிலு என்று சத்தம். அடிபிடி சண்டை.

வீட்டில் ஸ்திரிகள் இருந்தாலே போதும். கூக்குரலுக்கும் சிரிப்புக்கும் அழுகைக்கும் சச்சரவுக்கும் கும்மாளத்துக்கும் குறைச்சல் இல்லை.

எங்கப்பா ஆலப்பாட்டிலேருந்து வரச்சே பாண்டிப் பணம் நாலணா மடிசஞ்சியிலே முடிஞ்சுண்டு வந்தார். சஞ்சி இருக்கு. மேல் துண்டும் முண்டும் இருக்கு. காசு மாத்ரம் போன எடம் தெரியலை. அடைக்கா கட்கறவாளத் தெரியும். ஆனை கக்குவா அவாளையும் தெரியும். ஆரனத் துவாரத்திலே செருகி வச்சாலும் அஞ்சு தம்படியைக் கூடக் கட்கற வர்த்தமானம் நூதனமில்லியோ.

கிட்டாவய்யன் பெண்டாட்டி சிநேகாம்பாள் தான் கீச்சுக் கீச்சென்று கத்திக் கொண்டிருக்கிறாள். விடிந்ததிலிருந்து புகைந்து கொண்டிருக்கிறது அவளுக்கும் அவள் ஓரகத்தியும் கிட்டாவய்யன் தமையன் துரைசாமி அய்யன் பெண்டாட்டியுமான காமாட்சிக்கும் நடுவே தர்க்கம். குதர்க்கம்.

துப்புக் கெட்டவளே. காலம்பற அம்பலம் தொழுதுட்டு வந்து நாமம் சொன்னாலும் புண்யம் உண்டு. வையாதேடி யாரையும் முண்டை. ஒத்துப் போ மன்னியோட.

கிட்டாவய்யன் அவள் காதில் நாலைந்து தடவை சொல்லவே அவள் எரித்து விடுவது போல் பார்த்தாள்.

ஆத்துக்காரனே பொண்டாட்டியை முண்டைன்னு வசு தீர்க்கறதை விட இது உத்தமம்தான். நீங்க இறங்கிப் போய்ட்டு வாங்கோ. ஆலோசனை சொல்ல வந்துட்டேள் பெரிசா. திருவிதாங்கூர் திவான்னு நெனப்பு.

அலுத்துப் போய் வாசலுக்கு வந்திருக்கிறான்.

மூத்த தமையன் துரைசாமி அய்யன் மைநாகப்பள்ளிக் குருப்பு வீட்டில் இழவு விழுந்த ஏழாம் நாள் தேகண்டத்துக்கு என்று நேற்றுத்தான் கிளம்பிப் போனான். இருந்தால் அவனும் தன் பெண்டாட்டி காமாட்சியிடம் இதே போல்தான் சொல்வான்.

பெண்டுகள் கேட்கிறதில்லை. அடித்துக் கொள்கிறார்கள். ஆண்கள் வாசலுக்குப் போன, வீட்டில் இல்லாத தைரியத்தில் வசைபாடிக் கொள்கிறார்கள்.

அப்புறம் சமாதானமாகி மத்தியானம் இழைந்து சாயந்திரம் குளித்துவிட்டு ஒன்றாக பகவதி க்ஷேத்ரமும் சர்ப்பக்காவும் போய்த் தொழுதுவிட்டு வருகிறார்கள். முற்றத்தில் விளக்கேற்றி வைக்கிறார்கள். பக்கத்தில் பக்கத்தில் உட்கார்ந்து கண்ணை மூடி அம்மே நாராயணா தேவி நாராயணா என்று நாம ஜபம் செய்கிறார்கள். சேர்ந்து உலைவைக்கிறார்கள், ரகசியங்களைப் பகிர்ந்து கொண்டு சத்தம் வராமல் சிரிக்கிறார்கள். பதிவான இடங்களில் படுத்து நித்திரை போகிறார்கள். விடிகாலையில் மறுபடி குளிக்கும் முன்னால் சணடைக் கோழிகளாகக் கொத்திப் பாய்ந்து குதறிக் கொள்கிறார்கள்.

எங்கப்பா மடிசஞ்சியிலே முடிஞ்சு கொண்டு வந்த தட்சணைப் பணம். என் குழந்தைகளுக்கு முட்டாயும் சேவும்

வாங்கித் தரதுக்கு வச்சிருந்தது. கண்குத்திப் பாம்பு மாதிரி நொடிக்கொரு விசை இடுப்பைத் தடவித் தடவிப் பாத்தபடியே படுத்துண்டிருந்தார். அவருக்கு வந்த ஒரு கஷ்டம். ஹே ஈஸ்வரா.

சிநேகாம்பாள் அழுகிற சத்தம்.

அவரா. வெய்யில் கண்ணைக் குத்தற போது கூட ஏந்திருக்காம மொட்டை மாடியிலே வேஷ்டி விலகினது தெரியாமப் படுத்து உறங்கிண்டு இருக்கப்பட்டவர். இப்படிப் பெரியவா பாஷாண்டியாத் தூங்கிண்டு கிடந்தா நாலணாவும் போகும். இடுப்பு வஸ்திரமும் சேர்ந்தே நழுவிடுமாக்கும்.

காமாட்சி மன்னி குரல் எட்டு ஊருக்குக் கேட்கும்.

என்ன எக்காளமும் எகத்தாளமும். பாவம் புகைச்சல் இருமலோட அவர் ராத்திரி முழுவன் கொரச்சுக் கொரச்சு விடிகாலையிலே செத்தக் கண்ணயரறார்.

கிட்டாவய்யன் பெண்டாட்டி சிநேகாம்பாள் அழுகைக்கு நடுவே சொல்கிறாள்.

கொட்டக் கொட்ட முழிச்சிண்டு இருக்காரோ என்னமோ. ராத்திரியிலே மொட்டை மாடியிலே இருந்தபடிக்கே நாலு கொடம் மூத்ரம் ஒழிச்சுக் கொட்டியாறது. கீழே யாராவது நடந்து போனா புண்ய ஸ்நானம் தான் அர்த்த ராத்திரியிலே. யாராவது தீர்த்தமாடிக் கீழே இருந்து ஆசிர்வாதம் கேட்டு நல்ல வார்த்தை சொல்லியிருப்பா. இது மடிசஞ்சியிலே திவச தட்சணையா முடிஞ்சு வச்சிருந்த நாலணாவைப் பிரியமா விட்டெறிஞ்சிருக்கும்.

மன்னி காமாட்சி விடுவதாக இல்லை. அப்படி இப்படிச் சுற்றி சிநேகாம்பா சொல்லப் போகிறது காசை எடுத்தது காமாட்சி தானென்று.

அதற்கு முன் முஸ்தீபு பலமாகக் கட்டிக் கொண்டால் எந்த அபவாதத்தையும் சமாளிக்கத் திராணி ஏற்பட்டுவிடும் காமாட்சி மன்னிக்கு.

பெரியவாளை தூஷிக்காதேடி கடங்காரி. அதான் உனக்கு இத்தனை வருஷமா வம்ச விருத்தியாகம துணியை இடுக்கிண்டு தூரம் குளிச்சுண்டு கிடக்கே. எங்கப்பாவாவது மூத்ரம் ஒழிச்சார். போன ஆராட்டு சமயத்துலே பூதக்குளத்துலே இருந்து உன் தமக்கை ஆத்துக்காரர் வந்தாரே. நாள் முழுக்க மனைப் பலகையைப் போட்டுண்டு கொட்டக் கொட்ட முழிச்சுப் பாத்துண்டு, வாசலும் மித்தமும் அடிச்சுத் தூர்க்க வந்த கல்யாணிக் குட்டியைக் கையைப் பிடிச்சு இழுத்தது ஊரோட நாறினதே. ஓர்மை இருக்கோன்னோ.

சிநேகாம்பா அழுகையை நிறுத்தி சரியான நேரத்தில் சரியான விஷயம் நினைவுக்கு வந்த சந்தோஷத்தோடு இன்னும் கொஞ்சம் கீசு கீசு என்று இரைகிறாள்.

நீ ஏன் சொல்ல மாட்டே. நேத்ரம் பழுதாகி பிஷாரடி வைத்தியன் கிட்டே தைலம் புரட்டிப் போக வந்தார் எங்க அத்திம்பேர். என் குரலும் கல்யாணிக்குட்டி கொரலும் ஒரே மாதிரி இருக்கறதாலே.

மன்னி காமாட்சி பேச ஆரம்பித்து அபத்தம் பற்றிப் போனதாக மனதில் பட சட்டென்று நிறுத்திக் கொள்கிறாள்.

ஓஹோ அப்படிப் போறதா குட்டிச் சாத்தான் குசும்பு. அந்த மனுஷ்யன் உன் கையைத் தான் இழுக்கற வழக்கமா? பகல்லே கை. அப்புறம் ராத்திரியிலே மத்ததா?

சிநேகாம்பாள் இப்போது சந்தோஷத்தின் உச்சத்தில் இருந்தாள். தன்னோடு போகத்தின் போது கூட அவள் இப்படிச் சந்தோஷித்ததில்லை என்று வாசலில் நிற்கிற கிட்டாவய்யனுக்குத் தோன்றியது. ஆலப்பாட்டில் இருந்து மடிசஞ்சியில் நாலணாவைக் கட்டிக் கொண்டு வந்து பறிகொடுத்துவிட்டு நிற்கிற அவளுடைய அப்பா விஷயம் கூட மறந்து போயிருக்கும்.

ஆமாண்டி என் பொன்னு ஆலப்பாட்டு மடத்துக்காரி. குட்டி சாத்தான் ஏவலும் மத்தியானத்துலே மல்லாத்திக் கிடத்தி

வம்ச விருத்தி பண்றதையும் தவிர உங்க புருஷாளுக்கு வேறே உருப்படியா ஏதாவது காரியம் உண்டோ.

மன்னி சுருக்கென்று குத்துகிறாள்.

ஆலப்பாட்டு மடம் என்ற ஆலப்பாட்டுக் குடும்ப வீடு ஜோசியத்துக்குப் பேர்போனது. அந்தப் பெருமைக்காகவே கிட்டாவய்யனுக்கு அங்கே பெண் எடுத்தார்கள்.

சோழி உருட்டிப் போட்டுக் கணக்குக் கூட்டிப் பார்க்கிற விஷயம் ஜோசியம். அது பெண்டுகள் சச்சரவின்போது துர்தேவதைகளோடு ஈஷிக் கொண்டு இழைகிற பில்லி சூனியமாகி விடும்.

மற்றப்படி ஆலப்பாட்டு வீட்டில் மத்தியானத்தில் பெண்டாட்டியோடு சுகித்தது என்பது பிராயம் தள்ளிப்போய்க் கல்யாணம் கழிந்து வந்த ஒரு முப்பாட்டன் செய்து சிரிப்புக்கிடமான காரியம். எத்தனையோ வருஷம் முந்தின சமாச்சாரம். சிநேகாம்பாளே ஒரு சுமுகமான நேரத்தில் வேடிக்கை விநோதம் பேசிக் கொண்டிருந்தபோது காமாட்சி மன்னியிடம் சொன்னது. அதுவும் இந்தச் சந்தர்ப்பத்தில் அஸ்திரமாகப் பிரயோகமாகிறது.

ஆமா. அவா வம்ச விருத்தி பண்ணா. நீ பக்கத்திலே விசிறிண்டு நின்னே. நாலணாவை மடிசஞ்சியிலேருந்து சுட்டவள் நீதானேடீ.

சிநேகாம்பாள் விஷயத்துக்கு வந்துவிட்டாள். இப்போது நிறுத்தாவிட்டால் மத்தியானம் வரை இவர்கள் குளிக்காமல் கொள்ளாமல் தொடர்ந்து கொண்டே இருப்பார்கள். நடுவே சிநேகாம்பாளின் குழந்தைகள் எழுந்து வந்தாலும் அததுகளைக் கவனித்து சவரட்சணை செய்தபடி சம்வாதம் பாட்டுக்கு முன்னால் போகும்.

ஏய் சிநேகாம்பா நிறுத்திக்கோ. சொல்லிட்டேன். இப்பவே நிறுத்திக்கோ.

கிட்டாவய்யன் கீழே இருந்து இரைகிறான்.

மன்னியை நேரடியாகக் கோபிக்க முடியாது. அவன் இரைவது அவளுக்கும் சேர்த்துத்தான்.

அந்தக் கிழவனோட மூத்திரத் துணியை நினச்சாலே குமட்டிண்டு வருது. அதுலே கையை வேறே விட்டுக் காசை எடுக்கப் பிராந்தா மனஸ்ஸா இங்கே ஆருக்கும்?

காமாட்சி மன்னி முணுமுணுத்துக் கொண்டே குளிக்கக் கிளம்புகிறாள்.

கிட்டாவய்யனுக்கும் தன் மாமனார் பற்றி அப்படி ஒன்றும் பெரிய அபிப்ராயம் இல்லை. ஆனாலும் நாலணா போனது நிஜமாகவே இருக்கக் கூடும். காமாட்சி மன்னி எடுத்திருக்க மாட்டாள்தான். இந்த எழவெடுத்த பகளமும் கூப்பாடும் மனுஷனை நிலைகுலைய வைக்கிறது. பார்க்க வேண்டிய காரியம் எதையும் முழு கவனத்தோடு செய்ய முடிவதில்லை.

பெண்டுகள் இல்லாமல் போயிருந்தால் கிரஹம் தான் எத்தனை நிசப்தமாக இருக்கும்.

சத்தமும் நிசப்தமும் பெண்கள் மாத்திரம் சம்பந்தப்பட்ட விஷயம் இல்லை. வீட்டு மனுஷ்யர்கள், குழந்தைகள், ஸ்திரிகள் என்று கூடி இருந்து ஜீவிக்கிறதில் உண்டாகிற கலகமும், பிணக்கும் சந்தோஷமும் மற்றதும் இதெல்லாம்.

கிட்டாவய்யன் தலையை ஆட்டிக் கொண்டான்.

போகட்டும். அவனுக்குத் தலைக்கு மேல் வேலை இருக்கிறது. பொழுது சாய ஆதிச்சநல்லூரில் இருக்க வேண்டும் அவன்.

சோமா, இருப்புச் சட்டியொண்ணையும் காணலை. பின்கட்டில் போய்ப்பார்

சத்தமாக வீட்டுக்குள் பார்த்துக் குரல் எறிந்தபடி வெங்கலப் பானைகளை ஒவ்வொன்றாகக் காளை வண்டியில் ஏற்றினான் கிட்டாவய்யன்.

இருப்புச் சட்டியெல்லாம் ராமேந்திரன் எடுத்துப் போயாச்சு அண்ணா. பூந்தி தேய்க்கும் ஜாரிணிக் கரண்டியும் கூட அவன் நேற்று உச்சைக்கே கொண்டு போனானே.

சோமநாதன் ஆள்காட்டி விரலில் எச்சில் படாமல் சக்கரைப் புகையிலையைக் கடைவாயில் திணித்தபடி உள்ளே இருந்து ஓடி வந்தான்.

ஆதிச்சநல்லூரில் கிருஷ்ணனுண்ணி நாயரின் புடமுறி நாளைக்கு. ராஜாங்க சேவகனாக இருந்த ராஜசேகரக் கைமளின் இரண்டாமத்துப் பெண்ணை, ஒன்பது கஜச் சேலை கொடுத்து வெற்றிலை பாக்கு மாற்றிக் கல்யாணம் செய்து கொள்கிறான் கிருஷ்ணனுண்ணி.

கைமளிடம் பெரிசாகக் கிருஷ்ணன் நாயர் எதுவும் கேட்கவில்லை. அவருடைய மகள் சீதேவியே அவனுக்கு எதேஷ்டம். நல்ல வலுவும் தரக்கேடில்லாத தேக வனப்பும் மிக்கவள். பரம்பில் கூடமாட வேலை பார்க்கவும், தொழுத்தில் பசுக்களைப் பராமரித்துப் பால் கறக்கவும், ஒரு மெழுக்குப் புரட்டியும், சோறும் ஆக்கிப் போடவும், சாயந்திரம் நிலவிளக்கேற்றி வைத்து நாமஜபம் செய்யவும் பழக்கமான பெண்குட்டி.

கைமளிடம் கிருஷ்ணன் நாயர் ஒரே ஒரு கோரிக்கை மாத்திரம் வைத்தான். அது கல்யாணச் சமையல் பற்றியதாக இருந்தது.

அம்பலப்புழை அய்யர் குடும்பத்திலிருந்து தேஹண்டத்துக்கு வரணும். எரிசேரியும், அவியலும், பிரதமனும் மற்றதும் எல்லாம் அய்யனும் கூட்டரும் ஆக்கியாலே தனியான ருசியும் ஸ்வாதுமாயிருக்கும்.

கிட்டாவய்யன் கிளம்பிக் கொண்டிருக்கிறான். கைமள் குடும்பக் கல்யாணம். அப்புறம் புனலூரில் ஒரு திரண்டுகுளி. கருநாகப்பள்ளியில் சாமவேத பூஷணமான ருத்தாத்திரி ஓய்க்கனின் சஷ்டி அப்த பூர்த்தி. அது கழிந்து கொல்லத்தில் கருணாகர மேனோனின் நூதன கிரஹப் பிரவேசம்.

எல்லாம் கிட்டாவய்யனோ அவன் சகோதரர்மாரோ வந்து நடத்திக் கொடுக்கவேண்டும். எரிசேரியும், புளிசேரியும், மிளகூட்டானும், சாம்பாரும், பூந்தி லட்டும், ஜாங்கிரியும், பருப்பு வடையும் அவர்கள் செய்தாலே சாப்பிடக் கழியும்.

பசியோடு காத்திருக்கிறார்கள் எல்லோரும்.

அத்தியாயம் ஏழு

மூணு தலைமுறையாகக் கரண்டி பிடிக்கும் குடும்பம் கிட்டாவய்யனுடையது. பாண்டிக்கார அய்யன்மார் என்று கொல்லம் பிரதேசம் முழுக்கப் பிரசித்தம். வீட்டில் தமிழ் பேசும் குடும்பம்.

மூணு சகோதரர்கள். மூணு சகோதரிகள்.

மூத்தவன் குப்புசாமி அய்யன். அடுத்தவன் துரைசாமி அய்யன். கடைசி புத்திரன் கிட்டாவய்யன். அவனுக்குப் பத்து பிராயம் ஆனபோது தகப்பனார் போய்ச் சேர்ந்து அண்ணா குப்புசாமி அய்யன் கரண்டி உத்தியோகத்துக்குத் தலையெடுத்திருந்தான்.

குப்புசாமி அய்யன் விசாலாட்சி மன்னியையும் துரைசாமி அய்யன் காமாட்சி மன்னியையும் ஆலப்புழையில் கல்யாணம் கழித்துக் கூட்டி வந்த மறுவருடம் மருமகள் ரெண்டு பேர் கையிலும் வீட்டு நிர்வாகத்தைக் கொடுத்து விட்டு கிட்டாவய்யன் அம்மாவும் போய்ச் சேர்ந்தாகி விட்டது.

எச்சுமி கிட்டாவய்யன் அக்கா. ஒரு வயசு மாத்திரம் வித்யாசம் ரெண்டு பேர்க்கும்.

அலமேலு அவன் தங்கை. அப்புறம் பகவதி.

கடைக்குட்டி பகவதி திரண்டுகுளி இந்த இடவ மாதத்தில் தான் நடந்தது. சுந்தரிப் பெண்குட்டியான அவளுக்குக் கல்யாண ஆலோசனைகள் வந்தமணியம் இருக்கின்றன. பாண்டியில் அரசூர்ப் பட்டணத்தில் புகையிலை வியாபாரம் செய்யும் அம்மா வழி உறவிலிருந்து சம்பந்தம் குதிர்ந்திருக்கிறது தற்போது. வரன் தனுஷ்கோடி கடந்து எல்லாம் போய் வியாபாரத்தில் புலி என்று பேரெடுத்த அதி சமர்த்தனாம். அரசூர் போய்ப் பார்த்துவிட்டு வந்த கிட்டாவய்யனின் பெரியப்பா பிள்ளை பரசுராமன் வாய் ஓயாமல் சொல்கிறான்.

பகவதிக்காவது வேறு தொழில் பண்ணுகிற புருஷன் வாய்க்கட்டும். கிட்டாவய்யனின் மற்ற சகோதரிகளைக் கைபிடித்தவர்களும் கரண்டி பிடிப்பவர்கள் தாம். மதுரையில் இருந்தும், நன்னிலத்தில் இருந்தும் பெண் எடுக்க வந்து இங்கேயே தங்கி விட்டவர்கள்.

ராமேந்திரனும் சோமநாதனும் அப்படி வீட்டுக்கு வந்த மாப்பிள்ளைகள்.

ராமேந்திரன் எச்சுமி வீட்டுக்காரன். சோமநாதன் அலமேலுவை பாணிக்ரஹணம் செய்தவன்.

இரண்டு சகோதரிகளுக்கும் போன தைப்பூயத்தின் போதுதான் ஒரே நாளில் ஒரே பந்தலில் கிட்டாவய்யனும் தமையனார்களும் கல்யாணம் செய்து வைத்தார்கள்.

சோமா, ராமேந்திரன் அத்திம்பேர் ஆதிச்சநல்லூர்லேருந்து ஏதாவது சொல்லிவிட்டாராமா? அலமேலுவுக்குப் பிரசவ லேகியம் வாங்கி அனுப்பறேன்னாரே? எச்சுமி கிட்டே விஜாரிச்சியோ?

கிட்டாவய்யன் மாட்டை வண்டியில் பூட்டினான். இல்லை என்று தலையாட்டினான் சோமனாதன்.

ஒரு நாள் முன்னாலேயே கிளம்பிக் கைமள் வீட்டு விசேஷத்துக்காகக் காய்கறியும் இலைக் கட்டும், கொல்லத்தில் அஸ்கா சக்கரையும் அல்வா கிண்ட கோதுமையும் எல்லாம் வாங்கிச் சித்தப்படுத்தி வைக்க ராமேந்திரனைக் கிட்டாவய்யன் அனுப்பி வைத்திருக்கிறான்.

அண்ணா. எட்டு பெரிய கரண்டி, நாலு குண்டான். பந்த்ரெண்டு வெங்கலப் பானை. ரெண்டு ஈயச் செம்பு. செப்புக் கங்காளம் மூணு. முப்பத்து நாலு குவளை. எண்ணிக்கறேளா.

வேண்டாம் சோமா. நீ பாத்துட்டே இல்லியோ. திரிச்சு வரும்போதும் நீயே ஒருகைப்பாடா ஏத்தி விட்டுட்டா சரியா இருக்கும்.

சோமன் திருப்தியோடு கைத்துண்டால் முகத்தைத் துடைத்துக் கொண்டு குடுமியை இறுக முடிந்துகொண்டான்.

செரி. நீ வண்டியிலே ஏறி ஓட்டிண்டு வா. நான் இதோ பெரியப்பா கடையிலே புகையிலையும் முறுக்கானும் வாங்கிண்டு பின்னாலேயே வரேன். கிருஷ்ணா குருவாயூரப்பா. முல்லைக்கல் பகவதி. பழனி சுப்ரமண்யா. எல்லோரும் எப்போவும் கூடவே வந்து இருந்து ரட்சிக்கணும்.

அண்ணா நான் பனைஓலை விசிறியை எடுத்துண்டு வந்துடறேன்.

சோமன் வீட்டுக்குள் ஓடினான்.

அலமேலுவிடம் சொல்லிக்கொண்டு கிளம்பப் போகிறான்.

கர்ப்பிணிப் பெண்ணிடம் சொல்லிக் கொண்டு கிளம்பக்கூடாது என்று ஏதோ சாஸ்திரம் சொல்கிறது. என்ன சாஸ்திரம் என்று கிட்டாவய்யனுக்குத் தெரியாது.

சட்டுனு வா சோமா. நாழியாயிண்டே இருக்கு. என்னமோ ஏதோன்னு ராமேந்திரன் அத்திம்பேர் அங்கே கெடந்து அலமந்து நின்னுண்டு இருப்பார்.

இதோ ஆச்சு அண்ணா.

வீட்டுக்கு வந்த மாப்பிள்ளைகளை வேலை ஏவக் கிட்டாவய்யனுக்கு மனதுக்குக் கஷ்டமாகத்தான் இருக்கிறது. ஆனால் அவர்கள் அதைப் பெரிதாக எடுத்துக் கொள்வதில்லை.

கிட்டாவய்யனோடோ, அவன் தமையனார்கள் குப்புசாமி அய்யன், துரைசாமி அய்யன் கூடவோ புனலூர், பூயப்பள்ளி, சூரநாடு, வடக்கேவிள, குளத்துப்புழ என்று வருடம் முழுக்க தேகண்டம் என்னும் சமையல் உத்தியோகத்துக்காக இன்னும் நாலைந்து அரிவெய்ப்புக் காரர்கள், இனிப்புப் பதார்த்தம் பண்ணுகிறவர்கள், காய் நறுக்கி, சாதம் வட்டித்து, பப்படத்துக்கு எண்ணெய் சுடவைத்து ஒத்தாசை பண்ணுகிறவர்கள் என்று ஏழெட்டுப் பேரோடு ஓடி நடக்கிறதிலும் உக்கிராணத்தை நிர்வகிக்க ஒத்தாசை செய்வதிலும் புதுசு புதுசாக ஆக்கவும் பொரிக்கவும் கற்றுக் கொள்வதிலும் அவர்களுக்கும் அனுபவம் ஏறிக் கொண்டிருக்கிறது.

இன்னும் இரண்டு வருடத்தில் ராமேந்திரனும், சோமனும் தனியாகக் கிளம்பி விடலாம் அவரவர்களுக்கு ஒரு கோஷ்டி சேர்த்துக் கொண்டு.

அப்போது எச்சுமியையும், அலமேலுவையும் தனிக்குடித்தனம் வைக்க வேண்டி வரும்.

இல்லாவிட்டாலும் வீட்டில் ஆள்கூட்டம் பெருகிக் கொண்டு போகிறது. மூணு சகோதரர்களின் குடும்பங்களும் கீழ் வீட்டில். கூடவே வயசுக்கு வந்த கடைக்குட்டித் தங்கை பகவதியும்.

மேலே மச்சில் சகோதரிகளின் குடும்பங்கள்.

எல்லாப் புருஷர்களும் ராத்திரி மொட்டைமாடியில் படுத்துக் கொள்ள ஸ்திரிகளும் குழந்தைகளும் வீட்டுக்குள்.

பூனை போல ஓசைப்படாமல் இறங்கி, இருட்டில் அவரவர்களுக்கு நிர்ணயித்திருந்த இடத்தில் பெண்டாட்டியைத் தேடிச் சத்தம் போடாமல் உசுப்பிக் கரப்பானும், எறும்பும் ஓடும் உக்கிராணத்துச் சாணி மெழுகிய தரையிலோ, மிளகாயும்

அரிசிச் சாக்கும் வைத்த உள்ளில் உமி மூட்டைக்கு மேலோ கிடத்தி அவசரமாகப் புணர்ந்து சுகித்து வெளியே அந்தப் பக்கம் இந்தப் பக்கம் பார்த்தபடி காதில் பூணூலோடு சுத்தம் செய்து கொள்ள கிணற்றடிக்குப் போவதில் கிட்டாவய்யனுக்கு அலுப்புத் தட்டிக் கொண்டு வருகிறது.

சில பொழுது உசுப்பும்போது குழந்தைகள் எழுந்து உட்கார்ந்து பரக்கப் பரக்க விழித்தபடி ஓமப்பொடியோ இனிப்பு சோமாசியோ கேட்டபடி அழ ஆரம்பிக்கும்.

உக்கிராணத் தரையில் கொட்டாவியோடு வஸ்திரத்தை நெகிழ்த்திக் கொண்ட ஸ்திரியைக் கிடத்தும்போது அதிக உணர்ச்சி காரணமாக உடனே ஸ்கலிதமாகிச் சரி போய்ப் படுத்துக்கோ என்று திரும்ப நடக்க வேண்டி வரும்.

பின் கட்டில் வீட்டு விலக்கால் பிரஷ்டையான பகவதியோ, மற்ற சகோதரிகளோ மன்னிமார்களில் யாராவதோ சாக்கு விரிப்பில் தூங்கச் சிரமப்பட்டுக் கொண்டு இருக்கக் கூடும். உக்கிராணத்தில் மூச்சு விட்டாலும் அங்கே சத்தம் கேட்கும். சதா அதையெல்லாம் நினைத்தபடி ஜாக்கிரதையாகப் போகம் அனுபவிக்க வேண்டும்.

அரிசி மூட்டை அடைத்த உள்ளில் எலி ஒரு தடவை கிட்டாவய்யனின் புட்டத்தில் விழுந்து அந்தப்பக்கம் ஓடினது.

கிணற்றடியில் தண்ணீர் சேந்தித் தேக சுத்திக்கு ஒதுங்கியபோது கிட்டாவய்யனின் தமையன் துரைசாமியோ குப்புசாமியோ கோவணத்தை உலர்த்திக் கொண்டு கண்ணில் படுவதுண்டு.

ஒரு தடவை தன் வீட்டுக்காரி சிநேகாம்பாள் பிரஷ்டையாக வெளியறையில் இருப்பது ஞாபகம் இல்லாமல் கீழே குழந்தைகளோடு குழந்தையாகக் கிடந்த இளைய மன்னி காமாட்சியை எழுப்பிவிட்டான் கிட்டாவய்யன்.

அந்த அரை நிமிட ஆலிங்கனம் இன்னும் மனதில் இருக்கிறது கிட்டாவய்யனுக்கு. மன்னி தாய் ஸ்தானம் என்று கேட்டுக்

கேட்டுப் பழகிய மனது அது. எட்டமனூரில் ஒரு தடவை தேகண்டத்துக்குப் போனபோது நிலாக் கால ராத்திரியில் துண்டு விரித்துப் படுத்திருந்தபோது திரும்பத் திரும்ப இது மனதில் வந்து இம்சைப் படுத்த, எழுந்து உட்கார்ந்து நூத்தெட்டு காயத்ரி சொன்னான் கிட்டாவய்யன்.

துரைசாமிக்கு இன்னும் புத்திரபாக்கியம் இல்லை. காமாட்சிக்கு சூல் கொள்ளாமல் உதிர்ந்து போகிறது. ஒரு விசை நெல்லிமுள்ளிக்கோ குல தெய்வ ஆராதனைக்காக தூரதேசமான ராமேஸ்வரத்துக்கோ போய்வந்தால் எல்லாம் சரியாகிவிடும் என்று ஆலப்பாட்டில் இருந்து போனதடவை கிட்டாவய்யனின் மாமனார் வந்தபோது சோழி பரத்தி ஜோசியம் பார்த்துச் சொன்னார்.

அப்போது அவருக்குத் துரைசாமி அய்யன் நாலணா தட்சணையும் தாம்பூலமும் கொடுத்தான். காசு எல்லாம் எதுக்கு என்று அவர் தாம்பூலத்தை மட்டும் மடிசஞ்சியில் முடிந்து கொண்டார்.

வீட்டுக்கு மூத்தவனான குப்புசாமி அய்யனுக்கு ஒரு பெண்குழந்தை பிறந்து பெரியம்மையில் போய்ச் சேர்ந்து இந்த விஷுவுக்கு நாலு வருஷம் ஆகப் போகிறது. வீட்டில் வளைய வருகிற குழந்தைகள் இரண்டுமே கிட்டாவய்யனுடையவை. இரண்டு பேரும் பெண்கள்.

குழந்தைகள் தூங்கிக் கொண்டிருக்கிறார்கள். அதுகள் எழுவதற்குள் கிளம்பிவிட வேண்டும். இல்லாவிட்டால் கடைக்குட்டி அழும். மூத்தது சித்தாடையும் நார்ப்பின்னலுமாக எங்கே போறே என்று கேட்டு நச்சரிக்கும்.

கிட்டாவய்யனுக்குக் குழந்தைகள் மேல் வாத்சல்யம் தான். மூக்கு ஒழுகிக் கொண்டிருக்கும் சின்னவளைத் தூக்கிக் கொண்டு உத்தரியத்தில் மூக்கைத் துடைத்தபடி தோப்பும் துரவுமாகச் சுற்றி வருவான் அவன் ஊரில் இருக்கும்போது.

அது மாதத்தில் ஒருதடவை நடந்தாலே அதிகம். ஆனாலும்

கரண்டி பிடிக்க வெளியூர் போய்த் திரும்பும் போது குழந்தைகளுக்கு இனிப்பு மிட்டாய் வாங்கி வருவதற்குத் தவறுவதில்லை அவன்.

கண்டவனும் பிருஷ்டம் அலம்பிக் கொண்ட அசுத்தக் கையால் உண்டாக்கிக் கொடுக்கிறதை எல்லாம் குழந்தைகளுக்கு வாங்கிக் கொண்டு வந்து நீட்டினால் அதுகள் ஒட்டக் கழிந்து விட்டு வாந்தியும் பேதியுமாக வீட்டில் ஒடுங்கப் போகிறதுகள்.

கிட்டாவய்யனின் வீட்டுக்காரி சிநேகாம்பாள் எத்தனை உருட்டி விழித்துத் தடுத்தாலும் குழந்தைகள் அதையெல்லாம் கையில் கொடுத்த உடனே பொதியழித்துச் சாப்பிட்டு விடும். இதுவரை அதுகள் ஆரோக்கியத்துக்கு எந்த குறைச்சலும் வராமல்தான் சுற்றி வருகின்றன.

சீனி மிட்டாய் எழவு வேண்டாம். அவள் கோவிக்கிறாளே என்று ஒருதடவை குழந்தைகள் விளையாட மரப்பாச்சி வாங்கி வந்தான் கிட்டாவய்யன்.

மாசம் ஒருதடவை தொட்டுத் தடவினால் இதுகளும் சுரணை மரத்துப் போன வெறும் பாச்சியாகி விடப்போகிறது பார்த்துக் கொண்டேயிருங்கள்.

சிநேகாம்பாள் அக்கம்பக்கம் யாரும் இல்லையா என்று பார்த்தபடி தன் மார்க்கூட்டைக் காட்டிச் சொல்வது இது.

இந்தத் தடவை ஆதிச்சநல்லூரிலோ கொல்லத்திலோ தட்டானிடம் சொல்லி வைத்து ஒரு ஜதை தங்க வளையலோடு திரும்பினால் அவள் சந்தோஷப்படலாம்.

ஸ்வர்ணமும் சுகம் கொடுக்கக் கூடியதுதான். சம்போகத்தில் வருவது போல் ரெண்டு பேருக்கு மாத்திரம் இல்லாமல் வேறு மாதிரி.

கிளம்பலாமா அண்ணா?

சோமன் உள்ளே இருந்து அவசரமாகப் பனைஓலை

விசிறியோடு ஓடி வந்தான். அலமேலு அவன் உதட்டைக் கடித்து அனுப்பியிருக்கிறாள். நாக்கால் மேல் சுண்டை நீவியபடி வருகிறான்.

கிட்டாவய்யனும் உள்ளே போய் இன்னொரு பனைஓலை விசிறியோடு திரும்பலாமா என்று யோசித்தான். சிநேகாம்பாளுக்குக் கொஞ்சம் முன்னால் நீண்ட பல்வரிசை.

குழந்தைகளும் நித்திரை கலைந்து எழுந்திருக்கும்.

எல்லாத்துக்கும் கொடுப்பினை வேணும்.

விசாலாட்சி மன்னி குளித்துத் தலையில் நுனிமுடிச்சோடு நிர்மால்ய தரிசனத்துக்காக திருவம்பலத்துக்குக் கிளம்பிக் குறுக்கே புகுந்து போனாள். அவள் உதட்டில் சின்னதாக ஒரு சிரிப்பு. போகிற காரியம் ஜெயிக்கட்டும் என்று அந்தச் சிரிப்பு சொன்னது.

நல்ல சகுனம் அண்ணா.

சோமன் காளைவண்டியைக் கிளப்பினான்.

அத்தியாயம் எட்டு

பகல் நேரம் அரிவாள் மனையில் வெட்டுப்படும் காய்கறிகளும், குடத்திலிருந்து இருப்புச் சட்டியில் வார்த்துச் சுட வைக்கப்படும் தேங்காய் எண்ணெயும், பாகாய் உருகிக் கொண்டிருக்கும் வெல்ல உருண்டையும், வடைக்கு அரைபடும் உளுந்துமாக நகர்ந்து கொண்டிருக்கிறது.

கிட்டாவய்யன் காலையிலிருந்து நாலு தடவை குடத்தில் நீர் சேந்தித் தலையில் கவிழ்த்துக் கொண்டு விட்டான். ஆனாலும் வியர்வை வெள்ளமாகப் பிரவகித்துக் கொண்டுதான் இருக்கிறது.

அந்த வியர்வை தலையை முழுக்க நனைத்துக் கண்ணை மறைக்கிறது. உதட்டில் எச்சிலில் கரைந்து நாக்கில் கரிக்கிறது. மூத்திரம் சரியாக இறங்காமல் நோவோடு பிரிகிறது. உடம்பு வலுவெல்லாம் வியர்வையாக வெளியே போய்க் கொண்டிருக்கிறதாக பிரமை.

போகட்டும். போனது எல்லாம் பணமாகத் திரும்பி வரப் போகிறது. கைமள் வீட்டு விசேஷம் முடியும்போது கை நிறையக் கிடைக்கும். எல்லோருக்கும் பிரித்துக் கொடுத்த பிறகும் கணிசமாகக் கீசையில் முடங்கும்.

அப்புறமும் இருக்கிறது புனலூரும், கொல்லமும், கருநாகப் பள்ளியும், வடக்கேவிளயும்.

பணம் வேண்டி இருக்கிறது.

தட்டானிடம் வளையல் வாங்க. சீனி மிட்டாய் வாங்க.

மரப்பாச்சி?

வேண்டாம். தொட்டுத் தடவிப் புல்லரிக்க வைத்துச் சுகித்து புத்திர பாக்கியம் வேண்டும். பின்கட்டில் பிரஷ்டை காதில் ஓசைப்படாமல். பிருஷ்டத்தில் எலி ஏறி இறங்கி ஓடிப் போகாமல்.

பணம் வேண்டி இருக்கிறது.

கடைசித் தங்கை பகவதியைக் கரையேற்ற. நாளைக்கு மூத்த பெண் திரண்டு குளித்தால் அவளுக்கு வழி பண்ண.

திரும்பிப் பார்ப்பதற்குள் கடைக்குட்டியும் கல்யாணத்துக்குத் தயாராக நிற்பாள்.

எல்லாம் ஓய்ந்தால் கட்டையைச் சாய்க்கச் சின்னதாக மங்களூர் ஓடு வேய்ந்து ஒரு வீடு. கையகலமாவது நெல் பாட்டம். நாலு பாக்கு மரமும் தென்னையுமாக பரம்பு. வாய்க்க வேண்டும்.

அதற்கு எல்லாம் முன்னால் ஒரு புத்ரன்.

காலையில் குளித்து சந்தியாவந்தனம் செய்து அம்பலத்தில் தொழுது விட்டு வந்து அடுப்புப் பற்ற வைத்தபோது இதுதான் பிரார்த்தனையாக இருந்தது.

இன்னொரு குடம் நீர் சேந்தித் தலையில் கவிழ்த்துக் கொண்டான் கிட்டாவய்யன்.

குடுமியை அவிழ்த்து அலசியபோது பிரிந்து வந்த இழை வெள்ளியாக மினுமினுத்தது.

வயதாகிக் கொண்டிருக்கிறதா?

முப்பத்தைந்து எல்லாம் வயதானதில் சேர்த்தியா என்ன?

குளத்துப்புழை பாலகன் கடாட்சம் இருந்தால் கிட்டாவய்யனுக்கும் புத்திரபாக்கியம் அடுத்த வருடமே வாய்க்கும். எள்ளும் தண்ணீரும் இரைத்துக் கரையேற்ற சந்ததி தழைக்கும்.

என்ன அண்ணா நொடிக்கு ஒருதடவை குளி? அரி வைப்புக்கு நாழியாகலியா?

சோமநாதன் நெருங்க வந்து காதில் கிசுகிசுத்தான்.

வா போகலாம்.

அரையில் நனைந்து ஒட்டிய வேட்டியோடு கிளம்பினான் கிட்டாவய்யன்.

ஈர வஸ்திரத்தோடு அரிசி வடிக்கக் கூடாது. அதுவும் சுப காரியம் நடக்கப் போகிற வீட்டில். நீங்கள் தானே எப்பவும் சொல்றது.

வியர்ப்புத் தாங்கலை சோமா. அதான் இப்படி. ஒரு தோர்த்து கொண்டு வா.

சோமன் உள்ளே போய்த் தோர்த்தும் பிரி போல் முறுக்கிய முண்டும் கொண்டு வந்து கொடுத்தான்.

தலையைத் துவட்டிக் கொண்டு கிட்டாவய்யன் வீட்டை ஒட்டி வெளியே பரம்பில் தாவளம் அடித்து இறக்கி ஏற்படுத்தி இருந்த உக்கிராணத்துக்குள் நுழைந்தான்.

என்ன சோமா ஆரையும் காணலே?

காலியாகக் கிடந்த உக்கிராணத்தில் கண் ஓட்டிக் கொண்டே கேட்டான் கிட்டாவய்யன்.

ஓரமாக உட்கார்ந்து பரங்கிக்காய் நறுக்கிக் கொண்டிருந்த வயசன் தவிர்த்து எல்லோரும் எங்கே போனார்கள்?

வாசலில் பெருங்கூச்சல் கேட்கிறது. தடார் தடார் என்று தரையதிர யாரோ ஓடும் சத்தம். அப்புறம் கட்டைக் குரலில் பாட்டு. கூட்டமாகப் பாடுகிறார்கள்.

கிட்டாவய்யன் வெளியே வந்து பார்த்தபோது அரையில் தார்பாய்ச்சிக் கட்டிய வேஷ்டியும் மேலே முறுக்கி வளைத்து முடிச்சுப் போட்ட உத்தரீயமுமாகப் பத்துப் பதினைந்து பேர் இரும்பு உலக்கைகளைத் தூக்கிக் கொண்டு ஓடினார்கள்.

சேர்ந்து பாடுகிறார்கள். சேர்ந்து ஓடுகிறார்கள். பாடிக் கொண்டே ஓடுகிறார்கள்.

தீர் சே போல்
ஜோர் சே போல்
சுபே தக் ராத்
விஸ்வ நாத்.

பாட்டுக்கு நடுவே சொல்லி வைத்தது போல் சேர்ந்து நிறுத்தி இரும்பு உலக்கைகளால் அவரவர்கள் மாரிலும் தொடையிலும் ஓங்கி அறைந்து கொள்கிறார்கள். மாரெல்லாம் காய்த்துத் தழும்பேறிப் போயிருக்கிறது. உலக்கைகள் கருத்து நீண்டு பயங்கொள்ள வைக்கின்றன.

யார் இதெல்லாம்?

கிட்டாவய்யன் சோமநாதனைப் பார்வையால் விசாரித்தான்.

வடக்கே இருந்து வரும் பைராகிகள். கோஷ்டியாக ராமேசுவரம் தீர்த்த யாத்திரை போய்ப் பரசுராம பூமியையும் தரிசித்துக் கொண்டு திரும்பிப் போக வந்தவர்கள்.

சோமநாதன் சொல்லிக் கொண்டிருக்கும்போதே பைராகிகளில் ஒருத்தன் கிட்டாவய்யன் பக்கத்தில் வந்து உருட்டி விழித்துச் சிரித்தான். சடை விழுந்த தலைமுடியைச் சுற்றிச் சின்னச் சின்னதாகக் குளவிகள் பறந்தபடி இருந்தன அவனுக்கு.

குள்ளக் கிட்டாவய்யன் பக்கத்தில் அவன் ஆறடிக்கு மேல் வளர்ந்த பிரம்மாண்டமான சொரூபனாக நிற்கிறான். இந்தக் கையில் உலக்கையையும் அந்தக் கையில் கிட்டாவய்யனையும் தூக்கிப் பிடித்துக் கொண்டு ஓடத் தயாரானவன் போல் அவன் கை பரபரக்கிறது.

அவன் பாடிக் கொண்டே ஓடுவான். உலக்கையால் மாரில் அறைந்து கொள்வான். கிட்டாவய்யனைக் குப்புறப் புரட்டித் தொடையில் மோதிக் கொள்வான். ஒரு மரப்பாச்சி போல் அவனைத் தூக்கிப் போட்டுப் பிடித்து விளையாடுவான். தரையில் போட்டு ஓங்கி உயிர்த்தலத்தில் மிதித்து பீஜங்களை நசுக்கிக் கூழாக்குவான். கிட்டாவய்யனுக்குப் பிராணன் போகிற போது எள்ளும் தண்ணீரும் இறைக்கப் பிள்ளை பிறக்க வழி இருக்காது இனி ஒருபோதும்.

அரையில் இரண்டு கையையும் இறுகப் பொத்தியபடி கிட்டாவய்யன் நடுங்கிப் போய் நின்றான்.

பைராகி உலக்கையால் தன் வயிற்றில் மாறி மாறி அடித்துக் கொண்டு கரமுர என்று இந்துஸ்தானியில் ஏதோ சொன்னான்.

அவனுக்குப் பசிக்கிறது. அவன் கூட்டம் முழுவதற்கும் போஜனம் செய்ய வேண்டி இருக்கிறது.

சோமநாதன் கிட்டாவய்யன் காதில் மொழி மாற்றிச் சொன்னான்.

துவாரகைக்கும் வடமதுரைக்கும் போய் வந்த நம்பூத்திரிகளுக்குச் சமைத்துப் போட இரண்டு முறை வடநாடு போயிருக்கும் காரணத்தால் அவனுக்கு அந்த ஊர்ப் பாஷை பிடிபட்டிருக்கிறது.

கிட்டாவய்யன் சமையல்காரன் என்று பைராகி எப்படித் தெரிந்து கொண்டான்? தொழில் பார்க்க வந்த இடத்தில் இவனுக்கும் இவனுடைய கோஷ்டிக்கும் என்ன கொடுக்க முடியும் கிட்டாவய்யனால்?

ஒவ்வொருத்தனும் இருக்கிற ஆகிருதியைப் பார்த்தால் நாலு ஆள் சாப்பிடுகிறதை ஒருத்தனே லகுவில் சாப்பிட்டுப் போதாதற்கு அந்த உலக்கையையும் விழுங்கி சுக்குக் கஷாயம் ஒரு சொம்பு

முழுக்க எடுத்துக் குடித்துத் தீர்த்து ஏம்பக்கம் விடுவான் போல் தெரிகிறது.

உலக்கையைக் காலுக்கு நடுவே லிங்கம் போல் ஊன்றிக் கொண்டு பைராகி இரண்டு கையையும் விரித்துத் திரும்பவும் ஏதோ சொன்னான். கூட வந்தவர்கள் சுற்றிச் சுற்றி வந்து முதுகிலும் மாரிலும் உலக்கைகளால் அறைந்து கொண்டு விஸ்வநாத் விஸ்வநாத் என்று திரும்பத் திரும்பக் கூவிக் கொண்டிருந்தார்கள். எல்லோர் தலையிலிருந்தும் புறப்பட்ட குளவிகள் ஒன்றை ஒன்று மோதித் தரையில் விழுந்து இறக்கை உரித்து ஊர்ந்தன. காற்று அஸ்தமித்துப் போயிருந்த அந்தப் பகல் பொழுதில் அந்த இறக்கைகள் தீனமாக ஒலி செய்தது கிட்டாவய்யனுக்கு ஸ்பஷ்டமாகக் கேட்டது.

இவர்கள் சாதம் சாப்பிடுவார்களா? வட்டித்து எடுக்கிற வரை பொறுப்பார்களா? என்றால் கைமளிடம் சொல்லி முதலில் இவர்களுக்காகத் தனியே இலை போடச் சொல்லலாம்.

பரத கண்டத்தில் இருக்கப் பட்ட சகல புண்ணிய ஸ்தலமும் ஓடி நடந்து தரிசனம் செய்து, நகர்கிற நதியில், சங்கமிக்கும் சமுத்திரத்தில் எல்லாம் தேக, மனசு, ஆத்மாவில் ஒட்டிப் பிடித்த அழுக்கை எல்லாம் கரைத்து நீக்கிப் பரிசுத்தப்பட்டுக் கொண்டு அடுத்த ஜன்மமும் நரக வாதனையும் கூடாதே போகும் வண்ணம் கர்ம பலனான வாதனை எல்லாவற்றையும் சுயமாகவே சதா வழங்கி அனுபவித்துக் கொண்டு, சிக்குப் பிடித்த சடைமுடியும் அதில் ஊர்ந்து நெளியும் குளவியும் பாம்பும் கூட வரச் சொர்க்கம் புகத் தயாரான இந்தப் பைராகிகளின் ஆசிர்வாதத்தோடு கிருஷ்ணனுண்ணி நாயர் புடவை எடுத்துக் கைமளின் மகளுக்குப் புடமுறியாகக் கொடுத்துக் கல்யாணம் கழிப்பது எல்லோருக்கும் உவப்பான காரியமாகவே இருக்கும்.

சாதம் வட்டித்துப் பிடிதுணியால் பற்றிக் கீழே ஆவி பறக்க இறக்கும் வரை இவர்கள் இந்த முற்றத்தில் காத்திருப்பார்களோ?

அண்ணா இவர்கள் அயல் மனுஷர்கள் சமைத்த பதார்த்தம்

எதுவும் சாப்பிடுவதில்லை. அரிசியோ கோதுமை மாவோ கொடுத்தால் கட்டி எடுத்துப் போய் ஊர் எல்லையில் அவர்களே பாகம் செய்து பசி நிவர்த்தி செய்து கொள்வார்கள்.

சோமநாதன் சொல்லிக் கொண்டிருக்கும்போதே கிட்டாவய்யன் அவசரமாக வீட்டுப் பின்வசத்துத் தாவளத்துக்குள் நுழைந்தான்.

அந்த வயசன் இன்னும் கருமமே கண்ணாக உள்ளே வாழைக்காய் நறுக்கிக் கொண்டிருந்தான். குத்திருமலால் அவன் திரேகம் குலுங்கிக் கொண்டிருந்தது.

ஒரு வாய் சூடுவெள்ளம் குடித்து மாமரச் சுவட்டில் குந்தி இருந்து ஸ்ரம பரிகாரம் செய்துவிட்டு வாருமே ஓய்.

கிட்டாவய்யன் சொல்லியபடியே வயசன் பக்கமாக நடந்தான். உள்ளூரில் சேர்த்துக் கொள்ளப்பட்ட எடுபிடிக் காரன். விசேஷத்தின் போது மூணு வேளை சாப்பாடும், வெற்றிலை பாக்கும், நாலைந்து சல்லிக் காசும் கொடுத்து இந்த மாதிரி உதிரிகளை அனுப்பி வைக்கிற வழக்கம்.

வயசனுக்குப் பக்கத்தில் தான் கோதுமை மாவும் அரிசி மாவும் உப்பும் வெல்லமும் கோணிச் சாக்கு மூட்டைகளிலும் ஓலைக் கடகங்களிலும் வைத்திருக்கிறது.

முத்தச்சா, மாறிக்கோ.

நாழியால் அளந்து பெரிய துணி சஞ்சியில் கோதுமை மாவைக் கவிழ்க்கும்போது வயசனை உற்றுப் பார்த்தான் கிட்டாவய்யன்.

சட்டென்று பொறி தட்டியது.

ஓய் நீர் சாவக்காட்டு அயல் வேதக்காரன் இல்லியோ.

வயசன் நடுங்கிக் கொண்டு எழுந்து நின்றான். அவன் இருமல் இன்னும் அதிகமாக இருந்தது.

நானும் பிராமணன் தான் அண்ணா. தயவு செய்யுங்கோ. செத்தக் கூட மாட இங்கே பணி எடுக்கறேன். பசி தாளலை. போஜனம் மாத்ரம் போதும்.

அவன் பூணூலை இழுத்துக் காட்டி இரண்டு கைகளுக்கு நடுவில் அதைச் சேர்த்துப் பிடித்துக் கொண்டு, வயதில் தன்னை விட எவ்வளவோ சின்னவனான கிட்டாவய்யனைத் தெண்டனிட்டு நமஸ்கரித்தான்.

கிழவனைக் கிட்டாவய்யனுக்குத் தெரியும். அவனுடைய தமையனார்களுக்கு சாவக்காட்டு கிறிஸ்தியானி பிராமணன்மார் எல்லோரையும் பற்றித் தெரியும்.

எப்போதோ கப்பலில் வந்து இறங்கினான் ஒரு வெள்ளைத் தோல்காரன். புதுசாக வந்த நிஜ வேதம் இது என்று காட்டி, சாவக்காட்டில் ஸ்மார்த்தப் பிராமணர்கள் அர்க்கியம் கொடுக்கும்போது இரைத்த தண்ணீர்த்துளிகளை அந்தரத்தில் நிறுத்தினானாம் அவன். தோமையன் என்று அவனுக்குப் பேர்.

நீரே எமக்கு ஞான சூரியன். வேதவித்து. பிரம்மத்தை உணர்த்த வந்த குரு.

அந்தப் பிராமணர்கள் நீள அங்கி அணிந்த தோமையன் கூடப் போனாலும் பூணூலைக் கழட்டவில்லை.

ஆனாலும் என்ன? மற்ற பிராமணர்கள் சாவக்காட்டோடு சம்பந்தப் படுவதை முறித்துப் போட்டார்கள். அது எத்தனையோ தலைமுறைக்கு முந்திய விஷயம்.

மார்க்கம் பிரிச்சா என்ன? சகோத்ரம் இல்லியா? மாம்ச பட்சணம் செய்யறதில்லே. பூணூலை இன்னும் போட்டுண்டு தான் இருக்கோம். ஜோதி ஸ்வரூபமா பிரம்மத்தைத் தான் நாங்களும் மனசிலே தியானிக்கறோம். எங்கள்லேயும் ஸ்வகார்யமா பாட்டத்திலே நெல்லு விளைக்கவும், வியாபாரிகள் கிட்டே கணக்கு எழுதவும், சங்கீத சிட்சைக்கும், துபாஷி உத்தியோகத்துக்கும் போய் மத்த ஊர் பிராமணாள் போல் நல்ல ஸ்திதியிலே இருக்கப்பட்டவாளும் உண்டு. என்னைப் போல் பஞ்சத்துலே அடிபட்டு ஜீவிதம் முழுக்க வெறும் சாதத்துக்காக நாடெல்லாம் அலஞ்சு திரியற பாவப்பட்ட ஜீவன்களும் உண்டு. பத்மனாபஸ்வாமி க்ஷேத்ரத்திலே ஊட்டுப்புரையிலே ஒரு வேளையாவது சாப்பிடலாம்னு போய் நின்னேன். அப்ப

ஸ்தோத்ரம் செய்தது சத்யமா அந்த பகவானைத் தான். சாவக்காட்டுக் காரன்னு யாரோ சொல்லத் துரத்தித் துரத்தி அடிச்சுக் காலை முடமாக்கிப் போட்டா. அப்புறம் உங்க பிதாவோட கூடத் தேகண்டத்துக்கு எடுபிடியா வந்து.

கிழவன் இருமலுக்கு இடையே பழைய கதை சொல்லியபடி குந்தி உட்கார்ந்தான். அவனுடைய பஞ்சடைந்த கண்கள் கிட்டாவய்யனைத் தொடர்ந்து யாசித்தபடி இருந்தன.

ஆமா. பின்னே இல்லியோ. ஊரை ஏமாத்தறவனாச்சே நீயும் உன் கூட்டரும். எங்க பிதாவோட சிநேகிதன் சிவராம அம்மான் அடிச்சுப் பொறத்தாக்கி நீ உசிரைக் கையில் பிடிச்சுண்டு ஓடினது திருநெல்லியிலே தானே? முப்பது கொல்லம் முந்தின சமாச்சாரம். கேட்டிருக்கேன். உமக்கு ஓர்மை இருக்கில்லியோ?

ஸ்வாமி, உங்க பிதா ஒரு மகான். சிவராம அய்யரும் கூடத்தான். எனக்குத் தான் அப்போ நேரம் சரி இல்லே. அப்ப மட்டும் என்ன. எப்பவுமே தான். சாவக்காட்டுலே பிறந்தது என்னோட தப்பா அண்ணா?

கிழவன் கெஞ்சுகிற குரலில் தொடர்ந்த போது திரும்பவும் இருமல்.

இந்தக் களி எல்லாம் என்னோடு வேணாம். கேட்டியா. கெட்ட கேட்டுக்கு ரோகம் வேறே.

கிழவன் வாயை இறுகப் பொத்தி இருமலை அடக்கிக் கொண்டு எழுந்து நின்றான்.

அய்யோ. அது வறட்டு இருமல் அண்ணா. எனக்குப் பசி ஒண்ணுதான் நோக்காடு. உங்களுக்கு தாசனா ஊழியம் பண்றேன். நித்யப்படி ஒரு வேளை ஒரே ஒரு வேளை வெறும் சாதம் கூடப் போதும். பிண்டம் போடற மாதிரி எறிஞ்சாலும் பிடிச்சு எடுத்து நாவார மனசார வாழ்த்திண்டு பூணலைப் பிடிச்சுண்டு சாப்பிடுவேன்.

அயல் வேதக்காரனுக்கு என்ன எழவுக்குப் பூணல்? இன்னும் என்ன ஒனக்கு பிராமண வேஷம் கள்ளப் பட்டி மோனே?

கிட்டாவய்யன் எக்கிக் கிழவனின் பூணூலைப் பிடித்து இழுத்தான். நைந்திருந்த அது கிழவனின் நெஞ்சுக் கூட்டுக்குக் குறுக்கே மாலையாகப் படர்ந்து நழுவித் தரையில் அறுந்து விழுந்தது.

தீர் சே போல்

ஜோர் சே போல்

பின்னால் பெருஞ்சத்தம். பைராகிகள் தாவளத்துக்குள் நுழைந்திருக்கிறார்கள்.

எடோ கிளவா. நான் சவட்டிப் புறத்தாக்கறதுக்குள்ளே ஓடிப் போ. கண்ட மிலேச்சனும் வந்து தேகண்டத்துக்குக் கரண்டி பிடிக்கற இடம் இல்லே இது. பிராமணன், பிராமணன் மாத்திரம் செய்ய விதிக்கப்பட்ட விஷயம். சுபகாரியத்துக்கு இறங்கி வரும் பிருக்கள் சபித்துப் போடுவா.

அண்ணா. பசி உசிர் போறது. சொல்றேனே. நானும் பிராமணன் தான். வேதம் வேறேயானா என்ன?

என்னவா? அந்தத் தோமையன் கூடக் குரிசைப் பிடிச்சுப் போன சாவக்காட்டுப் பிராமணன் எல்லோரும் அத்தோடு செத்துப் போய் வம்சம் நசிச்சாச்சு. நீ கிறிஸ்தியானி.

சரி. கிறிஸ்தியானிப் பிராமணன். அநாதை. பசியோட யாசிக்கறேன். கடாட்சம் பண்ணுங்கோ. புண்ணியமாப் போகும்.

திரும்பத் திரும்பச் சொல்றே என்ன தைர்யம் உனக்கு? நீ பிராமணனா? பாதரட்சையாலே அடிப்பேன் கேட்டியா. இறங்கிப் போடா புழுத்து ரோகம் பிடிச்ச கிளவா.

கிட்டாவய்யன் பிடித்துப் பலமாகத் தள்ளியதில் மிளகு விழுது பாதி அரைத்து வைத்திருந்த கருங்கல் அம்மியில் தலை மோத விழுந்தான் வயசன். அவன் நெற்றிக்கு மேல் சிவப்புக் கீற்றாக ரத்தச் சுவடு.

பைராகிகள் தரையில் கிடந்த கிழவனைப் பார்த்துக் கையெடுத்துக் கும்பிட்டார்கள். அந்தப் பூஞ்சை திரேகத்தைக்

கடந்து முன்னால் வராமல், சொல்லி வைத்தாற்போல் வந்த வழியே திரும்பி வெறுங்கையோடு நடந்து போனார்கள்.

இருங்கோ. அரிசி மாவு. கோதுமை. வெல்லம். எல்லாம் இந்தோ.

தீர் சே போல். ஜோர் சே போல்.

கிட்டாவய்யன் வார்த்தைகளையும், பைராகிகளின் கோஷத்தையும் மீறிக்கொண்டு வயசனின் தீனமான குரல் தட்டுத் தடுமாறி எழுந்தது.

கிட்டாவய்யன் அவன் வயிற்றில் ஓங்கி உதைத்து வெளியே சவட்டிக் கொண்டு போய்ப் புறத்தாக்கினான்.

பைராகிகள் புழுதியைக் கிளப்பியபடி உலக்கைகளால் நெஞ்சில் அறைந்து கொண்டு கூப்பிடு தொலைவில் ஓடிக் கொண்டிருந்தார்கள்.

அந்தத் திசையில் இருந்து பறந்து வந்து கிட்டாவய்யன் தொடையில் ஊர்ந்த குளவி ஒன்று சாவதானமாக அவன் கால் வழியே கெளபீனத்தில் புகுந்து உறுப்பு நுனியில் உக்ரமாகக் கொட்டியது.

தூரத்தில் இருந்து பைராகி திரும்பிப் பார்த்து சத்தமாகச் சொன்னான்.

உன் பரம்பரையே கிறிஸ்தியானியாகப் போறது.

சோமா, என்ன சொல்றான் பைராகி?

அரைக்கட்டில் வலி உயிர்போக உயிர்த் தலத்தைப் பொத்திப் பிடித்தபடி கேட்டான் கிட்டாவய்யன்.

சபித்துப் போட்டானோ?

எனக்குச் சரியாக் கேட்கலை அண்ணா.

சோமநாதன் தள்ளாடி நடந்து போகிற வயசனைப் பார்த்தபடியே சொன்னான். அவனுக்கு எல்லாம் கேட்டுத்தான் இருந்தது.

அத்தியாயம் ஒன்பது

ராஜா அரண்மனையின் முன் வசத்தில் இருக்கப்பட்ட விசாலமான மண்டபத்துக்கு நடந்தபோது நீள ஒழுங்கையில் காரை பெயர்ந்து அவர் காலடியில் விழுந்தது.

காரைக் கட்டியை ஓரமாகக் குனிந்து நகர்த்திக் கொண்டிருக்கும்ா போது காலில் பாதரட்சை இல்லாதது நினைவு வந்தது.

யாரங்கே?

ராஜா குரல் கொடுத்தார்.

ராணிக்கு விசிறிக் கொண்டிருந்த சேடிப்பெண்ணைத் தவிர வேறு யாரும் அங்கே கூப்பிடு தூரத்தில் இருக்க முடியாதுதான்.

ஆனால், முத்தம்மா என்று அவளைப் பெயர் சொல்லிக் கூப்பிட்டு வேலை ஏவுவது ராஜாவுக்கு விதிக்கப்பட்ட கௌரதையான செயல் இல்லை.

என்ன வேணும்?

முத்தம்மா கழுத்து வியர்வையைப் புடவையில் துடைத்தபடி கேட்டுக் கொண்டே வந்தாள்.

ராஜா கூப்பிட்டால் கீழடங்கியதுகள் ஓடி வந்து சேவித்து வினயமாக வாய் பார்த்து இருக்கிற காரியம் இல்லைதான் இது.

ஆனால் இந்தச் சேடிப்பெண்ணைக் கோபிக்க முடியாது. வீட்டு விலக்கு நின்று கொண்டிருக்கும் ராணிக்கு சதா வரும் முன்கோபமும் சலிப்பும் இவளுக்கு வருவதில்லை. அவ்வப்போது புழங்க அனுமதிக்கிறபோது அவளுக்குத் தானே அந்தப் பொழுதுகளுக்கான ராணியாகிற சந்தோஷம் இருப்பதே காரணம்.

ராஜா அவள் காலைப் பிடித்துவிட ஒருதடவை ஊஞ்சலில் படுத்து ஓய்வெடுத்திருக்கிறாள். ராணி தூங்கிக் கொண்டிருந்த இம்மாதிரியான பகல் பொழுது அது.

என்ன வேணும்னு கேக்கறேன் இல்லே.

ராஜாவின் நரைமீசையை குதிரை லகான் போல் விளையாட்டாக இழுத்தபடி அவள் திரும்பக் கேட்டாள். இப்போதும் தன்னை ராஜா மடியில் இருத்திக் கொண்டால் இன்னொரு முறை கால் பிடித்து விடச் சொல்லி உத்தரவு போட்டு விட்டுக் கொஞ்சம் தூங்கலாம் என்ற அசதியும் எதிர்பார்ப்பும் கண்ணில் தெரிந்தது.

என் பாதரட்சை எங்கே தொலைஞ்சு போச்சு பெண்ணே? தேடி எடுத்து வா. சமூகம் கேட்டு வந்தவர்களைச் சந்திக்கப் போகும்போது வெறுங்காலோடு போவது உசிதமில்லை என்று உனக்குத் தெரியாதா என்ன?

அவள் ஏதோ ரண வேதனை அனுபவிப்பது போல் முணுமுணுத்தபடி உள்ளே போனாள்.

ராஜா அந்த முன் மண்டபத்தில் சுவரில் சாய்ந்து ஒரு மரப்பலகையில் அமர்ந்தார்.

சுற்றிலும் காரை பெயர்ந்த சிதறல்கள்.

கொத்தனை வரச் சொல்லிப் பத்து நாளாகிறது. மராமத்துக் காணாமல் அரண்மனையே க்ஷீணித்துப் போய்க் கொண்டிருக்கிறது.

காசு கொடுத்தால் கொத்தனும், சித்தாளும், நிமிர்ந்தாளுமாக ஒரு பட்டாளமே வரும். இந்த ஓட்டை அரண்மனையை

சீர்படுத்துவதென்ன, புத்தம் புதுசாக வெள்ளைச் சுண்ணாம்பும், கோழி முட்டையும், சீமைச் சாந்தும் குழைத்துப் பிரம்மாண்டமாகத் தூண் நிறுத்தி ஒரு பெரிய பங்களாவே நிர்மாணித்து விடமுடியும்.

யாரும் எந்தப் பக்கத்திலும் ஒளிந்திருந்து பார்க்காமல் சுபாவமாக மனம் உற்சாகம் கொள்ளும் வரை ராணி நீராடித் திரும்ப நாலு பக்கத்திலும் பக்கப் பதிய மேற்கூரையோடு குளத்தையும் அமைத்து விடலாம்.

சொன்னால் கிரகித்துக் கொண்டு வேண்டியபடி எல்லாம் நிர்மாணித்துக் கொடுக்க நாடிக் கொத்தனும் அங்கமுத்துக் கொத்தனும் இருக்கிறார்கள்.

ஆனால் கொத்தனார்களுக்குப் பதிவாக வாரத்துக்கு ஒண்ணரை ரூபாயாவது கூலியாகக் கொடுக்க வேண்டும். நிமிர்ந்தாளுக்கு அதில் அரையே அரைக்கால் பாகம். சித்தாளுக்கு கால் பாகம் கூலி.

முழுக்கப் பணமாகக் கொடுக்க முடியாது போனால், பாதிக்குப் பாதி பணமும், மீதிக்கு நெல்லுமாகத் தரலாம். கும்பிடு போட்டுவிட்டு வாங்கிப் போவார்கள்.

ஆனால் இருக்கிற நெல்லைத் தின்று தீர்க்க இங்கேயே ஸ்திரமாக சொந்த பந்தம் என்று ஒரு கூட்டம் அரண்மனைக்குள் இருக்கிறது. போன சாகுபடிக்குக் குடியானவர்கள் கொண்டு வந்து அளந்து போனது இத்தனை நாள் நீடித்திருந்ததே அதிசயம்தான்.

மழையே இல்லாம வறண்டு போய்க் கிடக்குது. இந்த வருஷம் இதுவும் வராது.

போன வாரம் கிராமங்களைக் கண்டு வரப் போயிருந்த காரியஸ்தன் சொன்ன சமாச்சாரம் கவலையை அதிகப்படுத்துகிறதே ஒழிய ஆசுவாசத்தைத் தரவில்லை.

உள்ளதுக்கே அல்லாடிக் கொண்டிருக்கும்போது இந்த பனியன் சகோதரர்கள் வேறே.

என்னத்துக்காக வந்திருக்கிறான்கள்?

நான் தானே நினைத்துக் கொண்டு அவர்களைக் கூப்பிட்டேன். தப்புதான். கம்பங்களி சாப்பிடும் ஆனந்தத்தில் அவர்களை மனதில் அழைத்து பங்களா பற்றி வெற்றுப் பேச்சு பேச நினைத்திருக்க வேண்டாம்.

நல்ல வாய்க்கு ருசியான சாப்பாடும், காதுக்கு இனிமையான சங்கீதமும் மனதை நிலை தடுமாறச் செய்து போடுகிறது.

அரைக்கட்டில் உப்பு சரியாக முடிந்து வைத்திருக்கிறதா என்று பார்த்துக் கொண்டார் ராஜா.

ஆறு மாசக் கர்ப்பிணி போல் ஏற்கனவே பெருத்த வயிறோடு ஒட்டி சின்னக் குவியலாக உப்பும் இடுப்போடு ஒட்டி நறநறத்துக் கொண்டிருந்தது.

அகஸ்மாத்தாகக் கண்டுபிடித்தது தான்.

போன தடவை இவன்கள் வந்தபோது கம்பங்கூழில் உப்புப் போட மறந்து போனான் இழவெடுத்த சமையல்காரன்.

அந்தப் புழுத்த நாயை நாலு தலைமுறைக்குத் திட்டித் தீர்த்து, உப்புக் கொண்டு வரும்படி ஆக்ஞாபித்தார் ராஜா.

அவனோ சமுத்திரக் கரைக்கே போய் உச்சி வெய்யிலில் உப்பளத்தில் பூக்க வைத்து எடுத்து வந்ததுபோல் வெகுவாக நேரம் கழித்து உப்பு ஜாடியோடு வந்து சேர்ந்தான்.

ஆட்டுப் பட்டியில் அதுகளோடு கூடி இருந்து சுகிக்கப் போயிருந்தாயோடா களவாணி?

சமையல்காரனைக் கடிந்து கொண்டு ஒரு சிட்டிகை வலது கையில் அள்ளிக் கொண்டிருக்கும்போது வாசலில் இதுபோல் பனியன் சகோதரர்கள் வந்து நின்று அழைத்தார்கள்.

கூழ் ஆறிப் போயிருக்கு. திரும்பச் சூடாக்கிக் கொண்டுவா. நான் இவர்களோடு சல்லாபம் செய்துவிட்டு வருகிறேன்.

அவன் உப்பு ஜாடி ஒரு கையிலும் கம்பங்கூழ் இன்னொன்றிலுமாக

சலித்துக் கொண்டு உள்ளே போனான்.

இந்த உப்பை என்ன பண்ணுகிறதாம்?

ராஜா அவனைக் கூப்பிடலாமா என்று யோசித்து வேண்டாம் என்று வைத்து அந்த உப்பை இடுப்பில் முடிந்து கொண்டு வெளி மண்டபத்துக்கு வந்தார்.

அன்றைக்கு இவராகச் சொல்லாமல் அவன்கள் எதையும் பற்றி முந்திக் கொண்டு பேச ஆரம்பிக்கவே இல்லை. அவர் நினைப்பது அவருக்கு மட்டுமே தெரிந்திருக்கிறது என்ற விஷயமே ஆசுவாசத்தை அளிக்கப் போதுமானதாக இருந்தது ராஜாவுக்கு.

நிலைப்படிக்கு மேலே புதுசாகச் சாந்து குழைத்துப் பூசலாமே என்று மட்டும் யோசனை சொன்னார்கள் பனியன் சகோதரர்கள் அன்று.

அது ராஜா நடந்து வரும்போது காரை பெயர்ந்து உதிர்ந்ததைப் பார்த்ததால் இருக்கும்.

புதுசாகவே ஒரு நல்ல வளப்பான பங்களா எழுப்பலாம். இந்த வருஷம் பருவம் தப்பாமல் மழை பெய்து விளைகிற தானியம் எல்லாம் அமோகமாக விளைந்து கன்றுகாலியெல்லாம் தழைத்துப் பெருகினால், கிஸ்தி கொடுத்ததுபோக மிச்சப்படும் பணத்தில் அரண்மனையை ஒட்டியே புதுசாக இன்னொண்ணு எழுப்பி விடலாம். பெரிய தூண். மதுரையில் நாயக்கர் மஹாலில் இருக்கிறது போல் வழவழத்துப் பெரிசாக எழும்பி.

ராஜா சின்ன வயதில் தனக்குப் போக வித்தை சொல்லிக்கொடுத்த செண்பகவல்லியின் தொடைகளை நினைத்துக் கொண்டார் அப்போது. ஆனாலும் அதைப் பனியன் சகோதரர்கள் கவனித்து எங்களுக்கு நீ என்ன நினைக்கிறாய் என்று தெரியுமே என்ற கள்ளக் குறிப்புப் புலப்பட வார்த்தையாடவில்லை.

உப்பின் மகத்துவம் தான் எல்லாம். மனதில் இருப்பதை இவன்கள் தெரிந்து கொள்ளாமல் இருக்க ஏதாவது சாதனம் கூடி உருவாக்கவோ மந்திர தந்திரம் செய்து இடுப்பில்

அரைஞாண்கொடியில் தகடு அடித்து அணிந்து கொள்ளவோ முடியுமானால் நன்றாக இருக்கும் என்று அவர் நினைத்தது அத்தனை எளுப்பமாக ஒரு சிட்டிகை உப்பை மடியில் முடிந்து கொள்வதால் நடக்கக் கூடும் என்று அவர் எதிர்பார்க்கவே இல்லை.

புது அரண்மனை பற்றி அவர்களோடு அன்று பேசிக் கொண்டிருந்ததில் நேரம் போனதே தெரியாமல் சமையல்காரன் நாலு தடவை கம்பங்களி கிண்டி எடுத்து வைத்து அலுத்துப் போய் சமையலடியிலேயே நித்திரை போய் விட்டான்.

புது அரண்மனையில் வசதியான காற்றோட்டமான அறைகள் இருக்கும். விசாலமான முற்றத்தில் மல்லர்கள் யுத்தம் செய்து ராஜாவுக்கு ராத்திரி படுக்கப் போவதற்கு முன் உற்சாகம் ஊட்டுவார்கள். வெளி தேசங்களில் இருந்து வெள்ளைக்காரத் துரைசானிகள் உடுப்பைக் களைந்து விட்டு ஆடி மகிழ்வித்து அந்தப்புரத்துக்கு அனுப்புவார்கள். சும்மா படுக்கப் போனாலும் ஒரு கெத்தோடு உள்ளே நுழையலாம்.

அந்த முற்றத்தில் உள்ளூர் வீணை, குழல் வித்துவான்கள் விஸ்தாரமாக வாத்தியம் வாசித்துத் திறமையைக் காட்டுவார்கள். பாரசீகத்திலிருந்து அபூர்வமான கலைஞர்கள் வருவார்கள். வயிற்றில் நிறையத் தக்க வைத்துக் கொண்டு அபானவாயு வெளியேற்றும்போது அதில் நூதனமான இசையை உண்டாக்கிக் காட்டுகிற வித்துவான்கள் அவர்கள்.

யமகம், பின்முடுகு, முன் புடுகு, திரிபு என்றெல்லாம் எழுத்தெண்ணிக் கிண்ண முலைக் கிண்ண முலைக் கிண்ண முலைக் கிண்ண என்று நீட்டி முழக்கிப் பாடி சிருங்கார ரசம் துளும்பப் பதம் பிரித்துப் பொருள் சொல்லும் வித்துவான்களோடு சல்லாபம் செய்யலாம்.

இதைச் சொன்னபோது பனியன் சகோதரர்கள் தங்களுக்குள் ஒருதடவை பார்த்தபடி மெல்லச் சிரித்தபடி, நாட்டியமாடும் பெண்களோடு சல்லாபம் செய்தாலும் பொழுது இன்பமாகக் கழியும். வத்தலும் தொத்தலுமாக இருக்கும் புலவனோடு

என்னத்துக்கு அதைச் செய்வானேன் என்று கேட்டார்கள்.

அவர்கள் காலத்தில் சல்லாபம் என்பதற்கு சம்பாஷணை என்ற பொருள் இல்லாமல் போயிருக்கிறதாம்.

கலிகாலம் என்றார் முன்னோர் பாணியில் ராஜா.

உங்கள் காலத்து சௌகரியங்கள் ஏதாவது இருந்தால் சொல்லுங்கள். புது பங்களாவில் அமைத்து விடலாம்.

ராஜா சொன்னார். வயிறு நிறைந்த திருப்தியில் வெறுங்கையில் முழம்போட சுகமாக இருந்தது.

புது பங்களாவில் வீட்டுக்குள்ளேயே மலசலங் கழிக்கக் கழிவறை ஏற்படுத்திக் கொள்ளலாம் என்று அப்போது பனியன் சகோதரர்கள் யோசனை தெரிவித்தார்கள்.

அது அசங்கியமானது. ஆரோக்கியக் குறைச்சலும் கூட என்று சொல்லிவிட்டார் ராஜா.

என்னதான் அவருக்கு அப்புறம் பல வருடம் கழித்து வருவதாக இருந்தாலும் அந்த மாதிரி ஆபாசத்தை எல்லாம் புத்தி வளர்ச்சியின் சின்னமாக ஊருக்கு முன்னால் ஸ்தாபித்து எல்லோருடைய இளக்காரத்தையும் வாங்கிக் கட்டிக் கொள்ள அவர் தயாராக இல்லை.

பனியன் சகோதரர்கள் புது அரண்மனை நிர்மாணிப்பது பற்றிப் பேச இன்னும் நிறையத் தகவல்களோடு வருவதாகச் சொல்லிப் போனார்கள் அப்போது. கூடவே மலையாளக் கரைக்குப் பயணம் போய் வருவது குறித்தும்.

இப்போது தன்னைப் பார்த்ததும் மலையாளக் கரை பற்றி அவன்கள் ஆரம்பிப்பார்கள். ரகசியமாகக் கூடக் கூட்டிப் போய் மார்பு வளப்பம் பார்த்துக் கொண்டிருக்கும்போது பின்னாலிருந்து கழுத்தை நெறித்துக் கொன்று போட்டு மடியில் பணம், இடுப்பில் தங்க அரைஞாண், கழுத்தில் சொர்ணமாலை, காதில் எண்ணெய் ஏறிய கடுக்கன் என்று எல்லாவற்றையும் பறித்துப் போவார்களோ.

ராஜா வைரம் ஏறிய தன் தோளைப் பார்த்துக் கொண்டார். இந்த சோனிப் பயல்கள் ஊதினால் விழுந்து விடுவான்கள்.

மலையாளக் கரை பற்றி இப்போது பேச வேண்டாம். ராணி பிறத்தியான் பார்வையில் படாமல் உடம்பு சுத்தி செய்து கொள்ள ஏற்பாடு செய்து தர வேண்டியது பற்றி வேண்டுமானால் அவர்களுடன் பேசலாம்.

மடியில் உப்பு இருக்கிற படியால் ராணியின் பருத்த முலைகளையும் வசீகரம் தீர்ந்து கொண்டிருக்கும் நக்னம் பற்றியுமான தன் யோசிப்புகளைப் பனியன் சகோதரர்கள் அறியாமலேயே போகட்டும்.

பாதரட்சை கொண்டு வர இத்தனை நேரமா?

சமையல் காரன் உப்புக் கொண்டு வர நேரம் மிகுந்து போய் அவனைப் போன வாரம் கடிந்து கொண்டது நினைவு வந்தது.

சேடிப் பெண்ணை ராஜா கடித்துக் கொண்டார்.

இப்படிக் கண்ட இடத்தில் கடித்தால் ராணியிடம் சொல்லுவேன். இந்த மாதம் நீங்கள் சம்பளமும் படிப் பணமும் கூடக் கொடுக்கவில்லை இன்னும்.

சேடிப்பெண் நிர்த்தாட்சண்யமாகச் சொல்லவே சட்டைப் பையில் கையை விட்டு ஒரு வெள்ளி நாணயத்தை எடுத்து அவள் மேல் துணிக்கு நடுவே போட்டார் ராஜா.

அவள் நெருங்கி வந்து அவருக்கு வாயில் நெத்திலிக் கருவாடு மணக்க ஒரு முத்தம் ஈந்து விட்டு ராணிக்கு விசிற ஓடினாள்.

ராஜா வாயைத் துடைத்தபடி முன் மண்டபத்தில் எழுந்தருளியபோது பனியன் சகோதரர்கள் எழுந்து நின்று வணங்கினார்கள்.

அதில் மூத்தவன் ஒரு எலுமிச்சம்பழத்தை அவர் கையில் கொடுத்தான்.

ஏதும் மந்திரித்த சங்கதியாக இருக்குமோ என்று நினைத்த ராஜா வேண்டாம் என்றார்.

மரியாதைக்குக் கொடுப்பது இது. வாங்கிக் கொள்ளுங்கள்.

குட்டை பனியன் சொன்னான்.

ராஜா கையில் வாங்கி அந்தப் பழத்தை முகரும்போது முன்னோர்களை நினைத்துக் கொண்டார். அவர்கள் அதற்குள் ஏறி ஏதாவது சொல்ல ஆரம்பிப்பார்கள் என்று தோன்றியது.

அமைதியாக இருந்தது எல்லாம். முன்னோர்களும் அயர்ந்து தூங்கும் வேனிற்காலப் பிற்பகல். அவர்கள் காலத்திலிருந்து யாராவது விசிறி விட்டுக் கொண்டிருப்பார்கள். இல்லை அவர்கள் விசிறியை வாங்கி வைத்து விட்டுக் கால் பிடித்து விட்டுக் கொண்டிருப்பார்கள்.

முன்னோர்கள் இந்த நினைப்பு குறித்து நாளைக்கு கோபப்படலாம். போகட்டும். ஏதாவது சொல்லி சமாளித்துக் கொள்ள வேண்டியதுதான்.

பனியன் சகோதரர்கள் இருக்கத் தோதான கொஞ்சம் உயரம் தாழ்ந்த ஆசனங்களைக் காட்டி அவர்களை அவ்விடம் இருத்திவிட்டு ராஜாவும் தனக்கான இடத்தில் இருந்தார்.

பனியன் சகோதரர்களில் மூத்தவன் ஒரு கறுப்புப் பெட்டியை முன்னால் நகர்த்தினான்.

நூதன ஒப்பாரிகளோடு கூடிய பழுக்காத்தட்டுக்களா? பக்கத்து வீட்டுப் பாப்பாரப் பிள்ளைகளுக்குக் கொடுக்கக் கொண்டு வந்தது தானே?

ராஜா விசாரித்தார்.

அவர்கள் பூடகமாகச் சிரித்தார்கள்.

அத்தியாயம் பத்து

கறுப்புப் பெட்டி நிறைய வட்ட வட்டமாகத் தட்டுக்களை வைத்து எடுத்து வந்திருப்பார்கள் பனியன் சகோதரர்கள்.

நூதனமான, நாய்க் குடை போல் காது விரித்த ஒரு பெட்டியில் வைத்துக் கரகர என்று முன்னால் ஒரு பிடியை முறுக்கிச் சுற்றிவிட்டு உட்கார்ந்தால் நெஞ்சில் பாரமாக ஏறி இடம் பிடிக்கும் பாட்டுக்கள் எல்லாம்.

அந்தத் தட்டுக்களை ராஜா பார்க்க மட்டுமே முடியும். அவற்றை அனுபவிக்க பக்கத்து வீட்டில் எப்போதடா சுழல வைக்கப் போகிறார்கள் என்று எதிர்பார்த்துக் காத்திருக்க வேண்டும்.

அவர்கள் வீட்டுப் பிள்ளைகள் ராணி குளிப்பதைப் பார்ப்பதற்குக் காத்திருப்பது போல்.

ஆனால் அவர்களிடம் பணம் காசு மெத்த உண்டு. அலுத்துப் போகும் வரை சங்கீதம் பொழிய இந்தத் தடியர்களிடமிருந்து பெட்டி பெட்டியாக வாங்கி வீட்டில் அடுக்கிக் கொள்ளலாம். காலையில் எழுந்து பல் விளக்கும்போதும், சாப்பிடும்போதும், தூங்கும் போதும், மாடியில் இருந்து ராணி குளிப்பதை எட்டிப்

பார்க்கும்போதும் அந்த சங்கீதமும் துணைக்கு வரும்படி செய்து வைத்துக் கொள்ளலாம்.

ராணி என்ன அவளை விட வனப்பான பெண்களைப் பக்கத்தில் இருந்தே பார்க்கலாம். கூடி இன்புறலாம். எல்லாம் அந்த இசையைக் கேட்டபடியோ. அல்லது அதைக் கேட்பதற்கான தொடக்கமாகவோ.

பாட்டுப் பாடும் தட்டுத்தானே? அப்புறம் பார்த்துக் கொள்கிறேன். நபும்சகனுக்கு மார்க்கச்சை கிடைத்தது போல் அதை வைத்துக் கொண்டு நான் என்ன செய்யப் போகிறேன்?

ராஜா தன்னிரக்கத்தோடு சிரித்தார்.

என்ன அப்படிச் சொல்லி விட்டீங்க. நீங்க நினைச்சால் ஒண்ணு என்ன ஓராயிரம் பாட்டுப் பெட்டியும் மார்க்கச்சையும் வாங்கலாம். சமஸ்தானம் செலவு பண்ண ரொம்ப யோசிக்கிறது.

நெட்டை பனியன் ராஜா கையில் இருந்து எலுமிச்சம்பழத்தைத் திரும்ப வாங்கிக் கொண்டே சொன்னான்.

அந்தஸ்தில் உயர்ந்த யாரையாவது சந்திக்கப் போகும்போது அவர்கள் கையில் பழத்தையோ, பூ மாலையையோ கொடுப்பது அவர்கள் கால வழக்கம் போல. கொடுத்த பழத்தை ஒரு தடவை முகர்ந்து பார்த்ததும் திருப்ப வாங்கி வைத்துக் கொள்வதும் அதே கால தேச வர்த்தமானம் அனுசரித்துத்தான் இருக்க வேண்டும்.

கறுப்புப் பெட்டி முழுக்கத் திறக்காமல் உள்ளே பூட்டு சண்டித்தனம் செய்தது. நெட்டை பனியன் போராடிப் பார்த்து விட, குட்டையன் ராஜா அரண்மனைச் சுவரில் அலங்காரமாக வைத்திருந்த வாள், கேடயம், ஈட்டி என்று பழைய ஆயுதத்தை எல்லாம் ஒவ்வொன்றாகப் பரிசோதித்து விட்டு, ஓரமாகக் கச்சைவாரில் தொங்கிய குறுவாளை எடுத்து வந்தான்.

அந்தக் கறுப்புப் பெட்டிக்குப் பக்கத்தில் தரையில் குந்தி இருந்து குறுவாளால் அதன் பூட்டை நெம்ப அது உடனே திறந்து கொண்டது.

கண்டவனும் எடுத்து வந்த உளுத்துப் போகும் மரப்பெட்டியைத் திறக்கவா நாங்கள் வெகு வீரமாக கலகக் காரர்களையும், துஷ்ட ஜந்துக்களையும் பரலோகம் அனுப்பி வைக்க காலம் காலமாக எடுத்தாண்ட குறுவாளை உபயோகிக்கிறது? அவனுகளுக்குத்தான் புத்தியில்லை என்றால் உன்னுடைய அறிவு உன் விதைக் கொட்டைக்குள் போய் முடங்கி விட்டதா? அங்கே வேறே ஏதாவது உருப்படியாக உற்பத்தி ஆகியிருந்தால் இன்னேரம் உன் வம்சம் வளர்ந்திருக்குமே.

நாளைக்கு பூஜை செய்ய உட்காரும்போது மூதாதையர்கள் இறங்கி வந்து சொல்லிப் போவார்கள்.

அல்லது நாளை மறுநாள் அமாவாசைக்கு வரும்போது.

அய்யர் கோபித்துக் கொண்டு போனதால் அவர்கள் அமாவாசைக்கு வருவது நிச்சயமில்லை என்று ராஜாவுக்குத் தோன்றியபோது நெட்டை பனியன் கறுப்புப் பெட்டியில் இருந்து பழுக்காத் தட்டுக்களை எடுத்து ராஜா கையில் கொடுத்தான்.

அவற்றை அபிமானத்தோடு வாங்கி நாசிக்கு அருகில் வைத்து தீர்க்கமாக வாடை பிடித்தார் ராஜா.

மனதுக்கு ரம்மியமான சாவின் வாடை.

எப்படியோ இதற்குள் ஒளித்து வைத்திருக்கிறார்கள். பிழியப் பிழிய அழுதாலும் தீராத சோகத்தை எல்லாம் பொழிந்து தீர்க்கும் அந்தத் தட்டுக்களில் ஓடிய வரிகளுக்கு இடையில் எப்படியாவது தன்னை நுழைத்துக் கொள்ள முடியுமானால் எவ்வளவு நன்றாக இருக்கும்.

ராஜா ஒப்பாரி பதிந்த அந்தத் தட்டுக்களை மனமேயில்லாமல் திருப்பிக் கொடுத்தார். இதற்குள் பதிந்து வைத்திருப்பதைக் கேட்டு அனுபவிக்க எப்போது வாய்க்குமோ.

ஒரு யாசகனைப் போல் பக்கத்து வீட்டை ஒருவினாடி ராஜா பார்த்தார்.

அவர் கையில் கனமாக ஒரு புத்தகத்தை வைத்தான் குட்டை பனியன்.

ராஜா புத்தகங்களை அறிவார். வெள்ளைக் காரன் தேசத்தில் இருந்து துரைத்தனத்தார் பாஷையில் அச்சுப் போட்டு வருகிறவை. பலதும் அந்த சீமையின் விஞ்ஞானம், தத்துவ சாஸ்திரம், வைத்தியம், சாஹித்தியம் பற்றியதாக இருக்கும் என்று அதைக் கொஞ்சம் போலவாவது படித்தவர்கள் சொல்லிக் கேட்டதுண்டு.

தவிரவும், கணக்கு வழக்கு எழுதவும் வெறுமனே காகிதத்தைக் கட்டிப் பொதிந்து வைக்கிறதை துரைத்தனத்தார் கொடுத்து, அரண்மனையில் காரியஸ்தன் கணக்கு எழுத உபயோகிக்க வேண்டி இருக்கிறது.

இப்போது பெரிதாகக் கடைகண்ணி வைத்திருப்பவர்களும் பனைஓலைச் சுவடியில் கணக்கு வழக்கு பதிவதை விட்டுவிட்டு அதே தரத்திலான காகிதப் புத்தகத்தில் தான் எழுதிக் கொண்டிருப்பதை ராஜா கடைத்தெருவில் உலாப் போகும்போது பார்த்திருக்கிறார்தான்.

காகிதத்துக்கு துரைத்தனத்தார் இன்னொரு உபயோகமும் கண்டு பிடித்து வைத்திருப்பதாகக் கேள்வி.

மலசலம் கழித்து வந்தால் அதைத் துடைத்துப் போடவும் காகிதம் தான் பிரயோஜனப் படுமாம்.

பட்டணத்து துரைத்தனத்தார் துரைசானிகளோடு இன்பமாக இருக்கும் நேரம் தவிர மற்றப் பொழுதெல்லாம் இந்த மாதிரி காகிதப் புத்தகங்களோடுதான் காணப்படுவார்களாம்.

துரைசானிகள் காகிதத்தைத் துடைத்துப் போட உபயோகிப்பதில் மும்முரமாக இருக்கும் பட்சத்தில் துரைமார்கள் காகிதத்தில் அச்சடித்துப் போட்டதைக் கவனமாகப் படித்தபடி மிகுந்த நேரம் செலவழிப்பதே உத்தமம் என்று ராஜாவுக்குத் தோன்றியது.

எனக்கு வெள்ளைக் காரன் பாஷை படிக்கத் தெரியாது. கணக்கு எழுதும் வேலையெல்லாம் காரியஸ்தன் பார்த்துக் கொள்கிறான். மற்றப்படிக்கு செம்பில் ஜலம் எடுத்துக் கொண்டு போய்க் கால் கழுவி வருகிறேன். இந்தப் புஸ்தகம் எல்லாம் எனக்கு எதற்கு? பணம் கொழுத்த புகையிலைக் கடைக்காரப் பிள்ளைகளுக்குக் கொடுத்தாலும் பிரயோஜனமாக இருக்கும்.

ராஜா திருப்பித் தந்த புத்தகத்தை மரியாதையோடு கையில் வாங்கினான் நெட்டை பனியன். அதைப் பிரித்தபடி காட்டித் திரும்ப ராஜா கையில் வைத்தான்.

கண் பார்வை மங்கலாகிக் கொண்டு இருக்கிறது. ஆனாலும் அந்தப் புத்தகத்தின் விசித்திரம் அவரைப் பிடித்து இழுத்தது.

ஆணும் பெண்ணுமாக விதம் விதமாக உறவு கொள்கிற படங்கள். வெள்ளைக்காரிகள். நடுவில் ஒருத்தன் நம்ம ஊர்ச் சாயலில் குடுமி அவிழ்ந்து தொங்க உடுப்பே இல்லாமல் லகரியில் இருக்கிறான். சிகை முகத்தைப் பாதி மறைக்கிறது அவனுக்கு. அவன் வேறு தேசத்தவனாகக் கூட இருக்கலாம்.

இந்த வெள்ளைக்காரிகள் காகிதத்தால் பின்னால் துடைத்துப் போட்டு, வெகு சுத்தமாக ஸ்நானம் செய்து விட்டு வாசனாதி திரவியங்களைத் தேகம் முழுக்கப் பூசிக்கொண்டு இது மாதிரி விஷயங்களில் ஈடுபடுவார்களாக இருக்கும்.

நக்னமாக வெளுத்துச் சோகை பிடித்திருந்த உடல்களுக்குப் பக்கமாக பழுக்காத்தட்டுக்களைச் சுழல விட்டு சங்கீதம் பொழியும் பாட்டுப் பெட்டி படம் எங்கேயாவது தட்டுப்படுகிறதா என்று ராஜா ஒவ்வொரு பக்கமாகப் புரட்டிப் பார்க்க, துரைச்சானிகள் போகம் கொண்டாடுவது தான் பக்கத்துக்குப் பக்கம் விரிந்து கொண்டு போனது.

இதை வைத்திருந்து சாவகாசமாகப் பார்த்து விட்டுக் கொடுங்கள். பக்கத்து வீட்டில் அடுத்த முறை வரும்போது கொடுத்துக் கொள்கிறோம். அங்கே நெருக்கமான சங்கதி இது.

ராஜா வேண்டாம் என்று மறுத்துப் புத்தகத்தைத் திருப்பிக் கொடுத்தார்.

ராணி பார்த்தால் இது என்ன அசங்கியம் என்று முகத்தைச் சுளிப்பாள். போதாக்குறைக்கு மூதாதையார் ஏதாவது செய்து இதைச் சுட்டெரித்துப் போடவும் சாத்தியம் உண்டு. அப்புறம் யார் இதற்குப் பணம் அழுகிறதாம்?

இதெல்லாம் எப்படிச் சித்திரக்காரன் வரைவான்? அது ஏன் கறுப்பும் வெள்ளையுமாக ஒரே மாதிரி இருக்கிறது எல்லாம்?

ராஜா கேட்க, பனியன் சகோதரர்கள் கபடமாகச் சிரித்தார்கள்.

இது வரைந்த படம் இல்லை.

கறுப்புப் பெட்டிக்குள் மடக்கி வைத்திருந்த ஒரு முக்காலியை எடுத்து விரித்தான் குட்டை பனியன். கண்ணாடி விளக்கு போல் ஏதோ சாதனத்தை எடுத்து அதன் மேல் இருத்தினான்.

இதுவும் பாடுமோ?

ராஜா கேட்டார்.

பாடாது. ஆனால் படம் எடுக்கும்.

அதென்ன படம் எடுக்கிறது?

உங்களை இப்படி உட்கார்ந்தபடிக்கே படமாக எடுத்துப் போடும்.

சித்திரக்காரனைக் கூப்பிட்டால் ஏழெட்டு வர்ணத்தைக் குழைத்து திரைச்சீலையில் வரைந்து நான் தான் என்று நம்ப வைத்துக் காசு வாங்கிப் போவானே. இதுக்கெல்லாம் எதற்கு யந்திரம்?

ராஜா சவத்தைத் தள்ளு என்கிற அலட்சிய பாவனையோடு கையை விலக்கியபடி கேட்டார்.

இது உள்ளதை உள்ளபடியே பிடிக்கக் கூடியது. நீங்கள் சரி என்றால் ஐந்து பத்து நிமிடத்தில் எடுத்து விடலாம்.

ராஜா புரியாமல் பார்த்தார்.

அந்த ஆண்பிள்ளையும் துரைசானிகளும் புத்தகத்தில் செய்கிறதை எல்லாம் தானும் ராணியும் செய்து அதைப் படம் பிடித்துப் போகவேண்டும் என்று எதிர்பார்க்கிறார்களா இந்தத் திருட்டுப் பயல்கள்?

மடியில் உப்பு நறுநறுத்ததை பரத்திச் சீராக்கிக் கொண்டு செண்பகவல்லியை இதைக் கொண்டு படம் எடுத்தால் எப்படி இருக்கும் என்று யோசித்தார் ராஜா.

அவள் வயோதிகத்தில் செத்துப் போய் ஏழு வருஷமாகி விட்டது.

ராஜா கறுப்புப் பெட்டிக்குப் பக்கத்தில் தரையில் வைத்திருந்த குறுவாளை எடுக்கக் கையில் சின்னதாகக் கீறி ரத்தச் சுவடை உண்டாக்கிக் கொண்டு சொன்னது அது.

முன்னோர்.

உன் வயசுக்கு நாங்கள் எல்லாம் ஈசுவர சிந்தையும், குடிபடைகளைப் பராமரிக்கிறது பற்றிய யோசனைகளுமாக சதா இருந்தோம். நீ சாப்பிடவும் ஒட்டுக் கேட்ட ஒப்பாரிப் பாட்டை ரசிக்கவும், சம்போகம் பற்றி வெறுமனே நினைக்கவும், சேடிப்பெண்ணுக்குக் கால் பிடித்து வி ஷம் தவிர வேறு என்ன செய்கிறாய்? போதாக்குறைக்கு இந்த லீலாவிநோதங்களை அச்சுப் போட்ட புத்தகம் வேறே.

குறுவாளின் வளைந்த பிடி கைக்கு அடங்காமல் திமிறி முணுமுணுத்தது.

அவசரமாகக் கையைத் துடைத்துக் கொண்டு சம்போகம் பற்றிய அந்தப் புத்தகத்தை பனியன் சகோதரர்களிடம் கொடுத்து உடனே உள்ளே வைக்கச் சொன்னார் ராஜா.

அந்தப் படம் பிடிக்கும் பெட்டியையும் எடுத்து வையுங்கள். முக்காலியை மடக்கி எடுத்து அந்தாண்டை போங்கள்.

உங்களுக்கு மனஸ்திதி சரியில்லை என்றால் வேண்டாம் இதொன்றும். நாங்கள் சும்மா இதையெல்லாம் பார்க்கக் காட்டி விட்டு, புதுமனை பற்றிக் கொஞ்சம் கதைத்து விட்டுப் போகலாம் என்று வந்தோம். அப்புறம் அந்த மலையாளக்கரைப் பயணம். இந்த இரும்பு வாகனம் வேண்டாம் என்றால் போகிறது. புகை விட்டுக் கொண்டு நகரும் ஒரு வண்டி இருக்கிறது. அதில் வைத்துக் கூட்டிப் போகிறோம். பரம சுகமாக இருக்கும். துரைத்தனத்தார் இன்னும் சில வருஷங்களில் இங்கே கொண்டு வரப் போவது.

பனியன் சகோதரர்கள் மரியாதையோடு எழுந்து நின்று சொன்னார்கள்.

அப்படியே துரைத்தனத்தார் வார்த்து வெளியிடும் வெள்ளிப் பணத்தையும், தங்கப் பணத்தையும் இவர்கள் கொண்டு வர முடியுமானால் நன்றாக இருக்கும்.

இந்தக் களவாணிகளா? சொன்னால் அச்சு அசலாக அது போல் செம்பில் காசு அடித்து மேலே வர்ணப் பொடி பூசி எடுத்து வந்து விடுவார்கள்.

ராஜா குறுவாளை வார்க் கச்சையில் வைத்துச் சுவரில் மாட்டும்போது பக்கத்தில் இருந்த கேடயம் உருண்டு தரையில் விழுந்து ஒலி செய்ய அதற்குள் இருந்து இன்னொரு குரல் கேட்டது.

சமயம் சரியில்லை போலிருக்கு. நாங்கள் இன்னொருமுறை வருகிறோம்.

பனியன் சகோதரர்கள் கறுப்புப் பெட்டியை மூடிக் கொண்டு கிளம்பும்போது ராஜா மடியில் இருந்து இரண்டு வெள்ளி நாணயங்களை எடுத்து அவர்களிடம் கொடுத்தார்.

அவர்கள் தொழுது வாங்கிக் கொண்டார்கள். வாசலில் நிறுத்தி இருந்த வண்டியில் இருந்து இரண்டு பெரிய புட்டியுகளை உள்ளே கொண்டு வந்து வைத்தார்கள்.

சீமைச் சாராயம்.

நாளைக்குத்தானே அமாவாசை?

அவர்கள் கிளம்பிப் போனதும் அறை முழுக்கக் குரல்கள் ஆர்வமாக விசாரித்தன.

அய்யர் சீமைச்சாராயத்தை எடுத்து எப்படி இவர்களுக்குப் போய்ச் சேரும்படி கொடுப்பார் என்று ராஜாவுக்குப் புரியவில்லை. அவர் வருவாரோ என்னமோ.

பக்கத்து வீட்டைக் கொளுத்த இந்தச் சண்டாளர்களை உபயோகித்துக் கொள்ளலாம் என்று உங்கள் புத்திக்குத் தோன்றவே இல்லையா?

பகல் தூக்கம் கலைந்து எழுந்து வந்த ராணி சொன்னாள்.

அத்தியாயம் பதினொன்று

ஒரு கையில் வெள்ளிக் கும்பாவும் மற்றதில் சீரகம் சேர்த்துக் காய்ச்சி ஆற வைத்த வென்னீர்ச் செம்புமாக உச்சி வெய்யில் இறங்கிக் கொண்டிருக்கும்போது சுப்பம்மா மாடிப்படி ஏறினாள்.

கதவைத் தட்ட வேண்டாம். ஒருக்களித்துத் திறந்துதான் இருக்கிறது.

இல்லாவிட்டால் கொண்டு வந்ததைத் தரையில் வெய்யில் பட வைத்துவிட்டு கதவை மெல்லவோ பலமாகவோ தட்ட வேண்டி வரும். சாத வாசனைக்கு காகம் எல்லாம் பக்கத்தில் இறங்கி வந்து அதன் பாஷையில் எனக்கும் கொஞ்சம் கொடேண்டி கிழவி என்று கேட்கும்.

குழந்தை சாப்பிட்டது போக மிச்சம் இருந்தா உங்களுக்குத்தான்.

சுப்பம்மாள் சொல்லும்போது அவை எவ்வி ஆகாயத்தில் பறந்தபடி சிரிக்கும்.

குழந்தையா? நாலு தலைமுறைக்கு மூத்தவளையே கிரீடைக்குக் கூப்பிட்டவன் ஆச்சே. எதுக்கும் உன் அரைக்கட்டிலே மடிசாரை இறுக்கிக்கோ.

நாசமாப் போவேள் நீங்கள்ளாம்.

சுப்பம்மாள் வையும்போது மூத்தகுடிப் பெண்கள் அவள் குரலில் ஏறி அதை வேறே மாதிரி மாற்றிச் சொல்லிச் சிரிப்பார்கள். கூடவே சுப்பம்மாள் கையைக் காலைப் பிடித்து இழுப்பார்கள்.

வேண்டாம். அங்கே போகாதே.

சுப்பம்மாளுக்கு ஒரு மணிக்கூறாவது நிம்மதியாக நித்திரை போக வேண்டும். இருண்ட இந்த வாசலுக்கு வந்ததற்கு அதுவும் ஒரு காரணம்.

அவாள்லாம் போயாச்சா?

உள்ளே நுழைந்தபோது அவசரமாக விசாரிக்கும் குரல் எதிர்கொண்டது அவளை.

யாரைச் சொல்றே? அண்டை அயல்லே இருந்து வந்தவாளா இல்லே அல்லூர் மனுஷாளா?

யாரைக் குறித்து எழுந்த கேள்வி என்று சுப்பம்மாவுக்குத் தெரியும். என்றாலும் ஏதாவது சம்பாஷிக்க வேண்டும்.

நான் உன் சத்ரு இல்லை. பிரியம் வைத்திருக்கிற உறவுக்காரக் கிழவி.

திரும்பத் திரும்ப இதை நிரூபிக்க வேண்டி வந்ததில் அவளுக்கு வருத்தமில்லை.

அவாள்ளாம் போயாச்சான்னு கேட்டேன்.

கொஞ்சம் ஓங்கி ஒலித்த குரல் இருட்டில் புறப்பட்ட இடம் தெரியாமல் சுப்பம்மா தடுமாறினாள். குரலோடு சேர்ந்து சன்னமாக இழைந்து வந்த சங்கீதம் காதுக்கு சுகமாக இருந்தாலும் என்னமோ பயமுறுத்தியது. அவளைப் போன்ற நித்திய சுமங்கலி காதில் படக் கூடாத சாவோலம் அது.

நான் அண்டை அயல் பொண்டுகளைப் பத்திக் கேட்கலை.

அவாவா வருவா. முழங்காலை மடிச்சு வச்சுண்டு இலையப் பார்க்கக் குனிஞ்சு இருந்து சாப்பிடுவா. மஞ்சளும் குங்குமமும் வஸ்திரமும் வாங்கித் தாலிச் சரட்டைக் கண்ணில் ஒத்திண்டு கையிலே நாலு ஆமைவடையும் போளியும் வாழை இலையில் பொதிஞ்சு எடுத்துண்டு ஆத்துலே குழந்தைகளுக்குக் கொடுக்கறதுக்காகக் கொண்டு போவா. ஷேமமாகப் போகட்டும். ஆமவடை சாப்பிட வம்சம் விருத்தி பண்ணட்டும். இந்த சாமிநாத சிரவுதிகளோட ஆசிர்வாதம். தேவிடியா சிரவுதிகளோட அனுக்ரஹம்.

சாமிநாதன் பலமாகச் சிரிக்கிறான். புரையேறுகிறது அவனுக்கு. அதோடு தொடர்கிறான்.

மேலே இருந்து இறங்கி வந்த பெண்டுகளுக்கு என் நமஸ்காரம். அவாளைக் கண்டாத்தான் நடுக்கமா இருக்கு. பரதேவதைகளே என்னை இம்சிக்காமே அந்தண்டை விலகி இருந்து இந்தக் கிழவி வாய்லே ஒண்ணுக்கும் ரெண்டுக்கும் போய் சவுக்கியமா இருங்கோ.

சிரிப்பு உச்சத்துக்குப் போனது இப்போது.

சாமிநாதன் இங்கேதான் பக்கத்தில் எங்கேயோ உட்கார்ந்தபடி சுப்பம்மாவைக் கவனித்துக் கொண்டே இருக்கிறான். சிரிக்கிறான். பயப்படுகிறான்.

இறங்கி வந்தவா எல்லாம் விசேஷம் முடிஞ்சதுமே போயாச்சே.

சுப்பம்மாக் கிழவியும் ரொம்ப முயற்சி செய்து கொஞ்சம் போல் சிரித்துக் கொண்டே சொன்னாள். கையில் வைத்திருந்த கும்பாவும் செம்பும் கை தவறித் தரையில் விழுந்து விடலாம் என்று தோன்றியது. அதை ஒரு ஓரமாக வைத்துவிட்டுப் பேசினால் தேவலை.

நீ பொய் சொல்றேடி தேவிடிக் கிழவி. அவா உன்னோட வந்து அந்த வாசலுக்கு வெளியிலே தான் நிக்கறா இப்போ. எனக்கு எல்லாம் தெரியும்.

சாமிநாதன் பெரிதாக எதையோ கண்டுபிடித்தது போல் சிரித்தான்.

நிக்கட்டுமே யாரும். உனக்கு என்ன கவலை? பாட்டியைத் தேவிடிச்சி அப்பிடீன்னு சொல்லாதேடா குழந்தை. உன் நாக்குலே எந்த துர்த்தேவதையோ ஏறி இருக்கா. இல்லாட்டி இந்த மாதிரி வார்த்தை சொல்லப்பட்டவனா நீ?

சுப்பம்மாள் இருட்டில் உத்தேசமாகப் பார்த்து எதிர்க் குரல் கொடுக்கிறாள்.

ஒவ்வொரு தடவையும் இப்படித்தான் பிரி முறுக்கிக் கொண்டு வசவு மழை பொழிகிறதும் அப்புறம் பாட்டியம்மாள் என்று பிரியமாக இழைகிறதும் - எல்லாம் சாமிநாதன் தான். அவளுக்குப் பழகியதுதான் எல்லாமே.

அரைஞாண் கொடியும் தரையை நனைக்கும் மூத்திரமுமாக ஓடி வந்தவனை ஈரத்தோடு இடுப்பில் தூக்கிக் கொண்டு ஊர் எல்லாம் அலைந்து இருக்கிறாள். அந்த வாத்சல்யம் எப்போதும் சாமிநாதனுக்கு உண்டு. ஷண நேரம் அலைபாய்ந்து நாக்கூசத் திட்டினாலும் கடைசியில் வழிக்கு வருவது அவன் தான்.

பகல்லே இறங்கி வந்தவ இம்சையே தாளலே. உடம்பைப் படுத்தி எடுத்திடறா விதவிதமாப் படுக்கச் சொல்லி. நாக்குலே இன்னொருத்தியா? சாமிநாத சிரவுதி நாக்கிலே எந்த முண்டையும் உக்காந்து பிருஷ்டத்தைத் தேய்க்க வேணாம்.

கலகலவென்று சிரிக்கும் சாமா. அந்தச் சிரிப்பு மாத்திரம் அப்படியே இருக்கிறது.

சாமா, நீ நேத்தும் முந்தாநாளும் முழுக்கச் சாப்பிடலேன்னாளே உங்கம்மா? ஏண்டா குழந்தை? கொலைப் பட்டினியாக் கிடந்தா உடம்பு என்னாறது?

சுப்பம்மா விசாரிக்கிறாள்.

இருட்டு கண்ணுக்குப் பழகிக் கொண்டிருக்கிறது.

ஜன்னல் திறந்திருந்தால் வெளிச்சம் வரும். ஆனால் அதற்குக் கொடுப்பினை இல்லை. இங்கே வெளிச்சம் விலக்கப்பட்ட விஷயம்.

சுப்பம்மாவுக்குத் தெரியும். சதா அவள் நாவில் வந்து குடியேறி வார்த்தையாடும் மூத்தகுடிப் பெண்டுகள் தலைக்குள் சம்மட்டியால் அறைகிறது போல் மாறி மாறிச் சொல்லிப் போகிறார்கள்.

அவர்கள் எங்கே போனாலும் கூடவே வருகிறார்கள். சதா சுமங்கலி என்பது சமயத்தில் அலுப்புத் தட்டும் உத்தியோகமாகப் போய்க் கொண்டிருக்கிறது சுப்பம்மாவுக்கு.

பல் விளக்கும்போதும் குளிக்கும்போதும் வஸ்திரம் உடுத்தும் போதும் வெந்ததும் வேகாததுமாகச் சாப்பிடும்போதெல்லாம் வந்தால் சரிதான்.

தூரம் நின்று போய் எத்தனையோ வருஷம் கழித்தும் அவளை அவ்வப்போது உதிரம் கழிக்க வைக்கிறார்கள். அறுபது வயதில் யார் யாருக்கோ தூரத்துணியை இடுப்பில் கட்டித் துவைத்து நாலு பேர் கண்ணில் படாமல் காயப்போட வேண்டி இருக்கிறது.

இருந்தாற்போல் இருந்து தாம்பூலம் மெல்லச் சொல்கிறார்கள். கண்ணுக்கு மை அப்பிக் கொள்ளச் சொல்கிறார்கள். தளர்ந்து சுருங்கித் தொங்கும் ஸ்தனங்களைத் தூக்கி நிறுத்தி பிருஷ்டம் குலுங்கி நடக்க வைக்கிறார்கள்.

நாலு பேர் இருக்கும் சபையில் வாயில் வெறும் பாட்டாக வந்தாலும் தனியாக இருக்கும்போது அவள் அவர்களிடத்தில் படும்பாடு கொஞ்ச நஞ்சமில்லை.

சுப்பம்மாவை நிழல் போல் தொடரும் அவர்கள் சாமிநாதன் இருக்கும் இந்த அறைக்குள் மட்டும் தான் வருவதில்லை. இங்கே அவள் போவது தெரிந்தாலே வாசல் படிவரை வந்து கையைப் பிடித்து இழுக்கிறார்கள். காலைத் தடுமாறச் செய்கிறார்கள்.

மீறி உள்ளே போனால், கையைப் பிசைந்தபடி வாசலிலேயே சுற்றிச் சுற்றி வருகிறார்கள்.

சுற்றட்டும். சுப்பம்மாவுக்குக் கொஞ்சம் கண்ணயர வேண்டும். கொஞ்ச நேரம் அவளாக இருக்க வேண்டும். இங்கே காற்றில்லாமல் புழுங்கினாலும், எத்தனை இருட்டாக இருந்தாலும் சரி.

சாமிநாதன் அவள் தூக்கி வளர்த்த குழந்தை. அவளை ஒன்றும் செய்ய மாட்டான். அவள் சொன்னால் கேட்பான். பிரியமாகப் பேசுவான்.

நேத்து முழுக்கச் சாப்பாடு கொண்டு போய் வாசல்லே வச்சாலும் எடுத்துச் சாப்பிடவே மாட்டேங்கறான். நீங்களாவது கொண்டு போய்க் கொடுத்துப் பாருங்களேன் அத்தை.

சுப்பிரமணிய அய்யரின் வீட்டுக்காரி கல்யாணியம்மாள் சொன்னபோது சுப்பம்மாவுக்கு தேகம் பதறியது.

இங்கே கீழ்த் தளத்தில் வந்தவர்கள், போனவர்கள், ஸ்திரமாக இருக்கப்பட்டவர்கள் என்று எல்லோரும் மூணு வேளை வட்டித்து வக்கணையாகச் சாப்பிட்டு அது ஜீரணமாக இஞ்சி வெள்ளமும் சுக்கு வென்னீரும் ராத்திரி பனங் கல்கண்டு போட்டுச் சுண்டக் காய்ச்சிய பாலுமாக ஆண்டு அனுபவித்துக் கொண்டிருக்க, இந்த கிரஹத்து மூத்த புத்திரன் இப்படி இருட்டில் ஒடுங்கிப் பசியும் பட்டினியுமாக உட்கார்ந்தபடி.

ஐயோ என் குழந்தைக்கா இந்த அவஸ்தை. ஏண்டி கல்லூ எனக்குச் சொல்லலை இதை மின்னாடியே. நீ போய்க் கொஞ்சம் சாதத்தை ரசத்திலே குழைச்சுக் கொண்டா. ஈயச் சொம்புலே நிறைய கொட்டு ரசம் பாக்கி இருக்கு பார். தெளிவா எடு. வண்டல் வேண்டாம். நான் அவனுக்கு கையைக் காலைப் பிடிச்சாவது ஊட்டிட்டு வரேன்.

சுப்பம்மா மாடிப்படி ஏறியபோது உள்ளபடிக்கே மனம் சாமாவுக்காக மருகியது. அவனுக்கு இப்போதெல்லாம் அடிக்கடி இப்படி ஆகிப் போகிறது.

சாமாவைப் பசியாற வைத்துவிட்டு ஓரமாகப் படுத்துக் கண்ணை அயர்ந்தால் எந்தக் குறுக்கீடும் இல்லாமல் விச்ராந்தியாகக் கொஞ்சம் தூங்கி ஓய்வெடுக்கலாம்.

இருட்டு முழுக்கப் பழகி இப்போது அறை புலப்பட்டது சுப்பம்மாவுக்கு.

நாய்க்குடையைப் பக்கவாட்டில் கவிழ்த்து வைத்தது போல் ஒரு பெட்டி. அது ஒரு மர மேசையில் சட்டமாக உட்கார்ந்து கொண்டு சங்கீதம் பொழிந்து கொண்டிருக்கிறது.

பக்கத்தில் கயற்றுக் கட்டிலில் இடுப்பில் தட்டுச் சுற்று வேஷ்டியும், காடாக வளர்ந்த தலைமுடியும் தாடி மீசையுமாகச் சாமிநாதன். விலா எலும்புகள் குத்திட்டு நிற்க அவன் சுப்பம்மாவை உட்காரச் சொல்லிக் கையைக் காட்டுகிறான்.

முன்னூறு நானூறு வருஷம் பிற்பட்டவர்கள் இந்த அறைக்குள் வந்து இவனோடு சம்பாஷணை நடத்துவதும் இந்த இருட்டிலும் புழுக்கத்திலும் தானா?

சுப்பம்மாக் கிழவி நினைத்தது புரிந்ததுபோல் சாமிநாதன் சிரிக்கிறான்.

அவாள்ளாம் வரபோது இந்த இடம் தானே சுத்தமாயிடும். வெளிச்சமும் காத்தும் நிரம்பி வழியும்.

புரிந்து கொண்டதாகச் சுப்பம்மா தலையசைத்தாள்.

சாப்பிடுடா கண்ணா. கொட்டு ரசத்துலே கொஞ்சம் போல் சாதம் பிசைஞ்சு ஒரு முட்டை பசுநெய் விட்டு மணக்க மணக்க எடுத்துண்டு வந்தேன். உனக்கோசரம் தான்.

எனக்கு என்னத்துக்கு நெய்யும் ஒண்ணும் பாட்டி? குருவாயூர்லே என் குழந்தைக்கு அன்னப் பிரசன்னமா நெய்ச் சோறு ஊட்டறதுக்குப் போறபோது நானும் ஒரு வாய் சாப்பிட்டுக்கறேன்.

சாமா சித்தம் குழம்பிப் பேச ஆரம்பித்து விட்டான்.

இது அழுகையில் போய் முடியும் கடைசியில். இரண்டு மூன்று முறை இப்படி ஆகி, கையில் கொண்டு போன தட்டு கொண்டு போனபடிக்கே திரும்ப வேண்டிப் போனது சுப்பம்மாவுக்கு. நிமிஷ நேரம் கண்ணயரவும் முடியாமல் போன வேதனையோடு வெளியே வரும்போது மூத்தகுடிப் பெண்டுகள் வழக்கத்தை விட உற்சாகமாகத் திரும்ப மேலே ஏறிக் கொண்டார்கள் அப்போது எல்லாம்.

சாமா. நடந்ததையே நினைச்சுண்டு இருக்காம ஒரு வாய் சாப்பிடு. நீ புதுசா என்னமோ சங்கீதம் எல்லாம் வாங்கி இருக்கியாமே? எனக்கும் அதெல்லாம் கேக்கறதுக்குக் கொடு. பாட்டிக்குத் திரேகம் தளர்ந்துண்டு வருதுடா குழந்தை. கொஞ்சம் சிரம பரிகாரம் செஞ்சுண்டு கிளம்பறேன். உனக்கு ஆட்சேபணை இல்லியே?

பேஷா இரு பாட்டி. இது தெரியுமா? அபிசீனியாவிலே சாவுச் சடங்குலே பாடற பாட்டு.

சாமா உற்சாகத்தோடு எழுந்து போய்ப் பழுக்காத் தட்டை எடுத்து வருகிறான்.

பேச்சு மாறிய உற்சாகத்தில் ரசம் சாதத்தில் ஒரு உருண்டை அவன் வாயில் போடுகிறாள் சுப்பம்மாக் கிழவி.

அபிசீனியா என்றால் என்னவாக இருக்கும்? எதுவாக வேணுமானாலும் இருந்து விட்டுப் போகட்டும். மனுஷாள் பிறந்து ஜீவித்து மரிக்கிற இன்னொரு ஸ்தலம். அபிசீனியாவில் நித்திய சுமங்கலிகள் இருப்பார்களா? எழுபது வயதில் தூரம் குளிப்பார்களா அந்த ஸ்திரிகள்?

பின் மதியக் காற்றில் ஜன்னல் பாதி திறக்க உள்ளே உரிமையோடு நுழைந்தது குளிர்ச்சியான காற்று.

பாட்டி, உனக்குத் தெரியுமா? ஆதியிலே சாவைப் பார்த்துப் பயந்திருக்கா. இப்போவானா ரொம்பவே பயப்படறாங்கறியா.

அதைவிடக் கம்மிதான் முன்னாலே. சாவுச் சடங்கு தான் மனுஷன் ஏற்படுத்தின முதல் சமஷ்டி நடவடிக்கை. செத்தவாளை மத்தவா சாப்பிட்டுடுவா. தீர்ந்தது பிரச்சனை. மலையாளக் கரையிலே தோட்டத்துக்குள்ளேயே வச்சுப் பொணத்தை எரிச்சு, எரிச்ச எடத்துலே பலா மரம் நடுவா. பழம் பழுத்து வந்தா வீட்டோட உக்கார்ந்து சாப்பிடுவா. செத்தவா தேகத்தைச் சாப்பிடறதுலே இருந்து வந்த வழக்கமாக்கும் இது. துண்டுக்காரங்கள் சொல்லிப் போன சமாச்சாரம். இந்த இங்கிலீஷ் புத்தகத்திலே போட்டு இருக்கு. படிச்சு அர்த்தம் சொல்லட்டுமா?

எனக்கு எதுக்குடா குழந்தை அதெல்லாம். நீ நன்னா சாப்பிட்டு நன்னா உடுத்தி நல்ல தேக ஆரோக்யத்தோட இருந்தா அதுவே எதேஷ்டம். இந்தா இந்தத் தீர்த்தத்தை ஒரு வாய் எடுத்துக் கொப்பளிச்சுட்டு வந்து கொஞ்சம் குடி. கட்டில்லே தாச்சுக்கோ. நன்னா ஜிலுஜிலுன்னு காத்து வரது பாரு.

சாமிநாதன் கும்பாவில் இருந்த ரசம் சாதம் முழுவதையும் சாப்பிட்டு விட்டான்.

இன்னும் கொஞ்சம் பிசைந்து எடுத்துக் கொண்டு வந்திருக்கலாம் என்று தோன்றியது சுப்பம்மாவுக்கு.

பழுக்காத் தட்டு சுழன்று கொண்டிருக்க, தரையில் படுத்து நித்திரை போனாள் அவள்.

அவள் ஒரு கனவு கண்டாள்.

சின்னதாக ஒரு கிராமம். வறண்டு கிடக்கிறது பூமியெல்லாம். கிராமமே வெறிச்சோடிப் போய்க் கிடக்கிறது. தேனீக் கூடும் பாம்புப் புற்றுமாக ஊருக்கு வெளியே ஏதோ கோவில்.

உள்ளே ஆணும் பெண்ணுமாக இரண்டு பேர் ஒடுங்கிப் போய் நின்று கொண்டிருக்கிறார்கள். ரொம்பச் சின்ன வயசு ரெண்டு பேருக்கும்.

பீற்றல் உடுப்பும் முகத்தில் வாரக் கணக்கில் சாப்பிடாத பசியால்

வந்த அசதியுமாக நின்ற அவர்கள் பக்கத்தில் சிறகடித்துப் பறந்து, கோயில் சுவரில் மோதாமல் லாவகமாகத் திரும்பி உத்தரத்தில் தொங்கிய வெளவால்கள் நீங்களுமா போறீங்க என்று விசாரிக்கின்றன.

மாம்ச போஜனம் பண்ணப் பழகி இருந்தால் இதுகளையாவது பிடிச்சுச் சுட்டுத் திங்கலாம்.

மூக்கும் முழியுமாக இருக்கும் அந்தப் பெண்ணுக்கு பதினைந்து வயது கூடத் திகையாது.

மாம்ச போஜனம் பண்றவாளும் வெளவால் எல்லாம் சாப்பிடறதில்லே. காடை, கௌதாரி இப்படித்தான்.

பதில் சொன்னவன் அவளை விட நாலைந்து வயது பெரியவனாக இருப்பான். குழந்தைத்தனம் போகாத முகம் அவனுக்கும்.

அதுகூட கிடைக்காமத்தானே மத்தவா எல்லாம் ஊரோட பஞ்சம் பிழைக்கப் போனது?

அந்தப் பெண் சொல்கிறாள்.

வங்காளத்துலே பிராமணாளும் மத்ச்யம் சாப்பிடுவாளாம்.

அவன் அவளுக்கு மூத்த சகோதரனாக இருக்க வேண்டும். அந்தக் கோவிலில் பூஜை வைக்கிற கவுரதையான உத்தியோகம் வாய்க்கப்பட்டவன் போல் சுவாதீனமாக விக்கிரகங்கள் பக்கத்தில் போய் நின்று எண்ணெய் வறண்ட ஒரு பந்தத்தை ஒரு வினாடி ஏற்றிக் காட்டுகிறான்.

நமஸ்காரம் பண்ணிக்கோ . இனிமே எப்ப வரப்போறோமோ இங்கே திரும்பியும்.

அவன் சொல்லும்போதே அழுது விடுகிறான். அந்தப் பெண்ணுக்கும் அழுகை முட்டிக் கொண்டு வருகிறது.

அம்மா போயாச்சு. அண்ணாவும் போய்ட்டான். நானும்

நீயும் தான் பாக்கி. நமக்கும் போற நேரம் வந்துடுத்து.

அந்தப் பெண் கோயில் முன்னால் உட்கார்ந்து விம்முகிறாள். அவள் தலையை ஒட்டிப் பறக்கும் வெளவால் வெளிச்சம் முகத்தில் சட்டென்று பட்டதால் நிலை தடுமாறி அவள் மடியிலேயே விழுகிறது.

அது உயிரை விட்டு விடுகிறது அந்த க்ஷணமே.

அவள் அருவருப்புக் காட்டாமல் அதை எடுத்து வீசுகிறாள். பாளம் பாளமாக வெடித்த மண் தரையில் விழுந்து இறக்கை விரித்துக் கிடக்கிற வெளவால் சட்டென்று எழுந்து பல்லைப் பிளந்து சுப்பம்மாக் கிழவியின் மார்க் கூட்டில் புகுந்து கொள்கிறது.

அது அவளுடைய முலைகளை வருடுகிறது. சுப்பம்மா கவனித்துக் கொண்டிருக்கும்போதே அவள் ஸ்தனங்கள் திரும்ப வனப்பும் வலிமையுமாகத் திரள்கின்றன. அரைக்கட்டு அகண்டு போய் யோனி விரிகிறது.

வெளவால் அவள் இடுப்புக்குக் கீழே இறங்கி ஊர்கிறது.

நான் நான் தாண்டி சுப்பம்மா. வந்துட்டேன். கோசாயி ஆனது போறும்னு கிளம்பிட்டேன். இது என்ன ஈரம்?

தூரமா இருக்கேன். மூத்த குடியாள் யாரோ கொடம் கொடமாக் கொட்ட வைக்கறா.

நான் தான் வந்துட்டேனே. அவாளை எல்லாம் போகச் சொல்லிடறேன். நிக்க வைச்சுடலாம் இதையும் சீக்கிரமே. தூரமீனாவானா என்ன? ஸ்திரி தானே? எனக்குப் பாத்யப்பட்ட ஸ்திரி. படுத்துக்கோ. கச்சை அவிழ்த்து விடட்டுமா? ஜிலுஜிலுன்னு காத்தாட இருக்கலாம்.

சுப்பம்மாள் வேண்டாம் வேண்டாம் என்கிறபடி புரள்கிறாள். வாயில் எல்லா வசவும் பாட்டாகத் தெரிக்கிறது.

அந்தப் பெண் கோயில் வாசல் படியில் இருந்து எழுந்து வந்து சுப்பம்மாவின் யோனியில் பலமாக மிதிக்கிறாள்.

கெழட்டுச் சிறுக்கி. இங்கே எதுக்கு வந்து விரிச்சுண்டு கிடக்கே? சாமாவும் நானும் விளையாடணும். எழுந்து போடி புழுத்த நாயே.

இருட்டில் உடுப்பைக் களைந்து விட்டு நிற்கிற சாமா ஒரு பார்வைக்கு சுப்பம்மா வீட்டுக்காரன் போல் தெரிகிறான். இல்லை அவன் தானோ இவன்? அப்ப இடுப்பிலே குடையற இந்த வௌவால் தலை?

சுப்பம்மா. ஓடி வந்துடு வெளியே. பிரம்ம ராட்சசியாயிட்டா குருக்கள் பொண்ணு. அவன் பீஜத்தைப் பாரு. விரைச்சுண்டு வரது. சம்போக வாடை இன்னும் கொஞ்ச நேரத்துலே பகல் காத்தோட கலந்து இந்த இடம் முழுக்கப் படிஞ்சு உன்னை மூச்சு முட்ட வைக்கும். வௌவாலை எடுத்து வீசிட்டு வெளியிலே வா. நலுங்குப் பாட்டு புதுசா சொல்லித் தரோம்.

வெளியே இருந்து மூத்தகுடிப் பெண்கள் கூப்பிடுகிறார்கள் சுப்பம்மாவை.

அத்தியாயம் பன்னிரெண்டு

சுப்பம்மா அத்தை, என்ன ஆச்சு?

கல்யாணி அம்மாள் அலறலில் பகல் தூக்கத்தில் இருந்த வீடே விழித்துக் கொண்டது.

மலங்க மலங்க விழித்துக் கொண்டு சுப்பம்மாள் மாடியிலிருந்து வந்து உக்கிராண நிலைப்படிப் பக்கம் சாய்ந்து உட்கார்ந்தாள். அவள் தேகம் நடுங்கிக் கொண்டிருந்தது. பின்னாலும் முன்னாலுமாக யாரோ அவளை உதைத்து நசித்துக் கொன்று போட வருவது போலவும் அது வேண்டாம் என்று மன்றாடுவது போலவும் அவள் கையைக் கூப்பி எல்லாத் திக்கும் தொழுதபடிக்கு யாருக்கும் புரியாத எதையோ தொடர்ந்து சொல்லிக் கொண்டிருந்தாள்.

அம்பி மூர்க்கமா நடந்துண்டானா? அடிச்சு மிதிச்சு ரகளை பண்ணிட்டானா?

சுப்பிரமணிய அய்யர் விசாரித்தார்.

சாமிநாதன் உபத்திரவம் வரவர அதிகமாகிக் கொண்டே போகிறதே ஒழியக் குறையவில்லை. மாதம் ஒரு விசை

பவுர்ணமிக்கு என்று இருந்தது மற்ற நாளிலும் அவ்வப்போது தலையைக் காட்டித் தொலைக்கிறது.

அவனை இழுத்துக் கொண்டு ஒரு நடை ராமேசுவரம் போய் வர வேண்டும். அப்புறம் குணசீலத்தில் பனிரெண்டு பௌர்ணமிக்குக் கோயில் பிரகாரத்தில் உட்கார்த்தி, பிரசாதங்கள் மட்டும் தின்னக் கொடுத்துத் திருக்குளத்தில் ஸ்நானம் செய்வித்துத் தொழுது வர வைக்க வேண்டும்.

சோட்டாணிக்கர பகவதி அம்பலத்திலே ஒரு மண்டலம் இரும்புச் சங்கலையாலே கட்டி வெச்சு பிரதி ராத்திரி குருதி பூஜைக்கு சந்நிதிக்கு அழைச்சுப் போனா ஸ்வஸ்தமாயிடும். பிராந்து பிடிச்சதைச் சரியாக்கறதுக்குன்னே ஏற்பட்ட நம்பூத்திரி மனையுண்டு. நாரணத்துப் பிராந்தன் வழி வந்தவா. அங்கே போனா தைலம் புரட்டி, பிழிச்சை நடத்தி, கஷாயம் குடிக்கக் கொடுத்து ரெண்டு மூணு மாசத்துலே சரியாக்கிடுவா.

அம்பலப்புழையில் இருந்து சங்கரனுக்குச் சம்பந்தம் பேச வந்திருந்தவர்கள் சொன்னது நினைவு இருக்கிறது சுப்பிரமணிய அய்யருக்கு.

இதற்கெல்லாம் யாராவது பொறுப்பாகக் கூட்டிப் போய் அழைத்து வரவேண்டும். தனக்கானால் வயதாகிக் கொண்டிருப்பதால் இதற்கான சக்தி இல்லை. வியாபாரம் மும்முரத்தில் இருப்பதால் சங்கரனைத் தொந்தரவு படுத்த முடியாது.

சாமிநாதன் கூட சோட்டாணிக்கரைக்கு சுப்பம்மாக் கிழவியையும் கூடமாட ஒத்தாசைக்கு ஐயணையையும் அனுப்பி வைக்கலாம் என்று யோசித்து வைத்திருந்தார் ஐயர்.

பார்த்தால் அவள் இப்படி நொந்து நூலாகி வந்து நிற்கிறாள்.

என்ன பண்ணினான் சாமிநாதன்? தலையை எட்டிப் பிடித்துச் சுவரில் மோதினானோ? அதுதான் கிழவிக்குத் தலைமுடி இப்படி குத்திட்டு நிற்கிறதோ? அவள் இடுப்புக்குக் கீழே ஓங்கி

உதைத்தானோ? அடிக்கடி இவள் இடுப்புக்குக் கீழே பொத்திக் கொண்டு விம்மி விதிர்த்துப் போகிறாளே?

இல்லை, வயது வித்தியாசம், உறவு முறை பாராமல்.

சேச்சே அதெல்லாம் ஒண்ணும் இருக்காது. சாமிநாதன் அந்த ஒரு நாள் தவிர வேறெப்போதும் சரீர சுகம் விஷயமாகப் புத்தி கெட்டுப் போனது கிடையாது. அவன் படித்த படிப்பென்ன? கிரகித்த வேதமும் வேதாந்தமும் பிரம்ம சூத்ரமும் பாஷ்யமும் தான் என்ன? ஜன்ம வாசனையாகக் கொஞ்சம் போலவாவது புத்தியில் ஒட்டிக் கொண்டு எந்த துர்வழிக்கும் போகாதபடி இனியாவது அதெல்லாம் காப்பாற்றும்.

சாமா ஒண்ணும் பண்ணலை. அது என் குழந்தை. என் கையாலே ஊட்டி விட்டேன். சமர்த்தாச் சாப்பிட்டு ரெண்டு சிராங்காய் தீர்த்தம் வாங்கிக் குடிச்சுட்டு அவன் பாட்டுக்குப் பசு மாதிரி தூங்கிட்டான். நான் கீழே தரையிலே கட்டையைச் சாய்ச்சேனா.

சுப்பம்மாக் கிழவி திரும்ப அலறினாள்.

சட்டென்று அவள் குரல் மாறியது.

நானும் என்னாத்துக்காரரும் இங்கே தான் இருப்போம். வயசாவது தலைமுறையாவது. அவர் புருஷர். நான் அவருக்குன்னு விதிக்கப்பட்ட பொம்மனாட்டி. பஞ்சமும் பாழும் கிணத்திலே விழுந்ததுமெல்லாம் போறும். இனி மேல்கொண்டு எங்கேயும் போறதா உத்தேசம் இல்லே. இங்கே தான் எல்லாம். மாமிசம் சாப்பிடப் பழகிண்டாச்சு. பஞ்சமும் ஆச்சு ஒண்ணுக்குப் போற எடத்துலே சிகையுமாச்சு. காடை கௌதாரி இருந்தா வறுத்து எடுத்துக் கொண்டு வாங்கோ. வௌவால் கிடச்சா இன்னும் விசேஷம். சாப்பிட்டுட்டு சாமா என்னை இங்கே தொட்டு இப்படி விரிச்சு.

சுப்பிரமணிய அய்யர் தலையை அந்தப் பக்கம் திருப்பிக் கொண்டார். கல்யாணி அம்மாள் சுப்பம்மா நெகிழ்த்திய உடையை அவசர அவசரமாகச் சரி செய்தாள்.

வீட்டு விசேஷத்துக்கு வந்து வேனல் சூடு காரணமாக நாள் கணக்குத் தப்பி மாதவிலக்கு உண்டாகி இங்கே தங்கி இருக்க வேண்டி வந்த அல்லூர் உறவுப் பெண் ஒருத்தி பூஜையறையில் இருந்து கங்கா ஜலத்தோடு ஓடி வந்தாள்.

இதென்ன கிரகசாரம். அத்தை பாட்டியும் ஆத்திலே இல்லே போலே இருக்கே.

சுப்பம்மா அரைக்கட்டு நனைய அதைத் தெளித்தபோது அந்தப் பெண் உதிர வாடை பிடித்தபடி சொன்னாள்.

நாசமாப் போச்சு. இது வேறேயா?

பட்டப் பகலில் சாமிநாதன் கட்டிலுக்குக் கூப்பிட்ட மூத்த குடிப் பெண்ணை ஏகமாகப் பணத்தை இரைத்துப் புறத்தாக்கினது எல்லாம் என்ன ஆச்சு?

இனிமேல் அவளுக்கு ஜன்மம் கடைத்தேறி இன்னொரு பிறவி எடுப்பாள். அவள் உபத்திரவம் எல்லாம் தீரும் என்று சுப்பா சாஸ்திரிகள் இடுப்பில் காசை முடிந்து வைத்தபடி சொன்னதெல்லாம் காற்றோடு போச்சோ?

அவள் அனுக்ரஹித்துத் தானே சாமிநாதன் நாலு மிலேச்ச பாஷை படிக்கவும், காலத்தில் பின்னால் இருந்து வருகிறவர்களோடு புரிபடாத சாஸ்திரங்களை எல்லாம் தர்க்கிக்கவும் பிரசங்கம் செய்யவும் சுவாதீனமானது?

நிலாக்கால ராத்திரிகளில் மாடியில் கதவைத் திறந்து வைத்து நின்றபடி அவன் பிரசங்கிக்கும் அழகை அவர் ஒளிந்திருந்து பார்த்திருக்கிறார்.

வெள்ளைக்காரன் கேட்டால் கொண்டாடுவான். பரங்கி உடுப்பு உடுத்திக் கொள்ளக் கொடுத்து லண்டன் பட்டணத்துக்குக் கப்பலில் கூட்டிப் போவான். ஆனால், என்ன செய்ய, கொடுப்பினை இல்லை அதற்கெல்லாம் என்று நினைத்திருக்கிறார்.

சாமிநாதன் கூடிக் கலந்த அந்த மூத்தகுடிப் பெண் போவது போல் போய்த் திரும்ப வந்து விட்டாளா? அவள் இந்தக் குடும்பத்துப் பெண்ணா, எப்படியோ நுழைந்தவளா?

என்ன செய்து அவளைத் திரும்ப அனுப்பி வைப்பது? மற்ற மூத்த குடிப் பெண்டுகளிடம் சுப்பம்மாக் கிழவி மூலம் பிரார்த்தித்துப் பார்க்கலாமா? அவர்கள் ஒதுங்கிப் போன நேரத்தில் இல்லையோ இந்த சண்டாளி கிழவி மேல் படர்ந்திருக்கிறாள்?

ஆண்களான பித்ருக்களிடம் திவசத்துக்கு வரும்போது சொல்லலாமா? இதெல்லாம் பொம்மனாட்டி காரியம் என்று அப்பம் வடையை உறிஞ்சி விட்டு அவர்கள் பாட்டுக்குப் போய்விடுவார்கள்.

சுப்பிரமணிய அய்யர் யோசித்தபடி வெளியே நடக்கும்போது உள்ளே பாட்டு சத்தம் கேட்டது.

சுப்பம்மாக் கிழவிதான். சகஜமாகி இருக்கிறாள் மறுபடியும். அவளைப் பிடித்த சிறுக்கி விட்டு விட்டு இறங்கி விட்டாள்.

அவளோடு கூட இருக்கும் நித்ய சுமங்கலிகளாகிய மூத்த குடிப் பெண்களுக்கு எல்லா நமஸ்காரங்களையும் சுப்பிரமணிய அய்யர் தெரிவித்துக் கொண்டார்.

நீங்கள் எப்போதும் இங்கே சர்வ சுதந்திரமாகச் சுற்றி வாருங்கள். துராத்மாக்கள் யாரும் இந்த கிரஹத்தில் பிரவேசிக்க இனியும் அனுமதிக்காதீர்கள்.

அவர் வேண்டிக் கொண்டார்.

பட்டப் பகலில் கதவை எல்லாம் மட்ட மல்லாக்கத் திறந்து வைத்துக் கொண்டு கயிற்றுக் கட்டிலை இழுத்துப் போட்டுக் கவிழ்ந்து படுத்துக் கலவி செய்யும்போது கட்டில் கால் முறிவது பற்றி சுப்பம்மாக் கிழவி பாடிக் கொண்டிருந்தது உள்ளே இருந்து கேட்டது.

அத்தை. நலுங்கு பாடுங்கோ. சாயந்திரத்திலே இதெல்லாம் வேண்டாம். வாங்கோ. பின்னாலே தொழுவத்துக்குப் போகலாம்.

சுப்பிரமணிய அய்யர் திரும்ப உள்ளே தலையைத் திருப்பிப் பார்த்தபோது, கல்யாணி அம்மாள் உக்கிராணத் தரையில் உட்கார்ந்திருந்த சுப்பம்மாளின் கையைப் பற்றி இழுத்தபடி சொல்லிக் கொண்டிருந்தாள்.

தூரமீனா உள்ளுக்கு எல்லாம் நான் வரமாட்டேன். இங்கேயே உட்கார்ந்து நலுங்கு பாடறேன் கேளு. வட்டமாய் முகமும் அதின்மேல் பொட்டித்த அப்பளமும் சட்டி போல்.

வாங்கோ வெளியிலே காத்தாட உக்காந்து பாடலாம். காமு, கொஞ்சம் பசுஞ்சாணி கொண்டு வந்து இங்கே தரையை மெழுகு. உலை வைக்கணும். சங்கரன் ராச்சாப்பாட்டுக்கு வந்துடுவான்.

கல்யாணி அம்மாள் வலுவாகப் பற்றி இழுத்த பிடிக்கு வளைந்து கொடுத்தபடி, உரக்கச் சிரித்துக் கொண்டு சுப்பம்மாள் அவள் கூடத் தொழுவத்துப் பக்கம் நடந்தாள்.

சுப்பிரமணிய அய்யர் இடுப்பில் சேலம் குண்டஞ்சியை நேராக்கி இறுக்கிக் கொண்டார். தட்டுச் சுற்று வேட்டி தான். மேலே துண்டு கூட இல்லை.

சாதாரணமாக வெளியே போகிறபோது பஞ்ச கச்சமும், மேலே சரிகை அங்கவஸ்திரமுமாக நடந்துதான் பழக்கம். உத்தியோகஸ்தர்களை வியாபார நிமித்தம் சந்திக்கப் போகும்போதும், வியாபாரத்தை விருத்தியாக்க பெரிய தனவைசியப் பிரபுக்களைப் பார்த்துப் பேசி வரப் பிரயாணப்படும் போதும் தலையில் அல்பாக்கா தலைப்பாகையும் காலில் ஜோடும் ஏறும்.

அதெல்லாம் இப்போது ஒன்றும் இல்லை. ஒற்றை வேட்டியோடு நடக்கிறது ஆசாரஹீனம் இல்லையா என்று அவர் மனம் துக்கப்பட்டது.

கௌபீனத்தைச் சேர்த்தால் இரண்டு வஸ்திரம். அதுதான் கணக்கு.

இன்னொரு மூலையில் தர்க்க புத்தி சமாதானம் சொன்னது.

இந்த ஊருக்கு இதுவே எதேஷ்டம். இங்கே அவரையும் தெரியும். அவர் பணத்தையும் தெரியும். கௌபீனத்தோடு நடந்தாலும் சாதாரணமாகத் தான் பார்ப்பார்கள். கண்ணில் தெரியாத வஸ்திரமாக உடம்பு முழுக்கப் பணம் மறைக்கிறபோது மற்றதெல்லாம் எதுக்கு?

ஐயர் தெருவைப் பாதி அடைத்து நின்ற பக்கத்து அரண்மனை வளாகத்தை ஒரு தடவை நிமிர்ந்து பார்த்தார்.

பழசாகிக் கொண்டிருக்கும் கல்லுக் கட்டிடம். உள்ளே ஒரு காசுக்கும் பிரயோஜனமில்லாத ஒருத்தன் ஜமீந்தார் என்று பெயர் பண்ணிக் கொண்டு ஷீணித்துப் போய் உட்கார்ந்திருக்கிறான். ஐயரின் வயசு தான் அவனுக்கும். பாடை மாதிரி ஒரு பல்லக்கில் படுத்தபடி போன மாதம் ஒரு நாள் ராத்திரியில் அவனைத் தூக்கிக் கொண்டு பந்தம் பிடித்துக்கொண்டு ஓடினார்கள். அது வெளியிலிருந்து அரண்மனைக்குள் ஓடியது என்பதை நினைக்க சுப்பிரமணிய அய்யருக்குப் பொறுக்க மாட்டாமல் சிரிப்பு வந்தது.

துரைத்தனம் வந்த பிற்பாடு இருக்கப்பட்ட ஜமீந்தார், மிட்டாதார், மகாராஜா எல்லாம் செல்லாக் காசாகிப் போனார்கள். இவன் இன்னும் விசேஷம். உள்ளபடிக்கே ஏதுமில்லாமல் இரண்டு தலைமுறை முன்னால் திவாலான சமஸ்தானம். இப்போது நித்தியப்படிக்கே சர்க்கார் மானியத்துக்குக் கையேந்தி நின்று சவரட்சணை நடத்த வேண்டி இருக்கிறது. ஊரில் ஒருத்தனும் மதிக்கிறது இல்லை.

இந்த அரண்மனை வளாகத்தை வாடகைக்குக் கொடுத்தால் ஐயர் அதில் புகையிலை அடைத்து வைத்து சென்னைப் பட்டிணத்துக்கும் குண்டூருக்கும் புணேக்கும் நாகபுரிக்கும் இன்னும் தூர தேசத்துக்கும் எல்லாம் அனுப்பி வைத்து வியாபாரத்தை மேலும் விருத்தியாக்குவார். ஜமீந்தாருக்கு வேண்டுமானால் நித்தியப்படி ஒரு சேர் புகையிலை இனாமாகக் கொடுக்கவும் அவர் தயார் தான்.

அய்யர் வீட்டில் மாடியறை இரண்டும் புகையிலையால் நிரம்பி வழிகின்றன. பழைய வீட்டில் வேதபாடசாலையைக் காலி செய்யச் சொல்லி விட்டு அங்கேயும் புகையில் அடைத்து வைக்கலாம் தான். பித்ருக்கள் வந்து பெரிய வார்த்தை எல்லாம் சொல்லிக் கலகம் செய்வார்கள். அவர்களை அனுசரித்துக் கொண்டு போவதே உத்தமம். இந்தச் சிறுக்கி வேறு திரும்ப வந்து தொலைத்திருக்கிறாள். அவர்கள் அனுக்கிரஹம் அவசியம் தேவை.

அப்பா, நான் பட்டணத்துக்கு ஒரு விசை போய்ட்டு வரேன். மூக்குத் தூள் அங்கே பிரசித்தமாயிண்டு இருக்குன்னு ராவுத்தர் சொன்னாரே. அதுவும் விநியோகிக்கக் குத்தகைக்கு எடுத்தா நன்னா இருக்கும்.

போன வாரம் தான் சங்கரன் சொன்னான்.

சுப்பிரமணிய அய்யருக்கு மூக்குத்தூள் மேல் அப்படி ஒன்றும் பெரிய தோதில் ப்ரீதி இல்லை.

புகையிலை சரக்குப் பிடிக்க வந்த பெங்களூர்ப் பட்டிணக்காரனும் வெகு நாளாக வியாபாரத்தில் நகமும் சதையுமாக இழைகிறவனுமான பிச்சை ராவுத்தன் போன பொங்கல் சமயம் ஒரு டப்பி நிறையக் கொண்டு வந்து ஐயருக்கு இனாமாகக் கொடுத்து பரீட்சித்துப் பார்க்கச் சொன்னான்.

பட்டணத்துக்கு எல்லாம் வாப்பாவான லண்டன் பட்டணத்துலே புகையிலையை பொடிச்சு வாசனாதி திரவியம் சகலமானதும் கலந்து இதைப் பண்றான் மேரா தோஸ்த். மூக்கிலே ஏத்திப் பாரு. சொர்க்கமே தெரியும். ஜின் எல்லாம் இறங்கி வந்து குஷியா இருக்கியான்னு விசாரிக்கும். இன்னும் நாலஞ்சு வருஷத்துலே எல்லாரும் இதுக்காகப் பைத்தியமா அலையப் போறான். சொல்றேன் கேளு. என்னண்டை இதை வாங்கிட்டு, நீ எனக்கு ஹோகசெப்பு அதாம்பா பொகயிலெ கொடு. ரெண்டு பேருக்கும் லாபம்.

மூக்கில் ஏற்றியதும் மண்டைக்குள் சுர் என்று ஏறிப் படர்ந்து கண்ணில் ஜலத்தை வரவழைத்தது அந்தத் தூள். அடுக்கடுக்காகத்

தும்மல் போட்டு அங்கவஸ்திரத்தில் துடைத்துக் கொள்ள பழுப்பாகப் பொடிக் கரை அதில் ஏறி இருந்து இளித்தது.

இதையெல்லாம் கூறு கெட்ட வெள்ளைக்காரன் தான் உண்டாக்கி உபயோகிப்பான். பனியும் குளிரும் மிகுந்த அவன் நாட்டில் போகமும், குடியும் தவிர நூதனமாக ஏதாவது அவ்வப்போது செய்து வியாபாரம் பண்ணிக் காசு பார்க்க ஏகப்பட்ட பேர் உண்டு.

அவர்களைப் பார்த்து அதே ரீதியில் ஜீவிக்கப் பழகிக் கொள்ள வேணும் என்று இங்கேயும் பலபேர் பித்தம் பிடித்து அலைகிறார்கள்.

அலையட்டும். அதனால் நாலு அணா கூடுதலாகத் தனம் கிட்டினால் ஐயருக்குக் கசக்கவா போகிறது? மூக்குத் தூளுக்கு பண வாசனை கூடுதலாக இருக்கும் பட்சத்தில் அவருக்கு அந்த வாடையும் லட்சுமிகரம் தான்.

சங்கரனை அடுத்த வாரம் சென்னைப் பட்டணம் போய்ப் பார்த்து விட்டு வரச் சொல்லலாமா?

அம்பலப்புழையில் இருந்து வந்த விவாக ஆலோசனை குதிர்ந்து கொண்டு இருக்கிறது. வது, வரன் ஜாதகம் இரண்டிலும் எல்லாப் பொருத்தமும் அமர்க்களமாக அமைந்திருப்பதாக பஞ்சாங்கம் அண்ணாசாமி அய்யங்கார் சுபச் செய்தி சொல்லி முழுசாக ஒரு ரூபா தட்சணை வாங்கிக் கொண்டு போனதற்குப் பிற்பாடு வீட்டில் சுபகாரியம் நடக்கத் தொடக்கமாக சுமங்கலிப் பிரார்த்தனையும் நல்லபடி நடந்தேறியாகி விட்டது.

அடுத்த மாதம் முகூர்த்தத்தை வைத்துக் கொள்ளலாம் என்கிறார் சம்பந்தி பிராமணன். நிச்சியதார்த்தத்துக்கு எப்போ வரட்டும் என்று லிகிதம் மேல் லிகிதமாக அனுப்பிக் கொண்டிருக்கிறார் அவர்.

சங்கரன் கல்யாணம் முடிந்து அவனைச் சென்னைப் பட்டணத்துக்கு அனுப்பலாமா?

மூக்குத்தூள் வியாபாரம் ஆரம்பித்தால் அதற்காக வேறு கடை எடுக்க வேண்டி வருமோ? தூளை அடைத்து வைக்க எங்கே இடம் பிடிப்பது?

இந்தக் கூறுகெட்ட ஜமீந்தார் சரியென்றால் நீ ஒரு பக்கம் இருந்துக்கோ நான் இந்தப் பக்கமாக பொடித்தூளை அடைத்து வைத்து எடுத்துப் போகிறேன் என்று கேட்டுப் பார்க்கலாமா? அவனுக்கும் நாலு காசு கிடைக்கும் என்றால் வேணாம் என்றா சொல்லப் போகிறான்?

வேண்டாம். போலி கௌரவம் பார்க்கிற ஜந்து அது. பாம்போ பழுதையோ ராஜவம்ச ரத்தம் ஒரு உத்திருணியாவது ஓடும் அவனுக்குள். விலகி இருப்பதே உத்தமம். பொடி அடைக்க அக்ரஹாரத்தில் இன்னொரு வீட்டை சித்தம் பண்ணிவிட வேண்டியதுதான்.

இந்த சுப்பம்மாக் கிழவி வீட்டோடு தங்கி இருக்க சம்மதிக்கும் பட்சத்தில் அவள் வீட்டையே எடுத்துக் கொள்ளலாம். காசியில் இருந்து அவள் வீட்டுக்காரன் வரப் போவதில்லை. சாமிநாதனை முழுநேரம் கவனித்துக் கொள்ள அவளால் மட்டுமே முடியும்.

கிழவிக்கெல்லாம் தூரத்துணி தோச்சுக் கொடுக்கவா எங்கப்பா என்னை இங்கே வாழப் படுத்தினார்?

கல்யாணியம்மாள் இடுப்பில் கையை வைத்துக் கொண்டு கேட்க, கடை வந்திருந்தது.

அத்தியாயம் பதிமூன்று

குப்புசாமி அய்யன் ஊர் எல்லைக்கு வரும்போது நடு மத்தியானமாகி விட்டிருந்தது.

நல்ல வேனல் சூடு. அடுப்படியில் நெருப்புக்குப் பக்கத்தில் நின்று கிண்டிக் கிளறி, வடித்து இறக்கிப் பொறித்து, இலை போட ஏவிக் கொண்டு, மலை மலையாகக் குவிந்த தேங்காயையும், சேனையையும், பூசணிக்காயையும், மூட்டையில் அஸ்காவையும், அரிசியையும் சதா கணக்குப் பார்த்துக் கொண்டு கிட்டத்தட்ட ஒரு மாசம் ஓடினதே தெரியவில்லை.

தேடித் தேடி சகல லட்சணமும் குணமும் பார்த்துத் தான் கூட்டுக்கு ஆள் சேர்த்துக் கொண்டு தொழிலுக்குக் கிளம்பியாகிறது. கூட வருகிற ஒருத்தனுக்கும் அரைக்கால் அங்குலம் கூடக் கை நீளம் இருக்கக் கூடாது என்பதில் மறுபேச்சுக்கே இடமில்லை. ஆனாலும் வாய் கொஞ்சம் அகலம் இருப்பதைப் பொறுத்துக் கொள்ள வேண்டி இருக்கிறது.

கோதுமை ரவை எடுக்கப் போனவன் பக்கத்துத் துணிப்பையில் இருந்து ஒரு பிடி முந்திரிப் பருப்பை வாயில் அடைத்துக்

கொண்டு மொச்சு மொச்சென்று மென்று கொண்டு வந்தால் கண்டும் காணாமல் விட்டுவிட வேண்டியிருக்கிறது.

கறிகாய் நறுக்கிக் கொடுத்து, எடுபிடி காரியம் வைக்கும் துணையாட்கள் முக்காலே மூணுவீசம் பேர் கஷ்கத்தில் இப்போதுதான் ரோமம் அரும்பிக் கொண்டிருக்கும் நவயுவன்கள்.

கருணைக் கிழங்கை நறுக்கக் கொடுத்தால் ஸ்தனம் போல் அதைப் பற்றிப் பிடித்து வருடி மற்றவர்களைச் சிரிக்க வைக்க நையாண்டி பேசுகிறார்கள். மட்டை உரித்துத் தேங்காய் எடுக்க உத்திரவு கொடுத்தால், நட்டுக் குத்தலாக நிமிர்த்தி வைத்த உலக்கையும் அதில் முறிபடும் காயும் அவர்களை நீச வார்த்தை பேச வைக்கிறது.

சமையலறை என்பதால் விசேஷத்துக்கு வந்த பெண்டுகள் சட்டென்று எந்த விதமான தயக்கமும் இல்லாமல் எல்லா நேரமும் உள்ளே வந்து விடுகிறார்கள். இது அவர்களின் சாம்ராஜ்ஜியம். ஒரு நாலு நாளைக்கு ஆண்பிள்ளைகள் கரண்டி பிடிக்க அதை மேற்பார்வையிடுகிற சந்தோஷம் முகம் முழுக்க அப்பி இருக்க, அவர்கள் பதார்த்தம் செய்வது குறித்துப் பலதும் யோசனை தருகிறார்கள். கூப்பிடாமலேயே ஆஜராகி வடையை எடுத்து விண்டு பார்த்து விட்டு உப்புப் போறாது என்று தீர்மானமாகத் தலையாட்டுகிறார்கள். பலாக்கறியில் வெளிச்செண்ணெய் குறைவு என்று அபிப்ராயப்படுகிறார்கள்.

அதையெல்லாம் காதில் போட்டுக் கொண்டதுபோல் காட்டிக் கொண்டு தன் பாட்டுக்கு வேலையைத் தொடரும்படி ஒவ்வொரு இடத்திலும் அடுப்புக்கு பூஜை போடும்போது குப்புசாமி அய்யன், கூட வந்தவர்களுக்குச் சொல்ல வேண்டியதை மறப்பதில்லை.

அதோடு கூட, சின்ன வயசுப் பையன்களோடு இழைய வருகிற ஸ்திரிகளையும், ஒரு புஞ்சிரி பொழிந்த மாத்திரத்தில் புளகாங்கிதமடைந்து விசேஷத்துக்கு வந்த பெண்குட்டியை சதா

ஸ்மரித்துக் கொண்டு அலைகிற குட்டன்மாரையும், போதும் நிறுத்தணும் என்று சமிக்ஞையாகச் சொல்லி விலக்க வேண்டி இருக்கிறது.

குப்புசாமி அய்யன் தாடையைத் தடவிக் கொண்டான். நாலு நாள் தாடி வரவர என்று வியர்வையோடு கையில் புரண்டது.

அமாவாசை, அவிட்டம் பார்த்துச் சிரைத்துக் கொள்வது போக, போன இடத்தில் சவுகரியமும் பார்க்க வேண்டியுள்ளது. சில இடங்களில் நாவிதர்கள் இருப்பதில்லை. இருக்கும் இடத்தில் வேலையிலேயே நேரம் முழுக்கக் கழிந்து போகிறது.

நல்ல வேளை. இது இன்னும் புதர் போல் வளர்ந்து தன்னை ரோகி மாதிரியோ யோகி போலவோ காட்ட ஆரம்பிக்கும் முன்னால் ஊருக்கு வந்தாகி விட்டது. வேலாயுதன் பார்த்துக் கொள்வான் இனிமேல் கொண்டு.

குப்புசாமி அய்யன் இங்கே இல்லாமல் போன இருபது சொச்சம் நாளில் என்னவெல்லாம் நடந்தேறியது என்று முகத்தை மழித்துக் கொண்டே வேலாயுதன் பாண்டித் தமிழில் ஊர் வர்த்தமானம் சொல்லக் கேட்பது நல்ல சுகமான விஷயம்.

இனி வரும் இரண்டு மாதமும் அவ்வளவாகக் கல்யாணம் எல்லாம் நடக்காது. கொஞ்சம் விச்ராந்தியாக வீட்டோடு கிடந்து சிரம பரிகாரம் செய்து கொள்ளலாம்.

ஊர் முழுக்க உண்ண எட்டு வகை பதார்த்தமும், இனிப்பும் மற்றதும் செய்து செய்து அலுத்துப் போய் சமையல்காரர்கள் எல்லோரும் சீரக ரசமும், வற்றல் குழம்புமாக அவ்வப்போது தனியாகச் செய்து கொள்கிற வழக்கம். அதற்கும் மோப்பம் பிடித்து ஆட்கள் வந்து விடுவதுண்டு. வீட்டில் அதையெல்லாம் பங்கு போட யாரும் வரப்போவதில்லை.

ஒப்புக் கொண்ட கடைசி விசேஷமும் நேற்றைக்கு முடிந்து காளை வண்டியில் பாத்திரம் பண்டங்களை ஏற்றி நேற்று ராத்திரிக்கே கூட வந்தவர்கள் வசம் அனுப்பியிருக்க வேண்டாம் என்று பட்டது குப்புசாமி அய்யனுக்கு.

கருநாகப்பள்ளிக்கு ஏழு மைல் தள்ளி ஒரு சின்ன ஊரில் கல்யாணம். இவன் ஒப்புக் கொள்கிற எல்லா விசேஷத்துக்கும் உப்பு, புளி ஆதியாக மளிகைச் சரக்கும் விசேஷமான காய்கறிகளும் வரவழைப்பது கருநாகப்பள்ளி சங்குண்ணி நாயரிடம் இருந்துதான். தொழில் முறையில் ஆரம்பித்து, நெருக்கமாகிப் போன சிநேகிதம்.

சங்குண்ணியும் அந்தக் கல்யாணத்துக்கு வந்திருந்தான். அவன் தாயாதி வழி உறவில் உறவு. அதாவது போன தலைமுறையில் இரண்டு தரவாட்டுக்கும் பந்தம் புலர்த்த ஒரே நம்பூத்திரி வந்து போனானாம். கல்யாணப் பெண்ணும் சங்குண்ணியும் அடுத்த அடுத்த பீஜத்தில் உருவானவர்களாக இருக்கலாம்.

இப்படிக் கௌபீனத்தை நெகிழ்த்திக் கொண்டு நம்பூதிரிகள் மலையாளக் கரை முழுக்க நாயர் குடும்பங்களில் அதி சுந்தரியான பெண்குட்டிகளோடு கூடிச் சுகிக்க மரக் குடை பிடித்து நடந்தது குப்புசாமி அய்யன் தகப்பன் காலத்தில் அதிகமாக இருந்தது. இப்போது அது கொஞ்சம் குறைந்து கொண்டிருக்கிறதுதான்.

தேகண்டத்துக்குப் போன இடங்களில் கிழட்டு நம்பூத்திரிகள் தங்கள் பால்ய கால விளையாட்டுகளை விஸ்தாரமாக ஏகத்துக்கு நீர் விளம்பிச் சொல்வார்கள்.

காத்ரே காத்ரே துடர்ன்னு மதுரிம திரளு
மார்த்வம் நேத்ர ரங்கே
கூத்தாட்டத்தினு லஜ்ஜாயவனிகயில்
மரஞ்ஞும்கஜன்மா விரேஜே
முத்தேலும் கொங்க பங்கேருக

மழமங்கலம் நம்பூத்ரி தொடங்கி இன்னும் பல பேர் எழுதிப்போன சிருங்கார ஸ்லோகங்களோடு பழசையும் புதுசையும் அசை போடுவது காதில் விழுவதுண்டு. அதைக் கேட்டுக் கொண்டே பப்படம் பொறிக்க எண்ணெய் திளைக்க வைக்க மறந்து போய் குப்புசாமி அய்யன் கூட்டத்து இளசுகள்

வாய் பார்த்தபடி நின்றபோது அவர்களை ஓட்டியதும் உண்டு.

குப்புசாமி அய்யனுக்கு நம்பூத்திரிகள் மேல் அத்தரைக்கொண்ணும் மரியாதை இல்லை. இது பரஸ்பரம் விளைவது. அந்தப் புண்ணியவான்களும் குப்புசாமி அய்யன் போல் தமிழ் பேசும் பிராமணர்களை மதிப்பதில்லை. நம்பூத்திரி மனைகளில் ஆள்கூட்டம் பெருகிப் போனதால் சுயம்பாகமாக சமையல் செய்து விசேஷம் அனுஷ்டிக்க முடிகிறதில்லை சில பொழுது. சரிதான், இதுக்குத் தமிழ்ப் பிராமண சமையல்காரர்களை அமர்த்திக் கொள்ளலாம் என்று ஆசாரங்களை அங்கங்கே நெகிழ்த்தியிருக்கிறார்கள் போலிருக்கிறது இந்தப் பகுதியில்.

தமிழ் பிராமணர்களும் அவிட்டத்துக்குப் பூணூல் மாட்டிக் கொள்கிறார்கள். தட்டுத்தடுமாறி காயத்ரி சொல்கிறார்கள். நன்றாகவே சமைக்கிறார்கள். பிழைத்துப் போங்கள் என்று விட்டிருக்கிறார்கள் திருமேனிகள்.

அவர்களுக்கு யார் மேலும் மதிப்புக் கிடையாது. சாமுத்ரி மகராஜாவே வந்தாலும் நாலு அடி தாண்டி அந்தாண்டை நிற்க வைத்து அம்பலத்தில் சந்தனத்தை விரலால் சுண்டிக் கையில் விழ எறிவார்கள். வெய்யில் தாழ அம்பலத்தில் இருந்து திரும்பும்போது வெடி வழிபாடு நடத்தும் இடத்துக்குச் சற்றுத் தள்ளி மூத்திரம் ஒழிக்க உட்கார்ந்து விட்டு, லிங்கத்தை பிடித்த பிடி நழுவாமல் நாட்டுத் துப்பாக்கி போல் நீட்டிக் கொண்டு அப்படியே குளத்தில் இறங்கி சுத்தி செய்து கொள்வார்கள். அங்கே குளிக்கிற ஸ்திரிகள் பார்த்துத் தலை கவிழ்ந்து கொள்ள, யாதொன்றையும் சட்டை செய்யாமல் கௌபீனத்தை முடிந்து கொண்டு மெல்லக் கரையேறுவார்கள்.

முகத்தைப் பார்க்காமலேயே எல்லா நம்பூத்திரிகளையும் எல்லோருக்கும் அடையாளம் தெரியும்.

நல்ல வெய்யில் நேரத்தில் நம்பூத்திரிகள் பற்றி யோசிப்பானேன் என்று குப்புசாமி அய்யனுக்குப் விளங்கவில்லை. இந்த மாதம் ஒப்புக் கொண்ட விசேஷங்களில் நாலைந்து அவர்கள்

விஷயமாகத்தான். மற்ற ஜாதிக்காரர்கள் கொடுப்பதில் பாதி கூடக் கொடுக்கவில்லை எந்த நம்பூத்திரியும். அதனால் தானோ என்னமோ இழவெடுத்த அவர்களைப் பற்றியே நினைப்பு ஓடுகிறது.

இது நாள் வரை உங்களை நீச ஜாதியாகவே வைத்திருந்தோம். இப்போ, போனால் போகிறது என்று உம்மையும் பிராமணனாக மதித்து தேகண்டத்துக்குக் கூப்பிட்டதே உங்களுக்கு மரியாதை என்கிற தோரணையில் சொல்லி வைத்தாற்போல் எல்லோரும் நடந்து கொள்வது மனதில் வந்து கொண்டே இருக்கிறது.

ஆனாலும் எல்லா நம்பூத்திரிக்கும் குப்புச்சாமி அய்யன் போல பாலக்காட்டு மடைப்பள்ளி பிராமணர்கள் மேல் அசூயை உண்டு என்று அவனுக்குத் தெரியும்.

இந்தப் பாண்டிப் பிராமணர்கள் எல்லோரும் தஞ்சாவூரிலும் வடக்கே தெலுங்கு பேசும் பிரதேசத்திலும் அதி வனப்புள்ள கன்யகைகளைக் கல்யாணம் கழித்துக் கூட்டி வந்து வாழ்க்கை பூரா சுகிக்கிறார்கள். நம்பூத்திரி மனையிலோ வீட்டுக்கு மூத்த நம்பூத்திரி மட்டுமே வேளி என்ற கல்யாணம் கழிக்கலாம். இளையவர்களுக்கு யோனிப் பொருத்தமும் ரஜ்ஜுப் பொருத்தமும் பார்த்து வீட்டில் ஸ்திரியைக் கொண்டு வந்து குடித்தனம் நடக்க யோகம் இல்லை. அவர்கள் பந்தம் புலர்த்த நாடு முழுக்க அலைந்து தரவாட்டு ஸ்திரிகளைத் தேட வேண்டியிருக்கிறது.

நேற்று தாசியாட்டத்திலும் குப்புசாமி அய்யன் மூன்றிரண்டு நம்பூத்ரிகளைப் பார்த்தான். சங்கீதத்தை ரசிக்க வந்தவர்களாகச் சொல்லிக் கொண்டு ராமச்ச விசிறியால் விசிறியபடி, ஆடிய தாசிகளையே தாபத்தோடு பார்த்துக் கொண்டிருந்தார்கள் அவர்கள். குப்புசாமி அய்யனும் கூடத்தான்.

உன் ஆட்களை அனுப்பி வைத்து விட்டு என்னோடு வா.

சங்குண்ணி தான் குப்புசாமி அய்யனை நேற்று ராத்திரி தாசி ஆட்டத்துக்குக் கூட்டிப் போனான்.

என்னமா ஒரு நடை. ஆட்டம். கண் அசைப்பு. உதட்டுச் சுழிப்பு. பாண்டி தேசத்துப் பெண்கள். எல்லாமே அங்கே இருந்து தான் வரவேண்டி இருக்கிறது.

அவர்களின் சிருங்கார சேஷ்டைகளும், பாடிய பதங்களும் குப்புசாமி அய்யனை இன்னும் இம்சித்துக் கொண்டிருக்கின்றன. அவ்வப்போது பச்சை மலையாளத்தில் அந்தத் தமிழ்ப் பாட்டுகளை அர்த்தப் படுத்தி சங்குண்ணியிடம் சொல்லும்போது லகரி கூடிக்கொண்டே போனது.

விசாலாட்சி நினைப்பு மனதில் உக்கிரமாகத் தாக்க ஆரம்பித்தது அப்போது தான்.

வீட்டுக்குப் போக வேண்டும்.

வேலாயுதம் தெருவோடு போனால், கூப்பிட்டுத் திண்ணையில் இருத்தி முதலில் இந்தத் தாடியை மழித்துக் கொள்ளவேண்டும்.

விசாலாட்சி தூரம் குளித்திருக்க வேண்டும்.

அவள் கையால் செய்த பருப்புஞ் சாதமும் கத்தரி வதக்கலும் சாப்பிட வேண்டும். தேங்காய் சேராத நல்ல குழம்பும்.

அப்புறம் ராத்திரியில் மழுமழுத்த முகத்தை அவள் ஸ்தனங்களிலே இருத்தி ராத்திரி முழுக்க ரமிக்க வேண்டும்.

சகோதரர்கள் இரண்டு பேரும் இன்னும் ஒரு வாரம் திரும்ப வரப்போவதில்லை என்பதால் நடுராத்திரியில் அரிசி மூட்டை வைத்த அறை வெறுமனே தான் கிடக்கும்.

குப்புசாமி அய்யன் அங்க வஸ்திரத்தால் முகத்தைத் துடைத்துக் கொண்டு நடையை எட்டிப் போட்டான்.

சர்ப்பக்காவின் பக்கம் ஒரு ஸ்திரி தலையில் மீன் கூடையோடு எதிர்ப்பட்டாள்.

அவனைத் தூரத்தில் கண்டதுமே வெற்றிலை எச்சிலை ஓரமாகத் துப்பி, தோளில் துவர்த்தால் வாயையும் முகத்தையும் துடைத்து

அந்தத் துண்டையும் கையில் ஏந்தியபடி குப்புசாமி அய்யனை நிறுத்தினாள்.

அவள் ஸ்தன்ய பாரம் தான் குப்புசாமி அய்யன் கண்ணில் முதலில் பட்டது. கோபாலகிருஷ்ணன், கோகுலபாலன் என்னை இங்கே பிடித்தான் என்று தாசியாட்டத்தில் அபிநயம் பிடித்த ஸ்திரிகள் இன்னும் லகரியை மனதில் வற்றவிடாமல் பொழிந்து கொண்டே இருக்கிறார்கள்.

காவின் பக்கம் இப்படி வழி மறிக்கும் பெண் காவில்லம்மவாக, தேவதையாகக் கூட இருக்கலாம். எந்த துர்சிந்தையும் மனதில் வேண்டாம்.

புத்தி எச்சரித்தது.

அவள் முகத்தைப் பார்த்தான் குப்புசாமி அய்யன். வெற்றிலை உலராத சுண்டுகள் இன்னும் லகரி லகரி என்றன. காவிலம்மே. இந்தக் களி நிறுத்தேணம்.

அவன் காயத்ரி முணுமுணுத்தபடி தலையைக் கவிழ்ந்து கொண்டான். யட்சியோ நீலியோ இடையாட வந்திருக்கும் பட்சத்தில் இன்றைக்கு வீட்டுக்குப் போய்ச் சேருவதே முடியாத காரியம் போல் தோன்றியது.

போன சொவ்வாயாழ்ச்ச நல்ல நாளா திருமேனி?

அந்த மீன்காரப் பெண் விசாரித்தாள்.

அவள் மூத்த மகள் திரண்டிருக்கிறாளாம் போன செவ்வாய்க் கிழமை. ருது ஜாதகம் கணிக்கப் பணம் எல்லாம் கிடையாது. குப்புசாமி அய்யன் போல் சாஸ்திரம் படித்தவன் சொன்னால் தயவாக இருக்குமாம்.

உன் அங்க லட்சணம் பார்த்துத் தானடீ அதைத் தீர்மானிக்க வேணும். கூடையை இறக்கி வைத்து விட்டு வியர்வையைத் துடைத்துக் கொண்டு இந்தப் பக்கமாக வா.

பூதங்குளம் நம்பூத்திரியாக இருந்தால் சொல்லி இருப்பான்.

குப்புசாமி அய்யன் சாஸ்திரம் படித்தவன் இல்லை. கரண்டி பிடிக்கிறவன். நாள் கணக்கும் நட்சத்திரக் கணக்கும் கொஞ்சம்போல் தெரியும்.

அதை எல்லாம் மனதில் ஓட்டிப் பார்த்து சுபமான தினம் என்று தரையைப் பார்த்தபடியே அறிவித்தான்.

அவள் இடுப்பில் சுருக்குப் பையில் தட்சணையைத் தேடும்போது வேண்டாம் என்று மறுத்து அவன் நடந்தான்.

குதிரைக் குளம்பு ஒலிக்க ஒரு வெள்ளைக்காரப் பாதிரியும் கூடவே பரிவாரமாகக் குடையும் தடியுமாகப் பத்துப் பேரும் கடந்து போனார்கள்.

துரை ஒரு வினாடி குப்புசாமி அய்யனைப் பார்த்தபோது அய்யனுக்குத் திரேகம் முழுக்க நடுங்கியது.

இல்லை. நான் அந்த ஸ்திரியோடு மனசிலும் சல்லாபிக்கவில்லை.

அவன் தனக்குத்தான் சொல்லிக் கொண்டான்.

அயல் வேதக்காரன் என்றாலும் சபித்துப் போட சக்தி உள்ளவன். அவன் எப்போது எங்கே பேசினாலும் பக்கத்தில் வருகிற கறுப்பன் பாவிகளே என்று தான் அதை நாட்டு மொழியில் சொல்கிறான்.

குப்புசாமி அய்யன் வீட்டுக்கு வந்து சேர்ந்தபோது யாரையும் காணோம்.

விசாலாக்ஷி. விசாலாக்ஷி. விசாலம்.

நித்திரை போயிருப்பாள்.

தம்பி கிட்டாவய்யன் குழந்தைகள் எங்கே? கீசு கீசென்று இரையும் அவன் பெண்டாட்டி எங்கே? துரைசாமியைக் கட்டியவளான காமாட்சி என்ன ஆனாள்? லட்சுமியும் பகவதியும் போன இடம் எது?

பட்டப் பகலில் வீட்டுக் கதவை விரியத் திறந்து வைத்து விட்டு எல்லோரும் எங்கே போய்த் தொலைந்தார்கள்?

கொல்லைப் பக்கம் போய்க் கிணற்றில் தண்ணீர் சேந்திக் கால் கை நனைத்துக் கொண்டு மெல்ல விசாரிக்கலாம்.

குப்புசாமி அய்யன் வாசல் நிலைப்படி இடிக்காமல் ஜாக்கிரதையாகக் குனிந்து உள்ளே நுழைந்து அப்படியே பின் கொல்லைக்குப் போனான்.

கிணற்றில் தண்ணீர் சேந்திக் கொண்டிருந்தபோது, பின்னால் ஏதோ ராட்சசப் பறவை மாதிரி நிழல் தட்டிற்று.

திரும்பிப் பார்த்தான்.

தம்பி கிட்டாவய்யனின் மாமனார் மாடியிலிருந்து பறந்த மாதிரி இறங்கிக் கொண்டிருந்தார்.

அவர் தரைக்கு ஒரு அடி மேலே மிதந்து கொண்டு தோட்டத்தில் தென்னை மரங்களுக்குப் பக்கமாகப் போனார்.

அத்தியாயம் பதினொன்று

கொல்லைக்குப் போய்ட்டு வந்தாச்சு. பச்சை மிளகாயும் புளி இஞ்சியுமாத் தொட்டுண்டு நீத்து பாகமும் சாப்பிட்டாச்சு. குளிக்கக் கிளம்பலியா இன்னும். அதுக்கு மின்னாடி வேலாயுதனைப் பார்த்து தாடி மீசையை நறுக்கிக் குடுமியையும் நேராக்கிண்டு வாங்கோ.

விசாலாட்சி தலையாற்றிக் கொண்டே சொன்னாள் குப்புசாமி அய்யனிடம்.

ராத்திரி முழுக்க ரெண்டு பேரும் எந்த உபத்திரவும் இல்லாமல் பேசிக் கொண்டிருந்த சந்தோஷமும் சந்திருப்தியும் முகத்தில் தெரிந்தது. அதுவே அவளுடைய லட்சணமான முகத்துக்குத் தீபம் கொளுத்தினது போலே மேலதிகம் பிரகாசத்தையும் கொடுத்தது.

குப்புசாமி அய்யன் தஞ்சாவூரிலிருந்து தாசியாட்டத்துக்கு வந்த பெண்டுகளை மறந்தான். கையில் அரிய எடுத்த கருணைக்கிழங்கைப் பந்தாக உருட்டிக் கொண்டு ரதி சுக தாரே பாடும் சமையல்காரர்களை, சிருங்கார சுலோகம் சொல்லும்

நம்பூத்ரிகளை, நல்ல நாள் கேட்ட மீன்காரியை எல்லாம் மறந்து விசாலாட்சியில் அமிழ்ந்து உருகிப் போனான்.

அது நேற்று ராத்திரி.

தாடை எல்லாம் ரோமம் காடாக வளர்ந்திருக்கே. சிரைத்துக் கொள்ளக் கூடாதா?

அவள் வெட்கத்தோடு கேட்டு மாரில் அணைத்துக் கொண்டபோது குதிரை ஏறிப் போன பாதிரி என்னத்துக்கோ நினைவில் வந்தான்.

போகம் முந்தவிடாமல் தடுக்க மனதை வேறே இடத்தில் நிலைக்க வைக்கிறதும் நல்லது தான். இது இன்னும் சில வருடத்தில் கனிந்து யோகமாகும். மனம் தன்பாட்டுக்கு எதிலோ நிலைத்துப் போய்ச் சலனமில்லாது கிடக்க, உடம்பு இயங்கிக் கொண்டு, எல்லாவற்றையும் மூணாம் மனுஷனாகப் பார்த்துக் கொண்டு.

கொதுகு கடிக்கறது போதாம நீங்க வேறே.

அவள் செல்லமாகக் கோபித்தபடி மார்த்தடத்திலிருந்து அவன் முகத்தை அகற்றி தாடி ரோமங்களைத் தீர்க்கமாக வருடினாள். அவை சிலிர்த்தது அந்த இருட்டிலும் தெரிந்தது போல் ஓசைப்படாமல் சிரித்தாள்.

ஏலமும் கிராம்புமாக அவளுடைய வாயிலிருந்து வந்த சுகந்தமான வாடை குப்புசாமி அய்யனை இன்னொரு உலகத்துக்குக் கொண்டு போனது.

இப்போது குளித்து வந்து நிற்கிறபோது எல்லாத் திசையிலும் தெறிக்கும் பரிசுத்தமான வாசனை.

யோகம் அனுபவிக்கப் போகும்போது வாடை எல்லாம் உதவாது. மூக்கும் நாக்கும் செத்திருக்க வேண்டும்.

அதைப் பற்றி இப்போ என்ன என்று அவளோடு சம்பூரணமான பொழுதை அசைபோட்டபடி விசாலாட்சியைப் பார்த்தான் குப்புசாமி அய்யன்.

காவிலே யட்சி போல இருக்கேடி.

அவள் தலைமுடியை முகம் எல்லாம் இரைய விட்டுக் கொண்டு சொன்னான்.

அப்போ நானும் சிநேகாம்பா தோப்பனார் போலப் பறக்கட்டுமா?

விசாலாட்சி திரும்பச் சிரித்தாள்.

அந்த வயசன், குப்புசாமி அய்யன் ஊருக்குப் போய்த் திரும்பி வந்த இந்த நாலு வாரத்தில் ஒரு தொந்தரவாக மாறியிருக்கிறான். அது அவனையும் அறியாமல் நிகழ்ந்தது.

நேற்றைக்கு மதியம் வீட்டில் நுழைந்தபோதே குப்புசாமி அய்யன் பார்த்தது தான் அது. என்ன கிரகசாரமோ என்று யோசித்தபடி செம்பில் தண்ணீர் சேந்தி உடம்பு கழுவிக் கொண்டிருந்தபோது, வயசன் தோட்டக் கோடியில் மிதந்தபடி சுற்றி மூத்திரம் ஒழித்துக் கொண்டிருந்தான். அவன் கண் இரண்டும் அரைத் தூக்கத்தில் இருப்பதுபோல் பட்டது குப்புசாமி அய்யனுக்கு.

பிரதட்சணமாகவும் அப்பிரதட்சணமாகவும் வேலிப்பக்க மலை வேம்பை இரண்டு முறை சுற்றி வருவதற்குள் காரியம் முடிந்து அந்தப் படிக்கே மிதந்து திரும்ப வீட்டு மாடிக்குப் போனான் வயசன்.

ஆலப்பாட்டு மடத்தில் ஏதாவது துர்தேவதை நுழைந்திருக்கும். இல்லை, அங்கே நிலையாக இருக்கப்பட்ட அம்மாதிரி எதற்கோ வேண்டிய உபச்சாரம் கிடைக்காமல் போயிருக்கும். வயசன் இங்கே வந்து கிட்டத்தட்ட ஸ்திர தாமசமாக ரெண்டு மாதம் ஆகப் போகிறது என்பது குப்புசாமி அய்யனுக்கு நினைவு வந்தது. இரண்டு மாதமாகப் பசியோடு இருக்கிற எந்த நீலியோ அவனை இப்போது கொட்டையைப் பிடித்துக் கசக்கி ஆட்டி வைக்கிறாள் போலிருக்கிறது.

இதெல்லாம் யோசித்தபடி கொல்லையில் இருந்து வீட்டுக்குள் வந்தபோது உயரம் போதாத பின் நிலைவாசல் தலையில் இடித்து விண்ணென்று தலைக்குள் வலி வேறு.

வீட்டில் எல்லோரும் வந்திருந்தார்கள் அப்போது. குழந்தையும் குட்டியும் பெரியவர்களுமாக எப்போதும் போல் இருந்த வீடு. தம்பி துரைசாமி அய்யன் கூட அங்கே இருந்தான்.

என்னவாக்கும் எல்லோரும் ஆத்தை மட்ட மல்லாக்கத் திறந்து போட்டுட்டு எங்கே போய்ட்டேள்? ஏண்டா தொரை, நீ ஆதிச்ச நல்லூர்லே கைமள் வீட்டுக் கல்யாணத்துக்கு ஒத்துண்டு போகலியோ? புனலூர்லே ராமேந்திரன் அத்திம்பேரோட தம்பியைப் பார்த்தபோது சொன்னானே?

அண்ணா அது கிட்டன் போயிருக்கான். நான் மைநாகப்பள்ளி குரூப்பு வீட்டுலே அவனோட அப்பன் அடியந்திரத்துக்குச் சொல்லி விட்டான்னு போயிருந்தேனா. போன இடத்துலே குருப்போட தள்ளைக் கிழவியும் நாலு நாள் முன்னாடி போய்ச் சேர்ந்து. இன்னும் ஏழு நாள் கழிச்சு ரெண்டையும் ஒண்ணா நடத்திக்கலாம்னுட்டான் குரூப்பு. மகா பிசுக்கனாக்கும் அவன். பேசினதுலே கால்வாசிப் பணம் கொடுடா இப்போ சிரத்தைக்குன்னு கேட்டு வாங்கிண்டு வந்தேன்.

மைநாகப்பள்ளியில் இருந்து கருநாகப்பள்ளி போய்க் கிட்டனுக்குக் கூடமாட இருக்கக் கூடாதோ? காமாட்சி நினைப்பில் ஓடி வந்திருக்கிறான் கழுவேறி. தனியாகப் படுத்துக்கலாம்னு நப்பாசை.

நீங்க எனக்காக வரலியா அது மாதிரித்தான்.

விசாலாட்சி அவனுக்கு மட்டும் புரிகிற மாதிரி சிரித்தாள். அவள் தலையில் மீன்கூடையும் வாய் நிறைய தாம்பூல எச்சிலுமாகச் நிற்கிறது போல் தோன்றியது குப்புசாமி அய்யனுக்கு.

அதொக்கே சரிதான். இப்போ எல்லோரும் எங்கேயாக்கும் ஒருமிச்சுப் போய்ட்டு வரேள்?

குப்புசாமி அய்யன் பொதுவாகப் பார்த்தபடி சொன்னான். அவனுக்குப் பசி அகோரமாக இருந்தது. விசாலாட்சி படுத்துக் கொள்ள வருவது கிடக்கட்டும். இப்போ சாப்பிட ஏதாவது ஆக்கி வைத்திருக்கிறாளா?

ராம சாஸ்திரியாத்துலே சீராம நவமி அண்ணா. பூஜை, அப்புறம் சமாராதனை.

வா வான்னு சாஸ்திரிகளோட ஆத்துக்காரி தெலுங்கும் தமிழுமா வந்து வாய் நிறையக் கூப்பிட்டுப் போனாள். கதவைச் சாத்திண்டு தான் போயானது. காத்துலே திறந்திருக்கும்.

கடைசித் தங்கை பகவதி சொன்னாள்.

ராம சாஸ்திரி தெலுங்கு பிரதேசத்தில் இருந்து குடி ஏறினவன். வீணையும் வாய்ப்பாட்டும் சொல்லிக் கொடுத்து ஏகத்துக்கு சம்பாதிக்கிறான். சுற்று வட்டம் இருபது கல் வட்டாரத்தில் கானடா, காப்பி, ரீதிகெளளை என்று பேர்பண்ணிக் கொண்டு பெண்டுகள் மூக்கால் பாடுவதும், பெருச்சாளி பிராண்டுகிறதுபோல் சதா வீணையை மீட்டுவதுமாக அவன் இங்கே வந்த நாலே வருஷத்தில் மாறிப்போனது. அவனும் குடக்கூலிக்குப் புகுந்த வீட்டை சொந்தமாகவே வாங்கி விட்டான்.

நம்பூத்திரி அந்தர்ஜனப் பெண்களுக்கு அவரவர்களின் மனையிலும், மற்றவர்களுக்குத் தன் கிரஹத்தில் வரச் சொல்லியும் பாட்டுச் சொல்லிக் கொடுக்கும் அந்தத் தெலுங்கனின் பெண்டாட்டியும் விதூஷியானதால் பணம் கொட்டு கொட்டென்று கொட்டுகிறது. பகவதி கூட இரண்டு மாதமாக ராம சாஸ்திரி வீட்டில் தான் கீர்த்தனம் நெட்டுரு பண்ணிப் பாடக் கற்றுக் கொண்டு வருகிறாள்.

சரிதான். ஆத்துலே இன்னிக்கு உலை வைக்கலியா?

பசி பொறுக்க முடியாமல் கேட்டே விட்டான் குப்புசாமி அய்யன்.

கிட்டாவய்யனின் பெண் குழந்தை பந்தி போஜன வீட்டில் இலையில் போட்டதை எடுத்து வைத்து சிற்றாடையில் சுருக்குப் பைக்குள் முடிந்து வைத்துக் கொண்டு வந்த வடையையும் சுவியனையும் சாப்பிட்டபடி வீட்டைச் சுற்றி ஏக களேபரமாக

ஓடத் துவங்கியது. ஆகச் சின்னது ஊ ஊ என்று இடுப்பில் வெள்ளி ஆலிலை அசையத் தரையில் உருள ஆரம்பித்தது.

இதோ நொடியிலே சாதம் வடிச்சு ஒரு ரசம் பண்ணிடறேன் அண்ணா. மன்னியைக் கஷ்டப் படுத்தாதீங்கோ. எடி லண்டி மிண்டை. வடையைக் கடிச்சு எச்சல் பண்ணாதே. கையால விண்டு சாப்பிடு. காமாட்சி, இந்தப் பிசாசைக் கொஞ்சம் பார்த்துக்கோடியம்மா. அந்தச் சின்னக் கோட்டானையும் தான்.

கிட்டாவய்யன் பெண்டாட்டி அவசர அவசரமாகச் சொன்னபடி சமையல்கட்டுக்குள் புகுந்தாள். துரைசாமியய்யன் பெண்டாட்டி குழந்தைகளை சின்னவளை இடுப்பில் இடுக்கியபடி மற்றதை ரேழியில் கூட்டி வைத்துக் கொண்டு கதை சொல்லப் போனாள்.

அண்ணா நான் கொல்லன் பட்டறைக்குப் போய் ஈயச் சொம்புக்கு எல்லாம் புதுசாப் பூசிண்டு, இருப்பச் சட்டிப் பிடியையும் பத்த வச்சுண்டு வந்துடறேன். லொடலொடன்னு ஆடிண்டே இருக்கு. திளைக்க வச்ச எண்ணெயோட விழுந்து வச்சா வேறே வினையே வேணாம்.

நினைவு வந்ததுபோல் துரைசாமி அய்யனும் கிளம்பிப் போனான்.

லட்சுமியும் பகவதியும் சிநேகாம்பா மன்னிக்கு ஒத்தாசையாக சமையல்கட்டுக்குள் நுழைந்தார்கள்.

குப்புசாமி அய்யன் விசாலாட்சியோடு பேசிக் கொண்டிருக்கட்டும் என்ற வாத்சல்யம் எல்லோரிடமும் தெரிந்தது.

நேற்று மதியம் சாப்பிட்டு விட்டு கொல்லைப் பக்கம் விசாலாட்சியோடு வார்த்தை சொல்லிக் கொண்டு நின்றபோது, வயசன் பற்றி அவள்தான் முழு விவரமும் சொன்னாள்.

பாவம், சிநேகாம்பா தோப்பனாருக்கு என்னமோ ஆயிடுத்து. ஒரு வாரம் பத்து நாளாக் கால் தரையிலே பாவ மாட்டேங்கறது. நாள் முச்சூடும் தூங்கியாறது. எழுந்தா தரைக்கு அரை அடி

ஒரு அடி உசரத்துலே மிதக்க ஆரம்பிச்சுடறார். பட்சி பறக்கற மாதிரி இல்லே இது. கரப்பான் பூச்சியும், கோழியும் மாதிரி ஒரு மிதப்பு.

துர்தேவதை உபாதையோ?

குப்புசாமி அய்யன் கேட்டான். எந்த துர்தேவதையாவது இந்த வீட்டில் நுழைந்து விட்டிருக்கும் என்ற நினைப்பே சங்கடமாக இருந்தது. அதுகள் வீட்டில் வளைய வரும் பட்சத்தில் ராத்திரி விசாலாட்சியோடு தனியாக இருக்க முடியாது.

தெரியலை. உடம்பு பெலகீனம் என்கிறாள் சிநேகாம்பா. பலகீனப் பட்டவா எல்லாம் பறக்க ஆரம்பிச்சுடறாளா என்ன? ஏதோ கர்ம வினை பாவம்.

எல்லோரும் முதலில் பயந்திருக்கிறார்கள். ஆண்பிள்ளை யாரும் இல்லாத மனையில் வைத்தியனை ஏற்றலாமா என்று யோசித்திருக்கிறார்கள். துரைசாமி அய்யன் வந்தபோது எல்லோருக்கும் பயம் விலகி இது பழகிப்போய் விட்டிருந்தது.

கிட்டன் வந்துடட்டும். அவனோட மாமனார். அவனண்டையும் ஒரு வார்த்தை கேட்டுண்டு முடிவு பண்ணலாம். அவர் பாட்டுக்கு தேமேன்னு மாடியிலே தானே தூங்கிண்டு இருக்கார். இருக்கட்டுமே. பறந்து வெளியிலே எங்கேயும் போகலியோல்லியோ. மாடிக்கும் தோட்டத்துக்கும் தானே இறங்கி ஏறியாறது.

துரைசாமி அய்யன் சொன்னபோது வயசன் விவகாரம் இன்னும் சாதாரணமாகப் போனது.

இருந்தாலும் பகல் நேரத்தில் மாடியிலிருந்து மிதந்தபடிக்கு இறங்கி வந்த தாத்தனைப் பேத்திப் பெண்டுகள் உஷ் உஷ் என்று கையைக் கொட்டித் துணி உலர்த்தும் கொம்பால் முதுகில் தட்டி மாடிக்குத் திருப்பி இருக்கிறார்கள் என்று அறியக் குப்புசாமி அய்யனுக்கு மனக் கஷ்டமாக இருந்தது.

சிநேகாம்பா என்ன பண்ணினா?

அவ தான் நீர்க்கக் கரைச்சு எடுத்துண்டு போய் அப்பாவுக்கு மதியமும் ராத்திரியும் ஊட்டி விட்டுண்டு இருக்கா. பெத்தவன் ஆச்சே.

அந்தப் பேச்சு அப்போது அத்தோடு முடிந்து போனது. ராத்திரி வயசனை நினைக்க எல்லாம் நேரம் இல்லை இரண்டு பேருக்கும்.

அது நேற்று நடந்தது.

குப்புசாமி அய்யன் இடுப்பு வஸ்திரத்தை இறுகக் கட்டிக் கொண்டே எழுந்து நின்றான். விசாலாட்சியின் தலைமுடியைத் திரும்ப ஆசையோடு முகர்ந்தான்.

தலையை விடுங்கோ. பாஷாண்டி மாதிரி குளிக்காம என்னை ஒண்ணும் தொட வேண்டாம். கேட்டேளா? நான் அம்பலத்துக்குப் போகணும்.

விசாலாட்சி தலைமுடி சிக்காகாமல் குப்புசாமி அய்யன் கையில் இருந்து விடுவித்துக் கொண்டாள்.

யட்சி மாதிரி இருக்கே.

திரும்பவும் சொன்னான் குப்புசாமி அய்யன்.

கேட்டேனே. அப்போ நானும் சிநேகாம்பா தோப்பனார் போல் பறக்கட்டுமா? அதே படிக்கு நாள் முழுக்கப் படுத்துண்டு திறந்து போட்டு உறங்கிண்டு. உங்களுக்கும் சௌகரியம்.

வெளியே ஓடுவது போல் போக்குக் காட்டியபடி சொன்னாள்.

எங்கே ஓடினாலும் இங்கே தாண்டி வரப்போறே. சாயரட்சைக்கு அப்புறம் வச்சுக்கறேன். ஆமா காலையிலேருந்து ஒரே பகளமா இருக்கே? என்ன ஆச்சு?

நேற்று மொட்டை மாடியில் படுத்துக் கொள்ளாமல் உக்கிராணத்துக்குப் பக்கத்து உள்ளிலேயே அசந்து தூங்கி விட்டான் குப்புசாமி அய்யன்.

வெளியே கிளம்பிப் போய்க் கூடத்தில் படுத்து விடிகாலை எழுந்து வந்து முதல் வேலையாக விசாலாட்சி எழுப்பினாலும் அவன் எழுந்திருக்கவில்லை.

அய்யோ மானம் போறது. இங்கே இன்னும் தூங்கிண்டு இருந்தா எல்லோருக்கும் எல்லாம் தெரிஞ்சிடும். எந்திருங்கோ.

தெரியட்டும் போ. அவாவா பண்றதுதானே. கதவைச் சாத்திட்டுப் போடி.

அவன் திரும்பக் குப்புறப் படுத்துக் கொண்டு நித்திரை போனபோது சமையல் அறையில் காமாட்சிக்கும் சிநேகாம்பாளுக்கும் சண்டை வெடித்தது விட்டு விட்டுக் கேட்டுக் கொண்டிருந்தது.

அதன் ரிஷிமூலம் சொல்ல வந்திருக்கிறாள் விசாலாட்சி.

எல்லாம் அந்த வயசன் விவகாரம்தான்.

விசாலாட்சி குப்புசாமி அய்யன் காதோடு சொன்னாள்.

காமாட்சி விசர்ஜனத்துக்காகக் கையில் செம்போடு தோட்டத்தில் கழிப்பறைக்குப் போயிருக்கிறாள் இன்றைக்கு விடிகாலையில்.

போன இடவ மாசத்தில் வானமே பொத்துக் கொண்டு கொட்டிய மழையில் மேலே கூரை அங்கங்கே ஓட்டை விழுந்து விரிசல் கண்டிருந்தது. மச்சு மாடியே இல்லாமல் அக்கம் பக்கம் சின்னச் சின்னதாக வீடுகள் இருந்ததால் கூரையைத் திரும்ப நல்லபடிக்கு வேய இன்னும் யாரும் முன்கை எடுக்கவில்லை. கரண்டியைத் தூக்கிக் கொண்டு அலையவே நேரம் சரியாக இருக்கிறது ஆண்பிள்ளைகள் எல்லோருக்கும்.

காமாட்சி அந்தக் கூரைக்குக் கீழே குந்தியிருந்திருக்கிறாள். வயசன் கீழே வந்து விட்டுத் திரும்ப மேலே எழும்பிப் போனபோது அவளைப் பார்த்ததாகப் பராதி.

பாவம் அவர் கண்தான் சதா மூடி இருக்கே. என்னத்தைப்

பார்த்திருக்கப் போறார். அதுவும் விசர்ஜனம் செய்யும் யாரையும், எத்தனை அப்சரஸாக இருந்தாலும் பார்ப்பது அருவருப்பான காரியம் இல்லையா? நேத்திரம் நல்லபடிக்கு இருந்தாலும் இதையெல்லாம் யாராவது மான்யன் பார்ப்பானோ?

குப்புசாமி அய்யன் கேட்டான்.

அதெல்லாம் ஒண்ணும் இல்லை. காமாட்சிக்கு வயசனை எப்படியாவது உடனெ ஆதிச்சநல்லூருக்குத் துரத்திவிட வேண்டும் என்று பிடிவாதம். சிநேகாம்பாளானால் உங்க தம்பி வரட்டும் அவர் தான் கொண்டு போய் விடவேண்டும் வேறே ஆள்கார் யாரும் இல்லே என்கிறாள்.

துரைசாமி போகலாமே?

அவருக்குத் தான் பிருஷ்டம் வணங்காதே இந்த மாதிரிக் காரியத்துக்கு எல்லாம். பத்து நாள் வேலை பார்த்துட்டு வந்தால் பத்து நாள் தூக்கம். காமாட்சியோடவோ தனியாவோ.

கொடுத்து வச்சவன்.

குப்புசாமி அய்யன் விசாலாட்சியை விழுங்குவது போல் பார்த்தான். மனதில் நேரம் காலம் இல்லாமல் மிருக குணம் முட்டி மோதிக்கொண்டு வந்தது.

ரொம்பவே கொடுத்து வச்சவர் தான் உங்க தம்பி. ஆத்துக்காரியோட ரமிச்சு இருக்கும்போது உள்ளே நுழைஞ்சு முதுகிலே மோதி இடிச்சுண்டு யாராவது போறது எவ்வளவு சந்தோஷமான விஷயம்? அதுவும் தரைக்கு அரை அடி மேலே கண்ணை மூடிண்டு மிதந்தபடிக்கு.

அவள் போன பிறகும் அவளுடைய சிரிப்பு குப்புசாமி அய்யன் காதில் கேட்டபடி இருந்தது.

அத்தியாயம் பதினைந்து

ஒரு பெரிய பாடை.

மூங்கிலை வளைத்துக் கட்டி முத்துப் பல்லக்கு போல் செய்திருக்கிறது. உள்ளே சாட்டின் விரிப்பு. தலைக்கு வைத்துக் கொள்ள சாட்டின் தலையணை. பாடையைச் சுற்றிலும் மல்லிகையும், துலுக்க ஜவ்வந்தியும், ரோஜாப் பூவுமாக சரம் சரமாகக் கட்டி வைத்திருக்கிறது. போதாதற்கு அங்கங்கே வெட்டிவேர் வேறே மணமாகத் தொங்குகிறது. பாடைக்குள் ஏறப் படிகள் வளைந்து பளபளவென்று செம்பில் வடித்து வைத்திருக்கின்றன. நான்கு பெரிய மரச் சக்கரங்களின் பலத்தில் ஓங்கி உயர்ந்து நிற்கிற அதன் முன்னால் குதிரை பூட்ட விசாலமான அமைப்பு. உட்கார்ந்து ஓட்ட வசதியாக ஒரு ஆசனம். வியர்க்கூறு ஏறிய முதுகையும் வேட்டி தழைந்த இடுப்பில் மேலேறி வந்த அழுக்கு அரைஞாண்கொடியையும் காட்டி உள்ளே இருந்து சஞ்சரிக்கப் பட்டவர்களை அன்னத் திரேஷமாக அருவருப்படையச் செய்யாமல் ஓட்டுகிறவனுக்கும் அவர்களுக்கும் இடையே ஒரு சல்லாத்துணிப் படுதா.

சக்கரம் வைத்த பாடை கல்லும் முள்ளுமாக ஒரு கட்டாந்தரையில் நிற்கிறது. குதிரைகள் போன இடம்

தெரியவில்லை. ஓட்டுகிறவனும் தான் காணோம். கொஞ்சம் தள்ளி நாலைந்து பேர் வியர்க்க விறுவிறுக்கக் குழி தோண்டிக் கொண்டிருக்கிறார்கள்.

ஆச்சு. அந்தத் தேவிடியாப் புள்ளயைக் கொண்டாந்து கிடத்த வேண்டியதுதான்.

கையில் பிடித்த மண்வெட்டியில் எச்சில் துப்பித் தூரத்தில் எறிந்து விட்டு, குழிக்குள் ஒண்ணுக்குப் போய்க் கொண்டே ஒருத்தன் சொல்கிறான். அது பனியன் சகோதரர்களில் குட்டையன்.

ராஜா பாடைக்குள்ளே படுத்திருக்கிறார்.

நெட்டை பனியன் கருப்பு பெட்டியில் பழுக்காத் தட்டைச் சுழல விட்டபடி பல்லக்குக்குள் குனிகிறான்.

அங்கே வெதுவெதுன்னு குழியிலே படுத்துக்கிட்டு இதை ஆனந்தமாக் கேக்கலாமே.

ஏதோ புரியாத மொழியில் பாடிய அந்தப் பழுக்காத் தட்டின் எல்லா வார்த்தைகளும் ராஜா செத்துப் போய்விட்டதாக அறிவிக்கின்றன.

கம்பங்களி கூட தயார். உப்புப் போடலை. அந்த ஆள் இடுப்புலே முடிஞ்சு வச்சிருக்கான். எடுத்துப் போட்டுக்கட்டும்.

சமையல்காரன் தோசை திருப்பியை குழிக்குள் எறிந்து கொண்டே சொல்கிறான். அதை வைத்து என்ன எழவு குழி வெட்டினானோ? செய்கிற வேலையில் ஒரு சுத்தம் வேணாம்?

ராஜாவுக்குக் கோபம் மூக்குக்கு மேல் வருகிறது. எழுந்து போய் அவனை இடுப்புக்குக் கீழே உதைத்துக் கொட்டையைக் கூழாக்க வேண்டும். முடியாமல் அசதி. பாட்டு வேறே கட்டிப் போடுகிறது.

குதிரை ஓட்டுகிறவன் ஆசனத்தில் நக்னமாக ஏறி உட்கார்ந்து சாட்டின் திரையை விலக்குகிறாள் ராணிக்குப் பிரியமான

சேடிப் பெண். கால்களில் பித்தவெடிப்பு ஏறி இருக்கிறது. கணுக்காலில் ரோமங்கள் கொலுசில் உரச ராஜாவை எட்டி உதைக்கிறாள் அவள். இடுப்புக்குக் கீழே இன்னும் தீவிரமாகப் பார்க்க விடாமல் ராஜாவின் கண்ணில் உதைத்து மூட வைக்கிறாள். வலிக்கிறது. ஆனாலும் இதமாக இருக்கிறது.

நாரியில் படிந்த அந்தப் பாதங்களை வாடை பிடிக்கிறார் ராஜா. கிறங்க வைக்கும் வியர்வை வாடை. உப்புப் புளியும், அரண்மனைத் தாழ்வாரத்துப் புழுதியும், சமையல்கட்டில் மீன்செதிலையும் கொட்டடியில் குதிரைச் சாணத்தையும் மிதித்து வந்த கதம்ப வாசனையும் கூடவே வீட்டு விலக்காகிக் குளித்த ஸ்திரியின் தனி வாடையுமாகப் போதையேற்றும் பாதங்கள்.

குழிக்கு உள்ளே இவளும் படுத்துப்பா. வாங்க போகலாம்.

நெட்டை பனியன் சேடிப்பெண்ணின் மார்பைத் திருகியபடி சொல்கிறான்.

அவளைத் தொடாதேடா முண்டைக்குப் பிறந்தவனே உன் ஜாமான் முடி பொசுங்கி விடும் என்று சபித்துப் போடுகிறார் ராஜா.

சேடிப் பெண்ணின் பாதங்கள் இப்போது ராஜாவின் இடுப்புக்குக் கீழ் ஓங்கி ஓங்கிக் குத்த இடுப்புத் துணி நனைகிறது.

விழித்துக் கொண்டார் அவர்.

மங்கலான வெளிச்சம். ராணி கையால் அவர் உடம்பு முழுக்க உலுக்கி, அடித்துத் தட்டி எழுப்பிக் கொண்டிருக்கிறாள். இடுப்பில் வேட்டி விலகி ஈர வட்டம் உணர்ச்சியில் படுகிறது.

ராஜாவுக்குப் பெருமையாக இருக்கிறது. இன்னும் ஜீவன் இருக்கிறது என்பதற்கு அத்தாட்சி. சீக்கிரமே ராணிக்குப் புத்திர பாக்கியம் ஏற்படலாம். குழிக்குள் இறங்கிப் படுக்க ராணி வருவாளா? சேடிப் பெண் எங்கே? ராணியின் காலுக்கு என்ன வாடை இருக்கும்?

ராஜா திரும்பக் கண்ணை மூடிக் கொண்டார்.

எவ்வளவு நேரமாக எழுப்பி ஆகிறது. அது என்ன விருத்தி கெட்ட ஒரு தூக்கம்?

ராணி குரல் காதில் அறைய கண்ணை மறுபடி திறந்து முழுசாக இந்த உலகத்துக்கு வந்தார் ராஜா.

அவர் பாடையில் இல்லை. படுக்கையில் தான் இருப்பு. பக்கத்தில் எந்தக் களவாணியும் குழி வெட்டிக் கொண்டிருக்கவில்லை. ராணி மட்டும் தான் நிற்கிறாள். குளிக்காமல் கொள்ளாமல் ஒரு பழைய சேலையை உடுத்தித் தலை கலைய, கண்ணில் அப்பின மைக்கு மேலே பீளை தள்ளி இருக்க அவள் நிற்கிறாள்.

அப்பாரு போயிட்டாரு. தாக்கல் வந்திருக்கு. எழுந்திருங்க.

கட்டிலில் தலைமுகட்டில் உட்கார்ந்து நாராசமாக ஒப்பாரி வைத்து அழுகிறாள் அவள். தினசரி ஒரு பழுக்காத் தட்டு சங்கீதம் கேட்டிருந்தால் அவளாலும் நேர்த்தியாகப் பாட முடியும்.

புஸ்தி மீசைக் கிழவன் மண்டையைப் போட்டாச்சா?

ராஜாவுக்கு இனம் புரியாத சந்தோஷம் மனதில் எட்டிப் பார்க்கிறது. தாமிரபரணி பக்கம் இருந்து இங்கே அரண்மனைச் சிறுவயல் பகுதிக் கிராமத்துக்குக் குடிபெயர்ந்ததே தன்னைச் சீண்டத்தானா என்று ராஜா நினைக்கும்படிக்கு, இங்கே வரும்போதெல்லாம் ராஜாவை வார்த்தையால் குத்திக் கொண்டே இருப்பான்.

எப்ப என் பேரப்பிள்ளையை சிம்மாசனத்துல இருத்தப் போறீங்க?

அவன் தொல்லை பொறுக்க முடியாமல் போன நேரத்தில்தான் சேடிப் பெண் ராஜாவிடம் வந்து புஸ்திமீசைக் கிழவன் வாய் உபச்சாரம் செய்யச் சொல்லி சதா தொந்தரவு செய்வதாகப் புகார் சொன்னாள்.

கடுமையாகக் கண்டித்து அன்றைக்கு விரட்டி அனுப்பியதுதான். அப்புறம் ராஜாவையோ சேடிப் பெண்ணையோ சீண்ட அவன் இங்கே வரவேயில்லை.

அது நடந்து மூணு மாசம் ஆகியிருக்கும்.

எங்க அப்பார் மேலே உங்களுக்கு மரியாதை இல்லே. அதான் சட்டுனு கிளம்பிப் போய்ட்டார். இனிமே உசிர் உள்ள வரைக்கும் இங்கே படிவாசல் மிதிக்க மாட்டார். மானஸ்தர் அவரு.

கிழவன் இறங்கிப் போனதற்கு அடுத்த நாள் ராணி சொன்னபோது மசிரு போச்சு என்று மனதில் நினைத்துக் கொண்டு ராஜா ஆட்டுத் தொடையைக் கடித்துக் கொண்டிருந்தார்.

ஆயிரம் சிப்பாயை அணி வகுத்து நடத்திப் போனவரு இப்படி அநாதையா விடிய ஒரு நாழிகைக்கு மண்டையைப் போடணும்னு எழுதி வச்சிருக்கே. போறபோது என்ன நினைச்சாரோ? என்னையத்தான் நினைச்சாரோ?

ராணி திரும்பப் பிலாக்கணம் வைக்க ஆரம்பித்தாள்.

சரி, இப்ப என்ன செய்யணும்ங்கிறே?

ராஜா அவள் குரலின் இம்சை பொறுக்க முடியாமல் தோளைத் தொட்டு அவளை அணைத்து அழுகையை நிப்பாட்டிப் போட்டார்.

இது கூட நான் சொல்லணுமா என்ன? உடனே போய் உங்க தகுதிக்கும் அந்தஸ்துக்கும் உறவுக்கும் தகுந்த எல்லா மரியாதையும் செஞ்சு அவரை அடங்கப் பண்ண வேண்டாமா? என் உடன்பிறப்பு எல்லாம் தாமரபரணிக் கரை தாண்டி வந்திருக்கும் இன்னேரம். நாம தான் இங்கியே புடுங்கிட்டுக் கிடக்கோம்.

ராணி அப்படியே கிளம்பி வரத் தயாராக இருந்தாள். ராஜாவும் அவ்விதமே கிளம்ப வேண்டும் என்று எதிர்பார்த்தாள்.

காலைக் கடன் முடிக்காமல் எப்படிப் போகிறது வெளியே? அரையில் வேறு நனைந்து நாறிக் கொண்டிருக்கிறது. தாடையில் முள் முள்ளாக முடி குத்துகிறது. நாசுவனுக்கு ஆளனுப்பிக் காரியம் முடிய இன்னும் ஒரு மணி நேரமாவது ஆகும். பசி வேறு தலையைத் தூக்க ஆரம்பித்திருக்கிறது. தோசையும் முட்டைக் குழம்பும் தேங்காய் வெல்லம் கலந்த பூரணமுமாகச் சாப்பிடு என்கிறது நாக்கு.

கொஞ்சம் பொறு. வெய்யில் ஏற்றதுக்குள்ளே கிளம்பிடலாம். என்ன எல்லாம் கொண்டு போகணும்னு அய்யரையும் கலந்துக்கலாம்.

உங்க தலையிலே எழவெடுத்த வெய்யில் ஏற. வரப் போறீங்களா இப்பவே என்னோட இல்லே நான் கிளம்பட்டா?

ராணிக்கு உடனே போக வேண்டும். ஆனால் ஆஸ்தான ஜோசியரும் புரோகிதருமான அய்யர் இந்த மாதிரியான சாவுச் சடங்குகளில் விவரமான ஞானம் உள்ளவர். அவர் சொல்வதை ராஜா கேட்பதும் நல்லதுதான்.

யாரங்கே? ராணி புறப்படப் பல்லக்கைச் சித்தம் பண்ணு.

ராஜா இரைய ஆரம்பித்தது குத்திருமலில் பாதியில் நின்றது.

எந்தத் தூமயக் குடிக்கியும் வரவேணாம். எனக்கே போய்க்கத் தெரியும்.

ராணி படபடவென்று வெளியேறினாள்.

பெட்டி வண்டியில் அவளும் கூடவே கால்மாட்டில் அவளுக்குப் பிரியமான சேடிப் பெண்ணும் இருக்க, குதிரைக்காரன் வண்டியை நெட்டோட்டமாக ஓட்டிக் கொண்டு போனது கொஞ்ச நேரம் கழித்து ஜன்னலுக்கு வெளியே தெரிந்தது.

குட்டியாக இன்னும் ஒரு தூக்கம் போடலாமா? அந்தப் பக்கத்து வீட்டுப் பார்ப்பாரப் பிள்ளைகள் இன்றைக்கு ஏன் பழுக்காத் தட்டு சங்கீதத்தை சத்தமாக வைக்கவில்லை?

வெய்யில் ஏறுவதற்குள் வருவதாகச் சொன்னது நினைவுக்கு வந்தது. அதற்குள் கொல்லைக்குப் போய், சவரம் செய்து கொண்டு, குளித்து, அய்யரைப் பார்த்து. ஏகப்பட்ட வேலை இருக்கிறது.

மெல்ல நடந்து போய் அரண்மனைச் சமையல் அறை நிலை வாசலில் இரு கையையும் ஊன்றிக் கொண்டு குனிந்து பழனியப்பா என்று சத்தமாகச் சமையல் காரனைக் கூப்பிட்டார்.

ஜாடியிலிருந்து ஒரு பெரிய தொன்னை நிறைய வல்லாரை லேகியத்தையும் வென்னீரையும் அவன் கொண்டு வந்து கொடுத்தால் தான் காலைக்கடன் நிம்மதியாகக் கழியும்.

சமயங்களில் சமையல் கட்டுக் கதவைப் பிடித்தபடி குனிந்து பழனியப்பா என்று விளித்த மாத்திரத்தில் பின்னாலும் முன்னாலும் சந்தோஷமாக முட்டிக் கொண்டு வந்து விடும். இன்றைக்கு அதிர்ஷ்டம் இல்லை.

சமையல்காரன் பக்தி பூர்வம் தொன்னையை வாழை இலையால் மூடி அதை ஒரு வெள்ளித் தட்டில் வைத்து, பக்கத்தில் பஞ்ச பாத்திரத்தில் வென்னீருமாக வந்து நின்றான்.

காலை நேரத்திலேயே கள்ளுத்தண்ணி சாப்பிட்டு வந்திருக்கிறாயோடா திருட்டுப் பயலே?

ராஜா அபிமானத்தோடு புன்சிரித்துக் கொண்டு விசாரித்தார். என்னமோ அவன் மேல் இப்போது பிரியமாக இருந்தது. ஒரு வாய் லேகியம் உள்ளே போவதற்குள் வயறு கடகடக்க ஆரம்பித்திருக்கிறது.

ஐயனார் சத்தியமா இல்லே மஹாராஜா. அந்த வாசனை பிடித்தே வருஷக் கணக்கில் ஆகிறது.

அப்படியானால் இன்றைக்கு ஊற்றிக் கொள்.

ராஜா குப்பாயத்தில் கையை விட்டு ஒரு வெள்ளி நாணயத்தை அவனிடம் எறிந்தார்.

வெள்ளித் தட்டைத் தரையில் வைத்து விட்டு மூலைக் கச்ச வேட்டியை தட்டுச் சுற்றாக்கிக் கொண்டு தோட்டப் பக்கம் போகும்போது முட்டைக் குழம்பும் தோசையும் சித்தம் பண்ணச் சமையல்காரனிடம் சொல்ல மறக்கவில்லை.

தோட்டத்தில் இன்னொரு வேலைக்காரன் செம்பும் தண்ணீருமாக நின்றான். தோட்டத்து மாமர நிழலில் குரிச்சி போட்டு தரையில் கத்தியும் கிண்ணியுமாக நாசுவன்.

வாழ்க்கை கிரமப்படிப் போய்க் கொண்டிருப்பதாக ராஜாவுக்குத் திருப்தி.

இடக்குப் பண்ணாத வயிறும் மழுமழுத்த கன்னமும் வயிறு நிறைய தோசையும் முட்டைக் குழம்புமாகக் கிளம்பிப் போய் புஸ்தி மீசைக் கிழவனை வழியனுப்பி விட்டு வரலாம். சாவின் வேடிக்கை விநோதங்களை எல்லாம் பார்த்து, கலந்து கொண்டு அனுபவித்து ரொம்பவே நாளாகி விட்டது.

கால் கழுவிக் கொள்ள சேவகன் தண்ணீர் ஊற்றிக் கொண்டிருக்கும்போது ராஜாவுக்கு பனியன் சகோதரர்கள் நினைவு வந்தது.

அந்தப் படப்பெட்டியை எடுத்து வரச் சொன்னால் என்ன? கிழவனைச் சிங்காரித்து ஒரு படம் எடுத்து வீட்டில் எதாவது மூலையில் மாட்டி வைத்தால் ராணியும் சந்தோஷப்படுவாள்.

கொஞ்சம் நேரம் கழித்தே வாங்க.

ராஜா பனியன் சகோதரர்களுக்கு மனதுக்குள் கட்டளை பிறப்பித்தார்.

நாசுவன் முகத்திலும் கம்புக்கூட்டிலும் மயிர் நீக்கி விட்டு ராஜாவைக் கேட்டது இது.

கீழேயும் எடுக்கட்டா தொரே?

ஈரம் இன்னும் உலர்ந்து தொலைக்காததால் வேணாம் என்றார் ராஜா.

அத்தியாயம் பதினாறு

ராஜா அரண்மனை சிறுவயலை அடைந்தபோது அதிர்வேட்டு முழங்கிக் கொண்டிருந்தது.

வேட்டுக்காரன் ஊருணிக்கரைப் பொட்டலில் பத்துப் பதினைந்து அதிர்வேட்டுக்களை வரிசையாக நிறுத்திப் பொருதி வைத்தபடி வெய்யிலில் நீள ஓடிக் கொண்டிருந்தான். புகையும் வெடிமருந்து வாடையும் காதை அடைக்கும் சத்தமுமாக அந்தப் பிரதேசமே மாறி இருந்தது.

அப்புறம் தப்புக்கொட்டுக்காரர்கள். கையில் எடுத்த கொட்டும், தோளில் தொங்க விட்டுக் கொண்டதுமாக வானத்துக்கும் பூமிக்குமாகக் குதித்துக் கொட்டடித்துக் கொண்டிருந்தார்கள் அவர்கள் ஒரு பெரிய கூட்டமாக. அவர்களில் ஒருவன் ஒப்புச் சொல்ல மற்றவர்கள் தாயாரே தாயாரே என்று தாவித் தாவிக் கொட்டடித்தார்கள். கந்தர்வ கானமாக இல்லாவிட்டாலும் சகித்துக் கொள்ளும்படியாக இருந்தது அது.

கந்தர்வ நாட்டில் என்னத்துக்கு ஒப்பாரி வைப்பது? ராஜாவுக்கு சிரிப்பு வந்துவிட்டது. நரைமீசையைத் தடவிச் சரி செய்வது போல் வாயை மூடிக் கொண்டார்.

இன்றைக்குப் பார்த்துப் பார்த்துக் காரியம் செய்து பிரயாணம் கிளம்ப எல்லா நடவடிக்கையும் மேற்கொண்டாலும் தாமதமாகி விட்டது.

சமையல்காரன் தோசையை ஒரு பக்கம் தீய்த்து விட்டான். முட்டைக் குழம்பில் காரம் குறைச்சல். எல்லாவற்றையும் சகித்துக் கொண்டார் ராஜா. இவனோடு எழவெடுத்துக் கொண்டிருந்தால் மாமனார்க் கிழவன் எழவு முடிந்து கருமாதி ஆரம்பிக்கும் நாளைக்குத் தான் போய்ச் சேரமுடியும் என்று புத்தி எச்சரித்தது காரணம்.

அய்யர் கூப்பிட்டனுப்பியபோது புதுமாப்பிள்ளை போல் கொஞ்சம் முறுக்கோடு தான் வந்தார். திவசத்துக்கு இறங்கி வந்த முன்னோர்கள் மாமிசமும் சாராயமும் கேட்டு அவர் கொடுத்த எள்ளையும் நீரையும், சொன்ன மந்திரத்தையும் மதிக்காமல் போனது அவரை வெகுவாக மனம் நோகச் செய்திருந்தது. நாமக்கல் ஜமீந்தார் கூப்பிடுகிறார் வாவா என்று. அந்த ஊரில்தான் மகளைக் கல்யாணம் செய்து கொடுத்தது. மாப்பிள்ளை, ஜமீந்தாருக்குக் காரியஸ்தராக இருக்கிறார். அவரும் கூப்பிடுகிறார். அவ்வளவு தூரம் இந்த வயசான காலத்தில் போவானேன் என்று தட்டிக் கழித்துக் கொண்டிருக்கிறேன் என்று அவர் காரண காரியமில்லாமல் இரண்டு தடவை சொன்னார்.

அரசூரை விடப் பெரிய ஊர் அது. ஆடும் மாடும் நிறையத் தொலைந்து போகும். மூக்குத்தியையும் வெள்ளி அரைஞாணையும் கழற்றி வைத்த இடத்தை மறந்துவிட்டவர்கள் இன்னும் நிறையப் பேர் இருப்பார்கள். அது இருக்கும் இடம் தெரிய அய்யருக்குத் தட்சணை வைத்துத் திண்ணையில் குந்த, அய்யர் சோழிகளை நிறுத்தாமல் உருட்டி எங்கே தேட வேண்டும் என்று சொல்வார்.

தொலைத்தது கிடைத்த சந்தோஷத்தில் படுத்து எழுந்து பத்து மாசம் கழித்து ஜாதகம் கணிக்க வண்டி கட்டிக் கொண்டு வந்து கூப்பிடுவார்கள். அந்த ஊர் ஜமீந்தார்

துடைத்து வைத்த கஜானாவோடு இல்லாமல் கொஞ்ச நஞ்சமாவது பசையோடு இருப்பார். திதி திவசத்துக்கு இறங்கும் அவருடைய முன்னோர்கள் நல்ல வயசாளிகளாக எள்ளையும் தண்ணீரையும் திருப்தியோடு ஏற்றுக் கொண்டு தேவபாஷை அசுரபாஷை எல்லாவற்றிலும் வாழ்த்திப் போவதால், மழையும், குளிர்ச்சியும், விளைச்சலும், போகமும், சம்போகமும் ஒரு குறைச்சலுமில்லாமல் நடக்கும்.

ராஜா ஒரு நிமிடம் அய்யரைத் தீர்க்கமாகப் பார்த்துவிட்டு உள்ளே போய் ஒரு மரத்தட்டில் நாலு வெற்றிலையும் பாக்கும் ஒரு வராகனுமாக வந்தார். குருவி போல் சேர்த்து வைத்த வராகனில் ஒன்று குறைந்து விட்டதில் கொஞ்சம் வருத்தம் தான் என்றாலும் அய்யரைப் போக விடக்கூடாது என்று தீர்மானம் செய்திருந்தார்.

இரும்புப் பெட்டியிலிருந்து மஞ்சள் துணிப்பையை அவிழ்த்து வராகனை எடுத்தபோது முன்னோர்கள் பேசுவார்கள் என்று எதிர்பார்த்தார். மயான அமைதியாக இருந்தது இன்றைக்கு. அப்புறம் தான் நினைவு வந்தது முன்னோர்கள் புஸ்தி மீசைக் கிழவனைக் கைபிடித்து மேலே கூட்டிப் போக அரண்மனை சிறுவயல் போயிருப்பார்கள் என்று.

அய்யர் வராகனைக் கண்ணில் ஒற்றிக் கொண்டு மடியில் முடிந்து கொண்டார். தான் நாலு தலைமுறையாக அரசூர் சக்கரவர்த்திகளின் விசுவாச ஆஸ்தான புரோகிதர் மற்றும் பஞ்சாங்கக்காரர் என்று பூணூலை இழுத்து விட்டுக் கொண்டு அறிவித்தார். நாமக்கல்லார் நாமம் போட்டு விடுவார்கள். நான் ஏற்கனவே பட்டை நாமம் பரக்கச் சாத்திண்டு வந்திருக்கேனே என்று சிரித்தார்.

மரியாதைக்கு ராஜாவும் சிரித்து வைத்தார். இந்தப் பார்ப்பான் படி இறங்கிப் போகும்போது யாரையாவது ஒளிவாக அனுப்பி வராகனைப் பிடுங்கிக் கொண்டு பூணூலை அறுத்து விட்டு இவனையும் நாலு சார்த்தி விட்டு வரச் சொல்லலாமா என்று யோசனை வர, அதை முளையிலேயே கிள்ளி எறிந்தார்.

அய்யர் சொன்னபடிக்கு நாலு வீசை கருப்பட்டி, எட்டுக் கவுளி வெற்றிலை, மூணு பலம் ஜாதிபத்திரி, அரை ஆழாக்கு ஆமணக்கு எண்ணெய், நீல வஸ்திரம், கம்பளிக் கயறு, பட்டுக் கோவணம் என்று சேவகர்களை ஏவி வாங்கி வந்ததில் இன்னொரு வராகனையும் இரும்புப் பெட்டியிலிருந்து எடுக்க வேண்டிப் போனது.

ஆனாலும் எல்லாம் அதது அதனதன் பாட்டில் விரசாக நடந்து முடிந்தது.

குதிரை வண்டியில் எல்லாவற்றையும் ஏற்றிக் கொண்டு இருந்தபோது தான் பனியன் சகோதரர்களின் நினைவு வந்தது. அவர்களுடைய படம் பிடிக்கும் பெட்டி வேணுமே.

பனியன் சகோதரர்கள் கொஞ்சம் தாமதித்துத்தான் வந்தார்கள்.

கார் மக்கர் பண்ணி விட்டது. ரிப்பேர் செய்து கொண்டு வந்தோம்.

பாதி தான் பேசுகிற பாஷையும் பாதி புரியாததுமாக ஏதோ சொன்னார்கள்.

சரி போகிறது. இப்போது அது ஓடும் தானே?

ராஜா ஆஸ்டின் காரைச் சுட்டிக் காட்டிக் கேட்டார்.

ஓ பிரமாதமா. பெட்ரோல் ஐயங்காரிடம் ஆத்திர அவசரத்துக்குப் பெட்ரோல் வாங்கி வந்தோம் சமஸ்தானம் அவசரமாக் கூப்பிட்டதாலே. யுத்த காலமாச்சுதா. ஒண்ணும் கிடைக்கிறதில்லை.

எங்கே யுத்தம்? யார் யாரோடு சண்டை போடுகிறார்கள்? அவ்வளவு காசு கொட்டிக் கிடக்கிறதா என்ன ஊரில்?

ராஜா கேட்க நினைத்தார். இது அவர் காலத்துக்கு அப்புறம் நடந்த சங்கதி. தெரிந்து கொண்டு ஒன்றும் ஆகப் போவதில்லை. புஸ்தி மீசைக் கிழவனைப் பல்லக்கு ஏற்றுவது தான்

இப்போது நடக்க வேண்டிய காரியம். அதுக்கு முன்னால் இந்தக் களவாணிகள் நூதனமான வண்டியில் வந்து இறங்கி அதற்கு மசகெண்ணெயோ மற்றதோ போட்ட வகையில் காசு வசூலிக்கப் பார்க்கிறான்கள்.

ராஜா அந்த அவசரத்திலும் இடுப்பு மடிப்பில் உப்பு எடுத்து வைத்துக் கொள்ள மறக்கவில்லை. நறநறவென்று இடுப்பில் வியர்வையோடு அது இழைகிறது பழகிப் போய் சுகமாக இருந்தது.

படம் பிடிக்கும் பெட்டி கொண்டு வந்திருக்கிறீர்களா?

ராஜா கேட்டபோது ஆமாம் என்றார்கள் இரண்டு பேரும் ஒரே குரலில். அந்த மூடுவண்டிக்குள் வைத்திருக்கிறதாம்.

சரி எல்லாத்துக்கும் சேர்த்துக் கொடுத்திடறேன். கிளம்பி நேரா அரண்மனைச் சிறுவயல் வந்து சேருங்கள்.

ராஜா சொல்லிக் கொண்டே குதிரை வண்டியில் ஏறப் போனார்.

நீங்களும் காரிலேயே வந்து விடுங்களேன். விரசாகப் போய்விடலாம்.

அதுவும் நல்ல யோசனையாகத்தான் பட்டது. நூதன வாகனம். ராஜா காலத்துக்குப் பிற்பட்ட மனுஷர்கள் ஏற்படுத்தி எடுத்து வந்திருக்கிறார்கள். ஏதாவது குளறுபடியாகிப் போய் இது குடை சாயும் பட்சத்தில் ராஜாவுக்கும் தாரை தப்பட்டை முழங்க பல்லக்கு சவாரி கிடைக்கிற அபாயம் உண்டு.

நான் சாரட்லேயே வரேன். நீங்க கிளம்புங்க.

கொஞ்சம் பெரிய குதிரை வண்டியை சாரட் என்று சொல்லக் கூடாதுதான். ஆனாலும் இவன்கள் என்ன சொன்னாலும் கேட்பார்கள். எந்தக் காலத்தில் இருந்து வந்தால் என்ன? காசு எல்லார் வாயையும் அடைத்துப் போடுமே.

ராஜா குதிரை வண்டியில் ஆடி அசைந்து போய்க் கொண்டிருந்த போது பனியன் சகோதரர்கள் காரில் விருட்டென்று கிளம்பி முந்திக் கொண்டு போனார்கள்.

போகட்டும். போய்க் காத்திருக்கட்டும். ராஜா போகாமல் மாமனார்க் கிழவன் பரலோகம் புக முடியாது. எல்லாக் கோலாகலத்தையும் கருப்புப் பெட்டியில் அடைக்க ராஜா உத்தரவு கொடுத்தால் தான் பயல்கள் காரியம் மேற்கொள்ள முடியும்.

போகும் வழிக்குத் தாகம் எடுத்தால் தணிக்க கூஜாவில் மோர், இனிப்பான ஊருணித் தண்ணீர், பானகம் எல்லாம் வண்டியில் எடுத்து வைத்திருந்தான் சமையல் காரன். வழியில் வயிறு பசித்தால் கொஞ்சம் போல் பசியாறக் கடலை உருண்டை, அதிரசம் எல்லாம் ஒரு சஞ்சியில்.

பாதி வழி போவதற்குள்ளேயே எல்லாம் தின்று தீர்த்து, குடித்துத் தீர்த்து, வண்டியை நாலு தடவை நிற்கச் சொல்லி வழிக்கு ஓரமாகக் குந்தவைத்து அற்ப சங்கை தீர்த்துக் கொண்டு விட்டார் ராஜா.

அப்புறம் எதிர்ப்பட்ட ஊருணியில் தண்ணீர் மொண்டு வர, வழியில் பலாச்சுளையும் வெள்ளரிக்காயும் வாங்க என்று ராஜாவின் வண்டிக்குப் பின்னால் ஓடிக் கொண்டும் மட்டக் குதிரையில் சவாரி செய்து கொண்டும் வந்த சேவகர்கள் பரபரப்பாக அலைந்தார்கள்.

வருடத்துக்கு ஒரு தடவையாவது வியர்வை சிந்தி வேலை செய்யட்டும். அது நல்லதுக்குத்தான் என்று ராஜா சொல்லிக் கொண்டு பலாச்சுளையைக் கடிக்க அரண்மனை சிறுவயல் வந்து விட்டிருந்தது.

தண்ணியிலே தாமரப் பூ
தாயாரே தாயாரே
தரையெல்லாம் ஆவரம்பூ
தாயாரே தாயாரே

வாழக்காய் எங்களுக்கு
தாயாரே தாயாரே
வைகுந்தம் உங்களுக்கு
தாயாரே தாயாரே

ராஜா பார்க்க வேண்டும் என்பதற்காக நிறுத்தி நிதானமாக ஒப்புச் சொன்னார்கள். அவர் அங்கீகரித்துத் தலையை ஆட்டும் போது காரை விட்டு இறங்கி அதன் மேல் சாய்ந்தபடிக்குத் தாளம் போட்டுக் கொண்டிருந்த பனியன் சகோதரர்கள் கண்ணில் பட்டார்கள்.

இவன்களோடு வந்திருந்தால் இப்படி முந்தி முந்தியே வந்திருக்கலாம். ஆனால், பார்க்க வைத்துக் கொண்டு பலாச்சுளையும் அதிரசமும் சாப்பிட முடியாது. ராஜாவானதால் அதைக் குடிபடைகளோடு பங்கு போட்டும் தின்ன முடியாது.

ஒப்புக்காரன் ராஜாவைக் கும்பிட்டான். அவன் ஒப்புச் சொல்வதை நிறுத்திக் கண்காட்ட, நாயனக்காரன் வாத்தியத்தை மேலே உயர்த்தி ஊதினான்.

ஐயய்யோ போய்ட்டீகளே போய்ட்டீகளே.

ராஜா நடந்த வழியில் அவருக்கு முன்னால் ஒரு சரவெடியைப் பற்ற வைத்துக் கொண்டு குலை தெறிக்க ஓடினான் அதிர்வேட்டுக்காரன்.

இழவு விழுந்த வீட்டில் வேறு எப்படியும் வரவேற்பு தரப்படமாட்டாது என்று ராஜாவுக்குத் தெரியும்.

ஐயய்யோ போய்ட்டீகளே போய்ட்டீகளே.

திரும்ப நாயனம் முழங்க வீட்டுக்குள்ளிருந்து பெண்கள் மூக்கைச் சிந்தி முந்தானையில் துடைத்துக் கொண்டு வெளியே வந்தார்கள். முக்கியஸ்தர்களிலும் முக்கியஸ்தர் வந்திருப்பதாக நாயன முழக்கத்திலும் வெடிச் சத்தத்திலும் அறிந்து கொண்ட அவசரம் தெரிந்தது.

எல்லோருக்கும் பின்னால் ராணி நடந்து வந்து வாசல் அருகிலேயே நின்றாள்.

எப்போதையும் விட இப்போது அவள் அதி சுந்தரியாக இருப்பதாக ராஜாவுக்குப் பட்டது. சேடிப் பெண் ராணிக்குப் பின்னால் இருந்து எட்டிப் பார்த்தாள். அவள் ராணியை விட ரூபவதியாகிப் போனதாகவும் தோன்றியது.

சாவு வீட்டில் வைத்து இப்படிக் காமாந்தகனாகக் கூடாது என்று தீர்மானம் பண்ணிக் கொண்டு ராஜா முன்னால் நடந்தார்.

அவரிடம் ஏதோ சிடுசிடுப்பாக ராணி சொல்லத் தொடங்கும் முன்னால் உள்ளே இருந்து மைத்துனர்கள் எதிர்ப்பட்டார்கள். இரண்டு பேரும் சிவப்பு வஸ்திரம் தரித்து இருந்தார்கள். பாதிச் சாப்பாட்டில் எழுப்பி இழுத்து வந்தமாதிரி இருந்தது அவர்களை.

ராஜா அவர்களை ஒவ்வொருவராக ஆதரவாகக் கையைப் பிடித்துக் கொள்ள அவர்கள் 'ஆமா' என்றார்கள்.

இழவு விழுந்ததற்கு தான் ஆஜர் கொடுத்து வருத்தப்பட்டதும், அது கணக்கில் வரவு வைத்துக் கொள்ளப் பட்டதும் முடிய, ராஜா சம்பிரதாயமான கேள்விகளைச் சுற்றி இருந்தவர்களை இலக்கு இல்லாமல் பார்த்துக் கேட்க ஆரம்பித்தார்.

எப்படி ஆச்சு? எத்தனை மணிக்கு? நேத்துக்கு ராத்திரி என்ன சாப்பிட்டார்? தொடுக்குத் தொடுக்குன்னு இருந்தாரே இந்த வயசிலும்?

என்னென்னமோ பதில்கள் காதில் விழ யாரோ உள்ளே பார்த்து மரியாதையாகக் கையைக் காட்டினார்கள்.

வாசலில் திரும்ப பெரிய வெடிச் சத்தம்.

ராஜா திரும்பிப் பார்த்தார். நீர்மாலை எடுக்கப் பெண்கள் கிளம்பிக் கொண்டிருந்தார்கள். புஷ்பப் பல்லக்கை மூங்கில்

வளைத்துச் சீராக்கிக் கொண்டிருந்தவர்கள் மரநிழலில் புகையிலை போட்டுக் கொண்டிருந்தார்கள்.

ராஜா கனவில் வந்த பல்லக்கில் அது அரைத் தூரத்தில் இருந்தது.

இந்தத் தடியன்களை ஏன் கூடவே கூட்டி வந்திருக்கிறீர்கள்?

ராணி ராஜாவின் காதில் கிசுகிசுத்தபோது, பின்னால் பனியன் சகோதரர்கள் வந்து கொண்டிருந்தது ராஜாவுக்கு நினைவு வந்தது.

காரியமாத் தான். உங்க அப்பாரை விதம் விதமாப் படம் பிடிச்சு வச்சு ஆயுசு முடியப் பார்த்துக்கிட்டே இருக்கலாம்.

ராஜா கருணை பொழியும் புன்சிரிப்பைச் சிந்தும் போது இன்னொரு வராகன் குறையப் போகிறது என்ற நினைப்பும் கூடவே வந்தது.

யாரோட ஆயுசு முடியற மட்டும்?

ராணியின் கேள்விக்கு விடை கிடைக்கவில்லை.

அத்தியாயம் பதினேழு

உள்ளொடுங்கிய அறை. உயரம் குறைவான ஒரு மேசை. பக்கத்தில் கால் ஆடிக் கொண்டு ஒரு நாற்காலி. அதன் தோள் புறத்தில் சிங்கம் மாதிரி உருட்டி வைத்திருக்கிறான் தச்சன். வாயைப் பிளந்து கொண்டு நிற்கும் சிங்கங்களுக்கு நடுவே உட்கார்ந்து ராஜா சாப்பிட்டுக் கொண்டிருக்கிறார்.

வடையும் சுவியனும் நெய்யப்பமுமாக வந்த மணியமாக இருக்கிறது. கூடவே இஞ்சித் துவையலும், காரமாகக் கொத்துமல்லி அரைத்து விட்ட புளிக்குழம்புமாக யார் யாரே பெண்கள் மரியாதையோடு உள்ளே வந்து வந்து இலையைப் பார்த்துப் பரிமாறி விட்டுக் குனிந்த தலை நிமிராமல் திரும்பிப் போகிறார்கள். எல்லோரும் உறவுக்காரர்கள். ராணியைப் பெண் எடுத்த வகையில் வீட்டுக்கு வந்திருக்கும் மாப்பிள்ளைக்குத் தரும் மரியாதை அது.

ஆறு அடி தள்ளி, ராஜா கண்ணில் படும்படியாக, கருங்காலிக் கட்டை போல் நடுக் கூடத்தில் புஸ்தி மீசைக் கிழவன் நீட்டி நிமிர்ந்து படுத்திருக்கிறான். மூக்கிலும் வாயிலும் பஞ்சைத் திணித்தது பிதுங்கி வழிகிறது ராஜா சாப்பிட்டுக்

கொண்டிருக்கும் இடத்திலிருந்தே தெரிகிறது. தலை மாட்டில் குமட்டுகிற வாடையோடு தூபக்காலில் ஏதோ புகைந்து கொண்டிருக்கிறது. ஒன்றும் இரண்டுமாகக் கட்டெறும்புகள் மோப்பம் பிடித்துக் கொண்டு ஊற ஆரம்பித்திருக்கின்றன.

காரியமாக நாவிதர் கிழவனின் முகத்தை மழித்துக் கொண்டிருக்கிறது கண்ணில் படுகிறது. போகிற இடத்தில் இந்த வசதி எல்லாம் இருக்காது என்பதால் கிழவனும் முகத்தைத் திருப்புகிற பக்கம் எல்லாம் சலிக்காமல் காட்டியபடி படுத்துக் கிடக்கிறான்.

தூரத்தில் கேட்கும் வேட்டுச் சத்தமும், விட்டு விட்டுக் கேட்கும் கொட்டுச் சத்தமும் நீர்மாலைக்குப் போன பெண்கள் இன்னும் தெப்பக் குளத்தை அடையவில்லை என்று சொல்கின்றன அவர்கள் குளித்துக் கரையேறிக் குடங்களில் தண்ணீரோடு இங்கே வருவார்கள். அப்புறம் கூடத்திலேயே கிழவன் குளிக்கப் போகிறான். அதற்குள் சாப்பிட்டு முடித்து விட வேண்டும்.

வீட்டுக்குப் பின்புறம் புதிதாகக் கொட்டகை வேய்ந்த இடத்தில் ஏகக் களேபரமாக இன்னொரு பந்தி நடந்து கொண்டிருக்கிறதும் அதில் சாப்பிடுகிறவர்கள், பரிமாறுகிறவர்கள் தலையும் ராஜா இருந்த இடத்தில் இருந்தே தெரிகிறது. சாமானிய ஜனங்கள் அதெல்லாம். ஆனாலும் அவர்களுக்கும் நெய்யப்பமும், சுவியனும், வடையும் ஏதேஷ்டமாகக் கிடைக்கும்.

சுறுசுறுப்பான சமையல்காரர்கள் கொஞ்சம் தள்ளி வெளித் தோட்டப் பக்கம் அடுப்பு வைத்து எல்லாம் சமைத்து எடுத்து வியர்வையை வழித்துப் போட்டுக் கொண்டிருக்கிறார்கள். தோசைக் கல்லிலும் வடை பொறியும் கடலை எண்ணெயிலும் அதெல்லாம் கலந்திருக்கலாம். அரண்மனைச் சமையல்காரனா என்ன? பார்த்துப் பார்த்துச் சமைக்க? அதுவும் ஒரு பெருங்கூட்டத்துக்கு ஆக்கிப் போடும்போது இதையெல்லாம் சகித்துக் கொண்டுதான் ஆக வேண்டும்.

மாப்பிள்ளைத் தொரே. கூச்சம் இல்லாம சாப்பிடுங்க. இதென்ன தொக்கு தொசுக்குன்னு கிள்ளித் தின்னுக்கிட்டு?

காது வளர்த்த கிழவி ஒருத்தி உரிமையோடு ராஜா இலையில் இன்னும் நாலு தவலவடைகளைப் போடுகிறாள். எண்ணெய் மினுக்கிக் கொண்டு கர்ப்பிணிப் பெண்ணின் மார் போல் பருத்து இதமாக இருந்த அவற்றைத் தின்னத் தின்ன இன்னும் இன்னும் என்கிறது நாக்கு. செத்தேன் என்று வயிறு ஓலமிடுகிறது.

கூடவே கருவாட்டுக் குழம்பு இருந்தால் நன்றாக இருக்கும். ஆனால் அசைவம் எல்லாம் கருமாதிக்குத் தான்.

இருபது குடம் கள்ளுத் தண்ணி வாங்கிக்குங்க. கிராமணி கிட்டே சொல்லி விட்டிருக்கேன் மீதித் துட்டை துஷ்டி முடிஞ்சு கொடுத்திடறேன்னு. இப்பதிக்கு இதைக் கொடுங்க போதும். மாட்டு வண்டியை எல்லாம் ஓட்டிட்டு வரப் போறது யாரு? நீ ஒண்ணு அப்புறம் நம்ம மருதையன், ஒச்சன், நாச்சியப்பன். நாச்சியப்பன் வேணாம். மாலைக்கண்ணு அவனுக்கு. ஒண்டிப்பிலி ஓட்டிட்டு வரட்டும். குடத்தை எல்லாம் கீழே விழாமப் பையப் பதனமா எடுத்துட்டு வாங்கப்பூ.

ராஜாவின் மைத்துனர்கள் பம்பரமாகச் சுழன்று கொண்டிருக்கிறார்கள். இழுத்துப் பறித்துக் கொண்டு இடுப்புத் துணியில் மூத்திரம் போய்க் கொண்டு கிழவன் கிடந்து உயிரை வாங்காமல் போங்கடா பேய்ப்பயகளா என்று விருட்டென்று கிளம்பிப் போனதில் எல்லோருக்கும் சந்தோஷம் என்று முகத்தில் தெரிகிறது.

மாப்பிள்ளைத் தொரை, வென்னித் தண்ணி சாப்பிடுறீங்களா? வயத்துக்கு இதமா இருக்கும். ராத்திரிக்கு எல்லாம் முடியற நேரத்துலே கள்ளுத் தண்ணியும் வந்து சேர்ந்திடும்.

மைத்துனர்கள் மாப்பிள்ளை ராஜாவை உபசரித்துக் கொண்டே ஓடுகிறார்கள். இழவு வீட்டிலும் மாப்பிள்ளைக்குப் போக மிச்சம் மீதி மரியாதை தான் கட்டையைச் சாய்த்தவனுக்கு என்று புரிந்த ராஜா புஸ்தி மீசைக் கிழவனைப் பார்த்துத் தலையை ஆட்டுகிறார் என்னடா புரிஞ்சுதா என்பது போல்.

ராஜா கை கழுவ எழுந்திருக்கச் சற்று சிரமமாக இருக்கிறது.

சேடிப் பெண் போல் யாராவது கைலாகு கொடுத்தால் சுகமாக இருக்கும்.

வத்தலும் தொத்தலுமாக இரண்டு கிழவர்கள் உறவு முறை சொல்லிக் கொண்டு வந்து மலையைக் கெல்லுகிறது போல் பிரயத்தனத்தோடு எழுப்பி விடுகிறார்கள்.

ராஜா பின்கட்டில் நாலைந்து பேர் காலையும் கையையும் கழுவத் தண்ணீர் விடச் சுத்தி செய்து கொண்டு தோட்டத்து ஓரமாகப் பார்த்தார். கையில் செம்பில் நீரோடு இன்னொருத்தன் முன்னால் ஓடினான். விட்டால் கோவணத்தைக் கூட அவிழ்த்து ஒத்தாசை செய்வார்கள்.

ராஜா திரும்பி உள்ளே வந்தபோது யாரோ உறவுக்காரப் பெண் குனிந்து புஸ்தி மீசைக் கிழவனின் கண்ணோரம் பஞ்சால் துடைக்கிறது கண்ணில் பட்டது. வாய்ப் பக்கம் பஞ்சை எடுக்கிறாள். கிழவன் ஒரு வினாடி எழுந்து உட்கார முயற்சி செய்தது போல் ராஜாவுக்குத் தெரிந்தது.

பெண்ணே, பக்கத்தில் அதிகமாகக் குனியாதே. வாய் உபச்சாரம் செய்யச் சொல்லிக் கையைப் பிடித்து இழுத்து விடுவான். கெட்ட பயலாக்கும் இவன்.

அவள் புரிந்து கொண்டது போல் இன்னும் நிறையப் பஞ்சைக் கொத்தாக அடைத்து விட்டு ராஜாவைப் பார்த்துப் புன்னகைத்தபடி வெளியே போனாள். வீட்டுக்குள் வேறு யாரையும் காணோம்.

கிழவனைப் பக்கத்தில் பார்க்க வேண்டும் என்று ராஜாவுக்குத் தோன்றியது. இனிமேல் எந்த உபத்திரவமும் செய்ய மாட்டான். ராஜாவின் பீஜபலத்தைப் பற்றி எள்ளலும் எகத்தாளமுமாக வார்த்தை விடமாட்டான். இன்னும் கொஞ்ச நேரம். குளித்து விட்டுக் கிளம்பினால் நேரே குழிக்குள் போய்ப் படுத்துக் கொள்ள வேண்டியது தான்.

கூடத்தில் ராஜா நுழைந்தபோது இரண்டு பக்கத்திலும் முன்னோர்கள் உட்கார்ந்து மொணமொணவென்று பேசிக்

கொண்டிருந்தார்கள். அவர்கள் தொட்டு இழுக்க மாட்டேண்டா வக்காளி என்று கிழவன் தன் உடம்போடு அட்டைப் பூச்சி போல் ஒட்டிக் கொண்டிருந்தான்.

உமக்கு என்னத்துக்குக் கவலை? எல்லாம் உம்ம மாப்பிள்ளை ஏற்பாடு பண்ணிடுவாரு. கூட வந்து சேரும். ஆக வேண்டிய காரியம் ஏகத்துக்குக் கிடக்கு. அங்கே வந்து பாரும். என்னமா இருக்கு ஒவ்வொண்ணும்னு.

முன்னோர்களில் ஒருத்தர் நைச்சியமாகச் சொன்னார்.

இந்த ஆளு கேக்கிற எல்லாத்தையும் செய்ய எங்கிட்டே எங்கே பணம் இருக்கு? நீங்களும் விட்டுட்டுப் போகலே. துரைத்தனத்தாரும் ஒரு காசு ரெண்டு காசாப் பார்த்துத் தான் கொடுக்கறாங்க.

ராஜா அவசரமாக முறையிட்டார். இவர்கள் ஏற்கனவே சீமைச் சாராயம் கேட்கிறார்கள். இந்தக் கிழவன் அதோடு கூட மற்ற உபச்சாரம் எல்லாம் எதிர்பார்க்கிறவன். அய்யரைக் கொண்டு நடத்த வைக்கிற விஷயமில்லை அதெல்லாம்.

சும்மா இருப்பா நீ வேறே. எப்படியாவது தாடையைப் பிடிச்சுக் கெஞ்சி அவனைக் கூட்டிட்டுப் போகப் பாக்கிறேம். இப்ப என்னத்துக்கு எல்லா எழவையும் அவனுக்கு நினைவு படுத்தறே?

முன்னோர்களில் ஒருத்தர் காலில் கட்டெறும்பாகக் கடித்தார். ராஜா காலை விலக்கி உதறிக் கொண்டு நின்றார்.

கள்ளு வருதாமில்லே. முதல் குடத்தை இங்கே கொண்ணாந்து வை. நாங்க எல்லோரும் வாசனையாவது பாக்கிறோம். அமாவாசைக்கு அந்த தரித்திரம் பிடிச்ச பார்ப்பானைப் பிடிச்சு சீமைச் சாராயத்தை ஊத்தி விடு. பக்கத்து புகையிலைக்கார வீட்டுப் பாப்பாத்தியம்மா வேறே எனக்கு எனக்குன்னு வரா.

ஒண்ணும் புரியலே.

ராஜா தலையை இப்படியும் அப்படியுமாக ஆட்டினார்.

உனக்கு என்ன புரியும்? வல்லாரை லேகியம் உருட்டி முழுங்கி வயத்தைப் பிடிச்சுட்டுக் குத்த வைப்பே. மூக்குப் பிடிக்கத் திம்பே. அந்நிய ஸ்திரிக்குக் கால் பிடிச்சு விடுவே. அவளை உதைக்க விட்டு அரையை நனச்சுப்பே. நான் கேட்டா வாயைத் திறக்க மாட்டேனுட்ட்டா அந்தக் கழுதை.

புஸ்தி மீசைக் கிழவன் படபடவென்று பேசினான். செத்துப் போனால் எல்லோரையும் திட்டலாம் போல் இருக்கிறது. மாப்பிள்ளை மரியாதை எல்லாம் இருப்பவர்கள் செய்ய மட்டும் விதிக்கப்பட்டதாக இருக்க வேண்டும்.

சரி சரி இப்ப என்ன அதுக்கு? கள்ளு வந்தாப் போதும்.

முன்னோர்கள் கூட்டமாகக் கிழவனைக் கையைப் பிடித்து இழுத்தார்கள்.

பாப்பாத்தியம்மா எப்படி இருப்பா பார்க்க?

கிழவன் ஆசை ஆசையாகக் கேட்டபடி அவர்கள் கூடப் போனான்.

ராஜாவுக்கும் ஆசையாக இருந்தது அவளைப் பார்க்க. அவள் தான் பழுக்காத் தட்டை எல்லாம் ராப்பகலாகச் சுழல விட்டுச் சங்கீதம் கேட்கிறாளோ?

பின்னால் யாரோ குதிரை போல் கனைக்கும் சத்தம்.

திரும்பிப் பார்த்தார் ராஜா. பனியன் சகோதரர்கள்.

சாப்பிட்டீங்களா ரெண்டு பேரும்?

ராஜா பிரியமாக விசாரித்தார்.

ஆச்சு என்றார்கள்.

இந்த வினோத வாகனத்தைப் பாதை நெடுக ஓட்டிக் கொண்டு வந்ததில் சிரமம் ஏதாவது இருந்ததா?

இல்லையாம்.

குழந்தைகள் பயந்து போய்ப் பின் வாங்கிக் குலை தெரிக்க ஓடினார்கள். மற்றப் பேருக்கு ஜீவனோபாயம் பற்றின கவலை.

வெள்ளைக்கார மகாராணி வந்தால் கூட லட்சியம் பண்ண மாட்டார்கள்.

எதையாவது சொல்லி எங்கேயாவது பேச்சை இழுத்து, இன்னும் காசுக்கு அடி போடுவார்கள்.

சரி அது கிடக்கட்டும். கருப்புப் பெட்டியைச் சித்தம் செய்து வைத்துக் கொள்ளுங்கள். இந்தக் கிழவரின் படத்தை ஆன மட்டும் நேர்த்தியாக எழுதிப் போட வேணும்.

ராஜா அவசரமாக உத்தரவிட்டபடி வாசலுக்குப் போனார்.

பனியன் சகோதரர்கள் அவரைத் தொடர்ந்து நடந்து வண்டியில் வைத்திருந்த கருப்புப் பெட்டியையும், முக்காலியையும் எடுத்துக் கொண்டு உள்ளே வந்தார்கள்.

வாசலுக்குப் பக்கம் தாரை தப்பட்டையோடு நீர்மாலை ஊர்வலம் நெருங்கிக் கொண்டிருந்தது.

புது வேட்டியை நனைத்து உயர்த்தி நாலு முனையிலும் உலரப் பிடித்துக் கொண்டு ஆண்கள். குளத்தில் முங்கி எழுந்த படிக்குக் குடம் நிறையத் தண்ணீருமாய்த் தொடரும் பெண்கள் அப்புறம். மேளக்காரன் ஆனந்தமாக வாசித்துக் கொண்டிருந்தான்.

இந்தக் கோலாகலத்தைப் படமாக்கச் சொல்லலாமே என்று ராஜா நினைத்தார். அவர் உள்ளே திரும்பிப் பார்க்க, பனியன் சகோதரர்கள் கூடத்து ஓரமாக மர முக்காலியை நிறுத்தி அதன் மேல் எதையோ வைத்துக் கருப்புத் துணி போட்டு மூடி இருந்தார்கள்.

நெட்டை பனியன் முட்டாக்கு போல் துணியைத் தலையைச் சுற்றி இழுத்து விட்டபடி ஏதோ குழல் மூலமாகக் கீழே விறைப்பாகக் கிடந்த புஸ்தி மீசைக் கிழவனைப் பார்ப்பது தெரிந்தது. பார்த்தது எப்படி யந்திரத்தில் படமாகப் போய் உட்காரும் என்று தெரிந்து கொள்ள ராஜாவுக்கு ஆசை. இவன்கள் கைகட்டி வேலை பார்க்கிற சிப்பந்திகள். கேட்டால் கவுரவக் குறைச்சல்.

அந்த இழவெடுப்பான்கள் நடுக் கூடத்தில் யாருமில்லாத நேரத்தில் என்ன பண்ணுகிறான்கள்? அசந்தால், அப்பார் காதில் கடுக்கனைக் கழட்டிக் கொண்டு போய் விடுவான்கள்.

ராணி பக்கத்தில் வந்து சொன்னாள்.

அவர்கள் துஷ்டர்களோ துன்மார்க்கர்களோ இல்லை. என்னை நம்பு. என் மாமனாரை சகல கெம்பீரத்தோடும் படம் எடுத்து நாம் என்னென்னைக்கும் கும்பிட்டு நிற்கத் தக்க வகையில் கொடுப்பார்கள். அதற்கான முஸ்தீபுகளைத் தான் தற்போது செய்து கொண்டிருக்கிறார்கள்.

ஆமா கிழித்தான்கள். பக்கத்து வீட்டைப் பொசுக்கிப் போட முடியாத பயல்கள். நீங்களும் உத்தரவு போடுவது இல்லை.

கள்ளும் கறியும் கேட்கும் பக்கத்து வீட்டுப் பாப்பாத்தியம்மாள் விவகாரத்தை இவளிடம் பிரஸ்தாபிக்கலாமா என்று ராஜாவுக்குத் தோன்றியது.

வேண்டாம். உசிதமான நேரம் இது இல்லை. புஸ்தி மீசைக் கிழவனைக் குளிப்பாட்டப் பெண்கள் நுழைந்து கொண்டிருக்கிறார்கள்.

நம்ம மரியாதையும் வந்தாச்சு.

ராணி தூரத்தில் கையைக் காட்டினாள். மாட்டு வண்டி நிறையப் பூவும் மாலையுமாக வந்து கொண்டிருந்தது.

சருகணியிலே சொல்லி புது மல்லியப்பூ மாலை கட்டி வரச் சொல்லி இருந்தேன். இங்கே வரைக்கும் வாசனை தூக்குது பாருங்க.

நாற்றம் பிடித்த கிழவன் கழுத்தில் கிடந்து வாடப் போகிறது அது என்று ராஜா நினைத்தார்.

வாசல் பக்கம் ஒதுங்கி நின்ற யாரோ ராஜாவைக் குனிந்து வணங்கினார்கள்.

கொலைச் சிந்து பாட வந்திருக்கோம் தொரே.

என்ன பாட்டு? ராஜா ஆவலாகக் கேட்டார்.

நீர்மாலை வீட்டுக்குள் நுழைந்து கொண்டிருந்தது.

ஊரோட பஞ்சம் வந்து ஊருணிக் கிணத்துலே உசிர விட்ட குருக்களய்யா மக்களோட தற்கொலைச் சிந்து.

அவர்கள் சொன்னது பாதி மட்டும் கேட்டபடி ராஜா உள்ளே கெத்தாக நடந்தார்.

அத்தியாயம் பதினெட்டு

கூடம் எல்லாம் நனைந்து வெள்ளம் போல் தெப்பக்குளத் தண்ணீர். மீன் வாடையும், நாணல் வாடையும் பிணவாடையுமாக அது புஸ்தி மீசைக் கிழவனை தலையோடு பாதம் கழுவி பெருக்கெடுத்துப் போனது.

ஒவ்வொரு பெண்ணும் குடத்தைக் கவிழ்க்கும்போது வரவழைத்துக் கொண்ட துக்கத்தோடு ஓவென்று குரலெடுத்து அழுதபோது திருப்தியோடு ஏப்பம் விட்டுக் கொண்டு ராஜா பனியன் சகோதரர்கள் பக்கமாக ஒரு நாற்காலியில் கால் மேல் கால் போட்டு உட்கார்ந்து கொண்டிருந்தார்.

இதை எடுத்துடலாமா?

பனியன்காரர்கள் ராஜாவை மரியாதை விலகாமல் விசாரித்தார்கள்.

செய்யுங்களேன். தண்ணி ஊத்தற பொண்ணுங்க மாராப்புச் சேலை விலகினது தெரியாமப் படம் வரணும்.

ராஜா கிசுகிசுத்த குரலில் சொன்னார்.

அவர் சட்டமாக நாற்காலி போட்டு உட்கார்ந்திருப்பது அதுக்காகவும் கூடித்தான் என்றாலும் நாலு பேர் பார்க்க எடுத்த படத்தில் குடும்பப் பெண்களும், பணி எடுக்கும் பெண்டுகளும் கச்சையைக் காட்டிக் கொண்டு நிற்பது சரியில்லை.

தண்ணியை ஊத்தற மாதிரி யாராவது பொம்பளையை சமூகம் அப்படியே நிக்கச் சொல்லி உத்தரவாகணும். எடுத்துடலாம்.

குட்டை பனியன் சொன்னான்.

சேடிப் பெண் தண்ணீர்க் குடத்தோடு வந்தபோது ராஜா அவளை அப்படியே குடத்தைத் தூக்கிப் பிடித்தபடி நிற்க உத்தரவு பிறப்பித்தார்.

அவள் என்னத்துக்காகவோ அழ ஆரம்பித்திருந்தாள். பூப்படையாமல் கல்யாணம் கழிந்த ஒரே வருடத்தில் இவளைத் துறந்து கொல்லன் மகளோடு ஓடிப்போன புருஷனை நினைத்தா, அப்புறம் அவளே ராஜா அவளுக்குக் கால்பிடித்து விட்டபோது சொன்ன தொடுப்பு எல்லாம் விழலுக்கு இறைத்த நீராக ஒரு காசும் பிரயோஜனப்படாமல் போனது குறித்தா அல்லது புஸ்தி மீசைக் கிழவன் கேட்ட உபசாரம் குறித்த விசனத்தாலா அதுவும் அல்லது குற்றேவல் புரிந்த வகையில் இரண்டு மாதப் பணம் வந்து சேராமல் இருப்பதாலா இல்லை ராஜா கால் பிடித்து விட்டு வெகுநாள் ஆனதால் முழங்கால் நோவதாலா அந்த அழுகை என்று ராஜாவுக்கு விளங்கவில்லை.

அழுகை இருக்கட்டும். நிறுத்திப் போட்டு, அந்தக் குடத்தை முழுக்கக் கவிழ்க்காமல் அப்படியே நில்லடி.

நின்றாள்.

குரலும் பாதி அழுகையில் உடைந்து வாயின் கோணலில் உறைந்து போனது.

குட்டை பனியன் அதிர்வேட்டுப் போல் எதையோ நீட்டிப் பிடித்துக் கொளுத்த படீர் என்று வெடிச்சத்தம். அப்புறம் கண் கூசும் வெளிச்சம்.

புஸ்தி மீசைக் கிழவன் விரைத்துக் கொண்டு எழுந்து உட்கார்ந்தான். யார் யாரோ அப்பூ நீரு செத்துட்டீரு என்று சொல்லி அவனைத் தரையோடு மல்லாத்திக் கிடத்தினார்கள்.

முடிந்தது என்று தலையை அசைத்தபடி நெட்டை பனியன் கறுப்புத் துணிக்குள் இருந்து தலையை வெளியே எடுத்தான். கூடம் முழுக்கப் படிந்த ஈரம் காலில் நனைத்ததைச் சுண்ணாம்பு பூசிய சுவரில் தேய்த்துத் தேய்த்துத் துடைத்துக் கொண்டிருந்த அவனை ராணி பார்த்த பார்வையில் விரோதம் இருந்தது.

இது என்ன கங்கா தீர்த்தமா அவன் தலையில் தெளித்துக் கொண்டு அனுபூதியோடு குதித்துக் கூத்தாட? பிணம் கழுவிய தண்ணீருக்கு மீன் கழுவிய தண்ணீரை விட அதிக மரியாதை கொடுக்க முடியுமா என்ன என்று ராஜா யோசித்தார்.

அந்தப் படம் வந்து சேர்ந்ததும் பார்க்க வேண்டும். புஸ்தி மீசைக் கிழவனின் ஈரத்தில் கிடக்கும் உடம்புக்காக இல்லை. உருண்டையான தோள்களோடு கையை உயர்த்தி நின்றவளின் அங்க லாவண்யத்துக்காக.

பொம்பளைப் புள்ளைங்க எல்லாரும் விலகிப் போங்க. தாத்தனைத் தொடச்சுக் கோடி உடுத்தப் போறோம். கன்னி கழியாத குமரு இருந்தா காணக் கூடாத எதையாவது ஏடாகூடமாப் பாத்துட்டுப் பயந்துடப் போவுதுங்க.

வாலிபப் பையன்கள் நாலைந்து பேர் சுறுசுறுப்பாக முன்னே வர இடுப்பில் வெறும் குடத்தோடு பெண்கள் சிரித்தார்கள்.

ஆமா அப்பு. என்னத்துக்கு வம்பு. வாய்ச்சதைப் பத்தி வக்கணையாத் தெரியும். இப்பப் பார்த்ததோடு வச்சு அளந்தா, சுண்டு விரல் தண்டி சமாச்சாரம் எல்லாம் அதுல்லே சேத்தியா, அடச் சேன்னு வெறுத்துப் போயிடும் இல்ல.

காது வளர்த்த கிழவி இளக்காரமாகச் சொல்ல, அடுத்து இன்னும் பலமான சிரிப்பு.

அப்பத்தா, நீ பாத்ததை மட்டும் வச்சுப் பேசு. பாக்காததைப் பத்தி வாயைத் திறக்காதே.

முந்தாநாள் வரைக்கும் டொண்டொண்டானு மணி அடிச்சுக்கிட்டுத் திரிஞ்ச பயலுக. சொட்டச் சொட்ட நான் தூக்கி வளத்தவனுங்க தானேடா நீங்க எல்லோரும்.

கிழவி விடாமல் பிடிக்க, பெண்கள் அந்தப் பக்கம் தலையைத் திருப்பிக் கொண்டு சிரித்தார்கள்.

ராணி பக்கம் நகர்ந்து அவள் காதில் யார் அது என்று ராஜா விசாரித்தார்.

சிறுக்கி முண்ட. அம்மா இருக்கும்போதே அப்பாரு ஊருக்கு ஒரு வப்பாட்டி வச்சிருந்தாரு. அவ போய்ச் சேர்ந்ததுக்கு அப்புறம் எங்கே பதுக்கி வச்சிருந்தாரோ. இப்பதக்கு இங்கே என்னத்தைச் சுருட்டிட்டுப் போகலாம்னு முந்தியை விரிச்சுட்டு அலையறா கிழட்டுத் தேவிடியா.

ராணி பல்லைக் கடித்தாள்.

நம்ம கல்யாணத்திலே பாத்ததா நினைப்பு இல்லையே?

முப்பது வருடம் முந்திய சமாச்சாரத்தை அசை போட்டபடி சொன்னார் ராஜா.

பாத்து என்ன பண்ணியிருப்பீங்க பாத்து? படுக்க வச்சு.

அவள் தாழ்ந்த குரலில் முடிக்கும் முன் அகன்று போய் பனியன் சகோதரர்கள் பக்கமாய் நின்றார் ராஜா.

பெண்கள் எல்லோரும் கூடத்துக்கு வெளியே போக பேரப்பிள்ளைகள் புஸ்தி மீசைக் கிழவனை நக்னமாக்கி உடம்பு துடைக்க ஆரம்பித்தார்கள்.

ஏ மருது. தாத்தனை இடுப்புக்குக் கீழே அழுத்தித் தொடைக்காதே. பொங்கிப் பூரிச்சு எளுந்துடுவாரு. அப்புறம் குழிக்குள்ளே உடம்பு போகாது.

திரும்ப சிரிப்பு அலையாக எழ ராஜா கால் அங்குலம் ஒரு புன்னகையைச் சிந்தினார்.

புஸ்தி மீசைக் கிழவனுக்குக் கோடி உடுத்தி, நெற்றியில் திருநீற்றைக் குழைத்துப் பூசி, குங்குமமும் சந்தனமும் இட்ட பிறகு யாரோ சொன்னதால் மீசைக்கு நெய் தடவி நீவி விட்டார்கள்.

பெருத்த அழுகையோடு காது வளர்த்த கிழவி உள்ளே இருந்து வந்து கிழவனை மடியில் போட்டுக் கொண்டு லட்சணமாக ஒப்புச் சொல்ல ஆரம்பித்தாள். பழுக்காத் தட்டு சங்கீதம் போல் வெகு நளினமாக இருந்தது அது ராஜா காதுக்கு.

அப்பத்தா. போதும். எந்திரு. தாத்தன் மறுபடி எழுந்தா நீ மாங்கா கடிக்க வேண்டிப் போகும்.

இந்தத் தடவை கிழவிக்கே கூச்சம் வரும்படி சிரிப்பு கூரையைப் பொத்துக் கொண்டு போனது.

இதாண்டா கல்யாணச் சாவு. சிரிச்சுக்கிட்டே இருக்கோம் பாரு.

ராஜா முதல் தடவையாக வாயைத் திறந்தபோது ஆமா என்று அங்கீகரித்து எல்லோரும் தலையை ஆட்டினார்கள்.

நெட்டை பனியன் ராஜா பக்கத்தில் வந்து குனிந்து புத்தி என்றான்.

என்ன என்றார் ராஜா கெத்தாக.

பெரிய தொரையை நாக்காலியிலே உக்கார வச்சு குடும்பத்தோடு இன்னொரு படம் பிடிச்சுக்க சமூகம் உத்தரவு தரணும்.

ராஜா யோசித்தார். ஏற்கனவே விரைத்துக் கொண்டு வருகிற இவனை எப்படி நாற்காலியில் உட்கார வைப்பது?

மைத்துனர்களின் மகன்கள், அது என்ன சிரமம் நாங்க பாத்துக்கறோம் என்றார்கள்.

நாற்காலியில் பிடித்து இழுத்து உட்கார்த்தி இடுப்போடு கயிறு கட்டி, அது தெரியாமல் தொடையில் சரிகைச் சல்லாத் துணி போட்டு மூடினார்கள். வெற்றிலையை கூழாக அரைத்து எடுத்து வந்து கிழவன் உதட்டில் பூசிவிட்டார்கள்.

நல்லா சாப்பிட்டு ஆண்டு அனுபவிச்சுப் போன களை படத்துலே வரணும் அப்பு.

அவர்கள் பனியன் சகோதரர்களைப் பார்த்துச் சொல்ல, செஞ்சுடலாம் என்றார்கள் இருவரும்.

பெண்டு பிள்ளைகளை தாத்தன் காலடியிலே உக்காரச் சொல்லுங்க.

ராஜா கட்டளையிட்டார்.

குழந்தைகள் வேண்டாம் என்று சொல்லி விட்டாள் ராணி. அவளுக்குப் பிறக்காததால் அவற்றின் மேல் வெறுப்பு என்று இல்லை. பயந்து விடும் என்றே அது வேண்டாம் என்று தடுத்தாள் அவள் என்று ராஜாவுக்குப் பிரிந்தது.

ராணி, அவளுடைய நாத்திமார், உறவுக்காரப் பெண்கள், அப்புறம் மைத்துனர்கள், அவர்கள் பிள்ளைகள் என்று எல்லோரும் புஸ்தி மீசைக் கிழவன் காலடியில் உட்கார்ந்தார்கள். காது வளர்த்த கிழவி அவன் காலை மடியில் போட்டுக் கொண்டு பக்கம் திரும்பி உட்கார்ந்து கொண்டாள்.

வலது கோடியிலே வெத்து இடமா இருக்கே. படத்துலே அப்படியே வந்தா நல்லா இருக்காதே.

குட்டை பனியன் சொல்ல, ராஜா உள்ளே பார்த்து சேடிப் பெண்ணைக் கை காட்டி அழைத்தார்.

அவள் உட்கார்ந்த பிறகு, பனியன் சகோதரர்கள் திரும்ப வெடி வெடித்தார்கள். மின்னல் தாக்கிய வெளிச்சத்தில் எல்லோரும் கண்ணை மூடிக் கொண்டபோது தடால் என்று சத்தம்.

புஸ்தி மீசைக் கிழவன் நாற்காலியிலிருந்து சரிந்து ஓரமாகச் சேடிப் பெண் மடியில் விழுந்து கிடந்தான்.

வங்காப்பய கிளவா. புத்தியக் காட்டிட்ட பாரு.

ராஜா மனதுக்குள் அவனை வைது தீர்த்தார்.

இன்னொரு தடவை எடுக்கணுமா?

யாரோ கேட்டார்கள்.

வேணாம். நான் எடுத்து முடிச்சுட்டேன்.

நெட்டை பனியன் தீர்மானமாக அறிவித்தான்.

அப்ப பல்லக்கை சித்தம் பண்ணுங்க. கொட்டுக் காரங்க எங்கப்பா. தூங்கிட்டாங்களா? அதிர்வேட்டு என்ன ஆச்சு?

பேரப்பிள்ளைகளும் பிள்ளைகளும் உறவுக்காரர்களும் உள்ளேயும் வெளியேயும் ஓட, கிழவனை வெளியே எடுத்துப் போய்ப் பல்லக்கில் படுக்க வைத்தார்கள்.

ராத்திரி நிலவு வெளிச்சத்தில் குளிர்ச்சியான காற்று வாங்கிக் கொண்டு குளித்து வெகு சுத்தமாகப் படுத்திருந்தான் அவன்.

அப்ப நாங்க உத்தரவு வாங்கிக்கறோம்.

பனியன் சகோதரர்கள் கருப்புப் பெட்டியை மூடி, முக்காலியைச் சுமந்து கொண்டு கிளம்பினார்கள்.

அடுத்த வாரம் படத்தோட வாரோம்.

அவர்கள் பல்லக்கைத் தொடர்ந்து வாசலுக்குப் போய் வண்டிக் கதவைத் திறந்தார்கள்.

ஏப்பு, நாலுகோட்டை தாயாதிங்க வரல்லியே. பரவாயில்லேயா. எடுத்திடலாமா?

காது வளர்த்த கிழவி பேரப் பிள்ளை யாரையோ அக்கறையாக விசாரித்தாள்.

நீ சும்மா இரு அப்பத்தா. அவனுக வல்லடி வம்படியா தகராறு பண்றானுங்க. இன்னிக்கு கேதம் விசாரிக்க வரக் கூடாதுன்னு சோசியன் சொல்லிப் போட்டானாம். சும்மாப் பம்மாத்து. நாளைக்கு லேஞ்சி கட்ட வருவானுங்க இல்லே. முகத்திலே

அடிச்ச மாதிரி அதை எடுத்து கோமணமாக் கட்டிட்டுப் போங்கடா நாய்ப்பயகளான்னு சொல்லப் போறேன் பாரு.

அவன் படபடக்க, ராணி முன்னால் வந்து அடக்கினாள்.

போதும்டா இதை எல்லாம் பொதுவிலே தான் வச்சுக்கணுமா? நானும் மாப்பிளத் துரையும் மல்லியப்பூ மாலை போட்டு மரியாதை செஞ்சதும் எடுத்துட்டுப் போக வேண்டியதுதான். யார் வந்தாலும் வராட்டாலும் இனிமே ஒரு நொடி கூடக் காத்திருக்கக் கூடாது.

அவள் குரலின் கண்டிப்பு ராஜா முதல் கொண்டு எல்லோரையும் கட்டிப் போட்டது.

மாலை மரியாதை ஆன பிறகு பத்து அதிர்வேட்டும் வாணவேடிக்கையாக மேலே சீறிப் பாய்ந்து பூச்சிதறிய அவுட்டுக்களுமாக கிழவனைப் பல்லக்கில் வைத்துத் தூக்கிக் கொண்டு போனபோது நடு ராத்திரி கடந்து போயிருந்தது.

பனியன் சகோதரர்கள் கார் பக்கம் பல்லக்கு வந்தபோது கிழவன் நகர மறுத்து விட்டான். பல்லக்குத் தூக்கிகள் கால் மாறி நின்று திணறிக் கொண்டிருக்க, காது வளர்த்த கிழவி என்ன என்று பக்கத்தில் போய்ப் பார்த்தாள்.

அவள் பேரப்பிள்ளைகள் காதில் ஏதோ சொல்ல, அவர்கள் சிரித்துக் கொண்டே பல்லக்கைத் தாழ்வாக இறக்கிப் பிடிக்கும்படி பல்லக்குத் தூக்கிகளைக் கேட்டுக் கொண்டார்கள்.

புஸ்தி மீசைக் கிழவனின் கை பல்லக்குக்கு வெளியே நீண்டது. பனியன் சகோதரர்களின் ஆஸ்டின் காரில் பெரிதாக நீட்டிக் கொண்டிருந்த உருண்டு திரண்ட ரப்பர் ஹாரனை ஆசையோடு பற்றி வருடி மெல்ல அழுத்த பாம் பாம் என்று சத்தம்.

கொண்டுக்கிட்டுப் போங்க.

ராஜா சொன்னார். இவன் மேலே போய்க் கையைக் காலை வைத்துக் கொண்டு சும்மா இருக்க வேண்டுமே என்று அவருக்குக் கவலையாக இருந்தது.

அத்தியாயம் பத்தொன்பது

ராஜா நாற்காலி போட்டுத் திண்ணையில் குந்தி இருந்தார். எதிர்த் திண்ணையில் கேதத்துக்கு வந்தவர்கள் அவருடைய மூத்த மைத்துனனுக்குத் தலையில் பரிவட்டமாக லேஞ்சி கட்டிக் கொண்டிருந்தார்கள்.

காலையில் ஆரம்பித்தது உச்சிப் பொழுதுக்கு அப்புறமும் நீண்டு கொண்டே போகிறது. அத்தனை பங்காளிகளை புஸ்தி மீசைக் கிழவன் சம்பாதித்து வைத்து விட்டுப் போயிருக்கிறான்.

புதுசாக மொட்டை போட்ட தலையில் நரம்பு புடைத்துத் தெரிய காதெல்லாம் முடியோடு கிழவனின் மூத்த மகன் உட்கார்ந்திருந்தான். மீசையை மழித்து, மொட்டைத் தலையோடு அவன் ராஜாவின் அன்ன சாத்திரத்தில் ராத்திரிச் சாப்பாட்டுக்குக் காத்திருக்கும் பரதேசி போல் இருந்தான்.

அவனா பரதேசி? தாமிரவருணிப் பக்கம் காணி காணியாக நிலம் நீச்சும் தென்னந்தோப்பும், வாழைத்தோட்டமும் வைத்திருக்கிறவன். எல்லாம் அவன் கட்டிய புலியடிதம்மம் பெண்பிள்ளை கொண்டு வந்தது. ராஜாவுக்கு அவள் ஏதோ உறவு முறையில் சகோதரமாகப் போய்விட்டது. இல்லாவிட்டால்

அவருக்கு புலியடிதம்மம் சம்பந்தம் வாய்த்திருக்கும். சட்டமாக நிலத்தில் வேலையாட்களை விரட்டிக் கொண்டு, தோப்பில் தேங்காய் பிடுங்கிப் போடுவதைக் கணக்குப் பண்ணிக் கொண்டு முழங்காலுக்கு மேலே கட்டிய ஒற்றை வேட்டியும் மேலே தறித் துண்டுமாக நின்றிருப்பார்.

அரண்மனையில் உட்கார்ந்து ராஜ்ய பரிபாலனம் செய்வதை விட உசத்தியா என்ன அதெல்லாம்?

இல்லை என்று உறுதியாகத் தலையசைத்து எதிர்த் திண்ணையில் உட்கார்ந்திருந்த மொட்டையனைக் கனிவோடு பார்த்தார் அவர்.

எல்லோருக்கும் ஆதரவு கொடுக்க வேண்டிய கடமைப்பட்டவர் அவர்.

கட்டலாமா?

யாரோ கேட்டார்கள். மொட்டையன் தலையை ஆட்டுகிறான். உருமால் தலையில் ஏறுகிறது. வந்தவன் துக்கம் ஏற்பட்டது போல் முகத்தை வீங்க வைத்துக் கொண்டு எழுந்து கொட்டகையில் இட்டலி தின்னப் போகிறான்.

காலையிலிருந்து இதையே திரும்பத் திரும்பப் பார்த்துக் கொண்டிருப்பது அலுப்புத் தட்ட ஆரம்பித்தது ராஜாவுக்கு. எழுந்து கொஞ்சம் காலாற நடமாடி விட்டு வந்தால் என்ன?

செம்மண் நிறத்தில் அலையடித்துக் கொண்டிருந்த நல்ல தண்ணி ஊருணி மனதில் வந்தது. ரம்மியமான பிரதேசம். போன தடவை இங்கே வந்தபோது புஸ்தி மீசைக் கிழவன் ஜீவியவந்தனாக இருந்ததால், ஒரு சாயங்கால வேளையில் குதிரையில் ஆரோகணிக்க வைத்துக் கூட்டிக் கொண்டு போய் வெகு விநோதமாகக் காட்டினான் அந்த நீர்நிலையை.

முரண்டு பிடிக்கும் குதிரையும், லகானைப் பிடித்தபடி கூடவே வந்த சிப்பாயும், ஊருணிக்குப் பக்கம் அனுமார்சாமி கோவிலும்

அங்கே சுக்காக உலர்ந்த வடைகளைச் சணல் கயிற்றில் கட்டி சாமிக்கு நைவேத்தியம் செய்து பிரசாதமாகக் கொடுத்த கன்னட பாஷை பேசும் குருக்களும் நினைவில் வரத் தவறவில்லை.

எச்சில் படாமல் விண்டு வாயிலிட்டு வடைகளை ருசித்துக் கொண்டு, ஊருணியில் தண்ணீர் தூக்கிப் போன படி இருந்த பெண்களின் கால்களைப் பார்த்துக் கொண்டு இருட்டும் வரை உட்கார்ந்திருந்த அந்த இடத்துக்கு இன்னொரு முறை போய் வந்தால் என்ன என்று ராஜா யோசித்தார்.

தொரெ

குனிந்து வணங்கி ஒரு பணியாள் தாம்பாளாத்தில் வாழை இலை பரத்தி அதன் மேல் எதையோ வைத்து இன்னொரு இலையால் மூடிக் கொண்டு வந்து நீட்டினான்.

மேல் இலையை மெல்லத் தூக்கிப் பார்த்தார் ராஜா. லட்டு உருண்டை நாலும் கார சேவும்.

வக்காளி, சாப்பிட வச்சே ஒழிச்சுடுவானுங்க போல இருக்கே. அதுவும் முழுச் சைவமான பதார்த்தங்கள். எண்ணெய்ப் பலகாரங்கள். நொடிக்கொரு தரம் இப்படித் தின்றால் ஊரில் இருக்கப்பட்ட ரோகம் எல்லாம் எங்கே எங்கே என்று உடம்பில் வந்து உட்கார்ந்து கொள்ளும். அப்புறம் சந்ததியாவது விருத்தியாவது. வைத்தியன் மூத்திரக் கொல்லையில் இடது கையால் பறித்த கண்ட பச்சிலையையும் சாறு பிழிந்து பவ்யமாக வணங்கிக் குடிக்கக் கொடுப்பதை விழுங்குவதை விட மயானம் போவதே மேல்.

அந்தத் தட்டை நீட்டியவன் நீட்டியபடியே குனிந்து நின்றிருந்தான். வேண்டாம் என்று மறுக்கவும் மனம் இல்லாமல் ராஜா ஒரு லட்டை எடுத்து உதிர்த்து அசை போட ஆரம்பித்தார். கூட அந்த அனுமார்சாமி கோவில் வடை இருந்தால் நன்றாக இருக்கும்.

ஒரு வண்டியை உடனே சித்தம் பண்ணுங்கள். நல்ல தண்ணி ஊருணிப் பக்கம் போய் வர வேணும்.

ராஜா நேராகப் பார்த்துக் கொண்டு உத்தரவு செய்தார். யாராவது செய்து விடுவார்கள் என்று தெரியும்.

மூன்று லட்டு உருண்டைகளும் கால் வீசை கார சேவும் வாயில் அரைபட்ட பிறகு பின்னால் சத்தம் கேட்டது.

சாவுத் தீட்டு இருக்கும் போது சாமி கோவிலுக்கு யாராவது போவார்களா? உங்களுக்கு ஏன் புத்தி இப்படித் தறிகெட்டுப் போகிறது?

ராணிதான். பக்கத்தில் குனிந்து சொல்லவே, காதை உஷ்ணம் தகித்துப் போட்டது.

அது எனக்குத் தெரியாதா என்ன? கோயிலுக்குள் எல்லாம் போக மாட்டேன். அந்த ஊருணிக் கரையில் கொஞ்சம் லாந்தி விட்டு வந்தால் உடம்புக்கு இதமாக இருக்கும். காலையில் இருந்து உட்கார்ந்து உட்கார்ந்து பிருஷ்டம் தேய்ந்து போயிடுத்து பெண்ணே.

சின்ன மைத்துனனின் பிள்ளைகள் அதற்குள் குதிரை வண்டியைச் சித்தம் பண்ணிக் கொண்டு வந்து வாசலில் நிறுத்தியிருந்தார்கள்.

விரசா வந்துடுங்க. துஷ்டிக்கு வந்தவர்கள் ஒருத்தொருத்தராக் கிளம்புவார்கள் இனிமேல். சொல்லிக் கொண்டு போக முடியாதில்லையா? கண்ணசைத்து உங்களின் மேலான உத்தரவு இல்லாமல் அவர்களெல்லாம் பிரயாணம் கிளம்புவது உசிதமாக இருக்காதே.

பக்கத்தில் யாராவது சூழ்ந்து நிற்கும்போது ராணி தனக்குரிய மரியாதையைத் தரத் தவறுவதில்லை என்ற ஆசுவாசத்தோடு அதெல்லாம் நான் பாத்துக்கறேன் என்பது போல் கையை ஆட்டியபடி ஓரடி நடந்தார் ராஜா. குடுகுடுவென்று யாரோ முன்னால் ஓடி வந்து அவருடைய பாதரட்சைகளைக் கொண்டு வந்து வைத்தார்கள்.

செருப்புக்குள் காலை நுழைத்துக் கொண்டிருக்கும்போது பெரும் கூச்சலாக எதிர்த் திண்ணையில் இருந்து எழுந்தது.

"லேஞ்சியும் வேணாம். மசிரும் வேணாம். எளுந்து போலெ"

மொட்டையன் தலையைப் பின்னால் வலிக்க, யாரோ அவனுக்கு முன்னால் பரிதவிப்பும் பதட்டமுமாக நின்று அவன் தலையில் பரிவட்டம் கட்ட முனைந்து கொண்டிருந்தான்.

தம்பி, நான் வரத் தாமதமாயிடுச்சு. நெசந்தான். பாளாப் போன வயித்துக் கடுப்பு. நெலப் படி தாண்டினாலே வேட்டி நனைஞ்சு போய் நாய் மாதிரிக் கிடந்தேன் மூணு நாளா. மருதையன் போய்ச் சேர்ந்த தாக்கல் வந்தபோது கழிச்சல்லே போற நான் என்ன ஏதுன்னு கூடக் கேட்க முடியாம மயக்கம் போட்டுச் சுருண்டு கெடந்தேன். சாமி சத்தியமா, நம்ம குலதெய்வம் சத்தியமா.

மொட்டையன் முன்னால் நின்று மன்றாடிக் கொண்டிருந்தான் முக்கால் கிழவன் ஒருத்தன். அவனுக்கும் வசதியாக ஒரு இடத்தைப் புஸ்தி மீசையான் தான் போய் விழுந்த இடத்தில் பிடித்து வைக்கலாம்.

பெரியண்ணே, மாமன் சொல்றது நிசம்தான். பாவம் ரொம்பத் தளர்ந்து போயில்லே வந்திருக்காரு. பாரு.

ராணி சமாதானம் செய்து வைக்கப் போனாள்.

உனக்குத் தெரியாது தங்கச்சி. இந்தாளு மருதையிலே சீமைச் சாராயம் அடிச்சுட்டு மேல மாசி வீதி முச்சூடும் இடுப்புலே துணி தங்காமே உருண்டுட்டுக் கிடந்தானாம். கேதம் சொல்லப் போனவங்க சொன்னாங்க.

மொட்டையன் இல்லாத மீசையை நீவிக் கொண்டான். உலகத்தின் துக்கமெல்லாம் மொத்தமாகத் தன்மேல் கவிந்தது போலவும் அதைக் கொஞ்சம் நகர்த்திக் கூடத் தோள் கொடுக்க யாரும் முன்னால் வரவில்லை என்ற ஆதங்கத்தோடும் அவன் குரல் ஓங்கி ஒலித்தது.

ஐயோ யாரோ பொரணி பேசற தாயோளி சொல்லியிருக்கான் அப்படி. மருதையாவது மானாமருதையாவது. கொல்லையிலே போய்க் குத்த வைக்கவே உடம்பிலே சக்தி இல்லே. பாரு, வைத்தியனையும் கூடவே கூட்டிட்டு வந்திருக்கேன்.

வந்த கிழவனோடு அவசரமாக வந்து ஒட்டிக் கொண்ட வைத்தியன் கெச்சலாக, சுறுசுறுப்பாக இருந்தான். இவனிடம் சிட்டுக் குருவி லேகியம் இருக்கா என்று கேட்கலாமா என்று ராஜா ஒரு வினாடி யோசித்தார்.

வண்டிக்காரன் கும்பிட்டுக் கொண்டே நிற்க, குதிரை அலைபாய ஆரம்பித்திருந்தது. அதை நிறுத்திப் பிடித்திருந்தவர்கள் ராஜா எப்போது வண்டி ஏறுவார் அடுத்த வேலைக்குப் போகலாம் என்று காத்திருந்தார்கள்.

வம்பு வழக்கைத் திரும்பி வந்து வேடிக்கை பார்க்கலாம் என்று உத்தேசித்து ராஜா வண்டியேறினார். இவன்கள் வேறு வேலை இல்லாத காரணத்தால் இதையே வைத்து நடுராத்திரி வரை அடித்துக் கொள்வார்கள்.

அவர் ஊருணிக் கரைக்கு வந்தபோது இடமே அமைதியாக இருந்தது. ராஜா தண்ணீருக்கு வெகு பக்கத்தில் ஆலமரத்தடி மேடையில் உட்கார்ந்தபடி கண்ணுக்கெட்டிய தூரம் எல்லாத் திசையிலும் பார்த்தார்.

செம்மண் தண்ணீர். மரம். கோவில். மேலே எவ்விப் பறக்கும் காக்கைகள். தரையில் தத்தும் மைனா, கிளி, குருவிகள் எல்லாம் இருந்தது. தண்ணீர் எடுக்க வரும் பெண்கள் எங்கே?

ஒருத்தர் கூடவா இல்லை? ஊரோடு காணாமல் போனார்களா? இல்லை தான் வருவது தெரிந்து, தூர்த்தன் வருகிறான். துன்மார்க்கன் வருகிறான். ஓடிப் போய் ஒளிந்துகொள் என்று கண்ணுக்கு மறைவாகப் போனார்களா?

அவர் உள்ளக் குறிப்பைப் புரிந்து கொண்டதுபோல் சேவகன் முன்னால் வந்து வணங்கி புத்தி என்றான்.

என்னடா பயலே?

இன்னிக்குக் கோயில்லே பிரதோசமாம். சனம் எல்லாம் அங்கேதான்.

இந்தக் களவாணிகளுக்கு ராஜாவின் நினைப்பு எல்லாம் அத்துப்படி.

அவர் மௌனமாகப் புன்சிரித்தபோது காலடியில் ஏதோ ஊர்கிற மாதிரி இருந்தது. அவசரமாகக் காலை மேலே ஏற்றிக் கொள்ள, ஒரு செருப்பு தண்ணீருக்குள் விழுந்தது.

அடடா நல்ல தண்ணி ஊருணிக்குள்ளாற விழுந்துடுச்சே.

கவலைப்பட்டவனை எரிச்சலோடு பார்த்தார் அவர்.

எத்தனை வீர சாகசக் கதைகளில் படித்திருக்கிறார். ராஜ விசுவாசியான வீரர்கள் உயர்ந்த மலைகளில் இருந்தும், அருவியின் நீர்ப்பெருக்குக்கு இடையிலும், பாலைப் பிரதேசங்களிலும் உயிரைத் துச்சமாக மதித்து அரசனின் குறிப்பறிந்து பணியாற்றுவது வழக்கமில்லையோ.

இவன்களுக்கு ஒரு செருப்பை ஊருணிக்குள் கைவிட்டு அளைந்து எடுக்கக் கூடத் துப்பில்லை. போதாக்குறைக்கு எஜமானனையே குற்றம் சாட்டுகிற மாதிரிப் பேச்சு வேறு.

தேர்ந்தெடுத்து நாலு வசவுகளைச் சொன்னார். அதெல்லாம் கலந்து எழுந்து காற்று கெட்ட வாடை அடிக்க ஆரம்பித்தபோது திரும்ப வண்டியேறினார். இன்னொரு கால் செருப்பைச் சுமந்து கொண்டு லொங்கு லொங்கென்று வண்டியோடு கூட ஓடி வந்தவனை அவர் லட்சியம் செய்யவே இல்லை.

சாவு வீட்டில் விளக்கு வைத்து, கூட்டமாக உட்கார்ந்திருந்தார்கள். நடுவே இருக்கிறவர்களை எங்கோ பார்த்த நினைவு ராஜாவுக்கு.

கொலைச் சிந்து பாட வந்தவர்கள். புஸ்தி மீசைக் கிழவனைக் கூடத்தில் கிடத்திக் குளிப்பாட்ட நீர்மாலை எடுத்து வந்தபோது

வாசலில் நின்று மரியாதையாகக் கும்பிட்டவர்கள்.

யாரோ எடுத்து வந்து ஓசையில்லாமல் பின்னால் நகர்த்திய மெத்தை வைத்த ஆசனத்தில் ராஜா ஆரோகணித்தார். நாலைந்து தீப்பந்தங்கள் இலுப்பை எண்ணெய் வாடையோடு பிரகாசமாக ஒளிர்ந்து கொண்டிருக்க, கொலைச் சிந்துப் பாடகர்கள் பாட ஆரம்பித்தார்கள்.

வந்தனம் ஐயாமாரே
வாருமம்மா தேவியரே
சாமித்துரை புண்ணியவான்
சீமைத்துரை ஆவதற்கு
பல்லக்கு பரிவட்டம்
பாங்கான தப்புக் கொட்டு
நல்ல தண்ணி நீர்மாலை
நாக்குலேதான் வாக்கரிசி
எல்லாமும் கவுரதையாய்
எசமான்கள் செய்துதந்து
வழியனுப்பி வச்சாரே
வமிசம் செழிக்க வாழ்த்துவீரே.

ஐயாமார் எல்லாம் அவனுக்கு முன்னால் கால் மடித்து உட்கார்ந்திருந்தார்கள். தேவியர் எல்லோரும் முற்றத்தின் விளிம்புகளில் பாதி மறைந்தும் மறையாமலும் வெகு அழகோடு அமர்ந்திருந்தார்கள். தீப்பந்த வெளிச்சத்தில் அவர்கள் எல்லோருமே அப்சரஸ்களாக ராஜாவுக்குத் தெரிந்தபோது புஸ்தி மீசைக்காரனின் ஆசைநாயகியான காது வளர்த்த கிழவி நான் கூடவா என்று சிரித்து வாயில் புகையிலைக் கட்டையை அடக்கிக் கொண்டாள்.

யாரோ முன்னால் குந்தியிருந்த பாட்டுக்காரன் காதில் ஓதிவிட்டு வர அவன் சங்கடமாகப் பார்த்தான். இன்னும் நாலு பேர் எழுந்தார்கள். எல்லோரும் சின்ன வயசு. அவர்களும் பாட்டுக்காரனிடம் ஏதோ கேட்டார்கள்.

அவன் தொண்டையைக் கனைத்துக் கொண்டு புராணக்கதை சொல்ல ஆரம்பித்தான்.

முனிவனவன் பெண்டாட்டி
முடிஞ்சு வச்ச கூந்தலிலே
செல்லமாத் தலைப்பேனா
கள்ளப் புருசனையும்
ஒளிச்செடுத்து வந்து
ஓரமாத் தலைவிரிச்சா.
கச்சு அகற்றிப் பழம்போல
கனிஞ்சு தொங்கும் தனமிரண்டும்.

கொட்டி முழக்கினார்கள். ராஜாவுக்குக் கொஞ்சம் பசியெடுத்தது.

நிறுத்துலே.

சாயந்திரம் பரிவட்டம் கட்ட மன்றாடியவன் எழுந்து சத்தம் போட்டான்.

இதெல்லாம் இப்போ வேணாம். மொதல்லே கொலைச் சிந்து. அப்புறம் மத்ததெல்லாம். சம்பிரதாயத்தை மீறக்கூடாதுன்னேன். என்ன நான் சொல்றது?

அவன் பக்கத்தில் உட்கார்ந்திருந்த ராஜாவின் மைத்துனன் மொட்டையன் ஆமா ஆமா என்று பலமாகத் தலையாட்டினான். எழவெடுத்தவன்கள் சமாதானமாகப் போய்விட்டார்கள். ராஜாவுக்கு எரிச்சல் வந்தது.

ஆமாமா, கொலைச் சிந்துதான் பாடணும் அப்பூ.

துரைத்தனத்தார் போல் சட்டமாகச் சொன்னாள் காது வளர்த்த கிழவி. ராஜாவுக்குள் பிரம்மாண்டமாக ஒரு பசி எழுந்து கொண்டிருந்தது.

தொரே ஒத்தச் செருப்பை என்ன பண்ணனும்னு உத்தரவாகணும்.

சேவகன் காதருகே குனிந்து வேண்டிக் கொண்டான்.

சுட்டு எடுத்துட்டு வாடா. பிச்சுத் தின்னுக்கறேன்.

ராஜா சொன்னது பக்கத்தில் கேட்டிருக்கும்.

சரி பெரிசுங்க சொல்றபடிக்குக் கொலைச் சிந்து மொதல்லே. பொட்டைப் புள்ளைங்க எல்லாம் சாப்பிட்டுப் படுத்தப்புறம் நடுராத்திரிக்கு ரிசிபத்தினி கதை.

மைத்துனனில் பிள்ளைகளில் ஒருத்தன் சத்தமாகச் சொல்ல இளவட்டங்கள் ஏக ஆரவாரமாகச் சிரித்தார்கள்.

பாட்டுக்காரர்கள் திரும்ப ஆரம்பித்தார்கள். அவர்கள் குரலில் சலிப்பு குடியேறி இருந்ததாக ராஜாவுக்குத் தோன்றியபோது, சமூகம் ஆகாரம் பண்ண வர உத்தரவாகணும் என்றார்கள் யாரோ இருட்டில் பின்னால் குனிந்து.

காயடிக்கப் பட்டவனாக இருந்தாலும் அவன் வம்சம் நாலு தலைமுறை வாழட்டும் என்று மனதில் நினைத்தபடி ராஜா எழுந்தார்.

தாது வருசப் பஞ்சம் வரப்போவுதுன்னு வரப்போவுதுன்னு சோசியன் சொல்றான். அது வரும்போது நாம இருப்போமோ இல்லாம மண்ணோட மண்ணா மக்கிப் போவோமோ தெரியலைங்க தொரகளே, தொரசானிகளே. வர்ற கதையைச் சொல்ல நமக்கு வார்த்தை போதாதுங்க. போன கதையைச் சொல்றோம். செவி கொடுக்க வேணும்.

ஒற்றை தப்பட்டை அடக்கி ஒலிக்க குரல் வேண்டுகோளாக எழுந்து வரப் போகும் சுவாரசியத்தைக் கோடி காட்டி, உக்காருங்க என்று கையைப் பிடித்து இழுத்து உட்கார்த்தியது எல்லோரையும்.

நூறு வருசம் முந்தி தரணியெல்லாம் காஞ்சு போன ஜனங்கள் பசியோடு பரிதவிச்சுச் செத்த கொடும் பஞ்சம் ஒண்ணு வந்தது.

கொலைச் சிந்துக்காரர்கள் ஆர்வமாகச் சொல்லிக் கொண்டிருந்தார்கள்.

அது எப்போ ஏற்பட்டிருக்கும்? ராஜா யோசனை பண்ணிப் பார்த்தார். நினைப்பு எல்லாம் இட்டலி, தோசை, கறிச்சோறு என்றுதான் போனது.

ராஜா உள்கட்டில் உட்கார்ந்தபோது இலை நிறையச் சோறைப் பரிமாறி வாழைக்காயைக் கறியாக்கி வைத்து, புளிக்குழம்பையும் மேலே புத்துருக்கு நெய்யையும் போதும் போதும் என்று கைகாட்ட நிறுத்தாமல் ஊற்றினான் சமையல் காரன். அரண்மனை சமையல்காரனை விடச் சுத்தமாக இருந்தான். அய்யனாக இருப்பானோ? மாரில் நூலைக் காணலை. அவன் யாராவது வேணுமானாலும் இருந்து போகட்டும். மணமும் ருசியுமாகச் சமைத்திருக்கிறான். அது போதும்.

பிரும்ம குலக் கன்னியகையும் கூடப் பிறந்தவனும் பஞ்சம் பிழைக்க ஊர் விட்டுப் போய் பாழுங்கிணத்துலே விழுந்து உயிரை விட்ட சரித்திரம் இது. கல் மனசையும் கரைக்கும் கதையிதனைக் கேட்பீரே எஜமான்களே.

திரும்ப தப்பட்டைகள் உச்சத்தில் முழங்கின. ராஜாவுக்குத் திருப்தியாக இருந்தது. பழுக்காத் தட்டில் ஒப்பாரிப் பாட்டு கேட்கக் கொடுத்து வைக்காத குறைச்சலை கொலைச் சிந்துப் பாடகர்கள் நீக்கி விட்டிருந்தார்கள்.

மழையில்லை தண்ணியில்லே
மரமில்லை செடியில்லே
வானம் பார்த்து வானம் பார்த்து
வாயபூத வயல்காடு
கட்டாந் தரையாச்சு
கரையெல்லாம் கத்தாழை.

அவன் பாட்டுக் குரலை மீறிக் கொண்டு திடீரென்று இன்னொரு குரல் எழுந்தது.

ஆமடா. மழையில்லை. தண்ணியில்லை. கட்டாந்தரையாக் காடு. பஞ்சம் பிழைக்க நான் தான் ஊரை விட்டுக் கிளம்பினேன். பாழும் கிணத்துலே தவறி விழுந்தேன். உசிரை விட்டேன்.

இப்போ வந்திருக்கேண்டா. பக்கத்துலே தான் இருக்கேன். சாமாவுக்குப் பொண்டாட்டிடா நான். சாமிநாத சிரவுதிகள் தெரியுமா? ஆத்துக் காரன் பெயரைச் சொல்லக் கூடாதாமே. சொன்னா என்ன? அவனும் அல்பாயுசிலே போவானோ? போகட்டுமே. நான் போகலியா என்ன? ஆனாக்க, கேட்டுக்கோடி எடுபட்டவளே. நீ பாக்கச் சொன்னே. பாத்தான். அம்புட்டுத்தான். வீட்டோட கொளுத்திப் போடணும்னு மட்டும் நினைக்காதே. அழிஞ்சிடுவே. வம்சத்தோட.

ராணி குரல் அது.

ராஜா சாப்பிட்டது தொண்டையில் அடைக்க அங்கேயே நின்றது.

அத்தியாயம் இருபது

ஏகக் கோலாகலமாகக் கிளம்பினார்கள் சங்கரனுக்குப் பெண் பார்க்க.

மொத்தம் இரண்டு கோஷ்டி. சுப்பிரமணிய அய்யரின் ஒன்று விட்ட சகோதரர் கச்சேரி ராமநாதய்யர், ஜோசியர் அண்ணாசாமி அய்யங்கார், சுப்பிரமணிய அய்யரின் அம்மான்சேயான அறுபது வயது கரம்பக்காடு கிருஷ்ணய்யர் (உத்தியோகம் சுகஜீவனம்), அய்யரின் அத்தான் பிரம்மஸ்ரீ சுந்தர கனபாடிகள், இவர்கள் எல்லோருடைய அகத்துக்காரிகள், அப்புறம் நித்திய சுமங்கலி சுப்பம்மாள் என்று ஒரு குழு. இது ஊர் எல்லாம் சுற்றிக் கொண்டு அம்பலப்புழை போய்ச்சேர ஏற்பாடு.

சுப்பிரமணிய அய்யர், சங்கரன், கல்யாணி அம்மாள் என்று இன்னொரு கோஷ்டி. இது விசேஷத்துக்கு இரண்டு நாள் முன்னால் கிளம்பிப் போய்ச் சேருவதாகத் திட்டம். கடையை ஒரு வாரத்துக்கு மேல் வியாபாரம் இல்லாமல் முடக்கி வைக்க சங்கரனுக்கு இஷ்டம் இல்லை.

முதல் கோஷ்டி அரசூரில் இருந்து கிளம்பி குறைந்த தூரத்துக்கு மாட்டு வண்டி குடக்கூலிக்குப் பிடித்துக் கொண்டும்,

காலாற நடந்தும் அங்கங்கே தங்கி இளைப்பாறியும் வழியில் கோவில்களில் தரிசித்துக் கொண்டும் கொல்லம், ஆலப்புழை வழியாக அம்பலப்புழை சேர்வது என்று திட்டம் பண்ணிக் கொண்டு இருபது நாள் முன்னாடியே கிளம்பி விட்டார்கள் இவர்கள்.

தூரம் நின்று போன ஸ்திரீகள் என்பதால் பெண்டுகளைக் கூட்டிப் போக நாள் கணக்கு எதுவும் ரகசியமாக விரல் மடக்கிப் பார்க்க வேண்டியிருக்கவில்லை. சுப்பம்மாள் மூத்த குடிப் பெண்டுகளை அழுது தொழுது வேண்டிக் கொண்டு அவர்களில் எவளொருத்திக்காகவும் இன்னும் இரண்டு மாச காலம் தூரத்துணியை அரையில் கட்டிக் கொள்ளத் தேவையிலை என்று சத்தியப் பிரமாணம் வாங்கி விட்டாள்.

அவள் இப்போதெல்லாம் சுப்பிரமணிய அய்யர் வீட்டுக்கு வருவதே குறைந்து போனது. அந்த ராட்சசி துர்மரணப் பெண்டு மற்ற நித்திய சுமங்கலிகளை எல்லாம் அடித்துத் தள்ளிக் கொண்டு சுப்பம்மாள் மேலேறி அவளை இம்சிக்கிறது தாளாமல் எடுத்த முடிவு இது.

சுப்பம்மாள் வேண்டிக் கொண்டதால் ஜோசியர் அண்ணாசாமி அய்யங்கார் ஏகப்பட்ட கிரந்தங்களைப் பரிசீலித்துச் செப்புத் தட்டில் ஒரு யந்த்ரம் செய்து கொடுத்தார். கழுத்திலோ காதிலோ கட்டித் தொங்கப் போட்டுக் கொள்கிற தோதில் செய்து தருவதாக அவர் சொல்லி இருந்தாலும், மூலைக்கு ஒன்றாகத் தேவதைகளை நிறுத்தியதில் ஏகப்பட்ட இட நெருக்கடி உண்டாகி, அந்தச் சதுரத் தகடு முக்காலே மூணு மாகாணி அடி நீள அகலத்தில் முடிந்தது.

ஒன்று ரெண்டு தேவதைகள் ஆவாஹனம் பெறாவிட்டால் பரவாயில்லை என்று சுப்பம்மாள் சொல்லிப் பார்த்தாள். யந்திரத்தின் அளவு அதிகமாகிப் போகிறது தவிர, ஜோசியருக்குத் தர வேண்டிய காசும் கூடிக் கொண்டு போகிறது என்பதும் அதற்கு ஒரு காரணம்.

ஒவ்வொரு தேவதையும் ஒவ்வொரு பாதுகாப்புக்காக அவரவர்களுக்கு நிர்ணயிக்கப்பட்ட இடத்தில் நிற்பதால் செப்புத் தகட்டை அளவு குறைக்க முடியாது என்று கண்டிப்பாகச் சொல்லி விட்டார் ஜோசியர்.

அந்த யந்திரத்தைக் கழுத்தில் மாட்டிக் கொண்டபோது விலகு - இது என்னோட இடம் - இது எனக்கு என்று தேவதைகள் அடிபிடி சண்டை போட்டது அவள் காதுகளில் கேட்டது. மூத்த குடிப் பெண்டுகள் அவர்களைச் சமாதானம் செய்து வைத்து எல்லோரும் கால் ஊன்றிக் கொள்ள வழி பண்ணினார்கள்.

கழுத்தில் எல்லாத் தேவதைகளும், சுற்றி மூத்த குடி நித்திய சுமங்கலிகளும் இருந்தபோது சாமாவைப் பிடித்தவள் சுப்பம்மாள் பக்கம் வரவில்லை தான். ஆனால், பத்து இருபது பேரைக் கட்டிச் சுமக்கும் போது சுப்பம்மா கிழவிக்குத் தாங்க முடியாத தோள் வலியும், இடுப்பில் நோவும் ஏற்பட்டது. மூத்திரம் சரியாகப் பிரியாமல் வயிறு கர்ப்ப ஸ்திரி போல் ஊதிப் போனது.

பாறாங்கல்லைக் கழுத்தில் கட்டி எடுத்துப் போவது போல் நடக்க சிரமப்பட்டு அங்கங்கே தடுமாறி விழும்போதெல்லாம் மூத்த குடிப் பெண்டுகள் பரிவோடு தூக்கி விட்டார்கள்.

அப்புறம் அவர்கள் ஆலோசனை சொன்னபடிக்கு தச்சு ஆசாரி சுப்பனிடம் சொல்லி ஒரு மர வண்டி செய்வித்து வாங்கிக் கொண்டாள் சுப்பம்மாள். இடுப்பில் கோர்த்த ஒரு கொச்சக் கயிறால் பிணைத்த அந்த வண்டி பின்னால் உருண்டு வர அவள் நடந்தபோது முதல் இரண்டு நாள் தெருவில் விநோதமாகப் பார்த்து அப்புறம் அடங்கிப் போனது.

மரப்பாச்சியைப் பொம்மைச் சகடத்தில் வைத்து இழுத்து வரும் குழந்தை போல் அய்யங்கார் ஸ்தாபித்த யந்திரத்தைச் சக்கரங்களுக்கு மேலே இருத்தி இழுத்துப் போவதை தேவதைகள் ஆட்சேபித்தார்கள். தெருவில் திரிகிற நாய்கள் பக்கத்தில் வந்து மோந்து பார்க்கும். காலைத் தூக்கும். குழந்தைகள் விஷமம் செய்வார்கள். எங்களுக்கு இது சரிப்படாது.

திரும்பவும் சுப்பம்மாள் சார்பில் மூத்த குடிப் பெண்டுகள் வாதாடி, பிரதிஷ்டையான தேவதைகளைச் சம்மதிக்க வைத்தார்கள். இன்னும் கொஞ்ச நாள். அப்புறம் அந்தப் பீடை தொந்தரவு அடியோடு ஒழிந்து விடும். அதுவரை பொறுத்துக் கொள்ளுங்கள் என்று அவர்கள் வேண்டியபோது அவர்கள் சார்பில் சுப்பம்மா நடுத்தெருவில் ஒவ்வொரு திசையாகப் பார்த்து புழுதியில் விழுந்து கும்பிட வேண்டிப் போனது.

இந்தப் பக்கம் மூத்த குடிப் பெண்டுகளும் பின்னால் கட்டி இழுத்துக் கொண்டு தேவதைகளுமாக அவள் நடந்தபோது ஒரு நிமிஷம் நின்று குரலெடுத்து அழுதாள். காசியில் எதை எதையோ விட்டதுக்குப் பதில் உசிரை விட்டுவிட்டு வந்திருந்தால் இந்த ஹிம்சை எல்லாம் இருக்காதே என்று ஒரே ஒரு நிமிஷம் தோன்றியதை மாற்ற மூத்த குடிப் பெண்டுகள் அவள் நாக்கில் இருந்து கொண்டு வலசியதி கிண்கிணி என்று அஷ்டபதி பாடி அவளைக் குதித்துக் கூத்தாட வைத்தார்கள்

நடுவில் ஒரே ஒரு நாள் யந்திரம் இல்லாமல் ஒரு பகல் பொழுதில் கல்யாணி அம்மாளைப் பார்க்க அவசரமாக அவள் போனபோது வாடி தேவிடியாளே என்று அந்த லங்கிணி துர்மரணப் பெண்டானவள் சுப்பம்மாள் மேலே வந்து உட்கார்ந்து விட்டாள்.

அண்ணாசாமி அய்யங்கார் சுப்பிரமணிய அய்யருடன் உட்கார்ந்து சங்கரன் ஜாதகத்தையும், அம்பலப்புழை குப்புசாமி அய்யன் இளைய சகோதரி பகவதிக்குட்டி ஜாதகத்தையும் வைத்து நவாம்சமும் அலசிக் கொண்டிருந்த நேரம் அது.

இந்தச் சோழியன் உன்னை வச்சுண்டு இருக்கானா?

சுப்பம்மாள் உள்ளே நுழைந்ததுமே வேறு குரலில் அலறிக் கொண்டு அண்ணாசாமி அய்யங்காரின் குடுமியைப் பிடித்து இழுத்து முகத்தில் அறைந்தாள். அவருடைய வற்றிய மாரில் எட்டி உதைத்தாள். காரி வரவழைத்த சளியை முகத்தில் உமிழ்ந்தாள். பூணூலைக் கால் விரலில் மாட்டி அறுப்பது போல் போக்குக் காட்டினாள்.

அப்புறம் யாரோ சொன்னது போல் ஐயங்காரை உதட்டில் முத்தமிட யத்தனிக்க, ஜோசியர் ஏட்டை எடுத்துக் கொண்டு சமயம் சரியில்லே அய்யர்வாள். உங்காத்துக்குப் ப்ரீதி நடத்தணும். நான் வெகு சீக்கிரம் நடத்தித் தரேன். இந்தக் கிழவி நான் பண்ணிக் கொடுத்த யந்திரத்தோடு சதா இருந்தா இதெல்லாம் நடக்காது என்று சொல்லி வெளியே அவசரமாகக் கிளம்பிப் போனார்.

சுப்பம்மாள் அவர் கொடுத்த யந்திரத்தை வைத்துக் கொள்ளப் புது இடம் கிடைத்து விட்டதாக அறிவித்து இடுப்புக்குக் கீழே காட்டிச் சிரித்தாள்.

இப்படி யந்திரத்தோடு போனால் ஒரு மாதிரியும் போகாவிட்டால் இன்னொரு மாதிரியும் அவஸ்தை தொடர்ந்ததால் சுப்பம்மாள் புகையிலைக்கடை அய்யர் வீட்டுக்கு வருவது குறைந்தே போனது.

இருந்தாலும் சங்கரனுக்குப் பொண்ணு பார்க்க மலையாளக் கரைக்குப் போக வேணும். க்ஷேத்ராடனமாக மதுரை, பாணதீர்த்தம், சுசீந்திரம் எல்லாம் தரிசித்துக் கொண்டு ஆலப்புழைக்குப் போகலாம் என்று சுந்தர கனபாடிகள் சொன்னதும் வேறு எதுவும் யோசிக்காமல் சரி என்று விட்டாள் அவள்.

ஆனாலும் ஜோசியர் அய்யங்கார் யோசனைப்படி, மடிசஞ்சியில் அந்த யந்திரத்தைப் பத்திரமாக எடுத்துப் போக மறக்கவில்லை அவள்.

எல்லோரும் சுப்பிரமணிய அய்யரின் வீட்டில் இருந்து புறப்படுவதாகத்தான் ஏற்பாடு. ஆனாலும் மாட்டு வண்டியை எதிர்பார்த்து சுப்பம்மாள் நாலு தெரு சந்திப்பிலேயே நார்ப்பெட்டியும், சஞ்சியுமாக நின்றாள்.

ஐயர் வீட்டுக்குள்ளே போய் அந்தப் பழிகாரி பிடித்துக் கொண்டு விட்டால் கெட்டது குடி என்று பயந்தே அவள் அந்தப் பக்கம் போகவில்லை. ஆனாலும் சுப்பிரமணிய ஐயர்

அவள் கைச்செலவுக்கும் சேர்த்து சுந்தர கனபாடிகளிடம் கொடுத்திருந்ததோடு பயணம் வைக்க முந்தின நாள் சாயந்திரம் அவள் வீட்டுக்கும் போய் அதைத் தெரியப் படுத்தி இருந்தார்.

சாமாவைத் தனியா விட்டுட்டுப் போகணுமான்னு இருக்கு எனக்கு. ஆனா உள்ளே வந்தாலே அந்தக் கடன்காரி மேலே வந்து பீ மாதிரி ஒட்டிக்கறாளே. நான் என்ன பண்ணட்டும்.

அவள் கண் கலங்கியபோது சுப்பிரமணிய ஐயர் தேற்றினார்.

அவனைக் கவனிச்சுக்க ஐயணையை ஏற்பாடு பண்ணி இருக்கேன். பாடசாலையிலே வித்யார்த்திகளுக்குப் பண்ற சமையலை அங்கே இருந்து ராமலச்சுமிப் பாட்டி கொண்டு வந்து வச்சுட்டுப் போயிடுவா. மூணு வருஷம் அவன் சாப்பிட்ட சமையல் ஆச்சே. அதைத் திரும்பச் சாப்பிட்டாலாவது அவன் பழையபடி ஆறானான்னு பார்ப்போம்.

ஆக மாட்டான் என்று சுப்பம்மாள் காதில் மூத்த குடிப் பெண்டுகள் சொன்னார்கள்.

ஆக வேண்டும் என்று அவர்களையும், மடிசஞ்சி யந்திரத்தில் ஏறிய தேவதைகளையும் பிரார்த்தித்துக் கொண்டு அவள் பயணம் போக வண்டிக்காக ஒரு நாழிகை சந்தியில் நின்று கொண்டிருந்தாள்.

அது ஆடி அசைந்து வந்தபோது அவள் ஏகத்துக்குச் சோர்ந்திருந்தாள்.

பிரம்மஹத்தி. உசிரை வாங்கிட்டான். பிச்சுண்டு கிளம்பறதுக்குள்ளே போதும் போதும்னு ஆயிடுத்து.

ஜோசியர் அண்ணாசாமி அய்யங்கார் அரண்மனையைத் திரும்பிப் பார்த்தபடி சொன்னார்.

புஸ்தி மீசைக் கிழவனின் கேதம் கழிந்து வந்த ராஜா முதல் வேலையாக அய்யரைக் கூட்டிக் கொண்டு வா என்று சகலருக்கும் உத்தரவு பிறப்பிக்க, நாலைந்து கிங்கரர்கள் அவர்

பயணம் கிளம்பிக் கொண்டிருந்தபோது வாசலில் வந்து நின்று விட்டார்கள்.

அய்யங்காரைக் கையைப் பிடித்து இழுக்காத குறையாக அரண்மனைக்குக் கூட்டிப் போகும்போது இது அந்த மனுஷ்யன் முந்தின வாரம் கொடுத்த வராகனைப் பிடுங்க உபாயமோ என்று அவர் நடுங்கித்தான் போனார்.

ஜமீந்தான் போகாதே போகாதேன்னு முந்தியைப் பிடிச்சு இழுத்தான். அரண்மனையிலே பரிகாரம் பண்ணணுமாம்.

அண்ணாசாமி அய்யங்கார் இடுப்பைத் தடவிக்கொண்டே சொன்னார். அங்கே இன்னொரு வராகன் பத்திரமாக ஏறியிருந்தது.

சுப்பம்மாள் வண்டியில் ஏற அய்யங்கார் பெண்டாட்டி கையை நீட்டினாள். சுந்தர கனபாடிகள் அவள் மடிசஞ்சியையும் நார்ப் பெட்டியையும் வாங்கி ஓரமாக வைத்தார்.

அவள் வண்டியில் ஏறும்போது மூத்த குடிப் பெண்டுகள் சாமா நடுமத்தியானத்தில் பிரேத ரூபமாக வந்தவளைக் கட்டிலில் கிடத்தியதை ஞாபகப்படுத்தினார்கள்.

அதுக்கென்ன இப்போ என்றாள் சுப்பம்மாள்.

அந்தப் பொண்ணு பக்கத்து வீட்டுக்கும் நடக்கிறாள். அவர்கள் கூடவே சாவுக்கெல்லாம் போய்விட்டு வந்திருக்கிறாள். பாப்பாத்தியாச்சே என்று அவளுக்கு மரியாதை கொடுத்த அந்தப் பெரிசுகள் இப்போது அவளை எப்படிக் கழற்றி விடுவது என்று புரியாமல் முழிக்கிறார்கள். இந்த பேடிப் பயல் ஜமீந்தார் இதெல்லாம் காலும் அரைக்காலும் காதில் கேட்டுத் தப்பும் தவறுமாக அதைப் புரிந்து கொண்டு சோழியனைக் கூப்பிட்டு அனுப்பியிருக்கிறான். அவனும் சாமாவோடு தங்கியவளை சுப்பிரமணிய ஐயர் வீட்டுக்குள்ளேயே இருந்த வேண்டிய கிரியைகளை எல்லாம் மலையாள பூமி போய்த் திரும்பி வந்து செய்து தரேன் என்று வாக்குத் தத்தம் கொடுத்து விட்டு வராகனோடு வந்திருக்கிறார்.

தேவதைகளும் மூத்த குடிப் பெண்டுகளோடு சிரித்தது சுப்பம்மாளுக்குக் கேட்டது.

நன்னா, வசதியா உக்காருங்கோ. எதேஷ்டமா இடம் இருக்கு. கையிலே கழுத்துலே ஸ்வர்ணம் போட்டுண்டு இருந்தா எடுத்துப் பத்திரமா நார்மடிப் பொட்டிக்குள்ளே வச்சுக்குங்கோ.

அண்ணாசாமி அய்யங்கார் சொன்னபோது சுப்பம்மாள் அவரைப் பார்த்துக் கபடமாகச் சிரித்தாள்.

மடியிலே கனம் இருந்தா இல்லே வழியிலே பயம். என் கழுத்திலே காதிலே என்ன இருக்கு? எண்ணெய் ஏறின தோடு அரைக்கால் வராகன் காசு கூடப் பெறாது.

உள்ளே புழுக்கமா இருக்கு. வெளியே எடுத்து வையேன்.

யந்திரத்தில் நின்றிருந்த தேவதைகள் சத்தம் போட்டன நார்ப் பெட்டிக்குள் இருந்து.

சோழியன் உங்களை கீகடமா இப்படி ஒரே இடத்துலே நிறுத்தியிருக்க வேண்டாம். பாவம் தவிச்சுப் போறேளே.

சுப்பம்மாள் சொன்னபோது அது வாயில் தெலுங்குக் கீர்த்தனமாக வந்தது. மூத்த குடிப் பெண்டுகள் ஒரு நிமிஷம் கூட அவளை விட்டுப் போகவில்லை.

எல்லோரும் மதுரை போய்ச் சேரும்போது சாயந்திரமாகி விட்டிருந்தது.

சாமி தரிசனத்துக்குப் போய்த் திரும்ப வரும்போது வடம்போக்கித் தெருவில் வெகு விநோதமாகக் கொட்டகை எல்லாம் கட்டி ஒரு பிராமணன் சோறு விற்றுக் கொண்டிருந்தான்.

துரைத்தனத்தார் பணம் நாலு செம்புக் காசுக்கு சித்ரான்னம் வடை எல்லாம் சேர்த்து வாழை இலையில் வைத்துச் சாப்பிடக் கொடுக்கிறானாம். தேசாந்திரம் வந்த நாலைந்து தெலுங்குக் குடும்பங்கள் காசைக் கொடுத்து விட்டு அங்கே குந்தி இருந்து வாயில் சோற்றை அடைத்துக் கொண்டிருந்தார்கள்.

கலிகாலம். சத்திரத்துலே தானமாப் போடறதை விக்கறான் இந்தப் பிராமணன். மழை எப்படிப் பெய்யும்?

சுந்தர கனபாடிகள் சொன்னாலும் அந்தச் சித்திரான்னங்களை அவர் ஆசையோடு பார்த்தபடியே நகர்ந்தார். சுப்பம்மாள் வாயில் ஏறிய மூத்த குடிப் பெண்டுகள் இங்கே நின்று சாப்பிட்டுப் போகலாம் என்று பிடிவாதம் பிடித்தார்கள்.

அவள் அழிச்சாட்டியமாகத் தெருவில் உட்கார்ந்து அடம் பிடிக்கவே, கனபாடிகள் சஞ்சியிலிருந்து அவளுக்குச் சேர வேண்டிய வகையில் சுப்பிரமணிய ஐயர் கொடுத்ததில் சில துட்டுக்களை எடுத்துக் கொடுத்து விட்டு, என்ன வேணுமோ சாப்பிட்டுட்டு தெருக்கோடியிலே சத்திரத்துக்கு வந்துடுங்கோ என்றார்.

சோறு விற்கும் பிராமணன் வாயடைத்துப் போக, அங்கே மிச்சம் மீதி ஏதும் இல்லாமல் புளியோதரை, தயிர்சாதம், நார்த்தங்காய்ச் சாதம், போளி, வடை என்று வாரி வாரி அடைத்துக் கொண்டு தின்று போட்டாள் சுப்பம்மாள்.

இந்தக் கிழவிக்கு ஏதோ பிசாசு பிடிச்சிருக்கு என்று நினைத்தபடி காசை வாங்கிக் கொண்டு சோற்றுக்காரன் ஓலைக் கூடைகள் சகிதம் ஓடியே போனான்.

மங்கம்மா சத்திரத்தில் ராத்திரி முழுக்கப் பக்கத்தில் தெலுங்குக் கூட்டம் ஒன்று உரத்த குரலில் பேசிக் கொண்டே இருந்தது. சுப்பம்மாளின் கூட இருந்த மூத்தகுடிப் பெண்டுகளும் பிரயாண அசதியில் தூங்கிப் போனார்கள்.

வயிறு ஏகமாகத் தின்ற அசௌகரியம் தூக்கத்தைக் கெடுக்க, சுப்பம்மாள் ஜன்னல் வழியே வெட்டவெளியில் பூரணச் சந்திரனையே பார்த்துக் கொண்டு உட்கார்ந்திருந்தாள்.

சாமாவும் கூடவே ஒரு அழகான பெண்ணும் அவளைச் சுற்றிச் சுற்றி நடந்தும் ஓடியும் விதம் விதமாக சிருங்கார சேஷ்டைகளில் ஈடுபட்டபடி இருந்தார்கள்.

சுப்பம்மா, நான் பக்கத்திலே வரட்டுமா?

தலைக்கு மேலே பறந்து போன வௌவால் விசாரித்தது.

நேராக ஒன்றும் குறுக்கே மற்றதுமாக நிறுத்திய மூங்கில் பிளாச்சுகளையும், குருத்தோலைகளையும் கையில் உயர்த்திப் பிடித்துக் கொண்டு குழந்தைகள் நடந்து போனார்கள். ஒவ்வொரு கையிலும் காலிலும் ஆறு விரல் கொண்ட இளைஞன் ஒருத்தன் அவர்களை வழி நடத்திப் போனான்.

ஒரு வினாடி சுப்பிரமணிய ஐயரின் இரட்டை மாடிக் கட்டிடம் தீப்பற்றி எரிந்தது.

விநோதமான பழுக்காத்தட்டுகள் சுழலச் சாவோலமாக எழுந்த சங்கீதம் எல்லாத் திக்கிலும் பரவி மூச்சு முட்ட வைத்தது.

பகவானே.

சுப்பம்மாள் நார்ப் பெட்டியை இறுக்கிக் கொண்டாள்.

தேவதைகள் மௌனமாக இருந்தன. அவைகளுக்கும் அந்த சங்கீதம் பிடித்திருக்குமோ? அல்லது தூங்கப் போய்விட்டார்களோ என்று அவளுக்குத் தெரியவில்லை.

அத்தியாயம் இருபத்தொன்று

சுந்தர கனபாடிகள் வைகை நதியோடு போய்க் கொண்டிருந்தார்.

சுத்த ஜலம் பிரவாகமாக இரு கரையையும் அடைத்துக் கொண்டு நுங்கும் நுரைப்புமாகப் பொங்கி வழிந்து ஓடியதன் சுவடுகள் ஈர மணலில் அழிந்தும் அழியாமலும் தடம் விரிக்க, வற்றி இளைத்துப் போன நதி சின்னச் சாரைப் பாம்பாக சலித்துக் கொண்டே அசைந்து போனது.

கரையோரம் வெகுதூரம் போய், புதர் மறைவில் பிரம்ம சௌசம் முடித்துக் கால் கழுவிக் கொள்ள வந்தபோதே நதியடி மணலை நாட வேண்டிப் போனது.

நதியெல்லாம் தெய்வம். இப்படி பிருஷ்டம் சுத்தப்படுத்தவா பகவான் அதுகளைப் படைத்து விட்டிருக்கிறான்? ஜீவாத்மா பரமாத்மாவில் கலக்க விரசாகப் போவது போல் அதெல்லாம் சமுத்திரத்தைப் பார்க்க சதா ஓடிக்கொண்டே இருக்கின்றன. இந்த வைகை மட்டும் கொஞ்சம் விதிவிலக்காக, கிராமதேவதைக்கு நேர்ந்து கொண்ட மாதிரி எங்கேயோ கண்மாயிலோ ஏரியிலோ போய்க் கலக்கிறதாம்.

சுந்தர கனபாடிகளுக்கு பூகோளம் தெரியாது. அண்ணாசாமி அய்யங்கார் சொல்லி நேற்றைக்குக் கேள்விப்பட்டதுதான்.

வேதபாடசாலையில் அதெல்லாம் சொல்லிக் கொடுக்கிறதில்லை. ருத்ரமும் சமகமும் ரிக்கும் யஜுரும் தான் அங்கே நாள் முழுக்க. கனபாடிகள் சாம வேதியான காரணத்தால் அவருக்கு உபரியாக அந்த அத்தியாயனமும் உண்டு.

ஓலைச் சுவடியில் கிரந்த எழுத்தில் எல்லாம் இருக்கும் என்றாலும் யாரும் சுவடியைத் திறந்து வைத்துக் கொண்டு கற்பிப்பதுமில்லை. கற்றுக் கொள்வதுமில்லை. காதால் கேட்க வேணும். மனதில் கிரகித்து வாங்கிக் கொள்ள வேணும். அப்புறம் பல தடவை உரக்கச் சொல்லிப் பழக வேணும்.

பிரம்மஹத்தி. உஷஸ்னு உன் நாக்கெழவுலே வராதா? தர்ப்பையைப் போட்டுப் பொசுக்க. உசஸ்ஸாமே. சவண்டிக்கு ஒத்தனாப் போறதுக்குக் கூட ஒனக்கு யோக்கியதை இல்லை.

சுந்தர கனபாடிகள் சிரித்துக் கொண்டார். அடித்தும், தலைமயிரும் தலைக்குள்ளே இருக்கப்பட்ட மூளையும் எல்லாம் வெளியே தெறித்து விழுவது போல் அப்பளக் குடுமியைப் பிடித்து இழுத்துத் தரையில் மோதியும் பாடசாலையில் அவருக்கு சாமவேதம் கரைத்துப் புகட்டிய ஈஸ்வர ஸ்ரௌதிகளின் சவண்டிக்கு ஒத்தனைப் பிடிக்க மழைநாளில் அவர் தான் பல வருஷம் முன்னால் காடு மேடெல்லாம் திரிந்து நடக்க வேண்டிப் போனது.

முழங்காலையும் மறைத்து இடுப்பு வரை ஆழத்துக்கு நீர் உயர்ந்த இடத்தில் கொஞ்சம் நின்றார் சுந்தர கனபாடிகள்.

இதுக்கும் மேல் இங்கே தண்ணீரை எதிர்பார்க்க முடியாது. நாலு முழுக்குப் போட்டு விட்டுக் கரையேற வேண்டியதுதான்.

நர்மதே சிந்து காவேரி.

குளித்து வந்து வீபுதிச் சம்படத்தைத் திறந்து குழைத்து நெற்றியிலும் மாரிலும் தோளிலும் பூசிக் கொண்டார். இப்படியே ஈர வஸ்திரத்தை உலர்த்தியபடிக்கு மணல் வெளியில் ஏகாங்கியாக நிற்க மனதுக்கு ரம்மியமாக இருந்தது. அடிக்கிற

காற்றில் பூவாக அது உலர்ந்ததும் பஞ்சகச்சமாக உடுத்திக் கொண்டு மீனாட்சி சுந்தரேசுவரர்களைப் பார்க்க நடையை எட்டிப் போட வேண்டியதுதான்.

நடந்து நடந்து நடந்தே தான் ஜீவிதம் முழுக்கப் போய்க் கொண்டிருக்கிறது. தர்ப்பைக் கட்டைத் தூக்கிக் கொண்டு அக்கம் பக்கம் ஏழு கிராமம் புஞ்சைக் காட்டு வரப்பில் நடக்க வேணும். சீத்தாராமய்யன் பிதாவுக்கு புரட்டாசி திரிதியையில் திதி. குத்திருமல் நோக்காட்டோடு திண்ணையே கதியாகக் கிடந்து உயிரை விட்ட சிவராமனைப் பெற்றவளுக்கு மார்கழி பிரதமையன்று வருஷாந்திரம். சோமசுந்தரமய்யன் பெண்டாட்டி சிவலோகம் புறப்பட்டுப் போய்க் கல் ஊன்றிக் காரியம் செய்ய மூணாவது நாள்.

யாருக்கு நினைவு வருகிறதோ இல்லையோ சுந்தர கனபாடிகள் சகலமான சாவுகளையும் அது கழிந்து போய்ப் பல வருஷம் ஓடின பிறகும் நினைவு வைத்துக் கொண்டிருக்க வேண்டியிருக்கிறது. சாவோடு சம்பந்தப்பட்ட கிரியைகளைச் செய்விக்கக் கால் தேயச் சகல திசையிலும் ஓடி நடக்க வேண்டியிருக்கிறது.

இந்த நடை நிற்கும்போது அவருக்காகச் சாப்பிட ஒத்தனைத் தேடி யார் நடப்பார்களோ தெரியவில்லை. அதுவரை தர்ப்பைக் கட்டும் மடிசஞ்சியில் ஒற்றை வாழைக்காயும் அரிசியும் உளுந்தும் பயறும் தலையில் எள்ளுமாகக் கால்நடைதான்.

சதாசிவ பிரம்மேந்திரர் போல் நடந்து கொண்டே, பாடிக் கொண்டே சன்னியாசியாகப் போய்விட்டால் என்ன? எதைப் பற்றியும் கிஞ்சித்தும் கவலைப் படாமல், வருத்தப்படாமல்.

வைகைக் கரையில் தானே அவர் கையை வெட்டி எறிந்தார்கள்? ராஜாவின் அந்தப்புரத்துக்குள் சுய நினைவு தப்பிப்போய், இடுப்பில் துணி இல்லாமல் ஈசுவர தியானத்தில் திளைத்துப் பாடிக் கொண்டே நுழைந்த குற்றத்துக்கான தண்டனை இல்லையோ அது?

அது என்ன பாட்டு? மானச சஞ்சரரே. சம்ஸ்கிருதம் தான்.

சுந்தர கனபாடிகளுக்குக் கரைத்துப் புகட்டியிருக்கிறார்கள். மானச சஞ்சரரேக்கு அப்புறம் அடுத்த அடி என்ன?

அமாவாசைத் தர்ப்பணம் செய்ய எள்ளோடும் தண்ணீரோடும் இரைத்து விடும் மந்திரம் தான் நாக்கில் சட்டென்று வருகிறது.

திவசப் பிராமணனாகவே ஜீவிதம் முடியப் போகிறது.

தீபாவளிக்குக் கோடி வஸ்திரம் உடுத்தியானதும் அதை அவிழ்த்து வைத்து விட்டுத் ஊரோடு தர்ப்பணம் செய்யப் பவித்திரம் மாட்ட ஓட வேண்டி இருக்கிறது.

நவராத்திரிக் கொலுவுக்கு மூச்சு வாங்க சேந்தியிலிருந்து பொம்மைப் பெட்டியை இறக்கும்போது யாராவது போய்ச் சேர்ந்து தகனத்துக்கு வரச் சொல்லி வாசலில் வந்து நிற்கிறார்கள்.

விஷ்ணு இலையில் அப்பமும் எள்ளுருண்டையும் சரியாக வேகாத சாதமுமாக ஹோமப் புகை சுற்றி வரும் வீடுகளுக்குள் உட்கார்ந்து சாப்பிட்டு விட்டு தட்சிணையோடு திரும்பி வந்ததும் ராத்திரி சாப்பிடாமல் படுத்துக் கொள்ள வேண்டியிருக்கிறது.

மோர்க்களி சாப்பாட்டில் சேர்த்தி இல்லை, சத்து மாவு உருண்டை ராத்திரி பட்சணம் என்று கணக்கில் எடுத்துக் கொள்ள வேண்டியதில்லை என்று மற்ற வைதீகர்கள் சமாதானம் சொன்னபடி ராத்திரி ஏதேதோ சாப்பிடுகிறது போல் சுந்தர கனபாடிகளால் முடியாது. திவசத்துக்கு இறங்கி வந்தவர்கள் யாருடைய பித்ருக்களாக இருந்தாலும் இங்கே எல்லாம் முடித்து விட்டுப் போனவர்கள். இல்லை, அவசர அவசரமாக போதும் போயிடு என்று அனுப்பப் பட்டவர்கள். அவர்களின் பிரதிநிதியாக எள்ளைத் தலையில் போட்டுக் கொண்டு பூணூலை வலம் இடமாகத் திருப்பி மாட்டிக் கொண்டவன் கொடுக்கும் மரியாதைகளை ஏற்றுக் கொள்கிற வைதீகன் சுந்தர கனபாடிகள்.

அவர்கள் சார்பாகத் தான் அப்பமும் வடையும் மிளகுக் கறியும் மற்றதும். அது கழித்தால், ராத்திரி போஜனம் செய்யக்

கூடாது என்று எழுதாத விதி. மீறிப் பண்ணினால், அந்த ஆத்மாக்கள் பசியோடு அலையும் என்றார்கள் பாடசாலையில் அவருக்குக் கற்பித்தவர்கள்.

ஒரு சத்து மாவு உருண்டை இன்னொருத்தனை, அவன் உயிரோடு இருக்காவிட்டாலும், பட்டினி போடும் என்றால் சுந்தர கனபாடிகளுக்கு அது வேண்டாம்.

எல்லோரையும் போலக் கல்யாணத்துக்கும் காதுகுத்துக்கும் நவக்கிரஹ ஹோமத்துக்கும் போய் நாலு காசு பார்க்காமல் இப்படி சதா சர்வ காலமும் தகனம், கல் ஊன்றுதல், பிண்டப் பிரதானம், மாசியம், சோதகும்பம், தர்ப்பணம், வருஷாப்திகம், ஹிரண்ய திவசம் என்று அலைவானேன்?

அதுக்கு சுந்தர கனபாடிகள் காரணமில்லை.

டேய் கொழந்தே மாட்டுக் கண்ணு சுந்தரம். மத்ததுக்கெல்லாம் அரைகுறை வைதீகன் போறும். பெரியவா ஆசிர்வாதத்தோட மனசொருமிச்சுத் தாலி கட்டினாலோ, தட்டான் வந்து சிசுவுக்குக் காது குத்தி ஆயுட்க்ஷேமம் பண்ணினாலோ, ஆவணி அவிட்டத்துக்குப் பூணுல் மாத்தித் தரச் சொல்லிக் கேட்டாலோ மத்தவா போகட்டும். உனக்கு அது வேண்டாம். உடம்பை விட்டுட்டு உசிரைத் தூக்கிண்டு போனவாளைக் கரையேத்தறது மாதிரி சிக்கலான காரியம் ஏதும் உண்டா சொல்லு. பாத்துப் பாத்துச் செய்யணும். மூணு தலைமுறைக்காரா இறங்கி வரா. இங்கே இருக்கும்போது வசப்படாத ஞானம் எல்லாம் அங்கே போனதும் அவா எல்லாருக்கும் வாச்சுடறது. உன் மந்திரத்துலே, வைதீகக் கிரமத்துலே ஒரு பிசகு வந்தாலும் போறும், அவா வந்தபடிக்கே போயிடுவா. போய்ப் பசியும் பட்டினியுமா அலைவா. இங்கே இருக்கப்பட்டவாளையும் அந்தப் பசியும் அலைச்சலும் பிடிச்சு ஆட்டும். சம்ஸ்காரத்தை மட்டும் நீ கவனிச்சுக்கோ. அது போதும். அவாள்ளாம் உன்னை ஆசிர்வாதம் பண்ணுவா.

சுந்தர கனபாடிளின் குருநாதர் ஈஸ்வர சாஸ்திரிகள் பாடசாலையில் கடைசி வருஷம் சாம வேத அத்தியாயனம்

பண்ணுவித்த போது ஆக்னை பிறப்பித்தது இந்த மாதிரியில். அப்புறம் ஒற்றை வாழைக்காயும், ஈரமான எள்ளுமே உலகமாகிப் போனது கனபாடிகளுக்கு.

சம்ஸ்காரம்.

சுந்தர கனபாடிகள் உரக்கச் சொன்னார். பால் மாட்டோடு முன்னால் நடந்தவன் திரும்பிப் பார்த்தான்.

ஊரில் திவசப் பிராமணன் என்று பெயர். இங்கே கிறுக்குப் பிராமணன் என்று நினைத்து விடப் போகிறார்கள்.

சுற்றுப்புறம் மறந்து போய் பிரம்ம தியானத்தில் மூழ்கினது போல் கண்ணை மேல்பார்வையாகச் செருகிக் கொண்டு, சட்டென்று நினைவில் வந்த ஸ்லோகத்தை உரக்கச் சொல்லியபடி முன்னால் நடந்தார் சுந்தர கனபாடிகள்.

மாட்டுக்காரன், மூக்கணாங்கயிற்றை இழுத்துப் பிடித்து மாட்டை நிறுத்தினான்.

அவன் எதிர்பார்த்தபடியே கனபாடிகள் பசுவின் பின்னால் தொட்டுக் கண்ணில் ஒற்றிக் கொண்டு நமஸ்கரித்தார். மாட்டுக்காரன் சணல் மூட்டையாக முடிந்து தோளில் தொங்க விட்டிருந்த சஞ்சியில் இருந்து ஒரு பிடி புல்லை எடுத்து கனபாடிகளிடம் மரியாதையோடு நீட்டினான்.

அவன் கொடுத்த பசும்புல்லை அவனுடைய பசுவுக்கே தானம் செய்யும்போது சுந்தர கனபாடிகளுக்குச் சிரிப்பு வந்தது.

நாலு நாலாக் கறவை சரியில்லே சாமி. பெரியவங்க ஆசிர்வாதத்துலே எல்லாம் சரியாகணும்.

அவன் கவலை அவனுக்கு.

தானே சரியாயிடும்ப்பா. கடலைப் புண்ணாக்கு போடறியோ?

பசு சாணம் இட ஆரம்பிக்க காலை விலக்கி நடந்தபடி சொன்னார் கனபாடிகள்.

எங்க சாமி? ஆனை விலை குதிரை விலை எல்லாம்.

சுந்தர கனபாடிகளுக்கு ஆனை விலையும் குதிரை விலையும் எல்லாம் தெரியாது. எந்த கிரகஸ்தன் அமாவாசைத் தர்ப்பணத்துக்கு எவ்வளவு கொடுப்பான், திவசத்துக்கு எத்தனை படி அரிசி வரும் என்று தெரியும்.

அரசூரோடு வந்து இருந்து வேத பாடசாலையைப் பார்த்துக் கொள்ளேன் என்று அம்மான் சேய் சுப்பிரமணிய ஐயர் சதா கூப்பிட்டுக் கொண்டே இருக்கிறார். போய் ஒரே இடமாக நிலைத்து விடலாமா என்று பல தடவை சுந்தர கனபாடிகளுக்குத் தோன்றிக் கொண்டே இருக்கிறது.

ஆனாலும் குருநாதருக்கு வாக்குத் தத்தம் செய்து கொடுத்தது நினைவில் வந்து தொலைத்துக் காலைப் பின்னால் இழுக்க வைக்கிறது. அப்புறம், கனபாடிகளுக்கு மற்ற மந்திரம் எல்லாம் கிட்டத்தட்ட மறந்து போய்விட்டது.

சாமி, இப்படி வடக்கே இந்தப் பொட்டல்லே குறுக்காலே விழுந்து போனாக் கோவில் வந்திடும். பையப் பதறாமப் போங்க. விடிகாலப் பூசைக்கு நெறைய நேரம் கிடக்கு.

மாட்டுக்காரன் சொன்னபடிக்கு முன்னால் போனான்.

இவன் சாயலில் யாரையோ பார்த்த ஞாபகம். எங்கே?

வருடாவருடம் நவராத்திரிக்கு பொம்மைக் கொலு வைக்க சேந்தியில் இருந்து இறக்கி வைக்கும் கொலுப்பெட்டியில் பாம்புப் பிடாரன் முகம் தான் இவனுக்கும்.

நேற்றைக்கு வடம்போக்கித் தெருவில் பலகாரமும் சித்திரான்னமும் விற்றுக் கொண்டிருந்த பிராமணனும் கொலுபொம்மைப் பெட்டியில் கல்யாணப் புரோகிதன் போல்தான் இருந்தான்.

எல்லாம் நூறு வருடம் முந்திய பொம்மை. சுந்தர கனபாடிகளின் மாதாமகர் காலத்து அழுத்தமான வர்ணம். அவர்கள் காலத்தில் உட்கார்ந்து சாப்பிட்டிருக்கிறார்கள். தர்ப்பைக் கட்டோடு அலைய வேண்டி இருந்திருக்காது. விநாயக சதுர்த்திக்கு களிமண்

பிரதமை செய்து தும்பை மாலை சார்த்திக் கொழுக்கட்டை சாப்பிட்டுக் கொண்டு. நவராத்திரிக்குக் கொலு வைத்து, தினசரி பூஜை செய்து சுண்டல் விநியோகித்துக் கொண்டு. மாரில் சந்தனமும், நானாவித புஷ்ப பரிமள திரவிய வாசனையுமாக எல்லாக் கல்யாணப் பந்தலிலும் உட்கார்ந்து பந்திக்குக் காத்திருந்தபடி வேடிக்கை விநோதம் பேசிக் கொண்டு. சீமந்தத்துக்கு பூரண கர்ப்பிணி மூக்கில் இலைச்சாறு பிழிந்து மந்திரத்தோடு விடுவதை ஆசிர்வதித்துக் கொண்டு.

சீமந்த மந்திரம் என்ன எல்லாம்?

தொடையிலே தட்டிண்டு அக்னியை அப்பிரதட்சணமாச் சுத்தி வாங்கோ.

அப்பம் வடை பிராமணன் கொலுப்படியில் கல்யாண புரோகிதனாக இருந்து சிரித்தான்.

நீ சிரிப்பேடா. ஏன் சிரிக்க மாட்டே. பொழைக்கத் தெரிஞ்சுண்டுட்டே. புளியஞ்சாதமோ, தயிர்சாதமோ, ஊசிப் போனதோ, உசந்த ருஜியோ, உன் குடுமியையும் பூணூலையும் பாத்துட்டுன்னா வாங்கறான். நாளைக்கே நீ ஒரு கல்லுக் கட்டடத்துலே உக்காந்துண்டு ஓய் கனபாடிகளே இன்னும் மூணு பேரைக் கூட்டிண்டு வந்துடும். அடுத்த வாரம் அத்தைப்பாட்டிக்கு சுப ஸ்வீகாரம். உமக்கு சேலம் குண்டஞ்சு வாங்கி வைக்கறேன்னு சொல்லுவே.

சுந்தர கனபாடிகள் கோயிலுக்குள் நுழைந்தபோது வெளிப்பிரகாரத்தில் கோஷ்டியாகப் பாடிக் கொண்டு வந்துகொண்டிருந்தார்கள்.

தமிழ்ப் பாட்டு. திருப்புகழா தேவாரமா என்று தெரியவில்லை. கேட்க வெகு சுகமாக இருந்தது அந்தக் காலை நேரக் காற்றுக்கும், குளித்துச் சுத்தமான உடம்புக்கும்.

கோயிலுக்குள்ளே கர்ப்பக்கிரகத்துக்கு வெளியே நின்று கொண்டு ஓதுவார மூர்த்திகள் யாராவது பாடுகிறது தான் இது. ஆனால் இப்படிக் கூட்டமாகப் பாடும்போது ஏற்படும் அழகு அதில்

இல்லை.

வைஷ்ணவர்கள் இது போல பாடி வைத்துக் கொண்டு அதையும் வேதத்தில் சேர்க்கிறார்கள். ஜோசியர் அண்ணாசாமி அய்யங்காருக்கு அதெல்லாம் அத்துப்படி.

வைஷ்ணவனோ, ஸ்மார்த்தனோ, இவர்கள் கூடவே சேர்ந்து பாடிக் கொண்டு இப்படியே நிம்மதியாகப் போனபடி இருக்கலாம்.

அவர்கள் பாடி விட்டு, சந்நிதி தொழுது விட்டுத் திரும்ப வீட்டுக்குப் போவார்கள். பட்டுத் தறி முன் நெய்ய உட்கார்வார்கள். கனபாடிகள் ஷேத்ராடனம் முடிந்து திரும்பியதும் எரவாணத்தில் செருகி வைத்த தர்ப்பைக் கட்டைத் திரும்ப எடுக்க வேண்டியதுதான்.

சாமி இந்தாங்க.

பொம்மை போல் சிரித்துக் கொண்டே மாட்டுக்காரன் அவருடைய இடது கையை ஆற்று மண்ணோடு எடுத்துக் கொடுத்தான்.

கோயில் நகரா டமடம என்று உச்சத்தில் முழங்க, தொடர்ந்து காண்டா மணிச் சத்தம் உயர்ந்து எழுந்து காற்றில் பரவியது.

கனபாடிகள் ஒரு வினாடி விதிர்த்துப் போனார்.

தோள் துண்டை எடுத்து இடுப்பில் கட்டிக் கொண்டார்.

இரண்டு கையும் இருக்கிறது.

கூப்பினார்.

தாயே. பரமேச்வரி. ஜகதாம்பா. எல்லாரையும் காப்பாத்தும்மா ஈஸ்வரி. எனக்கு விதிச்சதை நான் செஞ்சு தான் தீரணும்.

கண்களை மூடி ஒரு மனதோடு கும்பிட்டார்.

அவர் சந்நிதிக்குள் நுழைந்தபோது திரை போட்டு அலங்காரம் ஆரம்பித்திருந்தது.

அத்தியாயம் இருபத்திரெண்டு

பற்றி எரியும் வீடு. குருத்தோலையைக் கையில் உயர்த்திப் பிடித்தபடி போகும் குழந்தைகள். முகத்தில் மோதிய வௌவால் சிறகின் பொசுங்கிப் போன தோல் வாடை.

சுப்பம்மாளைச் சுற்றி இதெல்லாம் சுழல ஆரம்பித்து இன்றோடு பத்து நாளாகப் போகிறது.

இது உனக்கான இம்சை. நீயே அனுபவித்துக் கொள். நாங்கள் வேணுமானால் எங்கள் பங்குக்குத் தொந்தரவு தராமல் சமர்த்தாகக் கூட வருகிறோம். வாய் வலிக்கப் பாடச் சொல்லிக் கூட வற்புறுத்த மாட்டோம். சோத்துக் கடையில் குந்தி உட்கார்ந்து இலையில் சாதத்தைக் குவித்துத் தரையெல்லாம் சிந்த அள்ளிப் போட்டுக் கொள்ள மாட்டோம். மார்த்தடத்தை நிமிர்த்தி நடக்கச் சொல்ல மாட்டோம். எங்களால் முடிந்த உபகாரம் இது. ஆனாலும் கூடவே வருவோம். நீ எதற்காகவும் சஞ்சலப் படவேணாம்.

அவள் கூட வந்த மூத்த குடிப் பெண்டுகள் பிரியத்தோடு சொன்னார்கள். அவ்வளவு மட்டும்தான்.

என்னமோ நடக்கப் போகிறது. எப்போது என்று சுப்பம்மாளுக்குத் தெரியவில்லை. அந்தப் பெண்டுகளுக்குத் தெரியும். சத்தியத்துக்குக் கட்டுப்பட்டது போல் அவர்கள் வாயைத் திறக்க மாட்டேன் என்கிறார்கள்.

அண்ணாசாமி அய்யங்கார் ஸ்தாபித்துக் கொடுத்த யந்திரத்தின் எல்லா மூலைகளிலும் மத்தியிலும் இருக்கப்பட்ட தேவதைகளும் சுப்பம்மாளுக்கு உதவி செய்ய முன்வரவில்லை.

ஐயங்காரிடம் இதைப் பட்டும் படாமல் பிரஸ்தாபித்து, என்ன செய்யலாம் என்று விசாரித்தபோது அவர் தேவதைகள் துர்சொப்பனாவஸ்தைகளைத் தீர்க்க எல்லாம் வந்து நிற்க மாட்டார்கள் என்று சொல்லி விட்டார்.

முன்னாலேயே சொல்லி இருந்தா, அதுக்கும் சேர்த்து சில பரிவார தேவதைகளை ஆவாஹனம் பண்ணியிருப்பேனே. இப்போ ஒண்ணும் பண்ண முடியாது. ஊருக்குப் போனதும் உபயந்திரம் வேணாப் பண்ணித் தரேன்.

சுப்பம்மாளின் கொஞ்ச நஞ்ச ஆஸ்தியும் இப்படி யந்திரப் பிரதிஷ்டையிலேயே கரைந்து போக அவளுக்கு மனம் இல்லை. அப்புறம் சோத்துக்கு வழியில்லாமல் பட்டினி கிடக்க வேண்டி வரும். மூத்தகுடிப் பெண்டுகள் வாயில் இருந்து வார்த்தை சொல்வார்களே தவிர வயிற்றுப் பசியை எல்லாம் தீர்க்க மாட்டார்கள். அவர்களையும் பசியோடு அலைய விட்டதாகப் பிராது கொடுப்பார்கள்.

நாங்க அப்படிப்பட்டவா இல்லே சுப்பம்மா என்றாள் ஒருத்தி அதில். நீ ஆயுசோட இருக்கற வரைக்கும் உன் வயிறு வாடாது. அதுக்கு நாங்க உத்திரவாதம்.

சுப்பம்மா சுய புத்தியோடு அவர்களை நிலத்தில் விழுந்து நமஸ்கரித்தது வடம்போக்கித் தெருவில் பிராமணன் சித்திரான்னக் கடைக்கு நேர் எதிரே.

அவன் சோற்று வியாபாரத்தில் மும்முரமாக இருந்தான். அவளுக்குப் பின்னால் இடுப்பில் காசு முடிந்த சஞ்சியைத்

தொட்டுத் தொட்டுப் பார்த்துக் கொண்டே வந்த சுந்தர கனபாடிகளை விரோதமாகப் பார்த்தான்.

நாம வேளை தவறாம ஆகாரம் பண்றது போல, தேவதைகளுக்கும் தினசரி ஒரு வேளையாவது போஜனம் தரணும் மாமி.

அண்ணாசாமி அய்யங்கார் சொல்லியிருந்தபடி தினசரி ஸ்நானம் செய்தான பிறகு அந்த இயந்திரத்தை கிழக்கு நோக்கி நிறுத்தி, ஆழாக்கு பாலால் அபிஷேகம் செய்ய சுப்பம்மாள் மறக்கவில்லை. அதைச் செய்யும்போது கூட ஒன்று இரண்டு பெண்டுகள் இருந்தால் சிலாக்கியம் என்றும் ஆண்பிள்ளை வாடையே வரக்கூடாது என்றும் ஐயங்கார் தீர்மானமாகச் சொல்லி விட்டார்.

தேவதைகள் குளித்துவிட்டு வஸ்திரம் மாற்றிக் கொள்ளும்போது ஆம்பிளைக் கண்கள் பார்த்தால் லஜ்ஜை அடைவார்கள் என்று மூத்தகுடிப் பெண்டுகள் அதை வியாக்கியானம் செய்து விளக்கினார்கள் சுப்பம்மாவுக்கு.

ஆனாலும், தினசரி பூஜைக்கு ஒத்தாசை செய்ய ஆண்கள் வேண்டியிருந்தது.

மதுரையில் இருந்த நான்கு நாளும், சுந்தர கனபாடிகளே மாட்டுக் காரனோடும் பாலோடும் வந்து விட்டார். அவர் வீட்டு கொலு பொம்மையில் பாம்புப் பிடாரன் போல் இருப்பதால் தனி அபிமானம் ஏற்பட்டதாக அவர் காட்டிய மாட்டுக்காரன் ஒவ்வொரு தடவை அவர் அப்படிச் சொல்லும்போதும் நெக்குருகி நின்றான். மரத்தால் ஆன அந்தக் கொலுப் பெட்டியின் நீள அகலங்கள் பற்றியும் உள்ளே இருக்கும் மற்ற பொம்மைகளின் வர்ணங்கள் பற்றியும் விசாரித்தபடியே ஆழாக்கு பால் சுப்பம்மாளுக்குக் கொடுத்தான். அதுக்கு துரைத்தனத் துட்டு ஏதும் வேண்டாம் என்று சொல்லி விட்டு மாட்டோடு நடந்து போன போது பாம்புப் பிடாரன் தலையில் பச்சை நிறத்தில் முண்டாசு கட்டியிருந்ததாக அறிவித்தார். அடுத்த நாள் மாட்டுக்காரன் பாலோடும் பச்சை முண்டாசோடும் வந்து சேர்ந்தான்.

வெதுவெதுப்பான நீரையும் அப்புறம் பாலையும் அய்யங்கார் ஸ்தாபித்த யந்திரத்தில் சுப்பம்மாள் ஊற்றியபோது அங்கங்கே தீப்பொறியும் புகையுமாக தேவதைகள் ஆகாரம் உட்கொண்டன. பக்கத்தில் இருந்து பார்த்த சுந்தர கனபாடிகளின் பெண்டாட்டி நாகலட்சுமியம்மாள் இந்தப் பூஜை தானே ஏற்படுத்திக் கொள்ளும் தீபமும் தூபமுமாக பார்க்க சுவாரசியமாக இருப்பதாகவும், ரத்தினச் சுருக்கமானது என்றும் சுப்பம்மாளிடம் சொன்னாள்.

மாட்டை மேச்சோமோ கோலைப் போட்டோமோன்னு வென்னீரை ஊத்தி அலம்பினோமா, பசும்பாலைப் படைச்சோமா, டப்பு டுப்புன்னு ரெண்டு பொறி கொஞ்சம் புகை. கன்னத்துலே போட்டுண்டு பட்டுத் துணியாலே தொடச்சு நார்ப் பெட்டியிலே வச்சுட்டு நாம சாப்பிட உக்காந்துடலாம்.

அவளுக்கு இந்தப் பூஜையைப் பார்க்கப் பொறாமையாக இருந்தது.

என்ன ஏது என்று அவளிடம் கேட்காவிட்டாலும் மதியம் சாப்பாடான பிறகு புதுமண்டபத்தில் குமுட்டி அடுப்பும், தோசை திருப்பியும் மற்றவர்கள் வாங்கிக் கொண்டிருக்க பக்கத்தில் மரத்தடியில் உட்கார்ந்தபடி சுப்பம்மாள் மூத்த குடிப் பெண்டுகளைக் கேட்டாள். பேச யாராவது துணை கிடைத்தால் சிலாக்கியமாக இருக்கும் என்று தோன்றும்போதெல்லாம் இதோ வந்துட்டோம் என்று ஷணத்தில் இறங்கி வருகிறது அவர்கள் தான்.

திவசச் சாப்பாட்டுக்காகப் பிராமணார்த்தம் போகாத தினங்களில் சுந்தர கனபாடிகள் விடிகாலை தொடங்கி, ஒவ்வொரு ஓலையாகப் பொறுமையாகப் படித்து வீட்டில் மஞ்சளில் பிடித்து வைத்த விக்ரகங்களுக்கு வெகு விரிவாக ஆராதனை நடத்துவது வழக்கம் என்று மூத்த குடிப் பெண்கள் சொன்னார்கள்.

இந்த மனுஷன் முந்தின நாள் முழுங்கி ஏப்பம் விட்ட விஷ்ணு இலைச் சோத்தை ஒட்டகம் மாதிரிக் கொஞ்சம்

கொஞ்சமா ஜீரணம் பண்ணிண்டு அடுத்த நாள் மத்தியானம் வரைக்கும் கொட்டக் கொட்டக் கிடந்தாறது. ஆத்துக்காரி இவன் பூஜை புனஸ்காரத்தை முடிச்சுண்டு நேவித்தியத்துக்கு அன்னம் கொண்டாடின்னு இரைச்சல் போடற வரைக்கும் நிலைவாசல் படியிலே பசியோடு கொட்டக் கொட்ட உக்காந்துண்டிருக்கணும். நாள் முழுக்க அப்படி என்னதான் பூஜையோன்னு கேக்காதே சுப்பம்மா. இவனுக்குத் தான் மத்த மந்திரம் எல்லாம் மறந்து போச்சே. படிக்கறான். படிக்கறான். வாசிக்க வாசிக்க ஒண்ணொண்ணும் புதுசாத் தெரியறது. மூத்தரம் முட்டிண்டு வந்தாக்கூட அடக்கிண்டு மணிக்கணக்கா பூஜை பண்ணும்போது மஞ்சள் விக்ரகம் எல்லாம் ஒன்னு அழுறது பாவம். கடன்காரா, வேஷ்டியை நனைச்சுக்கப் போறே. கொல்லைக்குப் போய்ட்டு கால் சுத்தி பண்ணிண்டு, எங்களுக்கு அன்னம் படை. அந்தப் பொம்மனாட்டியையும் சாப்பிடச் சொல்லு. அப்புறம் சாவகாசமா மந்திரம் நெட்டுருப் போடு. நாங்க விச்சிராந்தியாத் தூங்கறோம்னு அதுவெல்லாம் உலர்ந்து உதிர்ற வரைக்கும் இந்த கனபாடி நிறுத்த மாட்டான்.

சுப்பம்மாள் போக சந்தர்ப்பமே ஏற்படாத சுடுகாடுகள் பற்றி, இடுகாடு பற்றி, ஈமக் கிரியைக்கான விதிமுறைகள் பற்றி எல்லாம் மூத்த குடிப் பெண்டுகள் சொன்னபோது அவள் நூதனமான இந்த விஷயத்தை எல்லாம் வெகு சுவாரசியமாகக் கிரஹித்துக் கொண்டாள்.

கன்னியாகுமரியில் சமுத்திர ஸ்நானத்தின் போது கடல் அலை இழுத்துப் போக இருந்த சுப்பம்மாவை அவர்கள் தான் பிடித்து நிறுத்திக் காப்பாற்றினார்கள்.

சதா கூடவே அவர்களும், யந்திரத்தில் தேவதைகளும் சுப்பம்மாளோடு வந்தாலும், சாமிநாதன் போகம் செய்தவள் அவளுக்குப் பிரத்தியட்சமானது அதற்கு அடுத்த நாளில்.

சுசீந்திரம் தாணுமாலையன் கோவிலில் கைமுக்கு உருளியைக் காட்டி வார்த்தை சொல்லிக் கொண்டிருந்தார் அண்ணாசாமி அய்யங்கார். அவர் கால தேச வர்த்தமானம், பூகோள

சாஸ்திரம், சரித்திரம், புராணம் எல்லாம் தெரிந்தவராக இருந்தார். கனபாடிகள் கூடத் திறந்த வாய் மூடாமல் கேட்டுக் கொண்டிருக்க அவர் அங்கங்கே ஸ்தல விசேஷங்களை சாங்கோபாங்கமாக எடுத்துச் சொல்லுவார்.

அந்நிய ஸ்திரியை போகம் பண்ணின நம்பூத்திரி பிராமணனுக்கு இங்கே தான் ஸ்மார்த்த விசாரணை நடக்கும். இரிஞ்ஞாலக்குடை தாந்த்ரியாக்கும் அதை நடத்தறது. குத்தம் ஸ்தாபிதமாச்சுன்னு தாந்திரி சொன்னா, நம்பூத்திரி அதை ஒத்துண்டு ஜாதிப் பிரஷ்டத்தோட ஊரை விட்டு அன்னிய தேசம் போயிடணும். இல்லையா, கைமுக்க நான் தயார்ம்பான். மகாராஜாவுக்கு ஓலை போய் அவர் உத்தரவு வந்ததும், இங்கே இந்த உருளியிலே நெய்யைக் கொதிக்க வச்சுடுவா. கோவில் மூத்தவர் அதுலே ஒரு தங்க விக்ரகம் சின்னதாப் பசு மாதிரி ஒண்ணு அதைப் போடுவார். எடுப்பா அதைம்பார். இவன் கை விட்டு எடுத்து கை கருகாம இருந்தா நிரபராதி. இல்லாட்ட.

அந்தக் கருத்த உருளியை சுப்பம்மா சிரத்தையாகப் பார்த்துக் கொண்டிருந்த போது பின்னங்கழுத்தில் மூச்சுக் காற்று பட்டது. மனுஷ மூச்சுக்கு எப்படி வௌவால் வாடை என்று யோசித்தபடியே அவள் பின்னால் பார்க்க அதி சுந்தரியான குருக்கள் பெண்ணைப் பார்த்தாள்.

நான் தான் சுப்பம்மா. சாமா ஆத்துக்காரி. நீ தான் காப்பாத்தணும்.

மூத்தகுடிப் பெண்டுகள் பயந்து அலறியபடி காகங்களாகக் கரைந்து கொண்டு வெகு மேலே பறந்து போய் சுப்பம்மாள் தலையில் நிழலிடச் சுற்றிச் சுற்றி வந்தார்கள். ஆகாரம் ஆன தேவதைகள் நார்ப்பெட்டியில் சத்திரத்தில் சவுகரியமாக ஓய்வு எடுத்துக் கொண்டிருந்த நேரம் அது.

ஆனால் சுப்பம்மாளுக்கு என்னமோ பயமாகவே இல்லை.

என்னை என்ன பண்ணச் சொல்றே. நீ என்னை விட நூறு எறநூறு வயசு மூத்தவ. சாமா என் குழந்தை மாதிரி. இடுப்புலே

தூக்கி வச்சு வளர்த்தவன். பாச்சியிலே பால் சுரந்திருந்தா கொடுத்திருப்பேன். எனக்கு அந்தக் கொடுப்பினை இல்லே. நீ அவன் கூப்பிட்டான்னு இறங்கி வந்து அவனோட ரமிச்சுடறதா? உன் கொள்ளுப் பேரன் எள்ளுப் பேரன் வயசில்லையா அவனுக்கு? ஒரு நியாயம், நியதி பார்க்க வேணாம்? என்னையும் எத்தனை படுத்தி வச்சிருக்கே சொல்லு. சோழியனுக்கு தட்சணை கொடுத்து இப்படி யந்திரத்தைக் கட்டித் தூக்கிண்டு வரணும்னு எனக்கு என்ன தலைவிதியா? உன்னாலே தானே எல்லா இம்சையும்.

சுப்பம்மாள் ஓரமாக ஒதுங்கி நின்று குருக்கள் பெண்ணோடு மொணமொணவென்று சச்சரவு செய்தாள்.

தப்புத்தான் சுப்பம்மா. உன்னைப் படுத்தியிருக்கக் கூடாது நான்.

குருக்கள் பெண் ஈன ஸ்வரத்தில் சொன்னாள். நம்பாதே இவளை என்றார்கள் மூத்தகுடிப் பெண்டுகள்.

அநசூயா மும்மூர்த்திகளைக் குழந்தையா மாத்தி தன் உடம்புலே பொட்டுத் துணி கூட இல்லாம நக்னமா சிச்ருஷை செய்த க்ஷேத்ரம் இது.

அண்ணாசாமி அய்யங்கார் சொல்லியபடியே சந்நிதிக்குள் மற்றவர்களோடு நுழைய, சுப்பம்மாள் கைமுக்கு மண்டப நிழலில் உட்கார்ந்தபடி வந்தவளோடு வழக்காடிக் கொண்டிருந்தாள்.

நக்னமா இருக்கறது, அதுவும் மனசுக்குப் பிடிச்சவனோடு ரமிச்சுக் கிடக்கறது எத்தனை சுகம் தெரியுமா சுப்பம்மா? உன்னோட வீட்டுக்காரன் உன்னை முதல்லே ஆலிங்கனம் செஞ்சபோது எப்படி இருந்தது நினைவிருக்கா?

சுப்பம்மா, அதை எல்லாம் நினைக்காதே. கோவிலுக்குள்ளே வந்து இந்த துராத்மா உன் மனசை அசுத்தம் பண்ணப் பாக்கறா. யந்திரத்தோடு சதா இருந்தா இதெல்லாம் நடக்குமா?

மூத்த குடிப் பெண்டுகள் பிரலாபிக்க, வந்தவள் மேலே பார்த்து பய பக்தியாக நமஸ்கரித்தாள்.

நீங்களும் சரீர சுகத்தை பூர்ணமா இடுப்பை விரிச்சு அனுபவிச்சுப் போனவா தானே பரதேவதைகளே. நான் பண்ணினது மட்டும் தப்பாயிடுமா?

அவள் அழுதாள். சுப்பம்மாளுக்குப் பாவமாக இருந்தது.

வீட்டைக் கொளுத்தப் போறா சுப்பம்மா. சாமாவையும் என்னையும் வச்சு வீட்டைப் பொசுக்கிப் போடப் போறா. நீதான் காப்பாத்தணும். உன்னோட வர இந்த மூத்த குடிப் பெண்டுகளும் எனக்காக இல்லாட்டாலும் உனக்காக உன் சாமாவைக் காப்பாத்தணும்.

உச்சிக்கால பூஜை முடித்த தந்த்ரியும் மேல்சாந்தியும் பிரகாரப் பக்கம் வர அவள் காற்றில் கரைந்து போனாள்.

என்ன சுப்பம்மா அத்தை சிரமம் ஜாஸ்தியா இருக்கா? மண்டபத்துலேயே படுத்துண்டு கண் அசந்துட்டேளே?

ஜோசியர் அய்யங்கார் பெண்டாட்டி அவளை உலுக்கி எழுப்பியபோது சுப்பம்மா சாமாவைக் காப்பாத்துங்கோ என்றாள்.

லோக க்ஷேமத்துக்கே அர்ச்சனை செய்தாச்சு. கவலையை விடுங்கோ மாமி. எல்லோரையும் அந்த நாராயணன் பாாத்துப்பான்.

சுந்தர கனபாடிகள் ஆறுதலாகச் சொன்னபடி நைவேத்திய வாழைப் பழத்தை உரித்து வாயில் போட்டுக் கொண்டார்.

சுசீந்திரத்தில் இருந்து கிளம்பி அனந்தைக்கு வந்தபோது ராத்திரி வெகுநேரம் ஆகி இருந்தது. கோவில் ஊட்டுப்புரையில் புருஷர்கள் சாப்பிட்டு தொப்பையைத் தடவிக் கொண்டு இங்கே எதுலே எடுத்தாலும் தேங்காயைப் போட்டாறது என்று குற்றம் சொல்லியபடி வந்தார்கள். பெண்டுகள் கொண்டு

வந்த சத்து மாவை உருட்டிச் சாப்பிட்டு விட்டுச் சத்திரத்தில் நிலா வெளிச்சத்தில் உட்கார்ந்து வார்த்தை சொல்லிக் கொண்டிருந்தார்கள்.

காலம்பற சீக்கிரம் தரிசனத்துக்குப் போனா மகாராஜாவையும் சேர்த்துத் தரிசிக்கலாம். மகாராஜாவைப் பாக்கறது மகாவிஷ்ணுவை சேவிக்கறது போல இல்லியோ. அதுவும் இந்தப் பட்டண மகராஜா பெரிய ஞானஸ்தர். சங்கீத விநிகையில் கரை கண்டவர். தஞ்சாவூர்லேருந்து வித்வான்களும் தாசியாட்டக் காரிகளும் இந்த அரண்மனையே கதியாக் கிடக்கா.

ஜோசியர் அண்ணாசாமி அய்யங்கார் சொன்னபோது மூத்தகுடிப் பெண்டுகள் மகாராஜா முன்னால் நாம் பாடலாமே என்றார்கள். சுப்பம்மாள் வாரணாசியில் அனுமன் கட்டத்தில் பிணம் எரிவதைப் பார்த்தபடி இந்துஸ்தானி சங்கீதம் பாடினதை நினைத்துக் கொண்டாள். என்ன பாடினோம் எப்படிப் பாடினோம் என்று நினைவு வராவிட்டாலும், அது போல் இங்கே அதுவும் ஒரு சமஸ்தான மகாராஜாவுக்கு முன்னால் போய் நிற்க வேண்டும் என்று நினைத்தாலே அவளுக்கு தேகமெங்கும் நடுக்கம் ஏற்பட்டது.

எனக்கு நாள் இப்போ. ராஜ கொட்டாரத்துக்கு எல்லாம் பிரஷ்டையாப் போகப்படாது.

ஒரு மூத்தகுடிப் பெண் மற்றவர்களிடம் சொல்ல அவர்கள் கொஞ்சம் யோசித்து சரி வேணாம் என்றார்கள்.

ஆனாலும், திருச்சூரில் வடக்கநாத க்ஷேத்திரத்தில் தரிசித்துக் கொண்டு அம்பலப்புழைக்குக் காளை வண்டிகளில் போகும்போது அவர்கள் ஏக சந்தோஷத்தில் சுப்பம்மாள் வாயில் வந்து பாட ஆரம்பித்தார்கள்.

தனாரோ தன்னாரோ தன தனாரோ தன்னாரோ
பட்டாம்பி பக்கமோர் பட்டத்திப் பெண்ணினெப்
பட்டன் இல்லாத்தப்பம் பட்டி

வண்டி ஓட்டி வந்தவர்களும், கையில் தீப்பந்தத்தோடு கூடவே நடந்து வந்தவர்களும் ஓவென்று சிரிக்க ஆரம்பித்தார்கள்.

என்னமோ விபரீதம் என்று புரிந்து கொண்ட சுந்தர கனபாடிகள் பெண்டாட்டி, அவருடைய அங்கவஸ்திரத்தை உருவி எடுத்து சுப்பம்மாளின் வாயை இறுகக் கட்டினாள்.

பட்டாம்பி பக்கமோர் பட்டத்திப் பெண்ணினெ

சுப்பம்மாள் வார்த்தை வெளியே வராமல், வாய்க்கட்டை எடுக்க உக்ரமாக முயற்சி செய்தபடி தொடர்ந்து பாடிக் கொண்டிருந்தாள். குலுங்கிச் சிரித்தபடி அவள் வண்டிக்குள் கவிழ்ந்து படுத்துக் கொண்டபோது தனாரோ தன்னாரோ என்று வார்த்தை இல்லாமல் வண்டிக்காரர்கள் எல்லோரும் ஒருத்தரை ஒருத்தர் பார்த்துச் சிரித்தபடி பாட ஆரம்பித்துச் சூழ்நிலை உறைக்க உடனடியாக நிறுத்தினார்கள்.

அம்பலப்புழை வந்தாச்சு.

முதல் வண்டிக்காரன் உரக்கச் சொன்னான்.

துரைச்சாமி அய்யன் கிரஹம் எங்கேன்னு யாரையாவது கேட்கலாம்.

சுந்தர கனபாடிகள் வண்டியில் இருந்து இறங்கினார்.

அத்தியாயம் இருபத்து மூன்று

சாஸ்தா ப்ரீதி கழிந்து இலையும், பூவும் பழமும் மஞ்சள் அட்சதையுமாக இரைபட்ட கூடத்தில் சங்கரன் காத்திருந்தான். ஓரமாக அதிரசத் துணுக்கை இழுத்துப் போன கட்டெறும்பும், தூரத்தில் கொல்லையில் மரத்துக்கு மரம் தாவும் குரங்கும், நேரம் தப்பிக் கள்ளுக் குடித்த யாரோ உரக்கப் பாடிக் கொண்டு அந்தப் பக்கம் நடந்து போனதுமாக மதியப் பொழுது ஊர்ந்து கொண்டிருந்தது.

நேற்றைக்கே இங்கே வந்தாகி விட்டது. தெலுங்கர் வீட்டு மச்சில் சங்கரனுக்கு எல்லாச் சௌகரியங்களோடும் இருப்பிடம் ஒழித்துக் கொடுத்தார்கள். சுப்பிரமணிய அய்யர் சகலரோடும் மலையாளத்தில் பேசப் பிரயத்தனப் பட்டுக் கொண்டு அந்த வாசல் திண்ணையில் குற்றாலத் துண்டைக் காற்றாடப் போர்த்திக் கொண்டு உட்கார்ந்திருந்தார். கல்யாணி அம்மாள், தெலுங்கு மாமியின் கீர்த்தனங்களைக் கேட்கவும், கூடவே மெல்லிய குரலில் பாடவும் ஆரம்பித்தது இன்னும் ஓயவில்லை.

சுந்தர கனபாடிகள், சுப்பம்மாள், ஜோசியர் அய்யங்கார் என்று ஒரு பெரிய பட்டாளமே பரசுராமன் கிரகத்திலும்

மற்றும் அங்கங்கே தூரத்து, நெருக்கத்துச் சொந்தக் காரர்கள் வீட்டிலுமெல்லாம் இவர்கள் வருவதற்கு இரண்டு நாள் முன்னாலேயே வந்து தங்கியிருந்தார்கள்.

எல்லோரும் இதோ வந்து கொண்டிருக்கிறார்கள்.

எதற்காக இந்தப் பெண் பார்த்தல் என்று சங்கரனுக்குப் புரியவில்லை. முந்தாநாள் சாயந்திரம் தெலுங்குக் கார வீட்டு மாடியில் வைத்துப் பரசுராமனிடம் பேசிக் கொண்டிருந்தபோதே பகவதிக் குட்டியைப் பார்த்தாகி விட்டது.

பாட்டு சொல்லிக் கொள்ள மூக்கும் முழியுமாக வந்த அவளை யார் என்று யாரும் சொல்லாமலேயே சங்கரனுக்குப் புரிந்து போனது.

அவர்கள் பேசிக்கொண்டிருந்த இடத்திலிருந்து பக்கவாட்டுத் தோற்றத்தில் பகவதிக் குட்டி தரையில் சம்மணமிட்டு உட்கார்ந்து தம்பூரா மீட்டிக் கொண்டிருந்தது தெரிந்தபோது இருட்டு கவிய ஆரம்பித்து விட்டது.

அவள் குரலையாவது கொஞ்சம் கேட்கலாம் என்றால், பாட்டு வாத்தியார் தான் விடாமல் பாடிக் கொண்டே இருந்தார். அந்த அழகான பெண்ணுக்கு யுத்தத்துக்குப் போக சகல முஸ்தீபும் செய்து கொடுப்பது போல் என்னத்துக்கு அவர் அடாணா ராகத்தைச் சொல்லிக் கொடுத்துக் கொண்டிருந்தார் என்று சங்கரனுக்குப் புரியவில்லை. சாயந்திரத்துக்குப் பொருத்தமாக ஒரு வசந்தா, தாபத்தோடு கெஞ்சி அழைக்கும் ஒரு கமாஸ், கம்பீரமான குதிரை பாய்வது போல ஒரு கல்யாணி. எல்லாமே சங்கரனுக்குப் பிடித்த ராகம் தான்.

அடாணா பிடிக்காது என்றில்லை. பால கனகமய பாடினால் சீராம நவமியும் பானக நைவேத்தியமும் தான் நினைவு வருகிறது. கன்னத்தில் போட்டுக் கொண்டு தரையில் நெற்றிபடக் கும்பிட்டு எழ மட்டுமா சங்கீதம்?

கொட்டகுடித் தாசி கூளப்ப நாயக்கன் காதல் கிரந்தத்துக்கு

எல்லாம் நூதனமாக மெட்டமைத்து அபிநயம் பிடிக்கிறாளாம். சங்கரனுக்கு அதெல்லாம் காணக் கொடுத்து வைக்கவில்லை. நாலு தெருவும், செம்மண் பொட்டலும் கடந்து, உடையான் அம்பலம் ஊருணிக்கரை மேட்டில் ஏறி அந்தப் பக்கம் இறங்கினால் கொட்டகுடி. எல்லோரும் போகலாம். சங்கரனும் தான். ஆனாலும் புகையிலைக்கடை அய்யன் என்னத்துக்குத் தாசி குடில் பக்கம் வருகிறான் என்று பேச்சு எழும்.

நாலு காசு கொடுத்துப் புகையிலை வாங்குகிறவன் தூர்த்தனாக இருக்கலாம். துன்மார்க்கனாக இருக்கலாம். கொட்டகுடித் தாசி ஸ்தனம் தோளில் இடிக்கும்படி நெருங்கி உட்கார்ந்து அவள் கொக்கோகத்தை இலை மறை காயாகவோ இல்லாமலோ அபிநயம் பிடிக்கும்போது அவள் ரவிக்கையின் வியர்வை வட்டங்களையும், வெற்றிலையால் சிவந்த உதடுகளையும் முலைக் குவட்டையும் உன்னிப்பாகப் பார்த்து ரசிக்கலாம். அப்புறம் சங்கரன் கடைக்கு வந்து ஒன்றுக்குப் பத்தாக தான் ரசித்ததைப் பகிர்ந்து கொள்ளலாம்.

சங்கரன் அதையெல்லாம் கேட்டுக் கொண்டு அனுபவிக்கிறதாகவும் தெரியாமல், வேண்டாம் என்று ஒதுக்கியதும் தெரியாமல் தன் பாட்டுக்கு வேலையைப் பார்க்க வேண்டும். அப்போது தான் அந்தஸ்து.

அவன் வந்தவனோடு தோளில் கை போட்டுக் கொண்டு கொட்டகுடித் தாசி வீட்டுக்குள் நுழைந்தால், நாளைக்குப் புகையிலை வாங்க வரும்போது மரியாதையில்லாமல் நிற்பான். எல்லா உரிமையோடும் கடன் சொல்லிப் போவான்.

ஜாகை எல்லாம் வசதியா இருக்கா?

துரைசாமி அய்யன் யாரையோ கேட்கிறான். சங்கரன் கொட்டகுடித் தாசி பற்றிக் கடன்காரன் வாய் வார்த்தை சொல்வதைக் கவனித்துக் கொண்டிருக்கிறான்.

உங்களுக்குத்தான் ரொம்ப அலைச்சல். க்ஷீணம்.

அதெல்லாம் ஒண்ணுமில்லே. இங்கே சவுகரியத்துக்கு என்ன குறைச்சல்? ராஜ உபசாரம் கெட்டது போங்கோ.

சுப்பிரமணிய அய்யர் சங்கரனின் மடியில் மெல்லத் தட்டி அவனை சுயநினைவுக்குக் கொண்டு வந்தபடி, பெண்வீட்டாரோடு பேச்சுக் கொடுத்துக் கொண்டிருந்தார்.

சங்கரன் ஒரு வினாடி திகைத்து அப்புறம் எல்லோரையும் பார்த்துப் பொதுவாகச் சிரித்து வைத்தான். கொட்டகுடித் தாசியை இத்தனை தூரம் கட்டியிழுத்துக் கொண்டு வந்திருக்க வேண்டாம்.

ஒவ்வொருவராக வந்து சேரக் கூடம் நிறைந்து களைகட்டிக் கொண்டிருந்தது. தெலுங்கு மாமி ரா ரா ராஜகோபாலா என்று தேனாகப் பாட ஆரம்பித்திருந்தாள்.

இப்பவே கல்யாணக் களை வந்துட்ட மாதிரி இருக்கு.

பரசுராமனிடம் ஜோசியர் ஐயங்கார் சொன்னபடி பஞ்சாங்கச் சுவடிகளை மடியில் எடுத்து வைத்துக் கொண்டார்.

எல்லாம் ஒரு சம்பிரதாயத்துக்குத்தான். சபையில் ஜாதகப் பரிவர்த்தனையாகி, எல்லாம் பொருந்தியிருக்கிறது என்று அவர் அறிவித்தபிறகு தான் மற்ற சுபகாரியம் எல்லாம் தொடங்கும்.

பொண்ணை அழச்சுண்டு வரலாமே.

சுப்பம்மாள் சொன்னாள். சுந்தர கனபாடிகளின் அகத்துக்காரி ராகுகாலம் கழிஞ்சாச்சோ என்று கேட்டாள்.

அது போய் ஒரு நாழிகை ஆச்சே.

ஜோசியர் சொன்னபோது, சிநேகாம்பாளும், விசாலாட்சியும் கூடத்திலிருந்து மெல்ல எழுந்து உள்ளறைக்குப் போனார்கள். பகவதிக்குத் தலையில் தாழம்பூ வைத்துப் பின்னி, உச்சந்தலையில் சூடாமணி வைத்து நேர்த்தியாகச் சிங்காரம் செய்து கொண்டிருந்த அண்டை அயல் பெண்டுகள் முகம் பார்க்கும்

கண்ணாடியை எல்லாத் திசையிலும் திருப்பி அவளுக்குக் காட்டிக் கொண்டிருந்தர்கள்.

ஆச்சாம்மாடி எச்சுமி? ஏண்டி நாணி, பொண்ணை சபைக்கு அழைச்சுண்டு போகலாமா?

கொஞ்சம் பொறுங்கோ சாலாச்சி மன்னி. சின்னதா ஒரு சாந்துப்பொட்டு கன்னத்திலே வச்சுட்டாப் போதும். காவிலே யட்சிதான். எங்க கண்ணே பட்டு திருஷ்டி விழுந்துடும் போல இருக்கு.

ஐயோ, ஒண்ணும் வேணாம்டீ. ஏற்கனவே நான் கோரம். இதுலே கன்னத்துலேயும் மூக்கிலேயும் எல்லா வர்ணத்தையும் ஈஷிண்டு போய் நின்னா வந்தவா எல்லாம் ஒரே சாட்டமா ஊரைப் பாக்கப் போயிடுவா.

பகவதி சிரிக்கும்போது விசாலாட்சிக்குக் குழந்தை போல் தெரிந்தாள். அவள் கல்யாணம் கழிந்து வந்தபோது செப்பு வைத்து விளையாடுவதை நிறுத்திச் சிற்றாடைக்கு வந்த குழந்தை. அப்புறம் விசாலாட்சிக்கு வயதானாலும், பகவதி இன்னும் அப்படியே தான் குழந்தையாகவே இருக்கிறாள்.

பாவாடை தாவணி இல்லாமல், முதல் தடவையாக ஜரிகைப் புடவையைக் கட்டியிருந்த பகவதி நிமிஷத்துக்கு ஒரு தடவை கொசுவத்தை இழுத்துச் சரிபார்த்துக் கொண்டாள். இது இடுப்பில் சரியாக இருக்க, கூடத்துக்குப் போய் எல்லோரையும் நமஸ்கரிக்க வேண்டும். அப்புறம் ஓரமாக உட்கார்ந்து, அவர்கள் வார்த்தை சொல்லிக் கொண்டிருக்கும்போது தரையைப் பார்த்துக் கொண்டு இருக்க வேண்டும். ஏதாவது பாடும்மா என்று சொன்னதும் நன்னு பாலிம்ப பாட வேணும்.

பகவதிக்கு ஓமனத் திங்கள் கிடாவோ பாட வலிய இஷ்டம். இறையும்மன் தம்பி என்கிற கொட்டாரக்காரன் பாடின கிருஷ்ணனாட்டப் பாடல் அது. நிறுத்தி நிதானமாகப் பாடும்போது நேரம் உறைந்து போகும். வாழ்க்கை முழுக்க அதைப் பாடிக் கொண்டு, கேட்டுக் கொண்டு, சாயந்திரம்

அக்ஷர ஸ்லோகம் சொல்லிக் கூட்டுக்காரிகளோடு விளையாடிக் கொண்டு, க்ஷேத்ரத்தில் ஆட்டக்களி பார்த்துக் கொண்டு இருக்க வேண்டும்.

அதெல்லாம் முடியாது. பாண்டிச் சீமையில் எங்கோ ஒரு அடுப்படியில் ஒதுங்க சீக்கிரம் வேளை வாய்க்கப் போகிறது.

மூத்ரம் ஒழிக்கணும்னா ஒழிச்சுட்டு வந்துடுடீ கொழந்தே. அப்புறம் மணிக்கூறுக்கு ஏந்திருக்க முடியாது.

விசாலாட்சி அவள் கன்னத்தை வருடியபடியே சொன்னாள்.

பகவதி வேண்டாம் என்று தலையாட்டினாள்.

கிளம்பலாமா?

சிநேகாம்பாள் கீச்சுக் குரலை அடக்கிக் கொண்டு கேட்டது என்னமோ மாதிரி பிசிறிட்டுச் சிதறியது.

சிநேகா அக்கா, நீங்க எப்பவும் போல கீச்சிடுங்கோ. அதுதான் சுபாவமா இருக்கு. இப்படிக் குரலை மாத்திண்டு பேசினாக் குழந்தை பேடிச்சுப் போய் அரையை நனைச்சுண்டுடுவா. அப்புறம் பொடவை வேறே மாத்தியாகணும்.

பகவதி எச்சுமியின் முதுகில் பலமாக ஒன்று வைத்தாள்.

உக்காந்து சாப்பிட்டுச் சாப்பிட்டுக் குந்தமா ஆகிட்டேடி நீ. வலி பிராணன் போறது கடன்காரி.

எச்சுமி சந்தோஷமாகச் சிரித்து அவளைத் தோளைப் பிடித்து எழுப்பி விட்டாள்.

மெல்ல அடி வச்சு வாடி குழந்தே. பொடவை தடுக்கறதுன்னா கொஞ்சமா உசத்திப் பிடிச்சுக்கோ.

அதுக்காகத் தொடை தெரிய ஒரேயடியா வழிச்சுக்காதேடி பகவதி. அதெல்லாம் ஆம்படையான் பாத்தாப் போதும்.

கூட்டுக்காரி நாணி என்ற நாராயணியைச் செல்லமாக அடிக்கப் பகவதி கை ஓங்க, அவள் சிரித்துக் கொண்டு பின்கட்டுக்கு ஓடினாள்.

ஒழிக்கறவா எல்லாம் எனக்குப் பின்னாலே வாங்கோ.

கலகலப்பாக ஒரு கூட்டம் கூடத்தை நோக்கி நகர்ந்தது. மத்தியில் பகவதிக் குட்டி.

சங்கரன் நிமிர்ந்து பார்க்க, பகவதிக் குட்டியின் மை தீட்டின கண்கள் சுவாதீனமாக மனதுக்குள் நுழைந்து அங்கே இருந்த புகையிலைச் சிப்பங்களையும், கணக்குப் பேரேட்டையும் ஒதுக்கித் தள்ளின. கொட்டகுடித் தாசி இன்னும் உள்ளறைக்குள் கள்ளத்தனமாகச் சிரித்துக் கொண்டே போனாள்.

மாமாவை நமஸ்காரம் பண்ணிக்கோம்மா.

வரிசையாகக் கால்கள். நகம் பிளந்தும், பித்த வெடிப்போடும், மஞ்சள் ஏறியும், ஆணிக்குத்து புறப்பட்டுப் புரையோடியும்.

ஒரு ஜதை வயிரம் பாய்ந்த கருத்த கால்களும் அங்கே உண்டு. அந்த ஆகிருதிக்குச் சரியான தோளும், கடுக்கனும், கட்டுக் குடுமியுமாக இருக்கப்பட்ட மனுஷ்யன்.

பகவதிக் குட்டிக்கென்று விதிக்கப்பட்டவன். பட்டவர்.

எல்லோருக்கும் பொதுவாக நமஸ்காரம் செய்தாள் பகவதி.

தனனாரோ தன்னாரோ தன தனாரோ தன்னாரோ

சுப்பம்மாள் கன குஷியாக ஆரம்பிக்க, ஜோசியர் அகத்துக்காரியும் கல்யாணி அம்மாளும் அவள் வாயை அவசரமாக வெள்ளைத் துணி கொண்டு பொத்தினார்கள்.

பெண்ணகத்துப் பெண்டுகள் கொஞ்சம் மிரண்டு கொஞ்சம் சிரித்து கொஞ்சம் விலகி உட்கார, ஜோசியர் கை காட்டி அமர்த்தினார்.

மாமி நித்ய சுமங்கலி. இவா பரம்பரையிலே ஏழு தலைமுறை சுமங்கலிகள் அவளோட சதா இருக்கா. எல்லோரையும் அனுக்ரஹிக்கறது தான் அவாளோட ஜோலி. அப்பப்ப அவாளுக்கும் சந்தோஷம் எல்லையில்லாமக் கரை புரண்டு போயிடும். தீர்க்க சுமங்கலிகள் சந்தோஷப் படறதை விட கிரஹத்துக்கு சகல சௌபாக்கியமும் கொடுக்கற விஷயம் வேறே உண்டா என்ன?

சுப்பம்மாள் இப்போது வாய்க்கட்டை நெகிழ்த்தி விட்டுக் கொண்டு வாரணமாயிரம் பாட ஆரம்பித்தாள். ஸ்மார்த்தர்கள் வீட்டில் பாடும் வழக்கம் இல்லை இந்தப் பாசுரம் எல்லாம். ஆனாலும் மூத்தகுடிப் பெண்டுகளுக்குப் பிடித்த பாட்டு. எல்லோருக்கும் அது பிடித்துத் தலையாட்ட வைக்க அதிக நேரம் செல்லவில்லை.

கனாக் கண்டேன் தோழி நான்.

சுப்பம்மாள் குரல் இழைந்தபோது விசாலாட்சி மனதில் தேக்கி வைத்த எல்லாச் சுமையும் கரையக் கண்ணீர் விட்டுக் கொண்டு நின்றாள். பகவதிக்கு வேறு ஏதோ உலகத்தில் அடியெடுத்து வைத்தது போல் இருந்தது. அவளுக்குப் புரிந்த பாஷையில் அவளுக்குப் புரிந்த வார்த்தைகளை நயமாகக் கோர்த்த அந்தப் பாட்டு நாள்ப்பட்ட சிநேகிதி போல் அவளை இழுத்து அணைத்துக் கொண்டது.

பொண்ணு ஒரு பாட்டுப் பாடினா கேக்கலாம்.

சுந்தர கனபாடிகள் ஒற்றைத் தும்மலைச் சிரமத்தோடு ரெட்டையாக்கியபடி சொன்னார்.

மாடியிலிருந்து வயசன் மிதந்து கொண்டு தெருத் தாண்டிப் போனபோது பகவதிக் குட்டி நன்னு பாலிம்ப பாட ஆரம்பித்திருந்தாள்.

அத்தியாயம் இருபத்து நான்கு

சாமிநாதன் நிறுத்தி நிதானமாக வீட்டுக்குள் ஒவ்வொரு இடமாகச் சுற்றி வந்தான்.

வேதபாடசாலை வித்தியார்த்திகளுக்கு ஆக்கும்போது, இரண்டு அகப்பை அதிகமாகப் போட்டுச் சமைத்து எடுத்து வந்து வைத்துப் போய்விட்டாள் ராமலச்சுமிப் பாட்டி.

புளிப்பும் இல்லாமல், காரமும் இல்லாமல் சின்னக் குழந்தைக்கு நிலாக்காட்டி ஊட்டுவது போல் சாதுவான ரசமும், நெய்யுமாக அன்னம். புடலங்காய் பருப்பு உசிலி. அதில் இழைபடும் வெளுத்த தலைமுடி.

இந்தச் சாப்பாட்டை அவன் போன ஜன்மத்தில் சாப்பிட்டிருக்கிறான்.

ஓ அக்னியே. எங்கள் பிரார்த்தனையைக் கேள். மித்ரனோடும் ஆர்யமனோடும் உன் சிம்மாசனத்தில் வீற்றிரு. நீ இந்திரன் போல் வலிமையானவன். திவோதச மன்னன் உன்னைத் தொழுதான். இந்த மண்ணில் முதலில் அவதரிக்க நீ கருணை கூர்ந்தாய். பிறகு விண்ணேறினாய்.

சாம வேதத்தின் வரிகள் ஒலிகளாக அவன் காதுகளில் இரைந்து ஒலித்தன. அவன் தான் சொல்கிறான். சிரவுதிகள் அடியெடுத்துக் கொடுக்கிறார். அரணிக் கட்டையில் நெருப்பாகப் பிடித்துப் படர்ந்து பரவும் முழக்கம். கம்பீரமாக ஒளிர்கிற உடம்பு அவனுக்கு. அவனுக்குச் சிறகுகள் முளைக்கின்றன. அவன் வானத்தில் ஏறிக் கொண்டிருக்கிறான். இரண்டு பக்கமும் சிவப்புக் கொடி பிடித்து யாராரோ அணிவகுத்துப் போய்க் கொண்டிருக்கிறார்கள். அவர்கள் எல்லாம் அவனோடு பேச வந்தவர்கள். அவன் காலத்துக்கு ஏகமாகப் பின்னால் பிறந்தவர்கள். அவர்கள் காலத்துக்கு அப்புறம் இங்கே எல்லாம் மாறும். மனுஷ்யன் மகத்தானவனாவான். பிசாசுகள் வலுவிழந்து போவார்கள். தெய்வங்களும் தாம்.

அவர்கள் திடமாக நம்பினார்கள். அந்தக் காலம் வந்ததோ என்னமோ தெரியவில்லை சாமிநாதனுக்கு. ஆனாலும் அவர்களைப் பிரியத்துடன் பார்க்கிறான்.

அக்னியே, நீ என் கிரஹத்தின் அதிபதி. என் ஆகுதிக்குக் குருவாக இருந்து வழி காட்டு. எங்கள் குற்றம் குறையனைத்தையும் பொசுக்கிச் சாம்பலாக்கு. எங்கள் பாவங்களைச் சுட்டெறி. தவறு செய்யாதபடி எங்களைத் தடுத்தாட்கொண்டு வழி காட்டு.

எதுக்கு அதெல்லாம் சாமா? இப்படியே இருந்துடலாம்.

குருக்கள் பெண் பின்னால் இருந்து சாமிநாதனைத் தழுவிக் கொள்கிறாள்.

வேண்டாம் வசு. சாமவேதம் சொல்றேன் கேளு. இல்லே, அவாள்லாம் ஏன் சிவப்புக் கொடி பிடிச்சுண்டு போறா தெரியுமா?

எனக்கு எதுவும் தெரிய வேண்டாம்டா சாமா. உன்னோட உடம்பு மட்டும் போறும்.

வசு. வேணாம். சொன்னாக் கேளு. அக்னியே. நாசமாப் போச்சு. ஊஞ்சல்லே படுக்கணுமா?

சாமிநாதன் வாயில் முடி புரள்கிறது.

வசு. வசுமதி. வசு. பசு. சிசு.

அவள் சிரிக்கிறாள். அவன் மேலெ ஏறிப் படர்கிறாள். ஒரு காலால் தரையில் உந்தி உந்தி ஊஞ்சலை அந்தக் கோடிக்கும் இந்தக் கோடிக்குமாக ஆட்டுகிறாள். சாமாவுக்கு மூச்சு முட்டுகிறது. இந்த சந்தோஷத்திலேயே உயிர் போனால் நன்றாக இருக்கும்.

அதுக்கு இன்னும் நேரம் இருக்குடா கட்டேலே போறவனே. ரமிக்கலாம் வா. ஊஞ்சல் நிக்கக் கூடாது. ஆமா, சொல்லிட்டேன்.

குருக்கள் பெண் அதட்டுகிறதும் அவனுக்குப் போதையேற்றுகிறது.

அவள் இரண்டு நாளாகக் கூடவே வளைய வருகிறாள். ராமலச்சுமிப் பாட்டி சாப்பாடு கொண்டு வரும்போது மடிசாரில் கச்சத்தை உருவி விட்டுச் சிரித்தாள். கிழவி தன்னிச்சையாக நடந்ததாக நினைத்துக் கொண்டு, புடவையை வாரிச் சுருட்டியபடி நாணிக் கோணி வெளியே போனாள்.

ஐயணை பகலில் ஒரு தடவையும், ராத்திரி விளக்கு வைத்ததும் இன்னொரு தடவையும் உள்ளே வந்து சாமிநாதனை சௌகரியம் விசாரிக்கும்போது அவன் முதுகில் காலால் உதைத்தாள். ஆனாலும் ஐயணை அசரவில்லை.

அய்யர் வீட்டுப் பொண்ணாச்சேன்னு பாக்கறேன். இல்லே எங்க முனியாண்டிக் கருப்பனை விட்டு உன்னை உண்டு இல்லேன்னு ஆக்கிடுவேன்.

அவன் புஜத்தில் தட்டிக் கொண்டு சொல்லும்போது குருக்கள் வீட்டுப் பெண் பயந்து போய் சாமாவின் தோளைக் கட்டிக் கொண்டாள்.

சாமி, இந்தப் பீடையைச் சீக்கிரம் தொலைச்சுத் தலைமுழுகுங்க. நல்லபடியா தம்பி மாதிரிக் கல்யாணம் பண்ணிக்கிட்டு சுபிட்சமா இருங்க.

அவன் வெளியே போனதற்குப் பிற்பாடு அவள் சாமிநாதன் மடியில் உட்கார்ந்து சிரிக்கச் சிரிக்க என்னென்னமோ காட்சி எல்லாம் தெரியப் படுத்தினாள்.

சுப்பம்மாளின் வாயை வெள்ளைத் துணியால் கட்டி மாட்டு வண்டியில் கூட்டிக் கொண்டு போகிறார்கள். சுந்தர கனபாடிகள் வைகையில் குளித்துவிட்டுக் கௌபீனத்தோடு, வேட்டியை உலர வைத்துக் கொண்டு நிற்கிறார். ஒரு பிராமணன் கூவிக் கூவி அழைத்துச் சித்திரான்னம் விற்கிறான். கொலு பொம்மை வர்ணத்தில் முண்டாசு அணிந்த மாட்டுக்காரன் களிமண் பசுவை ஓட்டிப் போகிறான். அப்புறம் ஒரு கிழவன் அரைக் கண்ணை மூடிக் கொண்டே மிதந்து வந்து நின்றபடியே அற்ப சங்கை தீர்த்துக் கொள்கிறான். பாதம் நனைய நனையச் சிரித்துக் கொண்டு வெய்யில் தாழ்ந்த தெருவில் மரத்திலும், மச்சிலும் இடித்துப் புடைத்துக் கொண்டு மிதந்தபடி போகிறான். சங்கரனுக்கு முன்னால் கால் மடக்கி உட்கார்ந்து ஒரு சின்னப் பெண் கீர்த்தனம் பாடிக் கொண்டிருக்கிறாள்.

குருக்கள் பெண் தரையில் கவிழ்ந்து படுத்துக் கொண்டு அடக்க மாட்டாமல் சிரித்தாள்.

சுப்பம்மா அத்தை வாயை என்னத்துக்குக் கட்டி வச்சிருக்கு?

சாமிநாதன் குருக்கள் பெண்ணின் காலை இழுத்து மாலையாகத் தோளில் போட்டுக் கொண்டு கேட்டான்.

குருக்கள் பெண் சொன்னாள். சாமிநாதன் சிரித்தான். அவன் முழுக்கச் சிரிப்பதற்குள், படுத்துக்கலாம் வா என்றாள் அவள் மறுபடியும்.

அந்தக் கிழவன். அந்தரத்தில் மிதந்து கொண்டு.

சாமிநாதன் விசாரித்தபோது குருக்கள் பெண் தெரியாதென்றாள். எல்லாத்துக்கும் காரணம் சொல்ல முடியுமா என்ன? நீ கூப்பிட்டு நான் ஏன் வந்தேன்? நாம ஏன் இப்படி பட்சி மாதிரி, பசு மாதிரி இதுமட்டும் தான் எல்லாம்னு சதா கிடக்கோம்?

சாமிநாதனுக்கும் புரியவில்லை. புரிந்து என்ன ஆக வேண்டும்?

குருக்கள் பெண் சமையல்கட்டுக்குள் நுழைந்தாள்.

சாமிநாதன் கூடவே போனான்.

இங்கேயுமா?

ஏன்? இந்த இடத்துக்கு என்ன? மொறிச்சுன்னு பசுஞ்சாணி தெளிச்சு சுத்தம் பண்ணி இருக்கு. ஜில்லுன்னு தரை வா வாங்கிறது பாரு. வா.

அவன் மனசே இல்லாமல் உட்கார்ந்தான். உடம்பு எல்லாம் வலித்தது. அக்னி எப்போதோ கூப்பிட்டதை நினைவு வைத்துக் கொண்டு வந்து அவன் இமைகளில் சட்டமாக உட்கார்ந்து தகித்தது.

ராட்சசி கொஞ்சம் அவகாசம் கொடுத்தால் சிரம பரிகாரம் பண்ணிக் கொண்டு கண்ணயரலாம். அயர்ந்த அப்புறம்? வாடா எங்கே ஓடறே படுவா? இங்கே பாரு, சமையல் கட்டுக்குப் பக்கமா அரிசி மூட்டை மேலே ஆத்துக்காரியைக் கிடத்தி.

எனக்கு ஒண்ணும் பார்க்க வேண்டாம்.

எல்லாம் உன் தம்பி கல்யாணம் செஞ்சுண்டு வர சம்பந்தக்காரா தான். இந்தக் கிழவனைப் பார்த்தியோ? தம்பதி ஜோடி சேரும்போது இப்படியா உள்ளே வந்து புட்டத்திலே இடிச்சிண்டு போவான்? சிரிக்கறியாடா? சிரி. உன் மேலே இடிச்சுண்டு போனா சிரிக்க மாட்டே நீ?

அவன் எதுக்கு எனக்கு? நீ ஒரு பிசாசே போறும்டீ.

அவள் ஆலிங்கனத்தில் சாமிநாதன் காலுக்குக் கீழே தரை நழுவ இருட்டில் அமிழ்ந்து கொண்டிருக்கிறான்.

சாமி, இந்தப் பொம்பளை சகவாசம் வேணாம். சொன்னாக் கேளுங்க.

ஐயணை வீட்டுக்குள் காவல் தெய்வம் போல் குறுக்கும் நெடுக்கும் நடந்து கொண்டு சொல்கிறான். அவன் பீஜத்தில் ஓங்கிப் பட, குருக்கள் பெண் ஊஞ்சலை ஆட்டி விடுகிறாள். ஐயணையின் வசவுக்கு சாமிநாதனுக்கு அர்த்தம் புரிபடவில்லை.

மாடிக்குப் போலாம் வாடா.

அவள் கூப்பிடுகிறாள்.

ஏன், உள்வீடு எல்லாம் அலுத்துப் போச்சா அதுக்குள்ளேயும்?

இப்பவே போனாத் தான் தயாரா இருக்கலாம்.

எதுக்கு?

எது நடக்குமோ அதுக்கு. யார் யார் காலையோ பிடிச்சுக் கெஞ்சிப் பார்த்தேன். எந்தத் தேவிடியாளும் கை கொடுக்க மாட்டேங்கிறாடா பிரம்மஹத்தி.

நீ என்ன கேட்டே? அவா என்ன சொன்னா?

மாடி ஏறிக் கொண்டிருந்த குருக்கள் பெண்ணை இடுப்பைப் பிடித்து இழுத்துத் தலையைத் திருப்பி முத்தினான் சாமிநாதன். அவள் வாயில் மாமிச வாடை வந்தது.

இதெல்லாம் சாப்பிடுவியாடீ நீ?

விட்டா நான்.

அவள் சுட்டிக்காட்ட அவன் அரையைப் பொத்திக் கொண்டு உரக்கச் சிரித்தான்.

வேஷ்டி எங்கேடா கடன்காரா?

அவள் கேட்டாள். அது ஊஞ்சலில் பப்பரவென்று கிடந்தது.

நீ மட்டும் ரொம்பப் பதவிசா உடுத்திண்டதா நினைப்போ?

நான் உனக்கு நூறு இருநூறு வருஷம் முந்தினவடா கழுதே.

அப்ப ஏண்டி கூட வந்து படுத்தே? உனக்கு கொள்ளுப் பேரன் எள்ளுப் பேரன் இல்லியாடி நான்?

நீ தாண்டா கூப்பிட்டே என்னை. நான் பாட்டுக்கு எங்கேயாவது தெவசச் சோறு கிடைக்குமான்னு இங்கே நொழஞ்சேன். நம்மாத்துப் பொண்டுன்னு அந்தப் பரதேவதை எல்லாம் சும்மாக் கிடக்க, பொழுது போகாம நான் மாடிக்கு ஏறினா, நீ என்னடா பண்ணினே அயோக்கியா?

இதுதான்.இதேதான்.

சாமிநாதன் அவளுக்குள் ஒடுங்கிக் கொண்டான். இப்படியே இந்த இருட்டில், பழுக்காத் தட்டுக்களைச் சுழல வைத்துக் கொண்டு எல்லாச் சோகத்தையும் கேட்டு அனுபவித்துக் கொண்டு, வெளவால் வாடையும், புகையிலை வாடையும் காற்றில் கவியக் காலமும் நேரமும் தெரியாமல் கரைந்து கரைந்து ஒன்றுமில்லாமல் போய்விட வேண்டும்.

அக்னியே. நீ வரவேண்டாம். நானே தூசியாக எங்கேயும் ஒட்டாமல் உதிர்ந்து விடுகிறேன். உனக்கு என் நமஸ்காரங்கள். அக்னியே உன் வாய்க்கும் ஒரு பெயர் உண்டு. ஜுஹூ. எங்கள் பிரார்த்தனைகளைத் தேவதைகளுக்குக் கொண்டு போ. என்ன பிரார்த்தனை? வசுவோடு ராத்திரி முழுக்க இணங்கிக் கிடக்கணும். அவ்வளவுதான்.

இருட்டு கனமாக அப்பியபோது சாமிநாதன் தட்டுத்தடுமாறி எழுந்து போய் மரமேஜை மேல் வைத்த யந்திரத்தில் பழுக்காத் தட்டைச் சுழல விட்டான்.

பசிக்கறதாடா?

குருக்கள் பெண் கேட்டாள்.

பசி இல்லே. தாகம் இல்லே. மனசு நிறைஞ்சு கிடக்கு. இது என்ன தெரியுமா வசு?

நான் என்னடா உன்னை மாதிரி சகல சாஸ்திரமும்

படிச்சவளாடா? என்னை மாதிரி அலையற ஆத்மா யாரோ இதுக்குள்ளே உக்காந்துண்டு சதா புலம்பிண்டு இருக்கு. அது மட்டும் தெரியறது.

சாமிநாதன் இல்லை என்றான். கையால் சுற்றி இயக்கும் அந்தப் பெட்டி பற்றி, படம் எடுக்கும் கறுப்புப் பெட்டி பற்றி, சீக்கிரமே வர இருக்கும் வெளிச்சக் செம்பு பற்றி, காகிதத்தில் விசைகள் விரையத் துரைத்தனத்தார் பாஷையில் எழுத்து அடிக்கும் யந்திரம் பற்றி, காளான் போல் புகை விரித்து ஒரு தீக்குடுக்கை வானத்திலிருந்து மண்ணில் விழுந்து லட்சக் கணக்கில் ஜனங்களை நிர்மூலமாக்கும் யுத்தம் பற்றி எல்லாம் விவரமாகச் சொன்னான்.

எனக்கு எதுக்குடா அதெல்லாம் சாமா? நாலு மணி அரிசி நித்தியப்படிக்குக் கிடச்சிருந்தா நான் பாட்டுக்கு சுவாசிச்சு, நின்னு, நடந்து, தூரமாகி ஒதுங்கி, மலஜல விசர்ஜனம் செஞ்சு, குளிச்சு, மார் தொங்கிப் போய் வயசாகி, கண்ணுலே தெரை வந்து மறைச்சு, தவழ்ந்து முடங்கி சுருங்கி உசிரை விட்டுருப்பேன்.

சாமிநாதன் அவள் கன்னத்தில் வழிந்த நீரைத் துடைத்தான்.

வா. இங்கே கஷ்டப்பட்டது போறும். அந்தப் பழூக்காத்தட்டுப் போக்கிரிகளை வண்டி கொண்டு வரச் சொல்றேன். ஏறிண்டு ரொம்ப முன்னாடி போயிடலாம். என் சிநேகிதா எல்லாம் நல்லபடியாக் கவனிச்சுப்பா. தாடி வச்சுண்டு, துரைத்தனப் பாஷை பேசிண்டு, துரை மாதிரி உடுத்திண்டு சில பேர். கொடியெல்லாம் பிடிச்சுண்டு இன்னும் கொஞ்சம் பேர். இங்கே அப்பப்ப வருவாளே. பார்த்திருக்கியோ?

நாம அங்கெல்லாம் போக முடியாதுடா சாமா. இதோட இப்படியே ஒண்ணுமில்லாமப் போக வேண்டியதுதான்.

அவள் சொல்லிக் கொண்டிருக்கும்போதே தீப்பந்தம் ஒன்று வந்து மாடிக்குள் விழுந்தது. அடுத்து ஒன்று பற்றி எரிந்து கொண்டே சாமிநாதனின் மேசையில் விழுந்து எங்கும் வெளிச்சத்தைப் பரப்பியது.

மேனகை மாதிரி இருக்கேடி வசு.

சாமிநாதன் அவளை அணுஅணுவாக ரசித்துக்கொண்டே சொன்னான்.

தொடர்ந்து வீடு முழுக்க தீப்பந்தங்கள் விழுந்த வண்ணம் இருந்தன.

இன்னிக்கு என்ன தீபாவளியா? இல்லே திருக்கார்த்திகையா? இத்தனை ஜகஜ்ஜோதியா இருக்கு?

சாமிநாதன் களிப்போடு சுற்றும் முற்றும் பார்த்து ஆனந்தமாக உச்சத்தில் கூவினான். அவனுக்கு ஆடிப் பாடவேண்டும் போல் இருந்தது. எழுந்து குதித்துக் கூத்தாட வேண்டும்.

எழுந்திருடி, குருக்கள் பொண்ணே.

படுடா. இப்படிப் போறதுதான் எனக்குப் பிடிச்சுருக்கு.

அவன் கடைசியாகத் தலையை உயர்த்தியபோது ஜ்வாலை பற்றி எரிந்து கொண்டு பழுக்காத்தட்டு சுழன்று கனமான சோகத்தை நீக்கமற எங்கும் அப்பி, சடாரென்று நின்றது.

நான் அக்னி. புனிதமானவன். என்ன எல்லாம் அறிய வேண்டுமோ அதனைத்தும் அறிந்தவன். என் கண்கள் ஒளிரும். வாய் நிலைத்த தன்மைக்கு வழி நடத்தும். நானே வாழ்க்கையின் சுவாசம். நானே வாயு. நானே சூரியன். எல்லா ஆஹுதிகளும் எனக்கே.

சிரவுதிகள் சொன்ன சாமவேத சம்ஹிதையின் மந்திரங்கள் சாமிநாதனைச் சூழ்ந்தன.

எல்லா ஆஹுதியும் உனக்கே. நானும்.

அவன் குருக்கள் பெண்ணை இறுக அணைத்துக் கொண்டான்.

அத்தியாயம் இருபத்தைந்து

ராஜா புகை வாடை மூக்கில் ஆழமாக ஏறி, இருமலில் நித்திரை கலைந்து எழுந்தார்.

எங்கோ எதுவோ பற்றி எரிகிறது. இல்லை யாரையோ யாரோ இலுப்பெண்ணெய் ஊற்றிச் சாவகாசமாக எரித்துக் கொண்டிருக்கிறார்கள். கூடவே கொய்யா மரம், கொல்லைச் செங்கல், மச்சில் சார்பு வைத்துச் சரித்து அடுக்கிய ஓடு, துளசிச் செடி, அசுவினி உதிரும் கொடி, இடுப்பிலிருந்து விழுத்துப் போட்ட துணி, மீந்து போன சாப்பாடு, கழித்த மலம், சால் கட்டித் தேங்கிய மூத்திரம் என்று சகலமானதும் எரிகிறது.

புஸ்தி மீசைக் கிழவனை எரித்துக் கொண்டிருக்கிறார்களா? அவன் அந்தப் பாப்பாத்தி மேல் கை வைத்து ஏடாகூடமாகி, இவன் உடம்பு மண்ணுக்கடியில் இருக்கும் வரைக்கும் இவனுக்குக் குறி விறைத்துக் கொண்டுதான் கிடக்கும். கொளுத்திப் போடு என்று முன்னோர்கள் தாக்கீது பிறப்பிக்க, அய்யர் சரியென்று சம்மதித்து நடவடிக்கை எடுக்க, மைத்துனன் மொட்டையனும் கிழவனின் வைப்பாட்டியும் பங்காளி வாந்திபேதிக் கிழவனும் ஆளுக்கொரு பக்கம் அவனைத் தோண்டி எடுத்துக் கொளுத்திக் கொண்டிருக்கிறார்களா?

ராஜாவுக்கு ஒரு வினாடி வந்த யோசனையை சீ போ என்று புறந்தள்ளினார். இது அரண்மனை. அவர் சகல கெம்பீரத்தோடும் ராஜாங்கம் நடத்தும் இடம். புஸ்தி மீசைக் கிழவனைப் புதைத்தது அரண்மனைச் சிறுவயல் பக்கம், அதிகாலை நேரத்தில் குத்த வைக்கிற இடத்துக்குப் பக்கத்து இடுகாடு. அங்கே அய்யர் என்னத்துக்குப் போக வேண்டும்? அவனை எடுத்து வந்து இங்கே அரண்மனைப் பக்கம் போட்டு வைத்து ஏன் நடு ராத்திரியில் கொளுத்த வேண்டும்?

ராஜா மெல்லச் சாளரப் பக்கம் நடந்தார். அந்தப் பக்கம் இருந்து தான் புகையும் நெருப்பும் தெரிகிறது. யார் யாரோ பேய்கள் போல அங்கேயும் இங்கேயும் ஓடித் தீயைத் தணிக்க ஏற்பாடு செய்து கொண்டிருக்கிறது நிழலும் வெளிச்சமுமாக மாறி மாறிக் கண்ணில் படுகிறது.

புகையிலைக்கடை அய்யர் வீடுதான் பற்றி எரிந்து கொண்டிருக்கிறது. வேறு விஷயம் இல்லை. என்னமோ விபத்து. அசம்பாவிதம் போல.

நாளை முதல் பழுக்காத் தட்டு சங்கீதம் கேட்காது என்பது கொஞ்சம் வருத்தமானது தான். ராஜா என்ன செய்ய முடியும் அதுக்காக?

ராஜா சமாதானமாகி, படுக்கைக்கு ஓரம் வைத்த செப்புப் பாத்திரத்தில் ஒரு முறை சிறுநீர் கழித்தார். ராத்திரியில் எழுந்து கொல்லைப் பக்கம் நடக்க முடியாததால் இந்த ஏற்பாடு. ராப்பகலாகக் காவல் நிற்கச் சிப்பாய்கள் இருந்த போது கொல்லைக்கு நடக்கச் சாத்தியமாக இருந்தது. ராத்திரி எத்தனை பொழுதுக்கு எழுந்து சயன அறைக்கு வெளியே வந்தாலும் தூங்காமல் நிற்கிறவர்கள். ராஜா தலை தெரிந்ததும் பெரிய தீப்பந்தத்தைக் கொளுத்திப் பிடித்துக் கொண்டு முன்னால் நடப்பார்கள்.

துரைத்தனம் கொடுக்கும் மானியத்தில் படை பட்டாளமாகச் சிப்பாய்களை வைத்துக் கொள்ள நிதி நிலைமை இடம்

கொடுக்காத காரணத்தால் ராஜா அவர்களை வேண்டாம் என்று சொல்லி நிறுத்திப் போட்டார். கடைத் தெருவில் பலாச்சுளையும், ராத்திரி முழுக்க நிற்க வைக்கும் அதி வீரிய மயில் எண்ணெயும் விற்கிற அவர்களைத் தெருவில் எப்போது பார்த்தாலும் ராஜாவுக்கு மனம் இளகி விடும். மூத்திரம் முட்டிக் கொண்டு வரும். ஒரு காசு, இரண்டு காசு கொடுப்பது வழக்கம்.

அதிலும் மயிலெண்ணெய் விற்கிறவன் தெருவில் செத்த மயில்களைப் பாடம் பண்ணிப் பரப்பி வைத்துக் கொண்டு உட்கார்ந்திருப்பான். இவரைப் பார்த்ததும் வேட்டியைத் திரைத்துக் கௌபீனம் தெரிய ஒரு முறை விரித்துக் கட்டிக் கொண்டு வேண்டா வெறுப்பாகவோ என்னமோ எழுந்து நின்று கும்பிடவும் தவறுவது இல்லை. கொட்டகுடித் தாசிக்கு அவன் சிநேகிதத்துக்கு ஆள் பிடிப்பதாக காரியஸ்தன் ஒரு தடவை சொன்னான்.

அவனும் அவன் கோவணமும் நாசமாகி இந்த நெருப்பில் எரிந்து போகட்டும்.

மூத்திரச் சட்டியை ஓலைத் தடுக்கால் மூடி விட்டுப் படுக்கையில் சாய்ந்து கொண்டார் ராஜா. பக்கத்தில் ராணி வாயைத் திறந்து கொண்டு தூங்கிக் கொண்டிருந்தாள். ராத்திரிப் பூரா எரியும் திரி நனைத்த விளக்கு வெளிச்சத்தில் அவள் மீசை இல்லாத மொட்டையனுக்குப் பெண் வேஷம் கட்டினது போல் தெரிந்தாள். எதற்காக இப்படி அலறுகிறதுக்கு ஏற்பாடு செய்வது போல் வாயைத் திறந்து வைத்துக் கொண்டிருக்கிறாள்?

வீட்டோட கொளுத்திப் போடணும்னு மட்டும் நினைக்காதே. அழிஞ்சிடுவே. வம்சத்தோட.

ராஜா ஒரு சிலிர்ப்போடு படுக்கையில் எழுந்து உட்கார்ந்தார்.

ராணி அலறினாளே, கொலைச் சிந்து பாடிக் கொண்டிருந்தபோது. அந்தப் பக்கத்து வீட்டுப் பாப்பாத்தி குரல் வீறிடுகையில் ஒரு நிமிஷம் சூழ்ந்த அமானுஷ்யம் கூடம் முழுக்கச் சாவை அப்பிப் போனது அப்போது.

கொலைச் சிந்துக்காரர்கள் சட்டென்று கோடாங்கி அடித்து அம்மன் மகிமையை உச்சக் குரலில் பாட ஆரம்பிக்க, காது வளர்த்த வைப்பாட்டியும் மற்றவர்களும் என்ன எது என்று புரியாமல் கற்பூரம் கொளுத்தி ராணிக்கு முன்னால் தீபாராதனையாகச் சுற்ற, அவள் மூர்ச்சையாகிச் சாய்ந்தாள்.

சாப்பிட்டுக் கொண்டிருந்த ராஜா எச்சில் கையோடு ஓடி வருவதற்குள் மைத்துனன் வீட்டுக்காரியான புலியடிதம்மம் பெண்பிள்ளையும் சேடிப்பெண்ணும் அவளை அப்படியே தலையிலும் காலிலும் பிடித்துத் தூக்கி வீட்டுக் கூடத்துக்குக் கொண்டு வந்து புஸ்தி மீசைக் கிழவன் கிடந்த இடத்துக்குப் பக்கமாகப் படுக்க வைத்தார்கள்.

ராஜா இடது கையால் தென்னோலை விசிறியை வாங்கிக் குனிந்து தரையில் உட்கார முயற்சி செய்து முடியாமல் போக அந்த விசிறியால் தனக்குத் தானே விசிறிக் கொண்டு நின்றிருந்தார்.

சாவு வீடு இல்லியா? ஏதோ காத்து கருப்போ, தெய்வமோ கடந்து போயிருக்கு போலே இருக்கு. மருதையன் கருமாதி வரைக்கும் இப்படி நடமாட்டம் இருந்துக்கிட்டுத் தான் இருக்கும். சுத்த பத்தமா இருக்கணும்ப்பூ.

பங்காளிக் கிழவன் சொல்ல, ராஜாவின் மைத்துனர்கள் அதேதான் என்று உடனே ஆமோதித்தார்கள். வயசு காரணமாக அந்தப் பங்காளிக் கிழவன் இந்த இடத்தில் நிர்வாகப் பதவியைத் தன்னிடமிருந்து தட்டிப் பறித்ததை ராஜாவால் சகித்துக் கொள்ள முடியவில்லை.

மாப்புளத் தொரே. கை காய நிக்கறீகளே.

புஸ்தி மீசையான் வைப்பாட்டி செம்பில் தண்ணீர் கொண்டு வந்து நீட்டினாள்.

இன்னும் கொஞ்சம் சோறும் கறியும் தயிரும் கிடாரங்காய் ஊறுகாயுமாக ஆகாரம் பண்ண வேண்டும் என்று ராஜாவுக்கு வயிறு சொன்னது.

என்னத்த. இனிமேலே சோத்துலே கையை நனைக்க முடியாது. மரியாதை இல்ல. இவ வேறே எக்குத்தப்பா சத்தம் போட்டு விழுந்து கிடக்கா.

ராணி அன்றைக்கு அரண்மனைச் சிறுவயல் வீட்டுக் கூடத்தில் அப்படியே தொடர்ந்து நித்திரை போய்விட்டாள். கொலைச் சிந்து பாடகர்களை வீட்டுக்கு வெளியே இட்டுப்போய்க் குமருகள் ரிஷிபத்தினி கள்ளப் புருசனைக் கூந்தலில் ஒளித்து வைத்துப் பேனாக எடுத்து வந்த கதையை சத்தம் தாழ்த்திச் சொல்ல வைத்துக் கொண்டிருந்தார்கள்.

ராஜாவுக்கு அதில் கலந்து கொள்ள இஷ்டம் என்றாலும் கால்மாடு தலைமாடு முழுக்க முன்னோர் வந்து உட்கார்ந்து விட்டார்கள்.

பாப்பாத்தியம்மா நல்லவளோ கெட்டவளோ. நம்ம வீட்டுக் கொழந்தைக்கு புத்தி நிதானம் வேணும்.

எந்தக் குழந்தைக்கு என்று புரியாமல் கேட்டார் ராஜா.

அதான்பா உன்னோட வீட்டுக்காரி.

அவ என்ன செய்யணும்?

ஒண்ணும் செய்யாம இருந்தாலே போதும். அதது தன் பாட்டுக்கு நடக்கும்.

குளிக்க வேணாமா?

வீட்டுக்குள்ளாற குளிக்கச் சொல்லேன்.

சரி சொல்லறேன். கொத்தன் சொல்லுறான் ஸ்நான அறை கட்டி நிறுத்தப் பத்து துரைத்தன ரூபா ஆகுமுன்னு. நான் பணத்துக்கு எங்கே போவேன்?

ராஜா பஞ்சப் பாட்டு பாட, அவர்கள் ஏதோ பேசுவதற்குள் புஸ்தி மீசைக் கிழவன் சாராயம், சுருட்டு எல்லாம் வேணும் என்று ராஜா கையைப் பிடித்து எழுப்பிப் பிடிவாதம் பிடிக்க ஆரம்பித்து விட்டான்.

இங்கே தொரைங்க எல்லாம் நாசிகா சூரணத்தோட அலையறானுங்க. அதுவும் ஏற்பாடு செய் கருமாதிக்கு.

துரை மாதிரி உத்தரவு போட்டான்.

அப்ப எனக்கு வாய் உபச்சாரம் செய்யுடா வக்காளி என்றார் கோபத்தோடு ராஜா.

கிழவன் நிறுத்தாமல் வைதான். இவனோட இளவு கொண்டாடறதுக்கே எங்க நேரம் எல்லாம் போயிடுது. நீ வேறே எதுக்கு அவனை உசுப்பி விடறே?

முன்னோர்கள் ராஜாவைத் தான் கோபித்துக் கொண்டார்கள். எது நடக்கணுமோ அது நடக்கட்டும். நம்ம குழந்தைகளும் நல்லா இருக்கணும். அம்புட்டுத்தான். மருதையா, என்ன நான் சொல்றது?

குதிரை மாதிரி முகத்தோடு ஒரு முன்னோன் தலையாட்டிக் கொண்டு சொல்லிவிட்டு, புஸ்தி மீசைக் கிழவனைத் தரதர என்று கையைப் பிடித்துக் கூட்டிக் கொண்டு போக மற்றவர்களும் திரும்பித் திரும்பிப் பார்த்துக் கொண்டு புகையாகக் கலைந்து போனார்கள்.

ராஜாவுக்கு அதெல்லாம் இந்த ராத்திரியில் நினைவு வர, அயர்ந்து தூங்கும் ராணியைப் பார்த்தார்.

இவள் வைத்த தீயா இது?

தூங்கிக் கொண்டிருப்பவளை எழுப்பித் தீ வைத்தாயோடி என்று விசாரிப்பது ராஜ லட்சணம் இல்லை. குறைந்த பட்சம் புருஷ லட்சணம் கூட இல்லை என்று பட்டது.

மெல்ல எழுந்து நித்திரை பிடிக்காமல் வெளியே வந்தார்.

அவள் வைத்ததாகத்தான் இருக்கட்டுமே. குளிக்கும்போது குல ஸ்திரி மேல் கண் போடுவது நீசமான விசயம் இல்லையோ. அதனால் தான் வீட்டைப் பொசுக்கிப்போட்டது. தர்மம் என்று ஒன்று இருக்குதே. இன்றைக்கு இப்படி எரியாவிட்டால் நாளைக்கு வேறே மாதிரி யாராவது சபித்து எல்லாம்

பஸ்பமாகிப் போயிருக்கும்.

ஊரில், அக்கம் பக்கத்தில் எத்தனை ஊருணி, ஏரி, குளம் இருக்கிறது? அங்கெல்லாம் எத்தனை புஷ்பிணியான பெண்கள், கர்ப்ப ஸ்திரிகள், வீட்டு விலக்காகி மூன்றாவது நாளானவர்கள், இளம் வயதுக் கைம்பெண்டுகள் எல்லோரும் குளிக்கிறார்கள். தண்ணீர் மொண்டு வருகிறார்கள். இந்த அடுத்த வீட்டுப் பழுக்காத் தட்டு சங்கீதப் பயல்கள் ராணியை எட்டிப் பார்க்காத போது, சங்கீதம் கேட்காத போது காலாற நடந்து போய் அதையெல்லாம் பார்த்திருப்பார்கள்.

ஊருணி எல்லாம் வெக்கையின் சூட்டில் வறண்டு கிடப்பதால் அங்கே யாரும் இப்போது குளிப்பதில்லை என்று நினைவு வந்தது.

அரண்மனைக்கு வெளியே நடந்து அங்கேயும் இங்கேயும் ஓடிக் கொண்டிருந்த குடிபடைகளை என்ன சமாச்சாரம் என்று விசாரிக்கலாம் என்றும் ராஜாவுக்கு அடுத்து ஒரு யோசனை வந்தது.

உம்ம சோலி மயித்தைப் பாத்துட்டுப் போம் என்று யாராவது இருட்டைச் சாக்காக வைத்து வார்த்தை விட்டுவிடக் கூடும். அவருக்கு என்னமோ அந்தப் பழைய ராக்காவல் சிப்பாய் நினைவில் முளைத்தான். கொட்டகுடித் தேவடியாளுக்கு சிநேகிதம் பிடிக்க ஆள் கிடைக்காமல், முழங்கையில் மயில் எண்ணெயைப் பூசிக் கொண்டு இங்கே எங்கேயாவது புகையிலையைக் குதப்பிக் கொண்டு நிற்பான். அவன் நிச்சயம் சொல்வான்.

அய்யர் வீடு வடமேற்கு திசையில் நீண்டு போகிற கல் பாவிய வீதியில் தானே இருக்கிறது?

அங்கே போய் இந்த ராத்திரியில் கதவைத் தட்டுவது உசிதமானதில்லை. ராஜா என்ற மரியாதையைக் கெடுத்துக் கொள்ளக் கூடாது. அப்படிப் போனாலும் என்ன விசாரிப்பது?

அவர் தான் அடுத்த பௌர்ணமியன்றைக்கு யந்திரம்

நிர்மாணித்துப் பக்கத்து வீட்டுப் பாப்பாத்தியம்மாளை அவர்கள் வீட்டோடு அடங்கி இருக்க வழி செய்து தருவதாகச் சொன்னாரே.

உங்க சாதிக்காரங்க மேலே செய்வினை செய்யணும்னு இல்லே சாமி.

ராஜா வராகனைக் கொடுத்தபடி சொன்னபோது, அய்யர் அப்படியொன்றும் இல்லையென்றார்.

அவாள்ளாம் ஸ்மார்த்தா. நாங்க வைஷ்ணவா. அது இல்லாட்டாலும் இது தொழில். அதோட ஜாதியைப் போட்டுக் குழப்பிக்கக் கூடாதுன்னு இருக்கா பெரியவா எல்லாம்.

அய்யர் சொன்னபோது அவர் தொழிலிலும் நாணயத்திலும் அவர் வீட்டு முன்னோர் மேலும் மிகுந்த மரியாதை ஏற்பட்டிருந்தது ராஜாவுக்கு. அய்யருடைய முன்னோர்கள் யாரும் சாராயமோ, நாசிகா சூரணமோ எதிர்பார்க்க மாட்டார்கள் என்று தோன்ற அவர் மேல் கொஞ்சம் பொறாமையாகக் கூட இருந்தது.

அய்யர் வடமொழியில் ஒன்றும் தமிழில் ஒன்றுமாக, தேவதைகளுக்குப் ப்ரீதியான செய்யுளை எழுதி அதை யந்திரத்தில் தேவதைகள் நிற்க இடம் விட்டது போக மிச்ச இடத்தில் பக்கத்துக்கு ஒன்றாகப் பதித்து, அந்த யந்திரத்தை மேற்குப் பார்த்து, அதாவது புகையிலைக் கடைப் பார்ப்பான் கிரஹம் இருக்கிற திசை நோக்கி நிறுத்தினால், ராணிக்கு பிரேத அவஸ்தை எல்லாம் ஒழிந்து சொஸ்தமாகி விடும் என்று சொல்லிப் போனார்.

வடமொழி ஸ்லோகத்தைக் காரைக்குடியில் ஒரு வித்துவானிடம் எழுதி வாங்கிக் கொள்வதாகச் சொன்ன அவர், தமிழில் அது கடைசி அடியில் பிறப்பு என்றபடி முடியும் இயற்சீர் வெண்பாவாக இருக்க வேண்டும் என்று நிபந்தனை விதித்திருந்தார். தளை தட்டாமல் இருக்க வேண்டியது அவசியம் என்றும், பிழையான வெண்பாவை யந்திரத்தில் ஏற்றினால் தேவதைகள் சபித்துப் போடுவார்கள் என்றும்

அது பின்னும் கஷ்டத்தில் கொண்டு விடும் என்றும் கூடச் சொல்லியிருந்தார் அவர்.

வெண்பா இயற்றுவதில் கொட்டகுடித் தாசியை மிஞ்சியவர்கள் யாரும் கிடையாது என்ற அவர் தானே ஆளனனுப்பித் தன் அகத்துக்கு அவளை வரவழைத்து இயற்றி வாங்கிக் கொள்வதாகச் சொன்னார்.

அவள் வேண்டுமானால் அரண்மனையில் சவுகரியமாக ஒரு பொழுது இருந்து அதைச் செய்யட்டுமே?

ராஜாவுக்கும் அவளை ஏதாவது ஒரு சாக்கு வைத்து அரண்மனைக்கு அழைத்துப் பார்க்க வேண்டும் போல் இருந்தது உண்மைதான். ஆனால் ராணி பக்கத்தில் இருக்கும் வரை அதெல்லாம் நடக்காது. அவள் பகலில் தூங்கும் போது கிடைக்கும் சொற்பப் பொழுதில் கொட்டகுடியாளைக் கூப்பிடலாம். ஆனால் ஜாக்கிரதையாக எழுத்தெண்ணிப் பரிசோதித்துப் பிறப்பு என்று முடியும்படிக்கு அவள் எழுதித் தருவதற்குள் ராணி நித்திரை கலைந்து எழுந்து விடுவாள். இடைப்பட்ட பொழுதில் சேடிப் பெண்ணுக்கு வேண்டுமானால் காசு கொடுத்துக் கால் பிடித்து விடலாம். அவள் பாட்டு எல்லாம் இயற்ற மாட்டாள்.

அய்யருடைய யந்திரத்துக்குத் தேவையே இனிமேல் இருக்காது என்பது போல் புகையிலைக்கடை அய்யர் வீடு பற்றி எரிந்து அடங்கிக் கொண்டிருந்தது. ஒரு பெருஞ் சத்தத்தோடு மர உத்தரங்கள் தீயோடு கீழே விழ, சுற்றி நின்றவர்கள் கூப்பாடு இட்டபடி ஓடினார்கள்.

அவர்கள் அரண்மனைப் பக்கம் வருவதற்குள் ராஜா வேகமாக உள்ளே நடந்தார்.

ஜோசியக்கார அய்யருக்கு ஒரு வராகன் வீணாகத் தத்தம் கொடுத்திருக்க வேண்டாம் என்று அவருக்குப் பட்டது.

அத்தியாயம் இருபத்தாறு

அந்த வயசனைச் சாடிப் பறக்க விட்டு, நீங்களெல்லாரும் வீட்டில் சுகமாயிட்டு அவல் கேசரியும் இலையடையும் கழித்துக் கொண்டிருந்தீர்களா?

கருநாகப்பள்ளி சங்குண்ணி நாயர் குப்புசாமி அய்யனிடம் சிரித்தபடி கேட்டான்.

பகவதியைப் பெண்ணு பார்த்து சம்பிரதாயமாகத் தாம்பூலம் மாற்றிக் கொண்டு அரசூர் புகையிலைக்கடை ஐயர் குடும்பமும், கூட வந்தவர்களும் கிளம்பிப் போனதற்கு நாலு நாள் கழித்து அது.

அதை ஏன் கேக்கறே போ. என் சேட்டன் கிட்டனுக்குத் தான் செலவு ஜாஸ்தி இந்த வகையிலே.

குப்புசாமி அய்யன் பாக்குவெட்டியில் அடைக்காயைத் துண்டித்துக் கொண்டு சொன்னான்.

கோழிக்கு முலை வந்தது போல வயசன் என்னத்துக்காக்கும் பறக்கணும். நமக்கு அது மாதிரி வாய்ச்சாலும், ஓடிச் சாடி இன்னும் நாலு சக்கரம் சஞ்சியில் பணம் சேர்க்கலாம்.

குப்புசாமி அய்யன் வெற்றிலைச் சாறு தலைச்சோறில் ஏற்றிய லகரியோடு தலையாட்டினான். ஏதாவது வர்த்தமானம் சொல்லியும் கேட்டும் கொண்டிருந்தால் போதும் இந்த நேரத்தில். நம்பூத்திரிகள் பற்றிய சிரிப்பு வரவழைக்கிற விநோதக் கதைகள் சொல்வதில் சங்குண்ணி வெகு சமர்த்தன். கிட்டாவய்யன் மாமனார் ஊரோடு தாழப் பறந்து போனதை விடப் பேச ரசமான விஷயமாக அதெல்லாம் இருக்கும்.

சங்குண்ணி, நம்பூத்ரி பலிதம் ஒண்ணு சொல்லடா.

குப்புசாமி அய்யன் வெற்றிலைச் சாறை உமிழ்ந்துகொண்டே சொன்னபோது, எடுபிடிக்கார கேசவன் வந்து கூப்பிட்டான். *வந்துடறேன்* என்று எழுந்து போனான் சங்குண்ணி.

வெற்றிலை லகரி போகத்தின் லகரி போல் உச்சத்துக்குப் போகக் குப்புசாமி அய்யன் சற்றே கண்ணை மூடிக் கொண்டான்.

பகவதிக்கு வாய்த்த மாப்பிள்ளை நல்ல லட்சணமா இருக்கான். கறுப்புத்தான். ஆனாலும் நல்ல களையில்லியோ?

விசாலாட்சி கேட்டது அவன் நினைவுக்கு வந்தது. அவளுக்கு சுபாவமாகவே எல்லோர் மேலும் வாத்சல்யம் பொங்கி விடும். அது நெஞ்சுக்குள்ளே நிறைந்து நிறைந்து வர, வார்த்தையிலும் பார்வையிலும் மொண்டு எடுத்து வெளியே வாரி வீசி வீசித் தெளித்துக் கொண்டிருப்பதில் அவளுக்கு ஒரு சந்தோஷம். அந்த சந்தோஷமே அவளை இன்னும் பிரியம் காட்ட வைத்தது.

அது நேரம் வெளுத்தபோது பதுங்கிப் பதுங்கி அடுக்களையில் நுழையும் பூனைக் குட்டியாக இருந்தாலும், நடு மத்தியானம் கரண்டிச் சோறை எதிர்பார்த்தபடி தோட்டத்து வாழைக்குலையில் ஏறி விளையாடி இருக்கும் அணில்பிள்ளையாக இருந்தாலும், ராத்திரி சேகண்டியும் தோளில் அழுக்கு வஸ்திர சஞ்சியுமாகப் பாடிக் கொண்டு தெருவில் பிச்சையெடுத்துப் போகிறவனாக இருந்தாலும்.

அவன் பாட்டு மனசுக்கு எவ்வளவு இதமா இருக்கு கேட்டேளா?

விசப்பும் ஷீணமும் அவன் தேகத்துக்குத் தான் போல் இருக்கு. மனசுக்கு அதெல்லாம் கிடையாதோ என்னமோ.

சேகண்டிக் காரனின் மண்சட்டி நிறையச் சோற்றையும், கூட்டானையும் வர்ஷித்துவிட்டு வீட்டுக்குள்ளே வந்து குப்புசாமி அய்யனிடம் சொன்னாள் விசாலாட்சி.

அந்த யாசகன் இப்போ வயறு நிறையச் சாப்பிட்டுட்டு வாசல்லே உக்காந்து பாடப்போறான். பாட்டு வாத்தியான் தெலுங்கு பிராமணன் ஜாகையைக் காலி செஞ்சுண்டு அவன் தேசத்துக்கே ஓடப் போறான் பாத்துக்கோ. அதாக்கும் நடக்கப் போறது.

குப்புசாமி அய்யன் அவளைச் சீண்டினான். பகவதியின் ஜன்ம நட்சத்திரம் வந்த திருவோண நாள் ஆனதால் அரசூர் குடும்பம் புறப்பட்டுப் போனதும் வீட்டில் எல்லோரும் அம்பலத்துக்குப் போயிருந்தார்கள். விசாலாட்சி தூரம் குளித்த நாள் என்பதால் வீட்டில் இருக்க வேண்டிப் போனது. அது நல்லதுதான் என்று பட்டது குப்புசாமி அய்யனுக்கு.

நீங்க ஒரு இஞ்சி. உங்க கிட்டப் போய்ச் சொன்னேன் பாருங்கோ.

விசாலாட்சி செல்லமாக அவனை அரையில் தடவினாள்.

அவளோடு அந்தக் கணமே கலக்க வேண்டும் என்று குப்புசாமி அய்யனுக்கு வெறியெழ, வெற்றிலையும், பாக்குத் துகள்களும், பூவும், மஞ்சள் அட்சதையும், காலடி மண்ணுமாகச் சிதறிய ஜமக்காளம் விரித்திருந்த கூடத்தில் அவளை வலுக்கட்டாயமாகக் கிடத்தியபோது யாரோ வாசல் கதவைப் பலமாகத் தட்டுகிற சத்தம்.

நேரம் கெட்ட நேரத்துலே தான் உங்களுக்கு இதெல்லாம் வரும்.

விசாலாட்சியின் கோபம் குப்புசாமி அய்யன் மேல் இல்லை என்று தெரிந்தாலும் அவன் வாசல் கதவைத் திறக்கப் போகாமல்

அசதியோடு கூடத்து ஜமக்காளத்திலேயே மல்லாந்து படுத்தான். மதியம் பழுத்த சுமங்கலியான ஒரு கிழவி வாயைச் சுற்றித் துணி கட்டிக் கொண்டு உட்கார்ந்திருந்த இடத்துச் சுவரில் அவள் எண்ணெய்த் தலை பதிந்து ஒரு சித்திரத்தை வரைந்திருந்தது கண்ணில் பட்டது. நெருங்கி வரும் கருத்த வெளவால் போல் இருந்தது அது.

விசாலாட்சி வாசல் கதவைத் திறந்தாள். கொளுத்திப் பிடித்த தீப்பந்தமும் கையுமாக யாராரோ நின்று கொண்டிருந்தார்கள். பின்னால் ஒரு கயிற்றுக் கட்டிலில் படுக்க வைத்து உடம்பு முழுக்கப் போத்தி யாரையோ இறக்கி வைத்துக் கொண்டிருந்தார்கள். எல்லோருக்கும் முன்னால் அம்பல மேல்சாந்திக்காரன் மகன் நாராயணன் எம்ப்ராந்திரி. பரசுராமன்.

இறக்கி வைத்த கட்டிலில் சிநேகாம்பாளின் தகப்பனார். விசாலாட்சிக்குக் கொழுந்தன் கிட்டாவய்யனின் மாமனார்.

விசாலாட்சி போட்ட சத்தத்தில் விழுந்தடித்துக் கொண்டு வாசலுக்கு ஓடி வந்தான் குப்புசாமி அய்யன்.

வயசனுக்கு உடம்பில் உயிர் இருக்கிறதா என்ற சந்தேகம் ஏற்பட நார்க்கட்டில் பக்கம் குனிந்து அவர் நாடியைப் பிடித்துப் பார்த்தான் அவன்.

அவருக்கு ஒண்ணும் ஆகலே. வெடி வழிபாட்டுக்காரனுக்குத் தான் காலிலே பருக்கு. விரலைக் காணோம்.

தூக்கி வந்த பரசுராமன் சொன்னான்.

இவர் வீட்டு மச்சில் தானே அடைந்து கிடக்கப்பட்டவர்? கொஞ்சம் மிதந்து கொண்டு போய்த் தோட்டத்தில் மாமரச் சுவட்டிலோ வேப்ப மரத்தை ஒட்டியோ மூத்திரம் ஒழித்துவிட்டு மேலே போவார். போன சனியாழ்ச்சைக்கே இவரை ஆலப்பாட்டில் விட்டு வரவேணும் என்று தம்பி கிட்டாவய்யனிடம் சொல்லி வைத்திருந்தான் குப்புசாமி அய்யன்.

இல்லே அண்ணா. பிஷாரடி வைத்தியர் வந்து பார்த்து, பலகீனம் காரணமாகத்தான் இவர் இப்படிக் கோழியிறக்கை போல மிதக்கிறார் என்று சொல்லி கால் வீசை குளிகை கொடுத்துப் போனார். காலிலும் உச்சந்தலையிலும் புரட்டிக் கொள்ளப் பிண்டத் தைலம், குங்கிலிய நெய் எல்லாம் கூட உண்டு. துரைத்தனப் பணமாக ரெண்டு ரூபாய் வாங்கிப் போய்விட்டார். ஒரு பத்து நாளில் பூரண சுவஸ்தமாகி விடுமாம்.

கிட்டாவய்யன் கையில் பிண்டதைலமோ, சிநேகாம்பாளுக்கு எண்ணெய் புரட்டிக் குளிப்பாட்டியதோ வாசனை யடிக்கச் சொன்னான் அப்போது.

பகவதியைப் பெண்ணு பார்க்க பாண்டிச் சீமையிலேருந்து பெரிய மனுஷா எல்லாம் வரப் போறா. இவர் இப்படி ஏடாகூடமாப் பறந்து சங்கடப் படுத்திடப் போறார். அப்புறம், தோட்டப் பக்கமே போகமுடியலேடா கிட்டா. மாமரச் சுவடோ, தென்னைமரச் சுவடோ இல்லே வேம்போ எல்லா இடத்திலேயும் மூத்திர வாடை. உன் அகத்துக்காரியும், காமாட்சியும் விசாலியும் பொழுது முழுக்கக் கிணத்துலே வெள்ளம் கோரி வாரி அடிச்சும் போகாத வாடை.

பிஷாரடி வைத்தியர் கிட்டே கேட்டு அதுக்கும் குளிகை வாங்கிடலாம் அண்ணா. அப்புறம் குடம் குடமாக் கொட்டினாலும் வாடையே வராது.

கிட்டாவய்யனை சிநேகாம்பாள் சொக்குப்பொடி போட்டதில் ஆலப்பாட்டு வயசன் மாமனாரின் மூத்திர வாடை அவனுக்கு நாசியில் ஏறவில்லை என்பது புரிந்தது குப்புசாமி அய்யனுக்கு. விசாலாட்சிக்குத் தகப்பனார் காலமாகாமல் இருந்து பறக்க ஆரம்பித்திருந்தாலும் இப்படித்தான் ஆகியிருக்கும்.

ஆனாலும், கிட்டாவய்யனுக்கு வாய்த்த மைத்துனர்கள் குப்புசாமி அய்யனின் மைத்துனர்கள் போல் இல்லை. நாலு தடவை ஆளனுப்பிச் சொல்லிவிட்டும், வயசனை வந்து கூட்டிப் போக அவர்களுக்கு சமயம் வாய்க்காமல் ஊர் முழுக்கப்

பில்லி சூனியம் ஏவலை எடுத்துக் காசு பண்ணுவதிலேயே மும்முரமாக இருந்தார்கள் அவர்கள்.

வயசர் பாவம். இருந்துட்டுப் போகட்டும். சாப்பாடு கொடுத்து, குளிகையும் கொடுத்து மச்சுக் கதவைச் சார்த்தி வைத்தால் அவர் பாட்டுக்குத் தூங்கி விடுவார். பக்கத்தில் வேண்டுமானால் ஒரு மூத்திரச் சட்டியைக் கட்டிலுக்கு அடியே வைத்து விடலாம்.

விசாலாட்சி சொன்னபோது சிநேகாம்பாள் அவள் தோளைத் தொட்டு அணைத்துக் கொண்டு கண்ணீர் விட்டாள்.

மன்னி, நீங்க க்ஷேத்ரத்திலே தேவி மாதிரி. பகவதியைப் பொண்ணு பார்க்க வரும்போது என் தோப்பனாராலே எந்தத் தடசமும் இருக்காது. நானும் இவரும் அதுக்குப் பொறுப்பு.

சிநேகாம்பாள் சொன்னது போலவே மணிக்கூறுக்கு ஒரு தடவை கிட்டாவய்யன் மச்சுக் கதவைத் திறந்துபோய் வயசனைக் கையைப் பிடித்து நிறுத்தி முன்னால் மண்சட்டியை வைத்து, படுக்கை நனைக்கும் குழந்தையை நல்ல தூக்கத்தில் அமிழ்கிறதுக்கு முன் எழுப்பிச் சுமந்து வாசலுக்கு வந்து நீர் கழிக்க வைக்கிற தகப்பன் போல் சிரத்தையாகச் செயல்பட்டான்.

கிழவர் கீழேயோ தோட்டத்துக்கோ இறங்கவில்லைதான். ஆனாலும் பிஷாரடி வைத்தியர் சொன்ன விகிதத்துக்கு மேலே அதிகமாகவே குளிகைகளைக் கிட்டாவய்யனும் சிநேகாம்பாளும் அவருக்குக் கழிக்கக் கொடுத்ததாலோ என்னமோ அவர் வழக்கத்துக்கு விரோதமாக வெளிப்புறமாகச் சாடி இறங்கிப் போய்விட்டிருந்தார். அது எப்போது நடந்தது என்று குப்புசாமி அய்யனுக்குப் புரிபடவில்லை.

வயசனைக் கட்டிலை விட்டு இறக்கிக் கூடத்தில் கொண்டு வந்து கிடத்தினார்கள். அவர் அப்போதும் கண் திறக்கவில்லை. மேலே மூடி இருந்த அழுக்கு வஸ்திரத்தை எடுக்கப் போனான் குப்புசாமி அய்யன்.

அய்யோ அதொண்ணும் வேணாம். வயசன் முழு நக்னனாக்கும்.

அம்பல மேல்சாந்திக்காரன் மகன் நாராயணன் சொன்னான்.

குப்புசாமி அய்யன் வேகமாக உள்ளே போய் ஒரு உத்தரியத்தை எடுத்து வந்து, அழுக்குத் துணியை விலக்கி விட்டு வயசன் அரையில் மூட, விசாலாட்சி சுவரைப் பார்த்துத் திரும்பிக் கொண்டாள். வாரணமாயிரம் பாடிய பழுத்த சுமங்கலிக் கிழவி தலை சாய்த்து உட்கார்ந்திருந்த இடம் அது.

அவளுக்கும் அங்கே ஒரு வௌவால் தெரிந்தது. நீ அகத்துக்காரனை அரையில் தடவறபோது இங்கே என்ன பெகளம்? நான் மிச்சமும் பார்க்கணும்னு எம்புட்டு ஆசையா இருந்தேன் தெரியுமா என்று கேட்டது அது.

சுமங்கலிக் கிழவியோடு வந்தியேன்னு சும்மா விடறேன். ஒழிஞ்சு போ நாறச் சனியனே.

விசாலாட்சி தலையைத் திருப்பிக் கொண்டாள்.

வெடி வழிபாட்டுக்காரனுக்கு என்ன ஆச்சு?

குப்புசாமி அய்யன் நாராயணன் எம்பிராந்தரியைக் கேட்டான்.

அதை ஏன் கேக்கறீர்? இவர் தரையிலே கால் பாவாம மிதந்த படிக்குத் தெருவோட போனாரா. வீட்டு வாசல்லே உக்காந்திருந்த பெண்டுகள் எல்லாம் பிரேத உபாதை பிடிச்ச யாரையோ ஷேத்திரத்துக்கு வேறே யாரோ மந்திர உச்சாடனத்துலே செலுத்திண்டு இருக்கா. குறுக்கே போக வேண்டாம்னு விலகிண்டு வீட்டுக்குள்ளே ஓடிப் போனா. தெருவில் சப்பரம் வைத்து விளையாடிக் கொண்டிருந்த குழந்தைகள் வித்தைக்காரன்னு நினைச்சு கூடவே கூச்சலும் கும்மாளமுமா ஓடறபோது பெரியவா பிடிச்சு இழுத்து விளையாடப் போகச் சொன்னா. இவர் க்ஷேத்ரத்துக்குப் பக்கமாப் போனபோது பலமா ஒரு காற்று.

அப்புறம்?

விசாலாட்சி கேட்டாள்.

எல்லோரும் சொல்ல ஆரம்பித்ததால் சப்தம் குழம்பிப் போன சூழ்நிலையில் குப்புசாமி அய்யனுக்குப் புலப்பட்டது இதுதான்.

காற்றில் வயசன் எவ்வி உயரே உயரே பறந்தான். அப்போது அவன் இடுப்பு முண்டும், உள்ளே தரித்த கௌபீனமும் விடை வாங்கிப் போய் அம்பலத்துக்கு அடுத்து எங்கேயோ போய் விழுந்து விட்டது.

நக்னமான வயசன் கோவில் கொடிமரப் பக்கம் இறங்கி அற்ப சங்கையைப் பறந்தபடி தீர்த்துக் கொண்டபோது, மேல்சாந்தி அலறிக் கொண்டே ஓடி வந்து கோவிலை அடைத்துப் பூட்டிவிட்டு, தீட்டு நேர்ந்ததற்குப் பரிகாரம் என்ன என்று பிரச்னம் வைக்கக் கிளம்பிப் போனார். வயசனை அவர் எதுவும் திட்டவோ அடிக்கவோ செய்யவில்லை.

அவனுக்குள் புகுந்த பிசாசு ஏதோ இந்த மாதிரி விஷமம் செய்ய வைப்பதாகப் பக்கத்தில் இருந்தவர்களிடம் சொன்னபோது கோவில் தரிசனத்துக்கு வந்த பிஷாரடி வைத்தியர் இது பலகீனத்தால் ஏற்பட்டதே தவிர வேறு ஒரு சுக்கும் இல்லை என்றார். தருக்கமும் விஞ்ஞானமுமே உலகை இனி உய்விக்கும் என்று அவர் மூக்கில் புகுந்த கொதுகை எடுத்து விட்டுக் கொண்டு அறிவித்தபோது, மேல்சாந்தி பேய், பிசாசு, பூதம், துர் ஆவிகள் பற்றி ஆதியோடந்தமாக எடுத்துதோதத் தொடங்கினார். ஏகப்பட்ட கிரந்தங்களையும் அவற்றில் இடம்பெற்ற சூத்ரங்களையும், ஸ்லோகங்களையும் இதற்கு ஆதாரமாகக் காட்டினார் அவர்.

கூடியிருந்த எல்லோரும் இந்த வாதப் பிரதிவாதங்களில் மூழ்கி இருந்தபோது, வயசன் திரும்பப் பறந்து போய், அம்பலத்தில் வெடி வழிபாடு செய்யும் இடத்தில் மிதந்தான். அங்கே வழிபாடுக்காகக் கொளுத்திய வெடி வெடித்த பெருஞ்சத்தத்தில் நித்திரை கலைந்து நேராக அவன் தரையில் விழுந்தது வெடி வைப்புக்காரன் மேல்.

கையில் எடுத்த வெடியைக் கொளுத்திக் கொண்டிருக்கும் போதே, ஆகாயத்திலிருந்து மூத்திர வாடையோடு ஒரு நக்னமான வயசன் தன் மேல் விழுந்தது கண்டு திடுக்கிட்ட வெடிக்காரன் வேறு பக்கமாக உருள, கையில் எடுத்திருந்த வெடி வெடித்து அவனுக்குக் காயம். காலில் ஒரு சுண்டுவிரல் போன இடம்

தெரியவில்லை. எல்லோரும் இருட்டில் அதைத் தேடிக் கொண்டிருந்த போது, பிஷாரடி வைத்தியர் சொன்னபடி வயசனைக் கட்டிலில் கிடத்தினார்கள். இங்கே தூக்கிக் கொண்டு வரும்போதே அவன் திரும்பத் தூங்கி விட்டான்.

வெடிக்காரன் கால் சுவஸ்தமாக ஏற்படும் செலவு முழுக்கவும் கிட்டாவய்யன் தலையில் விழும் என்று குப்புசாமி அய்யனுக்குப் பட்டது.

வைத்தியர் சொல்வது போல் இது பலகீனம் காரணமாக ஏற்பட்டது தான். என் தகப்பனார் நினைப்பது போல் பிரேத உபாதை இல்லை. இந்த பரசுராம பூமியில் எப்போது தான் எல்லோருக்கும் உண்மையான ஞானம் வாய்க்குமோ தெரியலியே.

சலித்துக் கொண்டே சின்ன எம்பிராந்திரியும் அவனுடைய கூட்டுக்காரர்களும் இறங்கிப் போனபிறகு கிழவன் வேட்டியை இடுப்பில் சுற்றிக் கொண்டு எழுந்து உட்கார்ந்தான்.

வீட்டோட வச்சுக் கொளுத்தியாச்சு, குப்புசாமி.

அவன் குரல் தெளிவாக இருந்தது அப்போது.

எடோ குப்புசாமி. உக்கார்ந்தே தூங்கறியா என்ன? நீயும் வயசன் மாதிரி பறந்து என் பரம்பில் மூத்ரம் ஒழிக்கப் போறே.

சங்குண்ணி விலாவில் குத்தியபோது குப்புசாமி கண்ணைத் திறந்து பார்த்தான்.

யார் வீட்டை யார் கொளுத்தியிருப்பார்கள்? அவனுக்கு இன்னும் புரியவில்லை.

வயசனிடம் கேட்கலாம் என்றால் அவனுடைய பிள்ளைகள் முந்தாநாள் வந்து அவனை ஆலப்பாட்டுக்குக் காளைவண்டியில் கூட்டிப் போய்விட்டார்கள். அவன் அப்போது பூரண சுகம் அடைந்து இருந்தான். கால் தரையில் பட வீட்டுக்குள் நடந்து திரிந்தான்.

ஆனாலும் மாமரச் சுவட்டில் குத்த வைப்பதை ஏனோ அவன் நிறுத்தவே இல்லை.

அத்தியாயம் இருபத்தேழு

படுக்க வைத்த படிக்கு ஒரு கரிக்கட்டை. பின்னால் ரெண்டு கெட்டாக, மூளியாக நின்றபடிக்கு இன்னொன்று.

ஒன்று சுவாசித்துக் கொண்டு இருந்தது இரண்டு நாள் முன்பு வரை. மேன்மையான ஜீவிதத்தில் உடலெல்லாம் தேஜஸாக ஒளிரக் கட்டுக்குடுமியும் பத்தாறு வேஷ்டியுமாகக் கம்பீரமாக வலம் வந்தது. குரல் பிசிறிடாமல், பௌருஷம் கனக்க, பிரம்மத்தைத் தேடி நாலு திசையும் சூழ்ன்று அடர்த்தியாகக் காற்றில் கலந்து நிற்க வேதம் சொன்னது.

எல்லாம் சொப்பனமாக, இடுப்பு வேஷ்டி நிற்காது, விரைத்த குறியை வலது கரத்தால் பற்றி மைதுனம் செய்து கொண்டு உலகத்து இழவை எல்லாம் சங்கீதமாகக் காதில் கேட்டு ஆனந்தித்தபடி, காரை பூசிய தரையிலும் சுவரிலும் விந்து சிதறச் சிரித்தது. அந்தக் கையும் குறியும் விந்தும் ரத்தமும் சதையும் எல்லாமே கரியாக அழுக்குத் துணிக்குள் பொதிந்து கிடக்கிறது.

கிடத்திய கட்டைக்குப் பின்னால் நீட்டி நிமிர்ந்து மொட்டையாகக் கூரையில்லாமல் நிற்கிறதோ அந்த வேத கோஷத்தை உள்ளேயே பொத்திப் பொத்தி வைக்க முயன்று சந்தோஷமாகத் தோற்ற

கதவுகளும், விந்துத் துளிகளை மேலே சுமந்து, உடம்பின், புத்தியின், மனதின் கூறழிந்த நக்னத்தை ஜாக்கிரதையாகப் பாதுகாத்துக் கொண்டிருந்துவிட்டுச் சாம்பலான சுவர்களும்.

சுப்பிரமணிய ஐயர் மதுரையை நெருங்கியபோதே சேதி வந்து சேர்ந்து விட்டது. அங்கே தெற்காவணி மூலவீதியில் அவருடைய காரியஸ்தனாக, நானாதேசமும் புகையிலைச் சிப்பம் கொண்டு போக இருந்த ஊழியக்காரர் தாணுப்பிள்ளை ஊர் எல்லையிலேயே ஒரு நாள் முழுக்கக் குரிச்சி போட்டு உட்கார்ந்து இவருக்காகக் காத்திருந்தார். பின்னால் கொழும்புக் குடையைப் பிடித்துக் கொண்டு நிற்கிறவன் ஐயரைக் கண்டதும் குடையை விலக்கிக் குனிந்து சொல்ல, பரபரப்பாக எழுந்து நின்றார்.

பிள்ளைவாள், என்னத்துக்கோசரம் இந்தப் பொட்டல்காட்டுலே படைபடைக்கற வெய்யில்லே குடையும் பாதரட்சையும் சேவகனுமா உக்காந்திருக்கீர்? நான் என்ன புதுசாவா மதுரைக்கு வரேன்? வழி தெரியாதா எனக்கு?

ஐயருக்கு உள்ளூரச் சந்தோஷம் இப்படி தனக்காக மரியாதை நிமித்தம் வந்து பழியாகக் காத்துக் கிடக்கிற உத்தியோகஸ்தன் இருப்பது பற்றி. மூக்குத் தூளும் கூடி வியாபாரம் அபிவிருத்தி ஆகும் பட்சத்தில் அந்தப் பொடித்த வஸ்து விற்க இந்தப் பிரதேசத்தில் ஏற்பாடு செய்யவும் தாணுப் பிள்ளையே பிரதானமாக இருக்கட்டும்.

ஐயர் தன் அங்கீகாரம் முகத்தில் தெளிவாக எழுதியிருக்கச் சங்கரனைப் பார்க்க, அவன் முகத்தில் குழப்பம். பிள்ளையான் என்னத்துக்காக வழிமேல் விழி வைத்துத் தாசி வீட்டுத் திண்ணை மாமன் போல் குந்தியிருக்கிறான்? வியாபாரத்தில் வந்த பணத்தை லேவாதேவிக்குக் கொடுத்து வைத்திருந்த கருப்பஞ்செட்டி அகாலமாக மரித்துப் போனானா? அவனிடம் வட்டிக்கு வாங்கிப் போன கும்பினித் துரை கால் காசு பெறுமானமில்லாத துரைத்தன பாஷை அச்சடித்த பத்திரத்தை நீட்டிவிட்டுக் கப்பலேறிப் போய்விட்டானா?

மாட்டு வண்டியின் ஆசுவாசமான அசைவிலும் நகரும் போது மெல்ல மேலே வந்து மோதிப்போன காற்றிலும் நாலு நாளாக அரசூரிலிருந்து அம்பலப்புழைக்கு அலைந்த களைப்பிலும் போதம் கெட்டு, தூரம் நிற்கப் போகிற வயதானபடியால் பலகீனப்பட்ட உடம்பில் அதீத ரத்தப் போக்கும் தளர்ச்சியுமாக வண்டிக்குள்ளே தலைக்குசரக் கட்டையை வைத்துக் கொண்டு ஒண்டியபடி படுத்திருந்த கல்யாணி அம்மாள் விழித்துக் கொண்டாள். ஐயரையும், சங்கரனையும் ஈன ஸ்வரத்தில் திரும்பத் திரும்ப அழைத்துப் பதில் வராமல் போக, எக்கி எழுந்து பார்த்தபோது வண்டிக் காரன் வேலி காத்தான் புதர் ஓரம் மூத்திரம் போகக் குத்த வைத்திருந்தது தெரிந்தது.

ராத்திரி முழுக்க உடம்பு உபாதையும் அசதியுமாகப் புரண்டு கிடந்து விடிகிற போது கொஞ்சம் கண்ணயர்ந்து எழுந்து உட்கார்ந்தால் இதைப் பார்த்துக் கொண்டா பொழுது விடியணும்? விடிகிறதா? பளீர் என்று முகத்தில் அறையும் காலை வெய்யில்.

அவள் விழுந்து விடாமல் மெல்ல வண்டியின் குறுக்குப் பட்டையை இறுகப் பற்றிக் கொண்டு மரப்படியில் கிட்டத்தட்டப் புடவையைத் தழைத்துக் கொண்டு உட்கார்ந்து அங்கே இருந்து தரையில் கால் வைப்பதற்குள் நாலு யுகம் கழிந்தது போல் இருந்தது.

அவளுக்கும் மூத்திரம் போக வேண்டும். ஆனால் ஆண்பிள்ளை போல் கண்ட இடத்தில் கால் பரப்பி அதற்காக உட்கார முடியாது. இன்னும் எத்தனை நேரமோ, பல்லை அழுத்தக் கடித்துக் கொண்டு அவஸ்தையைப் பொறுத்துக் கொள்ளத்தான் வேண்டும் என்று பெரியவர்கள் சொல்லிக் கொடுத்திருக்கிறார்கள்.

வயிறும்,காலும் நீர் பிரியாததால் வீங்கி மினுமினுக்க, அவள் தட்டுத் தடுமாறித் தரையில் நடந்தபோது தாணுப் பிள்ளை நமஸ்காரம் சொன்னது மங்கலாகக் காதில் கேட்டது. இந்த மனுஷ்யனுடைய வீடு பக்கத்தில் இருக்கும் பட்சத்தில் அங்கே

போய் கிரஹத்து ஸ்திரிகளை அவசரமாகக் குசலம் விசாரித்து விட்டு கொல்லைப் பக்கம் போய்விட வேண்டும்.

தாணுப் பிள்ளை முன்னால் நின்ற மூன்று பேர் முகத்தையும் ஒரு வினாடி பார்த்தார். எதையோ சொல்ல வாயெடுத்து அப்புறம் சொல்லலாம் என்பது போல் ஒத்திப் போட்டார்.

வீரா, சாமியையும் அம்மாவையும் சின்னச் சாமியையும் நம்ம குருத வண்டியிலே விரசா நம்ம வீட்டுக்கு இட்டுப் போ. நான் அவுஹ வண்டியிலே ஏறிட்டுப் பின்னாடியே வந்துடறேன்.

அவர், ஐயர் பதிலுக்குக் காத்திருக்காமல் விறுவிறுவென்று நடந்தார். பின்னால் குடையைப் பிடித்து நின்றவன் அதை ஐயருக்கும் மற்றவர்களுக்கும் பிடிக்கவா அல்லது மடக்கிக் கக்கத்தில் இடுக்கவா என்று தெரியாமல் நின்றபோது வீரன் என்ற சேவகன் சொன்னான்.

மாயளகு. அந்தக் குடையை முன்னாடி நீட்டிப் பிடிச்சுட்டு என் பக்கமா உக்காருடா. சாமிமாருக்கு மேலே வெய்யில் விழாம இருக்கும். வாடி வதங்கிப் போய் வந்திருக்காஹ பாவம்.

ஒரு பாய்ச்சலில் குதிரை வண்டி புழுதியைக் கிளப்பிக் கொண்டு விரைய, தாணுப் பிள்ளை வீட்டு ஸ்திரிகள் தன் குசல விசாரிப்புக்கு மௌனமாகத் தலையாட்ட, சங்கரனுக்குப் பெண்ணு பார்க்கப் போய் வந்த வைபவ விநோதம் பற்றி எல்லாம் ஏன் யாரும் ஒரு வார்த்தை கூட விசாரிக்கவில்லை என்று நினைத்தபடியே கொல்லையில் சங்கை தீர்த்து வந்தாள் கல்யாணி அம்மாள்.

உடனே கிணற்றில் நீர் மொண்டு குளித்து ஈர வஸ்திரத்தோடு உள்ளே பிரவேசித்த அவள் காதுகளில் ஓவென்று பெருஞ்சத்தமாகக் குரலெடுத்து அசங்கியமாக ஆண்பிள்ளை அழும் குரல் கேட்டது. சுப்பிரமணிய ஐயருடையதாக இருந்தது அது.

எப்போ? எப்படி ஆச்சு? ஏன் யாருமே தகவல் சொல்லலே?

தூர்த்தன் போல நான் குஷியும் கும்மாளமுமா அங்கே உட்கார்ந்திருக்க, இங்கே.

சோகம் எல்லாம் தேக்கி அலறும் இன்னொரு குரல் சங்கரனுடையது.

ஈர வஸ்திரம், மாரில் இறுக்கிக் கட்டியது, கணுக்காலுக்குக் கீழே தாரையாகப் புடவை நனைத்த தண்ணீர் ஓடித் தரையை நனைக்கிறது. தலையில் வேடு கட்டும் முன்னால் பாதி விரித்த காசித் துண்டு கண்ணில் விழுந்து மறைக்கிறது. நடக்க முடியாமல் கிறுகிறுத்துத் தலை சுற்றிக் கொண்டு வர, அன்னிய புருஷர் யாராரோ இருப்பதும் மனதில் உறைக்காமல் கல்யாணி அம்மாள் சாமா சாமிநாதா என்று அலறிக் கொண்டே அந்த முன்கட்டில் நுழைந்தாள். அவளுக்கு யாரும் சொல்லாமலேயே பட்டது சாமிநாதனுக்கு என்னமோ ஆகிவிட்டது என்று.

சாமா போய்ட்டாண்டி. சகலமும் போயாச்சு. குல நாசம்.

நிலை வாசல் படியருகே நின்றிருந்த சுப்பிரமணிய ஐயர் மாரில் அடித்துக் கொண்டு அழுதபடி அவளைப் பார்த்து இரண்டு எட்டு முன்னால் வைக்க, கல்யாணி அம்மாள் மயக்கமாகி அப்படியே கால்பரப்பி விழுந்தாள்.

தாணுப் பிள்ளை வீட்டு ஸ்திரிகள் தாங்களும் விம்மி அழுதபடி அவளைத் தொட்டெடுத்து சிஷ்ருஷை செய்யப் புருஷர் எல்லாரும் வாசல் திண்ணைக்குப் புறப்பட்டுப் போனார்கள்.

இதற்கிடையே வாசலிலும் அண்டை அயலில் இருந்து பெருங்கூட்டமாகக் கூடிவிட்டார்கள். தாணுப்பிள்ளைக்கு எஜமான ஸ்தானத்தில் இருக்கிற அரசூர்ப் பார்ப்பானைப் பற்றி அவர்களுக்கும் தெரியும். போன வாரம் தான் அந்தப் பிராமணனும் குடும்பமும் மலையாளப் பிரதேசம் போகிற வழியில் ஒரு ராத்திரி மங்கம்மா சத்திரத்தில் தங்கியிருந்தபோது பிள்ளை பழ வர்க்கமும், மானாமதுரை மண் கூஜாக்களில் சுத்த ஜலமுமாக அவர்களை எதிர்கொள்ளப் போனது.

அந்தக் குடும்பம் சுபகாரியம் முடிந்து முந்தாநாள் இரவு திரும்பப் புறப்பட்டபோது அரசூரில் அவர்களின் வீடும் புத்தி ஸ்வாதீனமில்லாத புத்திரனும் தீப்பிடித்து எரிந்து சாம்பலாய்ப் போன சங்கதி எல்லாம் நேற்றுப் பகல் முதலே தெரியவந்து, தாங்கள் யாரும் சம்பந்தப்படாமலேயே விசனமும் துக்கமும் அடைந்திருந்த ஜனங்கள் அவர்கள் எல்லோரும்.

சங்கரன் எல்லோரையும் பார்த்தபடி தூணைப் பிடித்தபடி நின்றிருந்தான்.

வீடு போயாச்சு. அண்ணாவும் போய்ச் சேர்ந்துட்டான். அந்தச் சங்கடத்திலும் சங்கரனுக்குக் கொஞ்சம் ஆசுவாசம். கருப்பஞ் செட்டியாரிடம் வட்டிக்கு மூலதனமாக முடக்கிய, அவர் கும்பினிக்காரனுக்குக் கடன் கொடுத்த பணம் எல்லாம் பத்திரம். வீட்டில் வைத்திருந்த புகையிலைச் சிப்பமும் ஒரு நறுக்கு மிச்சமில்லாமல் வெளியே அனுப்பிவைத்து விட்டதால் தொழில் வகையிலும் பாதகமில்லை.

வீட்டைத் திருப்பக் கட்ட எவ்வளவு பிடிக்குமோ? அதை ஏன் எரிக்க வேணும்? யார் எரித்திருப்பார்கள்? புத்தி குழம்பிய சாமாவைத் தனியாக வைத்துவிட்டு எல்லோரும் வீட்டைத் திறந்து போட்டுவிட்டு வந்திருக்கக் கூடாதோ?

இந்த ஐயணைக் கடன்காரனை அவன் கூடவே இருடா மூதேவின்னு படிச்சுப் படிச்சுச் சொல்லிட்டு வந்தேனே? களவாணி கள்ளுக் குடிக்கப் போயிட்டானா இவன் வீட்டைக் கொளுத்த விட்டுட்டு? என் போதாத காலம் இப்படி நான் போற வயசிலே புத்ர சோகத்துலே புலம்ப வச்சுட்டானே படுபாவி. அவன் விளங்குவானா?

ஐயர் தன் விசுவாசம் மிக்க ஊழியனான ஐயணையை வைது தீர்த்தபடி தலையில் தலையில் அடித்துக் கொண்டபோது தாணுப் பிள்ளைக்குக் கஷ்டமாக இருந்தது.

சாமி, அந்தக் கிளவன் மேலே குத்தம் ஏதும் இருந்ததாத் தெரியலீங்க. ராத்திரி வீட்டு வாசல் திண்ணையிலே தான்

படுத்துக் கிடந்திருக்கான் அவன். வெளியே இருந்து யாரோ பந்தம் கொளுத்தி வீசியிருக்காஹ. கந்தகத்தைக் கலந்து சுழத்தி எறிஞ்சது போல. ஐயணை மெத்தைப் படியேற முடியாம புகை. நெருப்பு. அவன் போய்ப் பார்க்கும்போது பெரிய சாமி உள்ளாற தாப்பாப் போட்டுட்டுச் சிரிச்சுட்டுக் கிடந்த சத்தம் கே' டுச்சாம்.

ஐயணை தான் நேற்றுக் காலையில் தாணுப்பிள்ளையிடம் தாக்கல் சொல்லிப் போனது. போக வர ஒன்பது நாழிகை பிடிக்கிற தூரம் அரசூருக்கும் மதுரைக்கும். அறுபது கடந்த அந்தக் கிழவன் ஓட்டமும் நடையுமாகக் கால்நடையாகவே வந்து சொல்லி விட்டு ஒரு வாய்த் தண்ணீர் கூடக் கேட்டு வாங்கிக் குடிக்காமல் திரும்ப ஓடியிருக்கிறான்.

தாணுப் பிள்ளை வீட்டு ஸ்திரிகள் கல்யாணி அம்மாளை நாடி பிடித்துப் பார்க்க, மேலமாசி வீதி வைத்தியனைக் கூப்பிட ஆளனுப்பிக் கொண்டிருந்தபோது, சுப்பிரமணிய ஐயரும், சங்கரனும் தாணுப்பிள்ளையும் அண்டை அயல்காரர்களில் நாலைந்து பேரும் உடன் வர இரண்டு பெரிய வண்டிகளில் துரிதமாக அரசூரை நோக்கிக் கிளம்பினார்கள்.

அவளுக்கு மூர்ச்சை தெளிஞ்சதும் அவளை அவளை.

ஐயர் வார்த்தை வராமல் தடுமாற, அவர் கையைப் பிடித்து ஆதரவாக முன்னால் கூட்டிப் போய்க் கொண்டே தாணுப்பிள்ளை சொன்னார்.

சாமி, அம்மாவை நம்ம வீட்டுப் பொண்டுக நல்லாக் கவனிச்சுக்கும். கவலையே வேணாம். அவங்க பிரயாணப்பட சௌகரியப்பட்டபோது அவங்களோட என் மாமனாரோ சகலையோ கூடத் துணைக்கு வர நம்ம பின்னாடியே கிளம்பி வந்துடலாம்.

பிள்ளைவாள். அம்மா எழுந்திருந்தாலும் சாமாவுக்கு உடம்பு ஸ்திதி கஷ்டமா இருக்குன்னு மட்டும் சொன்னாப் போதும்.

சங்கரன் வண்டியில் உட்கார்ந்தபடியே தாணுப்பிள்ளையிடம் சொல்ல, அவருக்குத் தெரியும்டா சங்கரா அதெல்லாம் என்றார் சுப்பிரமணிய ஐயர் மேல் வஸ்திரத்தால் கண்ணைத் துடைத்துக் கொண்டே.

கைமுதல் எல்லாம் போன, நிர்க்கதியான, கூலிக்குப் பிணம் தூக்கக் கோவில் மண்டபத்தில் காத்திருக்கும் தரித்திரப் பிராமணனாகத் தன்னைக் கற்பித்தபடியே சுப்பிரமணிய அய்யர் கொஞ்சம் கண் அசர, சங்கரன் மனதில் சந்தர்ப்ப சூழ்நிலை தெரியாமல் பகவதிக் குட்டி சலமேலரா பாடிக் கொண்டிருந்தாள். அந்த அம்பலப்புழை வீட்டு ஏலம், கிராம்பு வாசனையும் ஜமுக்காளத்தில் தெறித்த சந்தன வாடையும், பிச்சிப்பூ வாடையும் தீர்க்கமாகச் சூழ்ந்து நிற்க அரசூருக்குள் நுழைந்தார்கள்.

நீர்க்காவி ஏறின வெள்ளை வஸ்திரம் புதைத்த உடலுக்கு வெளியே கரிப்பிடித்த கால்களின் பக்கம் குத்துக்காலிட்டு உட்கார்ந்திருந்த ஐயணை இவர்களைப் பார்த்ததும் எழுந்து நின்றான்.

சாமி, மோசம் போய்ட்டோம்.

அவன் அலறலில் அரசூரே அங்கே திரண்டு வந்தது.

அத்தியாயம் இருபத்தெட்டு

சாமிநாதனைக் கூட்டமாகப் போய் எரித்து விட்டுத் திரும்பி வந்தார்கள்.

இனிமேல் எரிப்பதற்கும் ஒன்றுமில்லை அவன் தேகத்தில். திரும்பி வரவும் இடம் எதுவும் இல்லை எரிக்கப் போனவர்களுக்கு.

வேதபாடசாலையை நிர்வகிக்கும் கனபாடிகள் அரண்மனைக்குப் போய் முறையிட்டு, ராஜா சத்திரத்துக்கு வேத பாடசாலையைத் தற்காலிகமாக இடம் மாற்றினார். முந்திய தலைமுறை ஜமீந்தார்கள் காலத்தில் ராமேசுவரம் போகிற யாத்ரீகர்கள் இடைவழியில் வந்து தங்கிப் போகிற சத்திரமாக இருந்தது அது. அரசூரைத் தொடத் தேவையில்லாமல் முள்ளுக்காட்டை வெட்டிச் சீர்திருத்தித் துரைத்தனத்தார் சாலை போட்ட படியால், சத்திரத்தில் யாத்ரீகர் வரவு குறைந்து போயிருந்த காலம். மானியம் கொடுப்பதிலும் துரைகள் கையைப் பின்னுக்கு இழுத்துக் கொண்டதால், வந்த தடியன் போன தடியனுக்கு எல்லாம் வடித்துக் கொட்டிக் காசைக் கரியாக்காமல் ராஜா அதை அடைத்துப் பூட்டி வைத்திருந்தார்.

சகல ஜாதியாரும் ஸ்வாமியைப் பங்குனி உத்திரப் பத்து நாள் மண்டகப்படியில் தூக்கிச் சுமந்த தீட்டுப் போகக் கடைசி நாள் சைத்யோபசார மண்டகப்படியாகப் பிராமணர்கள் தீவட்டி பிடித்து, பல்லக்குச் சுமந்து, வேத கோஷம் முழங்க சுவாமி புறப்பாடு நடத்தும்போது மாத்திரம் அதைத் திறந்து விடுவதை வழக்கமாக வைத்திருந்தார் அவர்.

சுத்தப்படுத்தறதெல்லாம் சரிதான். பல்லக்கு முன்னாடி நாகசுரம் வாசிக்க மட்டும் என்னாத்துக்கு நடேசப் பண்டிதன்? அதையும் அவனுகளே செய்ய வேண்டியதுதானே?

ராஜா கூட இருக்கப்பட்டவர்களிடம் வேடிக்கை விநோதமாகச் சொன்னாலும் கடைசி நாள் மண்டகப்படிக்கு கனபாடிகளிடம் ராஜா சத்திரத்துச் சாவி வந்து சேர்ந்து விடும். இப்போது கனபாடிகளே அரண்மனைக்கு ஒரு நடை விரசாக நடந்து சாவியோடு வந்து சேர்ந்து தகனத்துக்குப் போனவர்கள் திரும்புவதற்குள் பாடசாலை வித்தியார்த்திகளைச் சத்திரத்துக்கு மாற்றி இருந்தார்.

ராமலட்சுமிப் பாட்டி எரியாத விறகோடும், சத்திரத்துக் கோட்டை அடுப்போடும் போராடி பாதியிருட்டில் சமைக்கத் தெப்பக்குளக் கரையில் அவசரமாகச் சந்தியாவந்தனம் முடித்து வந்த வித்தியார்த்திகள் ஒத்தாசை செய்தார்கள்.

கனபாடிகள் சொன்னபடிக்குக் கொஞ்சம் அதிகமாகவே சமைத்திருந்தாள் ராமலட்சுமிப் பாட்டி. வயோதிகத்தால் தளர்ந்த உடம்பு வழங்காவிட்டாலும், சுப்பிரமணிய ஐயர் குடும்பத் துக்கம் தணிய ஏதோ ஒரு வகையில் தன்னாலான ஒத்தாசை என்று அவள் சிரமம் பார்க்காமல் சமைத்து முடித்தபோது மசானத்துக்குப் போனவர்கள் குளித்துவிட்டு வருவதாக கனபாடிகள் வந்து சொன்னார்.

நாலைந்து பாடசாலை வித்தியார்த்திகள் சாதமும், கொட்டு ரசமும், புடலைக் கறியுமாகப் பெரிய வெங்கலப் பாத்திரங்களில் வாழை இலை வைத்து மூடி எடுத்துக் கொண்டு அவர்கள் காலி செய்திருந்த ஜாகைக்குப் போனார்கள்.

சாப்பாடும் வேணாம். மண்ணும் வேணாம். உசிரு இப்படியே போகப்படாதா? என்று அரற்றியபடிக்குச் சுப்பிரமணிய ஐயர் சுவரில் சாய்ந்து உட்கார்ந்திருந்தார்.

சங்கரனுக்கு நல்ல பசி. போனவன் என்னமோ போயாச்சு. நாம பட்டினி கிடந்தா வந்துடுவானா என்ன அந்தக் கிறுக்கன்?

அவன் சோறும் கறியும் ரசமும் மோருமாகப் பகாசுரன் போல் சாப்பிட்டான். இந்த க்ஷணத்தில் சாப்பிடுவது தவிர வேறு காரியம் லோகத்தில் எதுவும் இல்லை. புகையிலைக் கடை, பகவதிக் குட்டி, மூக்குத் தூள் விற்கிறது, அவன் கல்யாணம், எரிந்து போன வீடு எல்லாமே எல்லாருமே காத்திருக்கட்டும்.

அவன் தரையில் ரசம் ஒழுக, வேஷ்டியில் சோற்றுப் பருக்கை விழுந்து சிதறச் சாப்பிட்டு முடித்தபோது சுப்பிரமணிய அய்யர் பாத்திரம் மூடிய இலையைத் தரையில் பரத்தி வெறுங்கையால் உள்ளே இருந்து அன்னத்தை அள்ளி எடுத்துப் பரத்திக் கொண்டு அப்படியே சாப்பிட்டார்.

அப்பா, மோர் குத்திக்குங்கோ.

சங்கரன் கனிவோடு சொன்னபடி, புளித்த மோரைச் சாதத்தின் மேல் கவிழ்த்தான்.அது சிராங்காய் அளவு இலையில் விழுவதற்குள் போதும் என்று கையை மறித்து நிறுத்திவிட்டார் சுப்பிரமணிய அய்யர்.

அவர் மனதில் பிணந்தூக்கிப் பிராமணன் பலமாகக் கவிந்து கொண்டிருந்தான். சாப்பிட்டு விட்டுக் கையைத் தலைக்கு அணையாக வாசல் திண்ணையில் படுத்தால் நாளைக்கு எவனாவது எழுப்பி பொணம் தூக்க வாடா பிரம்மஹத்தி என்று கூட்டிப் போவான். அதெல்லாம் கருகிச் சாகாதவர்களின் பிணமாக இருக்கும். உயிர் போகும்போது முகத்தில் சின்னக் கீற்றாகவாவது கையெழுத்துப் போட்டுப் போயிருக்கும்.

தாணுப்பிள்ளையும் கூட வந்த மதுரைக்காரர்களும் இடுகாட்டில் இருந்து திரும்பித் தெப்பக்குளத்தில் குளித்ததுமே வண்டி கட்டிக் கொண்டு ஊருக்குத் திரும்பி விட்டார்கள்.

கல்யாணி அம்மாவைக் கவனித்துக் கொள்ளும்படியும், காலையில் அஸ்தி சேகரிப்பு ஆன பிறகு தான் மதுரை வந்து அவளைக் கூட்டிப் போவதாகவும் சங்கரன் சொல்லி அனுப்பினான்.

அம்மாவைப் பத்திக் கவலையொண்ணும் வேணாம். பிராமண போஜனமா அவுஹளுக்கு ஏற்பாடு பண்ணி உடம்பொறந்தவுஹ மாதிரி நம்ம வீட்டுப் பொம்பளைங்க கவனிச்சுக்கும். நீங்க பையப் பதறாம வந்து சேருங்க.

தாணுப்பிள்ளை சம்பிரதாயத்தை அனுசரித்துச் சொல்லிக் கொள்ளாமல் கிளம்பிப் போனார்.

மீந்த சாதத்தையும் மற்றதையும் பாடசாலை வித்தியார்த்திகள் திருப்பி எடுத்துப்போன அப்புறம் சங்கரன் சாப்பிட்ட இடத்தை எச்சில் இட்டு மெழுகினான். கொல்லையில் மூத்திர நாற்றமும், கிணற்றுப் பக்கம் கொடியில் கோவணத் துணியும், துவைக்கிற கல்லின் கீழ் எருக்கஞ் செடியும், மாடப்பிறையில் வீபுதிச் சம்படமும் சமையல் கட்டில் பாதி உலர்ந்த பூசணிக்காய்ப் பத்தையுமாக வேத பாடசாலை திரும்பவும் கிரகஸ்தர்கள் வசிக்கிற வீடாக மாறப் பிடிவாதமாக மறுத்துக் கொண்டிருந்தது.

அவன் வாசலுக்குப் போகும்போது கூடத்திலேயே எச்சில் இட்ட இடத்துக்கு மேல் ஈரத்தில் கையை நீட்டி வெறுந்தரையில் சுப்பிரமணிய ஐயர் நித்திரை போயிருந்தார்.

புழுக்கமான ராத்திரி. அவன் திண்ணையில் வந்து உட்கார்ந்தபோது ஊர் அடங்கி இருந்தது. எழுந்து வெளிவாசலுக்குப் போனான்.

பேச வேணும். யார் கூடவாவது. ஐயணை வந்தாலும் சரிதான். கொட்டகுடித் தாசியாக, மாட்டைக் குப்புறத்திப் போட்டு லாடம் அடிக்கிறவனாக, மாடியிலிருந்து பார்த்தால் குளித்துக் கொண்டிருக்கிற ராணியாக யாராக இருந்தாலும் சரிதான்.

வயதாகிக் கொண்டிருக்கும் அந்த சுந்தரியை ஏன் இத்தனை நாள் மறந்து போனோம் என்று அவனுக்குக் கொஞ்சம் ஆச்சரியமாக

இருந்தது. பகவதிக் குட்டியின் வசீகரம் கொட்டகுடித் தாசியை, முலை தொங்க ஆரம்பித்த ராணியை எல்லாம் அடித்துப் போட்டது. தொங்கியே இருக்கட்டும், அவள் அடுத்தவன் பெண்டாட்டி இல்லையோடா கெட்ட பயலே என்று லாடம் அடிக்கிறவன் மாட்டுச் சாணத்தை அள்ளி சங்கரன் முகத்தில் அப்பியபடி சொன்னான். சாமிநாதனின் விந்துத் துளிகள் சங்கரனின் உதட்டில் பட்டன.

தூற ஆரம்பித்திருந்தது.

இன்னும் அதிகமாகிக் கொண்டிருக்கும் புழுக்கம். இப்படியே நடந்து போய் வீட்டைப் பார்த்து விட்டு வந்தால் என்ன என்று யோசித்தான் சங்கரன்.

அங்கே என்ன இருக்கிறது? எரிந்து போன சுவரும், பாதிக்கு மேலே தகர்ந்து விழுந்த மேற்கூரையும். கூடத்தில் அந்த ஊஞ்சல் என்ன ஆனது? ஆளோடியில் பாதரட்சை விடும் இடத்துக்கு நேர் மேலே சளைக்காமல் வலை பின்னிக் கொண்டிருக்கும் அழுக்குச் சிவப்புச் சிலந்திக்கு என்ன நேர்ந்தது? கூடத்துச் சுவரில் வரலட்சுமி நோன்புக்கு வரைந்து வைத்த லட்சுமி முகத்துக்கு? மாடியில் அந்தக் கைப்பிடிச் சுவருக்கு?

தூறல் வலுத்தது. அவன் மெல்ல நடந்தான். நாற்சந்திக்கு வந்தபோது அவன் கால்கள் தாமாகவே அவனைக் கடைத் தெருவுக்கு இழுத்துப் போகப் பார்த்தன.

புடுங்கி வியாபாரம். கிடக்கட்டும் இன்னும் இரண்டு நாள். கடை அடைத்தே கிடக்கட்டும்.

அவன் அரண்மனைப் பக்கம் திரும்பினான். இருட்டில் அமிழ்ந்து கிடந்த அரண்மனையில் ஏதோ ஒரு சாளரத்தில் விளக்கு வெளிச்சம் தெரிந்தது.

அந்த ராணி தூக்கம் வராமல் புரண்டு கொண்டிருப்பாள். வயிறு பருத்த வயோதிக ராஜா கேட்டுக் கொண்டபடி விளக்கைப் போட்டுக் கொண்டே அவனுக்குச் சுகம் கொடுக்கப்

பிரயத்தனப்பட்டுக் கொண்டிருப்பாள். சிரமத்துக்கு இடையே போகம் முடித்து, நாளைக்குக் குளிக்க ஸ்நானப் பொடி, தைலம், சீயக்காய் எல்லாம் சேவகர்கள் எடுத்து வைத்திருப்பார்களா என்று மேற்பார்வை செய்து கொண்டிருப்பாள்.

அவள் நாளைக்கு அரண்மனைக் குளத்தில் குளிக்கும்போது சங்கரன் கைப்பிடிச் சுவரைப் பிடித்து ஏறி எட்டிப் பார்க்க மாட்டான். யாருடைய பார்வையும் படாமல் அவள் சமாதானமாகக் குளித்துச் சிதிலமான குளப்படி ஏறிப் போகட்டும்.

சங்கரன் வீட்டு முன்னால் வந்து நின்றான். மழையின் தாரைகள் வலுத்து அவன் முகத்தில் அறைந்தன. எரிந்து கருத்த பாதிச் சுவர்கள் மேல் படிந்த மழை மின்னலில் அந்தக் கருமையை இன்னும் அழுத்தப் பதித்துக் காட்டியது.

என்னை நிர்க்கதியா விட்டுட்டுப் போய்ட்டேளேடா எல்லாரும் என்று அந்த வீடு இடிக்கு நடுவே குரல் எடுத்து அழுதபோது சங்கரனும் உடைந்து போனான்.

மந்திரத்தால் முடுக்கப்பட்ட பொம்மை போல் அவன் வீட்டுக்குள் நுழைந்தான். வாசல் கதவும் நிலையும் இல்லாமல் வயோதிகத் தாய் நோய் முற்றித் துணி நழுவி விழுந்து புத்ரன் பார்க்க நக்னமாகக் கிடந்தது போல் அந்த வீடு கிடந்தது.

சரி பண்ணுவேன். உடனே. இன்னும் ரெண்டு மாசத்துலே. பங்குனி உத்திரத்துக்குத் தேரோட்டம் வர்றதுக்குள்ளே. வடம் பிடிச்சு இழுக்கறவா வாசல்லே நிக்கறபோது இங்கே திரும்ப மரப் பலகை போட்டு நீர்மோரும் பானகமும் வினியோகம் செய்வேன். இங்கே இங்கேதான் பாதரட்சையை விட்டுட்டு உள்ளே போவேன். அந்தச் சிலந்தி நெருப்பிலே சுருண்டு எரிஞ்சு போனாப் போகட்டும். இன்னொண்ணு அங்கே சித்த மேலே வலை பின்னும். மாடியிலே சாமா பழுக்காத்தட்டைப் போடுவான்.

சாமா. சாமா இனிமே வரமாட்டான். அந்த சங்கீதம் எல்லாம் இனிமே இங்கேயோ வேறே எங்கேயோ உனக்குக் கிடையாது.

சங்கரன் அப்படி இருக்காது என்று தலையை ஆட்டிக் கொண்டான். இன்னொரு மின்னலில் மாடிப் படிக்கட்டுத் தெரிந்தது. அது எரிந்திருக்கவில்லை.

அவன் இருட்டில் தட்டுத் தடுமாறிப் படியேறும்போது வெளவால் வாடையும், வியர்வை வாடையுமாகச் சூழ்ந்து வந்தது. இது பெண்ணின் வியர்வை வாடை. சம்போகத்தில் வியர்த்து விறுவிறுத்து, உச்சபட்ச சந்தோஷம் அடைந்து, கொடுத்து, அக்குளிலும், மார்க்கு வட்டிலும், நெற்றியிலும் வியர்வை ஆறாகப் பெருகக் கொண்டவனைத் தழுவிக் கிடக்கிறவள். மாமிசம் சாப்பிட்ட பெண். வெளவால் மாமிசம் சாப்பிட்டவள். மனுஷர்கள் வெளவாலைத் தின்னுவார்களோ?

அந்த மாடிப்படி அந்தரத்தில் முடியாமல் நின்றது. மின்னலில் ஆகாசம் மேலே விரிந்து கிடந்ததைக் கொஞ்சம் போல் காட்டி இன்னும் இருக்கு நிறைய என்றது. மழை சுருதி பிசகாமல் பெய்து கொண்டிருந்தது.

சங்கரன் சொட்டச் சொட்ட நனைந்தபடி இறங்கும்போது கூடத்தில் ஈரமான ஜமுக்காளத்தில் உட்கார்ந்தபடி சலமேலரா பாடிக் கொண்டிருந்த பெண் நாணத்தோடு எழுந்து நின்றாள். பகவதிக் குட்டியா? இல்லை இது வேறே யாரோ.

இப்படிப் பக்கத்துலே வந்து உட்காருடா சங்கரா.

ஊஞ்சலில் உட்கார்ந்து ஆடிக் கொண்டிருந்த சாமிநாதன் சொன்னான். அவன் மேல் ஒரு துளி ஜலம் இல்லாது சுக்குப் போல் உலர்ந்து இருந்தான்.

நன்னாப் பாடினேனா?

அந்தப் பெண் கேட்டபடியே ஊஞ்சல் அருகே வந்தாள். பழைய கிணற்றுப் பாசி வாடை அவள் உடுப்பில் இருந்து சங்கரனின் மூக்கில் குத்தியது.

உக்காருடா சங்கரா. அவ உன் மன்னி, தெரியுமோ?

சாமிநாதன் ஊஞ்சலை விந்தி விந்தி இன்னும் வேகம் கூட்டியபடி ஆட்டிக் கொண்டு சொன்னான்.

இப்படி ஆட்டினா என் கொழுந்தனார் எப்படி உக்காருவார்?

அந்தப் பெண் கலகலவென்று சிரித்தாள்.

உன் மன்னி அழகா இல்லே நீ பாத்துட்டு வந்த பகவதிக்குட்டி அழகா?

சாமிநாதன் அந்தப் பெண்ணை சங்கரன் பார்க்க இழுத்து அணைத்து முத்தம் இட்டு விட்டுக் கேட்டான்.

கொழுந்தனாருக்கு என்னமோ குளிக்கப் போற ராணிதான் அழகு. அவ வீட்டையே கொளுத்திப் போட்டாலும்.

அந்தப் பெண் உதட்டைத் துடைத்துக் கொண்டே சொன்னாள்.

தப்புடா. மகா தப்பு. விவாகம் ஆன ஸ்திரியை ஒளிஞ்சு நின்னு அர்த்த நக்னையாப் பார்க்கறது தப்புன்னு எதோ கிரந்தத்திலே எவனோ மயிராண்டி எழுதி வச்சுருக்காண்டா.

சாமிநாதன் முகத்தை வேண்டுமென்றே கடுமையாக வைத்துக் கொண்டு சொன்னான்.

அப்ப, தெவசச் சோத்துக்குப் பிரேத ரூபமா இறங்கி வந்தவளைப் படுக்க வைக்கறது நியாயமா?

அவள் சாமிநாதனின் அரையில் கையால் வருட, சங்கரன் சுவரைப் பார்க்கத் திரும்பிக் கொண்டான்.

பாருடா சங்கரா, இவளுக்கு ஊஞ்சல்லேயே அனுபவிக்கணுமாம். அதுவும் ஆடிண்டே. ஊஞ்சல் அதுக்கா இருக்கு? லண்டி மிண்டை, ஊஞ்சல அத்தனை வேகமா ஆட்டினா கூடச் சுவத்திலே இடிக்கறது பாருடி. வரலட்சுமி நோம்புக்கு வரஞ்சு வச்ச அம்மன் பார்க்கிறா.

பாக்கட்டுமே. கொழுந்தனாரும் தான்.

சங்கரன் வெளியே ஓடினான். பின்னால் ஊஞ்சல் சத்தம் மழை இரைச்சலை மீறிக் கேட்டுக் கொண்டே இருந்தது.

அத்தியாயம் இருபத்தொன்பது

விடிகாலையிலேயே வந்துவிடுவான் என்று சொன்னார்கள். ராஜா காத்துக் கொண்டிருக்கிறார். எழவெடுப்பான் வரும் வழியாகக் காணோம் இன்னும்.

நடுச் சாமத்திலிருந்து தூக்கம் போனது ராஜாவுக்கு. ராணியோடு சீமை தேசங்களிலெதிலோ யாத்திரையாகிறது போல சொப்பனம். தழையத் தழைய உடுத்த துரைகளும் துரைசானிகளும் சாரட்டிலேறிச் சடுதியில் போய்க் கொண்டிருக்கிறார்கள். வீதி முழுக்க உப்பைக் கொட்டி வைத்தது போல் பனி உறைந்து கிடக்கிறது. ஆனாலும் குளிரவில்லை.

நடந்து போகிற மாதிரி யாரையும் இங்கே காணோமே.

ராஜா முணுமுணுக்கும்போது கிழட்டு வெள்ளைக்காரன் ஒருத்தன் கண்ணை மறைக்கும் தொப்பியும் நீளச் சராயும் காலில் தோல் பாதரட்சையுமாக எதிரே வருகிறான்.

சாமி தரும தொரே.

ராணி உரக்கக் கூவுகிறாள். ராஜா பயபக்தியோடு முன்னால் நீட்டிய மூத்திரச் சட்டியில் வெள்ளைக்காரன் ஒரு தம்பிடி

போட்டுவிட்டு நாற்றமடிக்கிறது என்று முகத்தைச் சுளித்தபடி போகிறான்.

தேகம் விதிர்த்து நடுங்கக் கண் விழித்தார் ராஜா. அப்போது கலைந்து போன தூக்கம் போனது தான். அதையும் இதையும் யோசித்துக் கொண்டு வாசலுக்கும் முற்றத்துக்கும் உலாவிக் கொண்டிருந்தார் மீதி ராத்திரி முழுக்க அவர்.

வாரிசு இல்லாமல் போனதைக் காரணம் காட்டிப் பெரிய சமஸ்தானங்களை எல்லாம் துரைத்தனத்தார் பிடுங்கிக் கொண்டு தம்பிடி கொடுக்காமல் அந்தப்புரத்து ஸ்திரிகளைத் தெருவில் துரத்தி விட்டதாக வடக்கு தேசத்திலிருந்து தகவல் வந்த மணியமாயிருக்கிறது.

இன்னும் காபூல் என்று ஒரு பட்டணம். அங்கே இருந்து கற்கண்டாகத் தித்திக்கும் உலர்ந்த திராட்சை வரத்து உண்டு என்பது ராஜாவுக்குத் தெரியும். யாராவது எப்போதாவது காணிக்கை வைக்கிற வழக்கம் உண்டுதான். அந்தப் பட்டணத்திற்குப் மலைப்பாதை வழியாகப் படை நடத்திப் போன துரைத்தனத்தார் பத்தாயிரம் இருபதாயிரம் கணக்கில் உயிர்ச் சேதமாகிக் குற்றுயிரும் குலையுயிருமாகத் திரும்பி வந்திருப்பதாகவும் அங்கே கோட்டை விட்டதை எல்லாம் தெற்குத் தேசத்தில் வாரிச் சுருட்ட முஸ்தீபோடு கிளம்பி இருக்கிறார்கள் என்றும் கூடத் தகவல்.

வரப் போகிற துரை ராஜாவுக்கு சந்ததி விருத்தியாக இன்னும் தேகத்தில் பெலமிருக்கிறதா என்று பரிசோதித்துப் போக வந்திருக்கிறானா இல்லை கஜானாவில் இருந்து எதையாவது அதிகாரமாகப் பிடுங்கி எடுத்துக் கொண்டு போகக் கிளம்பியவனா என்று தெரியவில்லை.

எப்படி இருந்தாலும் இவன் வரவு உபத்திரமானதாகவே பட்டது ராஜாவுக்கு. ஆனாலும் என்ன செய்ய முடியும்? வரேன் என்றால் வராதே என்று ஓலை அனுப முடியுமா? அதுவும் மானியம் அளக்கிற ராஜதானிப் பிரபுவின் பாத்யைக்குட்பட்ட ஊழியனுக்கு?

அதுதான் இப்படிக் காத்திருக்க வேண்டிப் போனது.

இதோ வந்தாச்சு என்று கண்ணைச் சுழற்றுகிறது தூக்கம். அடைப்பக்காரன் உருட்டித் தரும் லேகிய உருண்டை இல்லாமலேயே நிதானம் ஒழிந்துபோய் மேலே மிதக்கிறது போல் ஒரு நினைப்பு. காலையில் கழிவு சரியாக வெளிக்கு இறங்காமல் மல பந்தமாகி வயிறு நோகிறது. அது தரைக்குப் பிடித்து இழுக்கிறது உடம்பையும் மனதையும்.

என்ன தேகமடா இது? ராஜாவுக்குச் சொல்ல முடியாத கோபம் ஏற்பட்டது. ஒரு நாள் காலைக் கிரியை கழிக்க முடியாமல் போனால் குடி முழுகிப் போனது போல் ஒரு தளர்ச்சி. எரிச்சல். எதையும் எதிர் கொள்ள முடியாத நடுக்கம். தீனியில் தீவிரமாக இல்லாமல், வைத்தியன் சொல்வது போல் மூணு வேளையும் கீரையும், மிளகுத் தண்ணீரும் சாப்பிட்டுக் கொண்டு இருந்தால் இந்தத் தொல்லை எல்லாம் இருக்காது. மூணு வேளையும் கீரை சாப்பிடுகிற மகாராஜா இந்தப் பூவுலகத்தில் எங்கேயேனும் இருக்கானா என்ன? இருந்தால் அவனுக்குப் பசுமாடு போல் மூஞ்சியும் குதமும் ஆகிப் போயிருக்கும்.

சமையல்காரனிடம் இன்னொரு கரண்டி வல்லாரை லேகியமும், நாக்கைப் பொத்துப் போக வைக்கும் சூடுமாக வென்னீரும் கொண்டு வரச் சொல்லலாமா என்று யோசித்தார் ராஜா.

துரை சட்டமாக வந்து இறங்கும் நாளிலேயா இப்படி திரேகம் ஒத்துழைக்காமல் உசிரெடுக்க வேணும்?

இந்த ஆடி மாதம் பிறந்ததிலிருந்தே இப்படித்தான் இருக்கிறது. எல்லாம் அந்தப் புகையிலைக்காரப் பார்ப்பான் வீட்டில் தீப்பிடித்து எரிந்து போனதில் தொடங்கியது. அதற்கு அப்புறம் இரண்டு நாளுக்கு ஒருமுறை மலபந்தம், நீர்க்கடுப்பு அப்புறம் மார்ச்சளி என்று உடம்பு தொடர்ந்து படுத்திப் போடுகிறது.

அய்யன் சாபம் கொடுத்திருப்பானோ? வீட்டோடு வெந்து கருகிய அந்தப் பிராமணப் பிள்ளை? அவன் ஏன் ராஜாவை சபிக்க வேண்டும்? அதுவும் கிரமமாக மலம் கழியாது போக வேண்டி.

புகையிலைக் கடைக்காரர்களின் வீடு தீயோடு போனதற்கு ராஜா காரணம் என்று யாரும் நினைக்கவில்லைதான். ஊரிலும் பேச்சு அந்தத் தரத்திலேயே அடிபடுவதாகக் காரியஸ்தன் வந்து சொன்னான். கடைத் தெருவிலும், அய்யன் சாமி கோவில் பிரகாரத்திலும் குடியானவத் தெருவிலும் எல்லாம் பேசிக் கொள்வது இந்த ராஜா மனுஷன் இவ்வளவு பக்கத்தில் இருந்தும் நெருப்பை அணைக்க ஒரு துரும்பையும் நகர்த்தி அப்பால் போடவில்லையே என்ற பிரஸ்தாபமே ஒழிய வேறு ஒன்றும் இல்லை.

ஆனாலும் புகையிலைப் பார்ப்பான் வீடு பற்றி எரிந்தது குறித்து அக்கிரகாரத்தில் சந்தோஷம் நிலவுவதாகவும் தெரியவந்தது. கண்ட கருமாந்தரத்தையும் வித்துக் காசை அள்ளிக் குவிச்சான். சீமந்த புத்திரனும் சீமை ஓடு போட்ட வீடுமா எல்லாம் நாசமாப் போச்சா. போகட்டும் என்னை விட்டா உண்டோன்னு பிருஷ்டம் பெருத்து நடந்தானே. பகவானே பார்த்து நீ இம்புட்டுத்தாண்டான்னுட்டார்.

இப்படிப் பேச்சு அங்கே அடிபட்டதாக அந்தக் கொச்சையை முடிந்தவரை அபிநயித்துக் காரியஸ்தன் சொன்னபோது ராஜாவுக்கு அவன் மேல் முழு நம்பிக்கை வராவிட்டாலும் இரண்டு வசவைப் பொதுவாக உதிர்த்தார். அவருக்கு என்னமோ புகையிலை அய்யன் மேல் பரிதாபம் ஏற்பட்டது.

ஜீவனோபாயமாக அவனவன் ஏதேதோ செய்து பிழைக்க வேண்டியிருக்கிற காலமில்லையா இது. நம்மைத்தான் ராஜா என்றோ, ஜமீந்தார் என்றோ நாமகரணம் செய்து இங்கே பெருச்சாளி குழி பறிக்கும் பழைய அரண்மனையில் வெறுந்தடியனாக உட்கார வைத்துவிட்டது தலைவிதி. கொட்டகுடித் தாசிக்குக் கூத்தும் பாட்டும், அண்ணாசாமி அய்யங்காருக்குச் சோழி உருட்டி ஜோசியமும், அடைப்பக்காரனுக்கு எச்சில் படிக்கம் ஏந்துவதும், இந்த அய்யனுக்கு நாற்றப் புகையிலை விற்கவுமாக நாலு காசு சம்பாதித்துக் குடும்பம் நடத்தி பந்து மித்திரர்களை சம்ரட்சிக்க

வாய்த்திருக்கிறது. ராஜா போல் மூத்திரப் பாத்திரத்தில் போட்ட பிச்சைக் காசாக எத்தனை சல்லி துரைத்தனத்துப் பணம் வருமென்று நாக்கைத் தொங்கப் போட்டுக் கொண்டு காத்திருக்க வேண்டிய புடுங்கி உத்தியோகம் இல்லை அதெல்லாம்.

ஊரில் வரியும் கிஸ்தியும் வசூலிக்கிற அதிகாரத்தையும் விடாமல் பிடுங்கிக் கொண்டு போனார்கள் வெள்ளைக்காரத் தாயோளிகள். கண்மாய்க் கரைப் பொட்டல்காட்டில் குத்த வைக்கிறவர்களுக்கு ஒரு சல்லி வரி விதித்தால் கூட ராஜா நிம்மதியாக சாப்பிட முடியும். விட்டால்தானே?

மூணு நாள் முன்பு காரியஸ்தன் துரைத்தனத்து லிகிதத்தோடு மத்தியானப் போஜன வேளையில் நுழைந்தபோதே சாப்பாட்டில் புத்தி போகவில்லை. இத்தனைக்கும் வெகு ருசியாகக் கருவாட்டுக் குழம்பு வைத்திருந்தான் சமையல்காரன்.

என்ன சமாச்சாரம் எழுதியிருக்கிறான் துரை? அவனுக்கு விதைக்கொட்டை இறங்கிப்போய் அதை உயர்த்திப் பிடிக்க வரச்சொல்லி இருக்கிறானா?

ராஜா உரைத்த நாக்கிலே நெய்யை ஏகத்துக்கு அடக்கிக் கொண்டே பார்வையால் விசாரித்தார்.

அதெல்லாம் இல்லையாம். துரைத்தனத்து உத்தியோகஸ்தன் ஒருத்தன் இங்கே மேற்பார்வைக்கு வரப்போகிறானாம்.

மேற்பார்வைக்கும் கீழ்ப்பார்வைக்கும் அரசூர் அரண்மனையில் என்ன இருக்கு? நானே சிங்கியடித்துக் கொண்டிருக்கிறேன். நேரம் கெட்ட நேரத்தில் புஸ்தி மீசைக் கிழவன் வேறே போய்ச் சேர்ந்து சகலருக்கும் தெண்டம் அழுதாகி விட்டது.

அதிலும் அந்த ஜோசியக்கார அய்யன் வகையில் இரண்டு வராகன் ஒரு பிரயோசனமுமின்றிப் போனது. பட்டுக் கோவணமும், ஜாதிபத்திரியும் கொண்டு போய் மாமனாரைக் கரையேற்று என்று சொன்னதற்கு ஒன்றும், பக்கத்து வீட்டில் இருந்து வந்து நம்முடைய பெரிசுக்களோடு பழகிக்

கொண்டிருக்கும் பாப்பாத்தியம்மாளின் பிசாசையோ வேறு எந்த இழவையோ எல்லை தாண்டி வராமல் நிறுத்திப்போட இன்னொன்றுமாக அவன் ஏதோ தந்திர வார்த்தை சொல்லிப் பிடுங்கிப் போய்விட்டான்.

யந்திரம் செய்து அரண்மனைத் தோட்டத்தில் நிறுத்தப் போகிறானாம். என்னத்துக்கு அதெல்லாம் இனிமேல்? வாங்கின காசுக்கு ஜோசியக்கார அய்யனையே நித்தியப்படிக்கு வந்து ஒற்றைக் காலில் அங்கே நாள் முழுக்க நிற்கச் சொல்லலாம்.

அந்த அய்யன் எக்கேடும் கெட்டுப் போகட்டும். கணக்கு வழக்கெல்லாம் கொண்டா என்று கேட்டுப் பிடுங்கியெடுப்பான் வரப் போகிற கிழங்குத் துரை. அவனை எங்கே நிறுத்த?

துரை தான் வருகிறானோ இல்லை துபாஷி அய்யன் அவனுக்குப் பதிலாக வந்து நிற்பானோ? அதென்னமோ துரைத்தனமும் அய்யமாரும் நெருங்கிவிட்டார்கள். மற்ற கருப்பனை எல்லாம் அண்ட விடாமல் விரட்டி அடிக்கிற துரைகள் இவர்களை ஒரு அடி இடைவெளியில் இருந்து தண்டனிட அனுமதித்திருக்கிறார்கள். சிவப்புத் தோல் என்றால் இன்னும் விசேஷம். வெள்ளைக்காரன் காலைத் தொட்டுத் தொட்டுக் கும்பிட்டு சதா அவிடமே விழுந்து கிடக்கச் சம்பளமும் சலுகையும் உண்டாம்.

அடே மூடா பழைய துரைக்குப் பின்னால் துடைத்துவிட்டு ஊழியம் செய்த மயிரான் பட்டணக்கரைக்கு வெகு அருகே, ஜீவநாடி ஒடுங்கி, போகிற நாளை எதிர்பார்த்துக் கொண்டு பெரிய வளைவில் சாய்வு நாற்காலியே கெதியாகச் சுக்கு வென்னீரோடு கிடக்கிறதும் அவனுடைய சந்ததியினர் மூக்குத் தூள்கடை வைத்து ஊரெல்லாம் பிரக்யாதியும், தெருவுக்கு ஒரு கூத்தியுமாயிருக்கிறதும் தெரியாதோ?

முன்னோர்கள். ராஜாவின் மர நாற்காலிக்கு இரண்டு பக்கமும் வந்து நின்றார்கள். பொழுது போகாமல் இறங்கி வந்து வார்த்தை சொல்லிக் கொண்டிருக்க எல்லோருக்கும் ஒருமித்த விருப்பம் இருப்பதாகத் தெரிந்தது.

சரி இப்ப என்ன அதுக்கு? அவன் இல்லாவிட்டால் உச்சிக் குடுமியும் காதிலே வைரக் கடுக்கனுமாக இன்னொரு துபாஷி.

ராஜா எங்கேயோ பார்த்துக் கொண்டு முணுமுணுத்தார்.

துரை வரும்போது இவர்கள் என்னத்துக்குத் தொந்தரவாக? அவன் ஏதாவது எக்குத்தப்பாகக் கேட்டு மண்டி போடச் சொன்னால் ராஜா வயிறு நோகக் குனியும்போது இவர்களால் ஒரு உபகாரமும் செய்ய முடியாது. வேடிக்கை பார்ப்பார்கள். அமாவாசைக்கு சாராயம் ஊற்றச் சொல்லுவார்கள்.

அதெல்லாம் ஒரு பிரியத்துலே கேக்கறதப்பா, இப்ப நீ ஏன் இப்படிப் பயந்து பயந்து சாகிறே? நீ தான் ஒரு தப்பும் பண்ணலியே.

புஸ்தி மீசைக் கிழவன் முன்னால் வந்து கேட்டான். இரண்டு மணிக்கட்டிலும் மல்லிகைப்பூச் சுற்றிக் கொண்டு சதிராட்டம் காணப் புறப்பட்டவன் போல் இருந்தான் அவன். முகத்தில் நிம்மதியும் சந்தோஷமுமாக இருந்த அவனைப் பார்த்தபோது ராஜாவுக்குப் பொறாமையாக இருந்தது. இவன் சுகமாக மலம் கழித்திருப்பானோ?

அதெல்லாம் உன்னய மாதிரி நாறப் பயபுள்ளைங்களுக்குத்தான். எங்களுக்கு எந்த நோக்காடும் வராது.

புஸ்திமீசையான் கோபப்படாமல் சிரித்தான்.

மருதையனை உக்காத்தி வச்சு எடுத்தானுகளே அந்தக் களவாணிப் பசங்க. வந்துடுச்சா படம் எல்லாம்?

இன்னொரு பெரிசு கேட்டது.

என்ன கோலாகலமா நாக்காலியிலே கட்டி வச்சபடிக்கு இருந்தே மருதையா. காணக் கண் கோடி போதாதே.

வேறு யாரோ சொல்ல எல்லோரும் கூட்டமாகச் சிரிக்கும் சத்தம். புஸ்திமீசைக் கிழவன் புதுப் பெண் போல் நாணிக் கூட்டத்துக்குப் பின்னால் போய்விட்டான்.

எங்கேயோ இருந்து ஒரு வௌவால் பறந்து வந்து ராஜாவின் மாரில் மோதி அப்புறம் சுவரிலும் மோதியது. அது தரையில் விழுந்து துடித்தபோது முன்னோர்கள் மௌனமாக இருந்தார்கள்.

இதுக்கும் சிரியுங்கோ. எல்லோரும் சிரியுங்கோ. வீட்டோட எரிச்சாச்சு இல்லே.

இந்தப் பெண்ணை ராஜா பார்த்ததில்லை இதற்கு முன். ஒற்றைநாடியாக நெடுநெடுவென்று மாநிறமும் முகத்தில் தீட்சண்யமுமாக யாரவள்?

பாப்பாத்தியம்மா என்னமோ நடந்தது நடந்து போச்சு. நம்ம குளந்தைக்கும் புத்தி போயிருக்க வேணாம்தான். நாங்க வேணுமானா மன்னாப்புக் கேட்டுக்கறோம்.

முன்னால் பேசிய முப்பாட்டன் அவளைத் தெண்டனிட்டு நமஸ்கரித்துச் சொன்னான்.

ஐயோ நீங்கள்ளாம் பெரியவா. எனக்கு நமஸ்காரம் பண்றதாவது. நான் பீடை. அசுத்த வஸ்து. எல்லாம் பறிகொடுத்துட்டு நிக்கறவ. சாமாவையும் கூட்டிண்டு போய்ட்டா.

யாரு மாமா இந்தம்மா?

ராஜா புஸ்தி மீசைக் கிழவனைக் கேட்டார். இது சுவாரசியமான ஏதோ விவகாரம் என்று மனம் சொன்னாலும், துரை வரும் நேரத்தில் இந்தக் கூத்தெல்லாம் என்னத்துக்கு என்று தோன்றியது.

நீ பழுக்காத் தட்டுப் பாட்டுக் கேப்பியே. அந்த அய்யரு சம்சாரம்.

பெரியவா கோபிச்சுக்கப்படாது. நீங்க சொன்னது கோர்வையா இல்லே.

அந்தப் பெண் ராஜா பக்கத்தில் வந்தாள். ராஜா தன்னை அறியாமல் எழுந்து நின்றார்.

உமக்குப் பிடிச்ச சங்கீதம். தினசரி பக்கத்து வீட்டுலேருந்து வருதான்னு காத்துண்டிருப்பேளே? நூதன வாகனத்திலே ஜோடியா வர மனுஷா கொடுத்துட்டுப் போன பழுக்காத்தட்டுலேருந்து வர்ற சங்கீதம்.

ஆமா. அதெக் கேட்டே எத்தனை காலமாகிப் போனது?

அமாவாசைக்கு அடுத்த திரிதியை. அது போய்ப் பவுர்ணமி கழிஞ்சு இன்னிக்கு அஷ்டமி. இருபத்துரெண்டு நாள்.

பாப்பாத்தியம்மாள் கணக்குச் சுத்தமாக ஜோசியக்கார அய்யர் மாதிரி சொன்னாள்.

சாமா வச்ச சங்கீதம் அது.

அவள் அழ ஆரம்பித்தாள். ராஜாவுக்கு வயிறு இளகிக் கொண்டிருந்தது. இந்த வர்த்தமானம் அப்படியே இருக்கக் கொல்லைக்கு ஒரு நடை போக வேண்டியதுதான்.

உங்க வீட்டு அய்யரு எங்கே?

புஸ்தி மீசைக் கிழவன் வம்பு விசாரித்தபோது ராஜா சந்தோஷமாக வேட்டியை மடித்துக் கட்டிக் கொண்டார்.

அவாத்துக்காரா மந்திரம் சொல்லிப் பிண்டம் பிடிச்சு வச்சு அவனைப் பெரியவாளோடு கலக்க வச்சுட்டா. நான் மட்டும் இன்னும் அநாதையா அலைஞ்சுண்டு இருக்கேன். அங்கே போனா விரட்டறா. எங்கப்பாவும் அண்ணாவுமே போடி போடின்னு அனுப்பியாறது. இங்கே வந்தா சாமாவும் கிடையாது.

பெரிய கூட்டமாக யாரோ வந்து கொண்டிருந்ததை முதுகுக்குப் பின் உணர்ந்தபடி ராஜா வேட்டியைத் தழைத்துக் கொண்டு கொண்டு நடந்தார்.

சாமா சாமா நில்லு நானும் வரேன்.

இன்னிக்கு இவனுக்கு மாசியம். அதான் கூட்டிண்டு போறோம்.

நீ அங்கெல்லாம் வரப்படாது. பிரஷ்டை. போயிடு.

ஒரு பெரிய அலையாக மந்திர உச்சாடனம் கேட்க ஆரம்பித்தபோது ராஜா சந்தோஷமாக மலம் கழித்துக் கொண்டிருந்தார்.

காதில் விழுந்து நகர்ந்துபோன சத்தத்தை அவர் கிரகிக்கவில்லை. வெள்ளைக்காரன் என்ன அவனுடைய வைப்பாட்டி மகன் வந்தாலும் அவர் இன்றைக்கு நின்று சமாளிப்பார். உடம்பு சொன்னபடி கேட்கப் போகிறது.

தொரே. தொரே.

காரியஸ்தனின் குரலில் அவசரம் தெரிந்தது.

என்ன?

ராஜா உள்ளேயிருந்தபடியே கேட்டார்.

ஊருக்கு மூணு காதத்துலே வந்துட்டிருக்காங்களாம்.

அந்த இரும்பு வாளியிலே தண்ணியிருக்கான்னு பார்த்து உள்ளே நகர்த்தி வச்சுட்டுப் போ.

ராஜா கம்பீரமாகச் சொன்னார்.

அத்தியாயம் முப்பது

குரிச்சி போட்டு உட்கார்ந்திருக்கிறான் துரை. கால் மேல் கால் போட்டுக் கொண்டு தொப்பியை எடுத்து மடியில் வைத்தபடி இருக்கிறான் அவன். வாயில் புகைக் குழாய். நல்ல கருப்பாகவும் பழுப்பாகவும் அதிலிருந்து புகை அவ்வப்போது எழுந்து மூக்கில் குத்துகிறது. வயோதிகன். அந்திமக் காலத்தில் ஊரை விட்டு இங்கே விரட்டியிருக்கிறார்கள். அந்த எரிச்சலோ என்னமோ, எதிர்ப்பட்ட எல்லோரையும் இடுப்புக்குக் கீழ் ரோமமாகப் பார்க்கிறான். அவனுக்குப் பின்னால் துப்பாக்கியை உயர்த்திப் பிடித்துக் கொண்டு கருங்காலிக் கட்டை போல ஆறு சிப்பாய்கள் நிற்கிறார்கள். வாசலிலே இவர்கள் எல்லோரும் வந்த குதிரைகள் கட்டி வைத்தபடிக்குச் சாணம் போட்டபடி கொள்ளு தின்று கொண்டிருக்கின்றன.

துரைக்கு முன்னால் அவன் குடித்துப் போட்ட இளநீர் நாலைந்து தரையில் உருண்டு கிடக்கிறது. ஒரு குலை பனை நுங்கு. நல்ல செம்பனையாகப் பார்த்துப் பறித்து வரச் சொன்னது. ஒரு ஓரத்தில் அது பாட்டுக்குக் கிடக்கிறது. முகர்ந்து பார்த்து முகத்தைச் சுளித்து அசுத்த வஸ்துவெல்லாம் ஒண்ணும் வேணாம் என்று சொல்லிவிட்டான்.

துரைக்கு முன்னால் பெரிய நாற்காலியில் ராஜா. அது கொஞ்சம் கால் ஆடிக் கொண்டிருக்கிறது. தச்சனை நாலு தடவை முகவாய்க்கட்டையைப் பிடித்துக் காரியஸ்தன் அழைத்தும் வராமல் செட்டிமார் நாட்டில் வீடு கட்ட இழைப்புளியும் ரம்பமுமாகப் போய்விட்டான். ஏற்கனவே பார்த்த வேலைக்குக் காசு இன்னும் கிட்டாத கோபம் அவனுக்கு.

நாற்காலி அசௌகரியம் மாத்திரம் இல்லை ராஜாவுக்கு. இந்தக் வெள்ளைப்பாண்டுக் கிழவன் வரப் போகிறான் என்பதால் குப்பாயம், குஞ்சம் வைத்த சரிகைக் குல்லா, துருக்கி தேச சுல்தான் மாதிரி கால்சட்டை, இடுப்பில் கச்சை, அதில் செருகின வாள், நெற்றியில் சந்தனம், குங்குமம் என்று சித்திரக்காரன் வரைய வசதியாக உட்காருவது போல் வாரிப் போட்டுக் கொண்டு உத்தியோக உடுப்பில் ராஜா உட்கார வேண்டிப் போனது.

அப்புறம் தஞ்சாவூர் சாயபு அத்தர். அது போதாதென்று ராணி சொன்னபடி, ஜவ்வாதைக் குழைத்துக் கம்புக்கூட்டில் எல்லாம் தடவி விட்டிருக்கிறார்கள். அது வேறே உலர்ந்து போய் அரிப்பெடுக்கிறது. எல்லா வாடையும் சேர்ந்து தலை வேதனை. ராத்திரி சரியாக நித்திரை போகாத அயர்ச்சி வேறு.

தண்ணீரில் நனைத்த வெட்டிவேர்த் தட்டிகள் கூடம் முழுக்கத் தொங்க விட்டிருக்கிறது. பங்கா இழுக்கிறவர்கள் தூங்கிவிடாமல் சுறுசுறுப்பாக மேலும் கீழுமாக இழுத்துக் கொண்டிருக்கிறார்கள். நேற்றைக்கே காரியஸ்தன் நினைவு படுத்தி அவர்களுக்குச் சம்பளம் மிச்சமில்லாமல் கொடுத்து மேலே ராட்டினத்தையும் எண்ணெய் போட்டு வைத்தாகி விட்டது. என்ன இழுத்தாலும் காற்று என்னமோ வருவேனா என்று அடம் பிடிக்கிறது.

வெள்ளைக்காரன் தொப்பி தரையில் விழுகிறது. இது எத்தனையாவது தடவையாக என்று கணக்கு மறந்து போனது ராஜாவுக்கு.

சலிக்காமல் அதை எடுத்துப் பயபக்தியோடு நீட்டுகிறான் பக்கத்தில் நிற்கும் துபாஷ். அவன் முறுக்காக இருக்கிறான்.

ஆற்காட்டுத் துருக்கனாகவோ இல்லை முதலியாகவோ இருக்க வேண்டும் என்று ராஜா தீர்மானித்திருக்கிறார்.

அவன் சாதாரணமாகப் பேச ஆரம்பித்தால் நொடியில் சொல்லிவிடுவார் அவர். ஆனால் துரை பேசினால் தான் அவன் பேசுவான். அவர் சொல்வதை மொழிபெயர்த்துச் சொல்வது தவிரச் சாப்பிடவும் கொட்டாவி விடவும் தான் வாய் என்று ஆகிப் போயிருக்கிறது போல.

இன்னொரு இளநீரைக் குடித்துப் போட்டு விட்டு சேப்பங்கிழங்கை வேகவைத்துத் தின்பதுபோல் ஏதோ சொன்னார் துரை.

ரொம்ப வெப்பமாக இருக்கிறது என்று மொழிபெயர்த்தான் துபாஷ்.

வெய்யில் ஏறினால் இன்னும் சகிக்க முடியாது போய்விடும் என்றார் ராஜா.

அப்படியாவது துரை மத்தியானத்துக்குள் கச்சேரியை முடித்துக் கிளம்பி விட மாட்டானா என்று நப்பாசை அவருக்கு.

அவன் தலையை ஆட்டியபடி வாயிலிருந்து புகைக் குழாயை எடுத்துப் பின்னால் துப்பாக்கி உயர்த்திப் பிடித்தபடி நின்ற சிப்பாயிடம் கொடுத்தான். ஓரமாகப் போய்ப் புகைக் குழாயிலிருந்து சாம்பலை ராஜாவின் அரண்மனைக் கூடத்து மூலையில் எக்கித் தள்ளிவிட்டு வந்தான் அந்தச் சிப்பாய்.

இதுக்கெல்லாம் சேர்த்து இவனுக்குச் சம்பளம் கொடுப்பார்கள். ராஜாவுக்குக் கொடுக்க மட்டும் கையைப் பின்னுக்கு இழுத்துக் கொள்வார்கள். ராஜாவும் புகையிலைக் குழலில் அடைத்துக் கொடுத்தால் சரிக்கு மானியம் கொடுப்பார்களோ என்னமோ.

இந்த மனுஷன் புகை ஊதுகிறவன் என்று தெரிந்திருந்தால் பக்கத்து வீட்டு அய்யனிடம் சொல்லி வாங்கி வைத்திருக்கலாம் என்று தோன்றியது ராஜாவுக்கு.

குட்டிச் சாத்தான் வேலை போல் இவர் நினைக்கும்போதே பக்கத்து வீட்டுப் பக்கம் கையைக் காட்டி ஏதோ சொன்னான் துரை. அந்த வீடு எப்படி எரிந்து போனது என்று துபாஷி அதிகாரமாக ராஜாவைப் பார்த்தபடி கேட்டான்.

ராஜா காரியஸ்தனைப் பார்த்தார். அவன் முகத்தில் விநோதமாக ஒரு நிம்மதி தெரிந்தது. கணக்குப் புத்தகத்தைப் பார்த்து அவனைக் கழுவேற்ற வரவில்லை காருண்யம் மிக்க துரை. விசாரணைக்கு வந்திருக்கிறான். அதெல்லாம் ராஜா தீர்மானிக்க வேண்டிய விஷயம். அவனுக்கு ஒண்ணுமில்லை.

ராஜா தான் பதில் சொல்ல வேண்டும். அவர் காரியஸ்தனிடம் இருந்த கோபத்தை துபாஷி மேல் வைத்து விரோதமாகப் பார்த்தார்.

என்னமோ எரிஞ்சு போச்சு. எனக்கு என்ன தெரியும்? ஊருக்கு நானு ராஜாவா இந்த மனுஷ்யரா?

துபாஷி உள்ளபடிக்கே பயந்து போனான். தொந்தியும் தொப்பையும் மேலே மறைக்கிற சரிகைக் குப்பாயமுமாக உட்கார்ந்திருப்பவன் தன்னைப் போல் துரைத்தனத்திடம் சம்பளம் வாங்கி ஜீவிக்கிற உத்தியோகஸ்தன் இல்லை. நூறு இருநூறு பட்டி தொட்டி, கிராமம், இந்த மாதிரிப் பட்ட சின்னப் பட்டணம் எல்லாம் மரியாதை செய்கிற ஜமீந்தார். ராஜா என்று ஊரில் சொல்வார்கள். நாளைக்கே இந்தத் துரையோ அல்லது ராஜதானியில் இருக்கப்பட்ட எல்லாத் துரைகளும் துரைசானிகளும் ஊரெல்லாம் ரொம்ப புழுக்கமாக இருக்கிறபடியால் இங்கே இருக்க வேண்டாம் என்று தீர்மானித்துக் கப்பலில் கிளம்பிப் போனால் அப்புறம் துபாஷியும் சிப்பாயும் எல்லாம் இந்த மாதிரி ஜமீந்தார்களைத் தான் அண்டிப் பிழைப்பு நடத்தியாக வேண்டும்.

ராஜா நல்ல நித்திரையில் இருந்தபோது அந்த அசம்பாவிதம் நிகழ்ந்ததாக அவன் பணிவோடு துரைத்தனத்துப் பாஷையில் அறிவித்து அப்படிச் சொன்னதையும் உடனடியாக ராஜாவிடம் சொல்லிப் போட்டான்.

இப்போது பயப்பட வேண்டிய நேரமாய்ப் போனது ராஜாவுக்கு. இவனிடம் அவ்வளவு கெத்தாக, காரியஸ்தன் மேல் இருந்த கோபத்தை எல்லாம் ஏற்றி வார்த்தை விட்டிருக்க வேண்டாம். அவன் ராஜா சொல்வதை எல்லாம் என்ன மாதிரி பாஷை மாற்றிச் சொல்லிக் கொண்டிருக்கிறானோ.

இந்தா வைத்துக்கொள் என்று ராஜாவுக்குத் தாத்தன் காலத்தில் கொடுத்த சன்னத்தையும் பிடுங்கிக் கொண்டு விரட்டச் சொல்லி துரை உத்தரவு போட்டாலோ அல்லது அப்படிப் போடத்தக்க வண்ணம், வேண்டியவர்களிடம் சொன்னாலோ ராஜா நிலைமை கவலைக்கிடமாகி விடலாம்.

துரை சடாரென்று எழுந்தான். சிப்பாய்கள் துப்பாக்கியை தோளுக்கு இன்னும் மேலே உயர்த்திப் பிடித்து என்ன இழவிற்காகவோ தரையில் தோல் செருப்புக் காலால் ஓங்கி அறைந்தார்கள். அவர்களை வாந்திபேதி கொண்டு போக.

வா. போய்ப் பார்க்கலாம்.

தொப்பியைத் தலையில் பொருத்திக்கொண்டு துரை கிளம்பினான். பின்னாலேயே பரிவாரம் எல்லாம் போக, ராஜாவும் மெல்ல நடந்தார்.

பின்னாலே யாரோ ஓடி வரும் சத்தம். ராணியின் சேடிப்பெண்.

இவளைக் கொஞ்சிக் கொண்டிருக்க இப்போது நேரம் இல்லை. வெள்ளைக்காரன் போயொழியட்டும். அப்புறம் மதிய நேரம் தூக்கம் முடிந்து நாலு நெய்த் தேன்குழல் சாப்பிட்டு விட்டு சுத்த ஜலம் குடித்துவிட்டு அதெல்லாம் வைத்துக் கொள்ளலாம்.

துரை என்ன கேட்டாலும் தெரியாதுன்னு சொல்லச் சொன்னாங்க மகாராணியம்மா.

அவள் ராஜாவின் காதில் ரகசியமாகச் சேதி சொல்ல வந்தவள். ராணி வீட்டுக்கு விலக்காக உள்ளே இருக்கிற படியால் நேரடியாகப் பேச முடியாது. இல்லாமல் இருந்தாலும்

துரை பார்க்க அவள் வெளியே வந்து நிற்கவோ உட்காரவோ மாட்டாள்.

பின்னால் துடைத்துப் போட்டுவிட்டுக் குளிக்காமல் கொள்ளாமல் திரிகிற இவர்களைப் பார்த்தாலே சகித்துக் கொள்ள முடியாமல் குமட்டல் ஏற்படுவதாக அவள் சொல்லியிருக்கிறாள்.

குளிர் தேசமாச்சா? ஜலத்தைத் தொட்டாலே கை விரைத்துப் போகும். அப்போ வேறே என்ன செய்வார்கள்?

குமட்டினாலும், காசு கொடுக்கிற துரைத்தனம் என்பதால் அதை எல்லாம் சகித்துக் கொள்ள வேணுமென்று ராஜா அவளுக்குச் சொல்லிச் சமாதானப்படுத்தியது நேற்று முன்னிரவில் தான். அப்படிச் சகித்துக் கொள்ளாவிட்டால் சொப்பனத்தில் கண்டது போல் பரங்கி தேசத்தில் போய்க் கையேந்திக்கொண்டிருக்க வேண்டி வரும்.

அங்கே போறதுக்கு யாரு உனக்குக் கப்பல் கூலி கொடுப்பாங்க?

புஸ்தி மீசைக் கிழவன் வகையறாக்கள் கூடவே நடக்க ஆரம்பித்திருந்தார்கள் இடக்கலாக வார்த்தை சொன்னாலும், சதையும் உடம்புமாக இல்லாம போனாலும், நம்ம சாதி சனங்கள் என்று பத்திருவது பேர் கூட வருகிற தெம்பு ராஜா நடையில் தெரிந்தது.

இடிந்து விழுந்திருந்த சுவரோடு நின்ற அந்த வீட்டை இப்போதுதான் பக்கத்தில் வைத்துப் பார்த்தார் ராஜா. கதவைத் திறந்து கொண்டு உள்ளே நுழைந்தான் துரை மூக்கை உறிஞ்சியபடிக்கு.

ராஜா அவனோடு நடந்தபோது இங்கே தான் எங்கேயோ அந்தப் பழுக்காத்தட்டுக்களைச் சுழல விட்டுப் பாட்டுக் கேட்டுக் கொண்டிருந்தார்கள் என்ற நினைவு வந்தது.

எல்லாம் எரிஞ்சு அடங்கியாச்சு.

துரை சொன்னது மொழிபெயர்க்காமலேயே புரிந்தது அவருக்கு.

கருவாளித்து நின்ற சுவர்ப் பக்கம் நின்றார் ஒரு வினாடி துரை. துபாஷியிடம் என்னமோ சொன்னார். அவன் அதை மொழிபெயர்ப்பான் என்று ராஜா எதிர்பார்க்க, துபாஷியோ பணிவாகத் தலையாட்டிக் கொண்டான்.

அவன் பக்கத்தில் இருந்த சிப்பாயிடம் சொல்ல, அவனும் துரிதமாக வெளியே ஓடினான்.

புகார் வந்திருக்கிறது. புகையிலை வியாபாரி சுப்பிரமணிய அய்யர் சென்னை ராஜதானிப் பிரபுவான பெரிய துரைக்குக் கடுதாசி அனுப்பியிருக்கிறார். உயிரும் உடமையும் ஆயிரக் கணக்கில் சொத்தும் நாசமானதாக. அதை விசாரிக்கத்தான் இந்தத் துரை வந்திருக்கிறார்.

துபாஷி மெதுவாகச் சொல்ல ராஜா பயத்தோடு பக்கத்தில் நின்ற புஸ்தி மீசைக் கிழவனைப் பார்த்தார்.

வீடு முழுக்க மிதந்து கொண்டு சாம்பல் வாசனையை அனுபவித்தபடி நீ ஏதொண்ணுக்கும் பயப்படாதே என்று முன்னோர்கள் ராஜாவைச் சமாதானப்படுத்தினார்கள். இந்த அமாவாசைக்காவது சாராயம் ஊத்திடு எங்களுக்கு. எல்லாம் சரியாயிடும் என்றார்கள் அவர்கள்.

எனக்கும் என்று பாப்பாத்தியம்மாள் குரலும் கேட்டது.

ராஜா சரியென்று தலையை ஆட்ட வெள்ளைக்காரன் குழப்பத்தோடு பார்த்தான்.

சுப்பிரமணிய அய்யர் தளர்ந்து போய் நடந்து வந்தார். கூடவே ஆணும் பெண்ணுமாக ஒரு கூட்டம்.

மற்ற எல்லோரும் வாசலில் நிற்க, அவரும் கூடவே அவர் மகனும் உள்ளே நுழைந்ததை ராஜா கவனித்தார். மரியாதைக்குக்கூடத் தானும் ராணியும் துக்கம் விசாரிக்க அவர்கள் வீட்டுக்குப் போகாதது நினைவு வந்தது அவருக்கு.

வீடு எரிந்துபோன இந்த மனுஷன் எங்கே தங்கியிருக்கிறானோ? குடக்கூலிக்கு வீடு எடுத்திருப்பானாக இருக்கும்.

எதானாலும் அரசூர் என்ன சென்னைப் பட்டணமா சளேர் என்று விரிந்து பரந்து கிடக்க? நாலு தெருவில் எந்தத் தெருவில் ஜாகை என்று தேடிவந்து சொல்லும்படி காரியஸ்தனை ஏவினால் நொடியில் தகவல் வந்திருக்கும்.

சுப்பிரமணிய அய்யர் எல்லோருக்கும் மௌனமாக நமஸ்காரம் சொன்னார்.முகத்தில் வெள்ளைப் பஞ்சை ஒட்ட வைத்ததுபோல் தாடி மண்டிக் கிடந்தது. ஊரெல்லாம் புகையிலை விற்றுக் காசு சேர்த்து இரண்டு அடுக்கு வீடு கட்டினவராகத் தெரியவில்லை அவர். ராஜாவுக்கு ஏனோ பிரேதம் சுமந்து போகிற பிராமணர்கள் நினைவு வந்தார்கள்.

துரை அய்யரிடம் ஆறுதல் வார்த்தை சொல்லி, அதைத் துபாஷி மொழிபெயர்க்கும் முன் தடுத்து நிறுத்தினான். அவருக்குப் புரிந்திருக்கும் என்றான் வெற்றுப் புகைக்குழாயைக் கடித்தபடி.

அவன் சொன்னதாக இப்படிப் புஸ்தி மீசையான் பாப்பாத்தியம்மாளிடம் விவரித்தது பின்னாலிருந்து கேட்டது ராஜாவுக்கு. ஆகக்கூடி இவனுக்கும் துரைத்தன பாஷை அர்த்தமாகிக் கொண்டிருக்கிறதா? போகட்டும்.

இவன் அந்தப் பெண்பிள்ளையிடம் சில்மிஷம் செய்யாமலிருக்க வேண்டுமே என்று நினைத்தார் ராஜா. இருக்கிற தொந்தரவு போதாதென்று அப்புறம் அது வேறு அக்கப்போராகி விடும். அதுக்கும் சேர்த்து யந்திரம் செய்ய ஜோசியக்கார அய்யர் இருக்கப்பட்ட ஆஸ்தி எல்லாம் கேட்டு வாங்கிவிடுவார்.

எல்லாவற்றிலிருந்தும் பிய்த்துக் கொண்டு பரங்கி தேசத்துக்குப் பறந்து போய் இறக்கிவிட ஏதாவது யந்திரம் அமைத்துத் தரமுடியுமா என்று ஜோசியரை விசாரிக்க வேணும்.

எதுக்கு? அங்கே போய்த் தனியாப் பிச்சை எடுக்கவா?

துரை கேட்டதுபோல் இருந்தது. இந்த மனுஷருக்கு எவ்வளவு நஷ்டம் என்று உங்களுக்குத் தெரியுமா என்று அவன் கேட்டதை மொழிபெயர்த்தான் துபாஷி.

நிறைய என்று கேள்விப்பட்டேன். எனக்கு அதிலே மிகுந்த வருத்தம் உண்டாச்சுது.

ராஜா உள்ளபடிக்கே வருத்தத்தோடு அய்யரைப் பார்த்துச் சொன்னார். அவர் சும்மா இருக்க, சடாரென்று கூட வந்த அய்யரின் பிள்ளை உரக்கக் கத்தினான்.

தீ வச்சதே இந்த மனுஷன் தான்.

ராஜாவுக்கு முதுகுத் தண்டு சிலிர்த்துப் போனது.

நானா? நானா தீ வைச்சேன் உங்க வீட்டுக்கு? என்ன சாமி சொல்றீங்க? உங்களுக்குப் பெரிய அசம்பாவிதம் ஏற்பட்டிருக்கு. நெசம்தான். அதுனாலே பக்கத்திலே யாரு வந்தாலும் பழியைப் போட்டுடுவீங்களா?

ராஜா குரல் தழுதழுத்தது. இப்போது வீரத்தைக் காட்டிப் பேச வேண்டும். என்னமோ மனம் அதற்கு இடங்கொடுக்கவில்லை.

அய்யர் வீடு எரிந்து போனதற்கும் அவர் வீட்டில் இருந்ததாகச் சொல்லப்படும் புத்தி சுவாதீனமில்லாத மகன் உயிரோடு சாம்பலாகப் போனதற்கும் தானும் ஏதோவொரு விதத்தில் காரணம் என்று அவருக்குத் தெரியும்.

ராணி என்ன செய்தாள் என்று முன்னோர்களும் சரியாகச் சொல்லவில்லை. அவர்கள் கூடவே வரும் பாப்பாத்தியம்மாளையும் சொல்லவிடாமல் பார்த்துக் கொள்கிறார்கள். ஆனாலும் என்னமோ ராஜா முதுகுக்குப் பின் நடந்துதான் போயிருக்கிறது.

சும்மா தத்துப்பித்துன்னு உளறாதேடா சங்கரா என்றார் அய்யர். இது நமக்குத் தொழில்லே விரோதம் கொண்டாடறவா யாரோ செஞ்ச சதிவேலை. அதான் விசாரிக்கச் சொல்லி இவாளோட எஜமானுக்கு மனுப் போட்டேன்.

ராஜாவுக்கு ஆசுவாசமாக இருந்தது. ஐயருடைய விரல் தன்னைக் குற்றம் சாட்டி நீளவில்லை என்பது பெரிய உபகாரமாகப் பட்டது.

சாமி எங்கிட்டே சொல்ல்லியிருந்தீங்கன்னா நொடியிலே களவாணி, மொள்ளமாரிப் பயலுக எங்கே இருந்தாலும் பிடிச்சுவரச் சொல்லி நிறுத்தியிருப்பேனே?

அவர் கேட்டபோது, கிழித்தீர் நீர். தீ வைக்க ஆளை ஏவி விட்டுட்டு இந்தப் பக்கம் இப்படி ஒரு பாசாங்கா என்று சங்கரன் திரும்ப இரைந்தான்.

இந்த வாலிபனை உடனே வெளியே கொண்டுவிட்டு வாருங்கள் என்றான் துரை. அவனால் இரைச்சலில் காலம் தள்ள முடியாது. உடம்பு தளர்ந்து கொண்டு வருகிறது என்பதுபோல் முகத்தை தீனமாக வைத்துக் கொண்டு புகையிலைக் குழாயை நிரப்பித்தரச் சிப்பாயிடம் நீட்டினான்.

வரலட்சுமி முகம் வரைந்த சுவர் பக்கம் சிப்பாய் திரும்பி நின்று புகையிலையைக் குத்திக் குத்தி அந்தக் குழாயில் அடைத்தபடி இருந்தான். மற்ற சிப்பாய்கள் சங்கரனை மெல்லத் தாங்கிப் பிடித்து வெளியே அழைத்துப் போகும்போது அவர்கள் ராஜாவைப் பார்த்த பார்வை சரியில்லை. இந்த ஆள்தான் எல்லாம் செய்திருப்பான் என்று அய்யமார்ப்பிள்ளையிடம் அவர்கள் பார்வையிலேயே சொன்னது போல் இருந்தது.

குடிபடைகளைக் காத்து சம்ரட்சிக்க வேண்டியது உம்ம கடமை. ஆதலினால், இந்த மனுஷ்யர் இழந்ததற்கு துரைத்தனம் நஷ்ட ஈடு ஏதும் தர முடியாது. நீர் தான் ஏதாவது சகாயம் செய்து தர வேண்டும் இவருக்கு.

துரை அறிவித்தபோது ராஜா அதிர்ந்து போனார். என்ன வகையில் இந்த அய்யனைச் சகாயிப்பது என்று அவருக்குப் புரியவில்லை. நாற்றப் புகையிலை விற்று இவன் சேர்த்து வைத்திருந்த அல்லது இன்னமும் வைத்திருக்கும் பணம் ஜமீந்தார் நாலு தலைமுறைக்குக் குருவி போல் சேர்த்தும்

சம்பாதிக்க முடியாத அளவு இருக்கும் என்றான் பக்கத்தில் நின்ற முப்பாட்டன் ஒருத்தன்.

வாசலில் புகையிலைக்கடை அய்யனின் மகன் இரைந்து கொண்டிருந்தான். அதை மீறிப் பழுக்காத்தட்டு சங்கீதம் அச்சு அசலாக அங்கே இருந்து மிதந்து வந்தது. ஆண் குரலிலும் பெண்குரலிலுமாக இருந்தது அது.

வாசலில் ஒரு பிராமணக் கிழவி தூணில் தலை சாய்த்து உட்கார்ந்து பாடிக் கொண்டிருந்தாள்.

ஜோசியர் அய்யங்கார் சச்சதுரமாக ஒரு பெரிய தகட்டைத் தலையில் சுமந்தபடி அரண்மனைக்குள் நுழைந்து கொண்டிருந்தது ராஜா கண்ணில் பட்டது.

அத்தியாயம் முப்பத்தொன்று

பாம்பும் சாரையும். அப்புறம் இன்னொரு பாம்பு. கூட இன்னும் ரெண்டு நீளமாக. ஒரு மலைப்பாம்பு. அதைக் குறுக்கே வெட்டிக் கொண்டு இன்னொரு சின்னப் பாம்பு. அப்புறம் ரெண்டு. எண்ணி மாளவில்லை. அத்தனை தெருக்கள். அகலமான வீதிகள். குதிரைச் சாணமும் மாட்டுச் சாணமும், பலாப்பழமும், வறுத்த தானியமும், மல்லிகைப் பூவும், வியர்வையும், ஒச்ச நெடியும், மனுஷ மூத்திரமுமாக மணக்கிற தெருக்கள். குறுக்குச் சந்துகள். அதிலெல்லாம் புகுந்து புறப்படுகிற மனுஷர்கள். குதிரை வண்டிகள். துரைகள் பவிஷாக ஏறிப் போகும் ரெட்டைக் குதிரை சாரட்டுகள். துரைசானிகள் குடை பிடித்து நடக்கிற வீதிகள். துரைகளுக்கும் துரைசானிகளுக்கும் சேவகம் செய்து குடும்பம் நடத்திக் குழந்தை குட்டி பெற்று அவர்களை அடுத்த தலைமுறை துரைமாருக்குத் தெண்டனிட்டு ஊழியம் செய்யப் பெருமையோடு அனுப்புகிற ஜனங்கள் ஜீவிக்கிற கருப்புப் பட்டணம். ராத்திரியோ, பகலோ தமிழும் தெலுங்குமாக சதா சத்தமாக ஒலிக்கிற ஜாகைகள், முச்சந்தி, சாப்பாட்டுக் கடைகள். அப்புறம் இந்தச் சமுத்திரக் கரை.

சங்கரனுக்கு ஒண்ணொண்ணும் ஆச்சரியமாக இருந்தது. கப்பல் ஏறிப் போய் வந்த யாழ்ப்பாணமும், அரசூரிலிருந்து

அவ்வளவொண்ணும் அதிக தூரம் என்று இல்லாத மதுரைப் பட்டணமும் எல்லாம் சின்னஞ்சிறு கிராமம், குக்கிராமம் இந்தச் சென்னப் பட்டணத்தோடு பக்கத்தில் வைத்துப் பார்த்தால்.

ஓவென்று இரைச்சலிட்டு அலையடித்துக் கொண்டிருக்கிற கடல் அதை ஒட்டி விரிந்த இந்த பிரம்மாண்டமான மணல் வெளியால் இன்னும் பெரிதாகத் தெரிந்து கொண்டிருக்கிறது. கல்யாணத்துக்கு அப்புறம் ஒரு நாள் சாவகாசமாகப் பகவதிக் குட்டியைக் கூட்டி வந்து காட்ட வேண்டும். காயலையும் வள்ளத்தையும் தவிர வேறெதுவும் பெரியதாகப் பார்த்திருக்கப் போவதில்லை அந்தப் பதினாறு மட்டும் திகைந்த சிறு பெண்.

இந்தக் கடற்கரையில் கால் மணலில் புதையப் புதைய அவளோடு கூட நடக்க வேண்டும். கால் வலித்துக் களைத்துப் போகும்போது உட்கார்ந்து அவளைப் பாடச் சொல்லிக் கேட்கவேண்டும். அலைக்கு மேலே அவள் குரல் எழும்பி வரும். தண்ணீர் முகத்தில் தெறிக்கும். உடுப்பை சுவாதீனமாக நனைத்துச் சிரித்துக் கொண்டே திரும்பி ஓடும். போயிடாதே. இதோ நொடியிலே வந்துடறேன் என்று அது இரைகிறது எட்டு ஊருக்குக் கேட்கும். பகவதிக் குட்டி அவன் தோளில் சாய்ந்து கொள்வாள். கொட்டகுடித் தாசி போல் அபிநயம் பிடிப்பியாடி பொண்ணே?

என்ன அய்யர்சாமி சமுத்திரக்கரையை வளைச்சுப்போட்டுக் கல்லுக் கட்டடம் உசரமா எலுப்பி இந்தாண்ட ஒண்ணுலே மூக்குத் தூள் அன்னாண்ட அடுத்ததிலே புகையிலைன்னு வித்துச் சாரட்டுலே ஓடற சொப்பனமா?

கருத்த ராவுத்தன் கடகடவென்று சிரித்தான்.

சுப்பிரமணிய அய்யரின் தொழில் முறை சகபாடி பெங்களூர்க்காரன் பிச்சை ராவுத்தரின் மகன் அவன்.

கருத்தா, என்னை அய்யர் சாமின்னு கூப்பிட வேணாம்னு எம்புட்டுத் தடவை சொல்லியிருக்கேன். கேக்கவே மாட்டேன்கிறியே. சங்கரான்னு கூப்புடு. சங்கடமா இருந்தா சங்கரய்யரேன்னு கூப்பிடு.

ஜாக்கிரதையாக இடைவெளி விட்டு சமுத்திரக் கரையில் கூட உட்கார்ந்திருந்த ராவுத்தனைப் பார்த்துச் சொன்னான் சங்கரன்.

சாமியைச் சாமின்னு கூப்பிடாம அரே தோஸ்த்னு கூப்பிடச் சொல்றீஹளா அய்யர் சாமிகளே?

கருத்தான் இன்னும் பலமாகச் சிரித்தான். அவன் எதைப் பேசினாலும் முன்பாரம் பின்பாரமாக மனதை விட்டுச் சிரிக்கிறது பழக்கமாகியிருந்தது சங்கரனுக்கு இந்த மூன்று நாளில்.

சுப்பிரமணிய அய்யர் தான் சங்கரனைப் பட்டணத்துக்கு அனுப்பி வைத்தது.

இப்படி இன்னும் எத்தனை நாளைக்குத்தான் மோட்டு வளையைப் பாத்துண்டு கிடப்பே. போனவன் போய்ச் சேர்ந்தாச்சு. இருக்கப்பட்டவா ஏந்திருந்து அவாவாளுக்கு விதிக்கப்பட்டதைப் பார்க்கப் போகணுமா இல்லியா? கடைக்கும் போக மாட்டேங்கிறே. ஆத்துலேயும் சகஜமா இருக்க மாட்டேங்கிறே. பழையாத்து வாசல்லே போய்ப் பிரமை பிடிச்ச மாதிரி நிக்கறேன்னு ஐயணை இதுவரைக்கும் நாலு தடவை கூட்டிண்டு வந்து விட்டுட்டான். இதொண்ணு சரிப்படாது. நீ கொஞ்ச நாள் பட்டணக்கரைக்குப் போய்ச் சமுத்திரக் காத்து வாங்கிண்டு வா.

நான் எதுக்கு இப்பப் பட்டணத்துக்குப் போகணும்? சங்கரன் கேட்டான்.

பிச்சை ராவுத்தன் பிள்ளை கருத்தான். அங்கே எதோ எஸ்பி. என்னமோ வாயிலே நுழையாத பேரு இருக்கப்பட்ட இடம். வெள்ளக்காரன் அப்படி வச்சுத் தொலச்சுட்டான். அங்கே நாசிகா சூரணம் கடை திறந்திருக்கானாம் கருத்தான் ராவுத்தன்.

அது எஸ்பி இல்லே எஸ்பிளனேட்.

சுப்பம்மா அத்தை ஸ்பஷ்டமாகச் சொன்னாள்.

பரதேவதைகள்ளாம் வந்துட்டா பாரு உன்னை ஆசிர்வாதம் பண்ண.

சுப்பிரமணிய அய்யர் புளகாங்கிதம் அடைந்து தலைக்கு மேலே இரண்டு கரத்தையும் கூப்பி நமஸ்கரித்தார்.

வீட்டுக்கு உள்ளே முனகல் சத்தம். கல்யாணி அம்மாள் தான். படுத்த படுக்கையாகக் கிடக்கிறாள். மதுரையில் தாணுப்பிள்ளை ஜாகையிலிருந்து அவளைப் படுத்தபடிக்கே மாட்டு வண்டியில் கொண்டு வந்து இங்கே கிடத்தியது.

நினைத்து நினைத்து அழுகிறாள்.

சாமா, வந்து பால் குடிடா. மாருலே பால் கட்டிண்டு இருக்கு. சாமா, நீயும் உன் பொண்டாட்டியுமா பெரியவா எல்லாரையும் நமஸ்காரம் பண்ணுங்கோ. ஊஞ்சல்லே உக்காருடா. பால் பழம் கொடுங்கோ சுப்பம்மா அத்தை தம்பதிகளுக்கு. சாந்தி முகூர்த்தத்துக்கு இலவம்பஞ்சு தலகாணி பஞ்சடைக்கக் கொடுத்தாச்சா?

அவ்வப்போது நினைவு திரும்ப வரும்போது உரக்கச் சத்தம் போடுகிறாள். மயங்கித் தரையில் சாய்கிறாள். அப்படிச் சாய்வதற்குள் சொல்ல வேண்டியதை சொல்ல வேண்டியே ஆக நிர்பந்தம் ஏதோ இருப்பதுபோல் அவசர அவசரமாக அவள் பேச்சு இருக்கிறது.

சுப்பம்மாளை வீட்டோடு இருந்து அவளுக்கு சிஷ்ருசை செய்யும்படி சுப்பிரமணிய அய்யர் காலில் விழுந்து கும்பிடாத குறையாகக் கேட்டுக் கொண்டபோது அவளால் முடியாது என்று சொல்ல முடியவில்லை.

அவளுக்கும் சாமா இப்படி அகாலமாகப் போய்ச் சேர்ந்ததில் துக்கம்தான். அந்தத் துர்மரணப் பெண்டு சுசீந்திரம் கோயிலில் வைத்து அழுது தொழுது கூப்பிட்டது எல்லாம் மனதில்

அப்படியே உளியால் வடித்தெடுத்த மாதிரிப் பதிந்து கிடக்கிறது. அவள் என்ன செய்ய முடியும்? கூடவே வரும் மூத்த குடிப் பெண்டுகள் தான் என்ன செய்ய முடியும்?

அவர்கள் நடந்து போனதைச் சாங்கோபாங்கமாக விஸ்தாரமாக எடுத்துச் சொல்ல முடியும். நல்லதாக நாலு வார்த்தை மங்களகரமாகப் பேச முடியும். பேசினார்கள். சங்கரன் பட்டணம் போய்க் கொஞ்ச நாள் இருந்துவிட்டு வந்தால் அவனுடைய தேக ஆரோக்கியம் விருத்தியாகும் என்றும், வியாபாரம் செழிப்பாக வளரும் என்றும். அகத்தில் திரும்ப சுபிட்சம் ஏற்படும் என்றும்.

மூத்தகுடிப் பெண்டுகள் சங்கரன் கல்யாணம் நிச்சயித்தபடிக்கு நடக்க வேண்டும் என்றும் சொல்லிப் போனார்கள்.

சுப்பிரமணிய அய்யரின் அத்தான் சுந்தர கனபாடிகள் அதை சாமாவின் வருஷாப்திகத்துக்கு அப்புறம் வைத்துக் கொள்ளலாம் என்றபோது, நீ உன் தெவச மந்திரத்தையும் விஷ்ணு இலையிலே எள்ளுருண்டையையும் பாகற்காய்ப் பிட்லையையும் பாத்துண்டு போடா கொழந்தே மாட்டுக்கண்ணு சுந்தரம் என்று சுப்பம்மாள் சத்தம் போட்டாள். அது மூத்த குடிப் பெண்டுகள் அவள் வாயில் வந்து சொன்னதா அவளே சொன்னதா என்று சுப்பிரமணிய அய்யருக்குத் தெரியவில்லை.

அந்தத் துர்மரணப் பெண்டு தன்னை அதற்கப்புறம் தொடரவில்லை என்பதில் சுப்பம்மாளுக்கு நிம்மதி. ஜோசியர் அண்ணாசாமி அய்யங்காரின் யந்திரத்தையும் கட்டிச் சுமந்து கொண்டு வளையவர வேண்டியதில்லை இப்போதெல்லாம்.

மாமி, தேவதைகளைப் பட்டினி போட்டுடாதீங்கோ என்று அவர் கேட்டுக் கொண்டபடி தினசரி பால் அபிஷேகமும் நைவேத்தியமும் மாத்திரம் செய்து கொண்டிருந்தாள் அந்த யந்திரத்துக்கு. ராத்திரி வேளைகளில் சில நேரம் யந்திரம் வைத்த சம்புடத்தில் இருந்து தேவதைகள் மொணமொணவென்று சண்டை போட்டுக் கொள்வது கேட்கும். அப்புறம்

சமாதானமாகி இழைவதும், ஒன்றாகச் சேர்ந்து பாடுவதும் கூடக் கேட்பதுண்டு. அந்தச் சத்தத்திலேயே சுப்பம்மாள் அயர்ந்து நித்திரை போய்விடுவாள்.

தேவதைகள் ராத்திரி சண்டை பிடிச்சுக்கறது பாவமா இருக்கு. இத்தணூண்டு எடத்துலே அதுவும் புழுக்கமான ராத்திரியிலே ஒத்தரோட ஒருத்தர் தேகம் இடிச்சுக்கறமாதிரி ஒண்டிண்டு இருக்கறது கஷ்டமான விஷயமில்லியா?

அவள் ஜோசியரைக் கேட்டாள்.

லோக க்ஷேமத்துக்காக ஜமீந்தான் பங்களாத் தோட்டத்துலே பெரிசா யந்திரம் ஒண்ணு ஸ்தாபிச்சிண்டிருக்கேன். அதிலேயே இந்தத் தேவதைகளையும் ஏத்திடறேன். கொஞ்சம் சிக்கலான க்ஷேத்ர கணிதம் எல்லாம் போட வேண்டியிருக்கு அதைச் செய்யறதுக்கு. நேரமே கெடைக்க மாட்டேங்கறது. யாருக்காவது எருமைமாட்டை தேடச் சோழி உருட்டவும், ருது ஜாதகம் கணிக்கவுமே சரியா இருக்கு. கொஞ்சம் பொறுத்துக்குங்கோ மாமி.

ஜோசியர் கேட்டுக் கொண்டதை அவள் அவ்வப்போது நினைவு படுத்திக் கொண்டிருந்தாலும் அவர் இன்னும் எருமை மாடு பிடிக்கத்தான் சோழி உருட்டிக் கொண்டிருக்கிறார்.

சோழி உருட்டி அவரும் சங்கரனுக்கு ஸ்தல மாற்றம் அவசியமானதென்று சொன்னபோது சுப்பிரமணிய அய்யர் அவனைச் சென்னைப் பட்டணத்துக்கு அனுப்பிவைக்கத் தீர்மானித்தார்.

பிச்சை ராவுத்தன் வேறு நீளமான பழுப்புக் காகிதத்தில் கருப்பு மசியால் மடித்து மடித்து லிகிதம் எழுதி அனுப்பியிருந்தான் அவருக்கு.

சாமிநாதன் அகாலமாகப் போனதற்கு வருத்தம் சொல்லி அவன் நல்ல கதிக்குப் போய்ச் சேர துவா செய்து கொள்வதாக எழுதியிருந்தான். துவா என்றால் என்ன என்று சுப்பிரமணிய

அய்யருக்குப் புரியாவிட்டாலும் அடுத்து எழுதியிருந்தது ஸ்பஷ்டமாகப் புரிந்தது.

என் மூத்த மகன் கருத்தானுக்குப் பட்டணத்தில் தனிக்கடை வைத்துக் கொடுத்திருக்கிறேன். அவனுக்கு வியாபார நெளிவு சுளிவு புரிந்தாலும் கணக்கு வழக்கில் சாமர்த்தியம் போதாது. பட்டணத்திலே நிறைய அய்யமாரும், முதலிகளும் மாசம் நாலு ரூபாய் துரைத்தனத்துப் பணம் சம்பளம் வாங்கிக் கொண்டு கணக்கெழுதுகிற உத்தியோகத்துக்குக் கிடைப்பார்கள். உங்கள் புத்திரன் ஒரு பத்து நாள் பட்டணத்துக்கு வந்தால், மூக்குத்தூள் வியாபாரத்தைத் தெற்கில் விஸ்தரிப்பது பற்றித் பேசித் தீர்மானித்து மேற்கொண்டு நடவடிக்கை எடுக்கலாம். அப்படியே மதராஸிலே கருத்தானுக்குக் கணக்கனைப் பிடித்துப்போடவும் தக்கவர்களைப் பரீட்சித்து உத்யோகத்தில் ஏற்றலாம். இங்கே பீவியின் தங்கைக்கு வைசூரி கண்டிருப்பதால் நான் இப்போது பிரயாணம் வைக்கமுடியாத ஸ்திதியில் இருக்கிறேன். தேவரீர் மன்னிக்க வேணும்.

சங்கரனிடம் அந்த லிகிதத்தையும் கூடவே ஐநூறு ரூபாய் பணமும், பினாங்கு சோமசுந்தரம் செட்டி வகையறாக்கள் அவர்களுடைய சென்னைப்பட்டணம் தம்புச்செட்டித் தெரு லேவாதேவிக் கடை மேல் எழுதிய தரிசன உண்டியல்களாக ஆயிரம் ரூபாயும் கொடுத்து அனுப்பியிருந்தார் சுப்பிரமணிய அய்யர்.

நொங்கம்பாக்கத்துலே ராமநாதனோட, அதாண்டா! உன்னோட ஒண்ணு விட்ட சித்தப்பன் கச்சேரி ராமநாதய்யனோட பிள்ளை வைத்தியநாதன் இருக்கான். கோட்டையிலே உத்தியோகம். பிரக்யாதியோட கொடி கட்டிப் பறக்கறான். அவாத்துலே தங்கி இருந்துக்கோ. ராமநாதனும் அவன் பிள்ளைக்குச் சேதி சொல்லி விட்டிருக்கான் நீ வருவேன்னு.

ஆக, சங்கரன் கிளம்பத் தீர்மானிக்கும் முன்னமேயே சதுரம் வரைந்து மஞ்சாடி எடுத்து வைத்தாகி விட்டது. அவன் தாயக்கட்டையை உருட்ட வேண்டியது தான் பாக்கி.

வந்ததிலிருந்து அதுதான் செய்து கொண்டிருக்கிறான்.

கருத்தா, அந்தத் தெலுங்கு பிராமணன் எப்போ வரேன்னு சொன்னான்?

யாரு? சீனிவாச ராவோ பகலோ அந்த மனுஷனா?

ஆமாயா, அவனே தான். நேத்துக்கு நாம பாத்ததிலே அவன் தான் தீட்சண்யமா இருந்தான்.

ஆனாலும் ஆறு ரூபா மாசாமாசம் கேக்கறானே அய்யர்சாமி? தெலுங்கனுக்குக் கொடுத்து, தொரைக்கு வரி கட்டி, கடைக்குக் குடக்கூலி கொடுத்து அப்புறம் கண்டுமுதலா என்ன மிஞ்சும்?

அட, ஆறு ரூபா அவன் கேட்டா நீ கொடுக்கவா போறே கருத்தா? நாளைக்கு வரட்டும், நான் பேசி முடிக்கறேன். நீ சும்மா வாய் பாத்துண்டு இரு அது போதும்.

அய்யர்சாமியே அப்படியே மாசாமாசம் தெலுங்கனுக்குச் சம்பளத்தையும் கொடுத்துட்டா உபகாரமா இருக்கும்.

கருத்த ராவுத்தன் வலக்கையை நெற்றிக்குக் கொண்டு போய் சலாம் வைத்தபடி கண் அடித்தான்.

நீ ஆனாலும் புத்திசாலித் துருக்கண்டா கருத்தா.

அப்ப, சாது நாயக்கனாப் பாத்து ஆள் அமர்த்திக்கட்டா?

கருத்தான் கடகடவென்று சிரித்தான் எப்பவும் போல்.

அந்த ராவ் எங்கேயோ பக்கத்துலே கிராமத்திலே இருக்கறதாச் சொன்னானே. நித்தியப்படிக்கு அங்கேயிருந்து விடிகாலையிலே கிளம்பி வந்து ராத்திரி கடையை எடுத்து வைக்கறது மட்டும் இருக்க முடியுமான்னு விஜாரிக்கணும்.

அய்யர்சாமி. அவன் பக்கத்துலே கிண்டி கிராமத்துலே தான் இருக்கான். அங்கேயிருந்து ரெண்டு ஜட்கா வண்டி மாறினா எசுபிளனேடு தான்.

கிண்டியோ, பிருஷ்டமோ போ. வண்டியிலே வரானோ. கால் நடையா வரானோ. வந்தாச் சரி. அதுவும் நீ கொடுக்கப்

போற மூணே முக்கால் துட்டுக்கு.

முக்கால் அவன் இல்லே. நாந்தான்.

கருத்த ராவுத்தன் தன் இடுப்புக்குக் கீழே காட்டிக் கொண்டு கடல் இரைச்சலை விட அதிகமாகச் சத்தம் போட்டுச் சிரித்தான்.

அது பாட்டுக்கு தேமேன்னு இருக்கு. ஏண்டா அதைப் போய் நறுக்கணும்?

அதை எங்க வாப்பா கிட்டே இல்லே கேக்கணும் அய்யர் சாமி?

சங்கரன் அவனோடு கூடச் சேர்ந்து சிரித்தான். மனம் லேசாகப் போயிருந்தது அவனுக்கு.

கருத்தா, நாளைக்காவது தம்புச் செட்டி தெருவிலே செட்டிமார் கடைக்குப் போய் தரிசன உண்டியலை மாத்தணும்டா. இல்லேன்னா நீ மூக்குத்தூள் தரமாட்டே.

நல்லா மாத்தலாம் அய்யர் சாமி. நீங்க மாத்தினாலும் மாத்தாட்டாலும் ராவுத்தன் பொடியும் முக்காலும் முழுசும் எல்லாம் சாமிக்குத்தான்.

முக்கால் எல்லாம் எனக்கு வேணாண்டா கருப்பா. உன் வீட்டுலே அதுக்கு ஆள் இருக்கு இல்லியோ?

சாமியை இந்த விஷயத்துலே நான் முந்திக்கிட்டாச்சு. இருட்டிக்கிட்டு வரது. போகலாம் சாமி. வூட்டுலே பேகம் முழுவாம நிக்கறா. போற வழியிலே சேட்டு கடையிலே அல்வா வாங்கிட்டுப் போகணும்.

பகவதிக்குட்டிக்கும் அல்வா வாங்கிப் போய் ஊட்ட வேண்டும். அவள் வாயில் முத்தம் ஈந்து எச்சிலோடு திரும்ப எடுத்துச் சுவைக்க வேண்டும்.

நான் கொடுத்தால் வேணாமோ என்றாள் கொட்டகுடித் தாசி.

அத்தியாயம் முப்பத்திரெண்டு

நொங்கம்பாக்கத்தில் வைத்தியநாதனின் வீடு நூதனமாக எழுப்பிக் குடி போயிருந்ததால் வெகு நேர்த்தியாகவும் சகல சௌகரியம் கூடியும் இருந்தது.

வைத்தியநாதன் சங்கரனுக்கு அண்ணா உறவாக வேண்டும். அவன் தகப்பனார் கச்சேரி ராமநாதய்யர் ஒன்றுவிட்ட சித்தப்பா என்பதால் இவன் ஒன்றுவிட்ட அண்ணா. சங்கரனுக்கு அண்ணா என்று கூப்பிட்டால் சாமாதான் சதா ஞாபகத்துக்கு வருகிறான். தவிரவும் இவன் பெரியண்ணா, மாமா மாதிரி நாற்பத்துச் சில்லரை வயசும் தொந்தியும் தொப்பையும் முக்கால் வழுக்கைத் தலையுமாக இருந்தான்.

தெருவில் எல்லோருக்கும் அவன் மேல் நிறைய மரியாதை இருந்தது. அவன் வெளியே போகும்போதும் வரும்போதுமெல்லாம் அக்கம்பக்கத்திலே இருக்கப் பட்டவர்களும், எதிர்ப்பட்டவர்களும் அவனை சார் என்று மரியாதையாக விளித்தது சங்கரனுக்கு விநோதமாகப் பட்டது. அந்த இங்கிலீஷ் வார்த்தைக்கு ஐயா என்றோ எஜமான் என்றோ அர்த்தம் என்று ஊகித்திருந்தான் அவன். கோட்டையில் வேலை பார்க்கிற ராஜாங்க உத்தியோகஸ்தன் என்பதால்

வைத்தியநாதனுக்கும் அப்படியே எல்லோரும் கூப்பிடுவது பழகிப் போயிருந்ததோடு பிடித்தும் இருந்தது.

வைத்தியநாதய்யன் கோட்டையில் குமஸ்தன் வேலை பார்க்கிறதாகச் சொன்னான். துறைமுகத்தில் வந்து சேரும், புறப்படும் கப்பல் போக்குவரத்து பற்றிய கணக்கு எல்லாம் அவன் தான் எழுதியாக வேண்டுமாம். அதுவும் துரைத்தனத்து மொழியில். இவன் கணக்கு எழுதாமல் எந்தவொரு பரங்கித் துரையோ, துரைசானியோ சென்னைப்பட்டணத்துக்குள் காலெடுத்து வைக்க முடியாது. அதே பிரகாரம், கப்பலேறி ஊரைப் பார்க்கவும் புறப்பட முடியாது என்று வைத்தியநாதய்யன் சொன்னபோது சங்கரனுக்கும் அவன்மேல் சொல்ல முடியாத அளவு மரியாதை வந்து சேர்ந்தது.

வைத்தி சார், இங்கிலீஷிலே வார்த்தையும் கணக்கும் எழுத ரொம்ப மெனக்கெட வேண்டியிருக்குமே?

சங்கரன் அவனைக் கேட்டான்.

கச்சேரி ராமநாதய்யர் கோர்ட்டுக் கச்சேரியில் சிரஸ்ததார் என்ற உத்தியோகத்தில் பல வருஷம் இங்கே சென்னப்பட்டணத்திலேயே இருந்ததால் அதெல்லாம் பள்ளிக்கூடத்திலேயே சிரமமில்லாமல் படிக்கத் தனக்கு வாய்த்தது என்றான் வைத்தி.

கச்சேரி ராமநாதய்யர் அவனைச் சீமைக்கு அனுப்பி பி.ஏ பரீட்சை கொடுத்துவிட்டு வரவும் ஏற்பாடு செய்திருந்தாராம். உள்ளூர் வைதீகர்கள் அப்படி அனுப்பினால் அடுத்த க்ஷணமே ஜாதிப் பிரஷ்டம் செய்வதாகப் பயமுறுத்தவே அதைக் கைவிட்டுக் கோட்டையில் குமஸ்தனாகப் போக வேண்டிப் போனதாக வருத்தப்பட்டான் வைத்தி.

வைதீகர்கள் இந்தப் பெரிய பட்டணத்திலும் இருக்கிறார்கள் என்பதே சங்கரனுக்கு சுவாரசியமான விஷயமாக இருந்தது. கருப்புப் பட்டணத்திலும், மற்ற இடத்திலும் சகல ஜாதியினரும் நிரம்பி வழிந்து மூச்சுக் காற்று முகத்தில் பட, வியர்வை தோளில் ஈஷ, பிருஷ்டம் ஒன்றோடு ஒன்று உரசிக்கொண்டு ஊர்ந்து

போகும் ஸ்தலத்தில் அவர்கள் தர்ப்பைக் கட்டையோடு இறங்கினால், ஒவ்வொரு பத்தடி போனதற்கும் திரும்பி வந்து குளித்துத் தீட்டுப் போக்கவே நாள் முழுக்க நேரம் சரியாக இருக்கும். அப்படியும் மிஞ்சிய நேரத்தில் எள்ளை இறைத்துத் தர்ப்பணமும், அப்தபூர்த்தி ஹோமமும் செய்து நாலு காசு சம்பாதிக்கவும், அதற்கும் எஞ்சி நேரம் கிடைத்து கச்சேரி ராமநாதய்யர் சீமந்த புத்திரனை ஜாதிப்பிரஷ்ட விஷயமாக மிரட்டிவிட்டுப் போகவும் அவர்களுக்கு எப்படி ஒழிந்தது என்று சங்கரனுக்குப் புரியவில்லை.

என்ன, எங்கப்பா கொஞ்சம் முந்திக் கோமணத்தை அவுக்காம இருந்தா நான் பத்து இருபது வருஷம் காலம் தாழ்த்தி உன்னை மாதிரிப் பிறந்திருப்பேன். லண்டனுக்குப் போய் பி.ஏ பரீட்சை கொடுக்க வேண்டிய அவசியம் இல்லாம, இங்கேயே அதைக் கொடுக்கவும், அதுக்காகப் படித்து முஸ்தீபு செய்யவும் கலாசாலை எல்லாம் எழுப்பி வைச்சுருக்கா இப்போ. நான் உன் வயசிலே இருந்த போது அதொண்ணும் கிடையாது. ஆனாலும் பாரு, பகவான் மாதிரி இந்த வெள்ளக்காரா நம்ம பரத கண்டத்து மேலே காருண்யம் வச்சு எவ்வளவு கடாட்சம் பண்றான்னு நினைச்சுப் பார்த்தியோ. இவா மாத்திரம் இல்லாட்ட நீயும் நானும் இங்கே இப்படி ஒரு பெரிய கிரஹத்துலே காத்தாட உக்காந்துண்டு விச்ராந்தியாப் பேசிண்டு இருக்க முடியுமோ?

எந்தத் துரையும் வந்தாலும் வராவிட்டாலும் சங்கரன் அவன் பாட்டுக்கு அரசூரில் புகையிலை விற்று நாலு சல்லி வாங்கிக் கல்லாவில் போட்டுக் கொண்டிருப்பான். ஆனால் வைத்தியநாதய்யன் கோட்டையில் உத்தியோகம் பார்த்து இப்படி நொங்கம்பாக்கத்தில் ரெண்டு கட்டு வீடும் தோட்டமும், கிணறுமாக எழுப்பி சவுகரியமாக ஜீவித்துக் கொண்டிருக்க முடியாது என்பது வாஸ்தவம்தான். அவன் பின்னே என்ன செய்து கொண்டிருப்பான்? தர்ப்பைக் கட்டோடு ஜாதிப் பிரஷ்டம் பண்ணி வைக்க அலைந்திருப்பானோ? முன்சீப்புக் கச்சேரியில் தலைப்பாகை கட்டிக் கொண்டு உத்தியோகம்

பார்த்திருப்பானோ? இல்லை கருத்த ராவுத்தன் கடைக்கு எதிர்க்கடை போட்டு கிண்டி அய்யனைக் காரியஸ்தனாக வைத்து இங்கிலீஷ் சொல்லிக் கொடுத்துக் கணக்கு எழுதச் சொல்லி மூக்குத்தூள் விற்றுக்கொண்டிருப்பானோ?

என்னத்தைப் புகையிலை விற்று. அது வண்டியில் ஏறுகிறதா, அனுப்பிய இடத்துக்கு எந்த சேதமும் வராமல், வழியில் திருட்டு, விபத்து எதுவும் இல்லாமல் போய்ச் சேர்கிறதா, விற்ற பணம் கிரமமாக வசூலாகிறதா என்று பார்த்துப் பார்த்துக் கணக்கெழுதி, தாக்கல் வரக் காத்திருந்து நாளைக் கடத்திக் கொண்டிருக்கிறது? இரண்டு தலைமுறையாக விற்றதெல்லாம் தன நஷ்டம், தானிய நஷ்டம், ஜீவன் நஷ்டம் என்று போய்க் கொண்டிருக்கிறது. இது போல், இதைவிட இன்னும் பெரிசாக எழுப்பிய வீடு தீயில் வெந்து போய்விட்டது. அந்த நாற்றம் பிடித்த வஸ்துவைக் கட்டியழாமல் இப்படி துரைக்குத் தெண்டனிட்டு விழுந்து கோட்டையில் உத்தியோகம் பார்த்து நாலு காசு சம்பாதிப்பது எவ்வளவோ மேல் இல்லையோ. பகவதிக்குட்டி கேளடி. நம்ம குழந்தைகளை எப்பாடு பட்டேனும் இங்கிலீஷ் படிக்க வச்சுடணும். கதவடைச்சுட்டு வந்து படு. நான் வண்டி வண்டியா சேட்டு கடை அல்வா வாங்கிண்டு வந்து தரேன். துரை கடை வச்சு அப்படி ஏதேனும் உன்னதமான சரக்கு விற்றாலும், என்ன காசு செலவானாலும் வாங்கி வரேன். நாவிகேஷன் ரிக்கார்ட் போர்ட் செயிஞ்ச் சார்ஜ் கிளார்க் தெரியுமாடி உனக்கு? படுத்துண்டு எல்லாம் சொல்றேன். வேண்டாமா ஏண்டி வேணாம்கிறே? நல்ல நேரம்டி இப்போ.

கொட்டகுடித் தாசி சங்கரன் கோவணத்தை உருவிவிட்டு இங்கிலீசில் தஸ்ஸு புஸ்ஸு என்று துரைசானி போல் போலி செய்து கொண்டு சிரித்தாள்.

இவள் வேறு எங்கே போனாலும் கூடவே வந்துவிடுகிறாள். சாமிநாதனோடு போகம் கொண்டாடிய அந்த ஸ்திரி போல்.

சங்கரா என்னடா பேசிண்டு இருக்கும்போதே பிரமை பிடிச்சது மாதிரி உத்தரத்தையே வெறிச்சிண்டு உக்காந்துட்டே.

இல்லே வைத்தி சார். கலாசாலை, துறைமுகம், கோட்டை அது இதுன்னு நிறையச் சொல்றேள். அங்கெல்லாம் மழைக்கு ஒதுங்கக் கூட எனக்கு யோக்கியதை இல்லைன்னு தெரியும். பக்கத்திலே வச்சாவது பாக்க சந்தர்ப்பம் கிடைக்குமான்னு யோஜிச்சேன்.

சங்கரன் சமாளித்தான்.

நீ இங்கே இருக்கிற நாளுக்குள் ஒரு தினம் உன்னைக் கோட்டைக்கும் அப்படியே துறைமுகத்துக்கும் கூட்டிக் கொண்டு போய் விநோதம் எல்லாம் காட்டறேன்.

வைத்தி உள்ளபடிக்கே பிரியமாகச் சொன்னபடி, வா போஜனம் பண்ணலாம் என்று எழுந்தான்.

இல்லே சார், நான் இன்னும் குளிக்கவே இல்லை. நீங்க போஜனம் முடிச்சு உத்தியோகத்துக்கு இறங்குங்கோ. மெள்ளக் கிளம்பிப் போய்க்கறேன் நான்.

அசடே, இன்னிக்கு ஞாயித்துக் கிழமை. வேலைக்குப் போகவேண்டாம். போன வாரம் எப்படி நீ வந்தபோது மாம்பலம் பக்கம் நின்னு கூட்டிண்டு வந்தேன்னு நினைக்கறே?. ஞாயித்துக் கிழமைங்கறதாலே தானே. வார நாளா இருந்தா நான் வந்திருக்க முடியுமா என்ன? எவனாவது வேலைக்காரனை அனுப்பியிருப்பேன். அவன் உன்னை விட்டுட்டு வேறே யாரையாவது எட்டு முழ வேஷ்டியும், கிராமத்துக் களையும், கட்டுக் குடுமியுமா இங்கே படியேத்த வச்சிருப்பான். இவளும் அசடு மாதிரி விழுந்து விழுந்து உபச்சாரம் பண்ணிண்டு இருப்பா.

வைத்தி சிரித்தான். அவன் பெண்டாட்டி கோமதி கையில் தருப்பைப் புல்லை வைத்துக் கொண்டு வீடு முழுக்க இரைத்துக் கொண்டு போனவள் அவன் மேல் ஒன்றை வீசிப் போட்டபடி சொன்னாள் –

என் கொழுந்தனார் ஒண்ணும் அசடு இல்லே. நானும்தான்.

இப்ப இங்கே முழு அசடு நீங்க மட்டும்தான்னா.

ஏண்டி கழுதே. என்னப்பாத்து அசடுன்னு சொல்லவா உங்கப்பன் மிராசுதார் கோபாலன் உன்னை என் கழுத்துலே கட்டி வச்சான்?

சும்மாவா கட்டி வச்சார் எங்கப்பா? முன்னூறு சவரன் நகை, வெள்ளிப்பாத்திரம், பட்டு வஸ்திரம்.

அவள் பால் பாத்திரத்தைத் திறந்து அதில் ஒரு இழை தருப்பையை மிதக்கப் போட்டாள்.

வரதட்சணை அட்டவணையை அடுக்கறபோது. என் காதுலே வைரக்கடுக்கனையும் சேர்த்துக்கோ. அந்த காசியாத்திரை கொழும்புக் குடையையும்.

வைத்திக்கு உள்ளபடியே பெருமைதான் இப்படித் தனலட்சுமியாகப் பெண்டாட்டி வந்து சேர்ந்ததில். அவனுடைய ரெட்டை நாடி சரீரத்துக்கும் இவளுடைய சோனி உடம்புக்கும் பொருத்தமில்லை தான். ஒரு சாண் வைத்தியைவிடக் கூட இவள் உயரம் என்று சங்கரனுக்குப் பட்டது. சேர்ந்து நின்றால் கண்டுபிடித்து விடுவான். கண்டுபிடித்து என்ன ஆகப்போகிறதாம்? மூணு பிள்ளை வைத்திக்கு வரிசையாகப் பெற்றுப்போட கோமதி மன்னிக்கு உயரம் ஒன்றும் தடையாக இல்லைதான். அதுகளுக்கும் காது குத்தி, வைரக்கடுக்கன் மாட்டி அழகு பார்த்திருந்தார் கோமதியின் தகப்பனார்.

வைரக்கடுக்கன் போட்டுக்க மட்டுமில்லே காது. விஷய ஞானத்தைக் கிரகிச்சுக்கறதுக்கும்தான்னு இவர்கிட்டே சொல்லுங்க கொழுந்தனாரே.

கோமதிக்கு சிநேகிதமான சுபாவம். வந்த நாள் முதல் சங்கரனை வைத்தியின் கூடப் பிறந்த சகோதரன் போல் நினைத்து எல்லா வசதியும் செய்து தந்து பிரியமாக இருக்கிறாள். சாமிநாதன் இருந்து, சித்தப் பிரமை தெளிந்து கல்யாணம் செய்து அகத்தில் மன்னி வந்தால் இப்படித்தான் இருப்பாளோ.

எரிந்து கரிபிடித்த வீட்டில், கூரை சரிந்த கூடத்தில் ஊஞ்சலில் சாமிநாதன் உட்கார்ந்திருக்க, தரையில் மழையில் நனைந்தபடி பாடிக் கொண்டிருந்த ஸ்திரி. அவள் தான் மன்னியா? அவள் பாடினதும், வாசல் திண்ணையில் சாய்ந்து கொண்டு இன்ஸ்பெக்டர் துரை கேட்டு உறைந்து போய் நிற்க சுப்பம்மா அத்தை பாடியதும், சாமிநாதன் நக்னமாக மாடியறையில் நின்றபடிக்குச் சுழல விடும் பழுக்காத்தட்டிலிருந்து ஒலித்ததும் ஒரே சங்கீதம் தானா?

உன் கொழுந்தன் திரும்ப நிஷ்டையிலே உக்காந்துட்டான்.

வைத்தியநாதன் சங்கரனைப் பிடித்து உலுக்கினான்.

அவருக்கு என் தங்கையை முடிச்சு வச்சுடுங்கோ. எல்லாம் சரியாயிடும். நாள் முழுக்க பத்துப்பேரை ஏவிண்டு புகையிலையும், மூக்குப்பொடியும் வித்துண்டு நூதன கிரஹப் பிரவேசம் செஞ்சு, ஆயுசும் சந்ததியுமா அவரும் பட்டணத்துலே சவுக்கியமா இருக்கலாம். ஆனாலும் இன்னிக்கு அவருக்கும் கூடக் காலம்பற கொலைப் பட்டினின்னு விதிச்சதை யாராலும் மாத்த முடியாது.

மன்னி, நீங்க அன்னபூரணி. சாப்பிடுடா கொழந்தேன்னு ரெண்டு பிடி அன்னம் வச்சா சரின்னு வழிச்சுப் போட்டுண்டு வேலையைப் பார்க்கக் கிளம்புவேன். இல்லியோ, கிணத்து ஜலம் ஜில்லுனு இருக்கோன்னோ, குளிச்சுச் சந்தியாவந்தனம் பண்ணிட்டு பஞ்ச பாத்திரத்திலே அதை ஏந்திக் குடிச்சுட்டுப் புறப்படுவேன். அண்ணா தான் பாவம்.

ஆமாண்டி. ஞாயித்துக்கிழமை காலம்பற இட்லிக்கு ஊறப்போட்டு சுடச்சுட இஞ்சித் துவையலோட பண்ணித்தருவியே எப்பவும். வெங்காய சாம்பார் வேறே மொறுமொறுன்னு உரப்பா. அதொண்ணும் கிடையாதா இன்னிக்கு?

வைத்தி ஏக்கத்துடன் கேட்டான்.

எப்படிக் கிடைக்கும்? இன்னிக்கு சூரிய கிரகணம்னு நினைவு

வரலியா? பத்தரை மணிக்குக் கிரகணம் விலகினதும்தான் உலையேத்தணும். உங்க நட்சத்திரத்துலே வேறே பிடிக்கறதா? சாஸ்திரிகள் வந்து நெத்திப்பட்டம் கட்டி விடுவார். சீக்கிரம் குளிச்சுட்டு வாங்கோ.

ஒரு வாய்க் காப்பியாவது கண்ணிலே காட்டேண்டி அன்னபூரணி.

வைத்தி கையெடுத்துக் கும்பிடுவது போல் நடித்துப் பிரார்த்தித்தான்.

சங்கரனுக்கு இங்கே வந்தது முதல் பழக்கமாகி இருந்தது அந்தப் பானம். அரசூரில் இருந்து கிளம்பி, காரைக்குடி, திருச்சிராப்பள்ளி, மாயவரம் மார்க்கமாகக் குதிரை வண்டியும், மாட்டு வண்டியும் மாறி மாறி வந்ததில் முதலில் தஞ்சாவூரில் காப்பி என்ற பானம் குடிக்கக் கிடைத்தது. புதிதாக ஏற்படுத்திய சோற்றுக் கடையொன்றில் இரண்டு பிராமணர்கள் அடுப்பில் பாலைக் கொதிக்கக் கொதிக்கக் காய்ச்சி, கருப்புத் திராவகமாக எதையோ ஊற்றி அஸ்காவைப் போட்டு வீசி வீசி ஆற்றிக் கலந்து நீட்டியதை வாங்கி ருஜிக்க ஊரே திரண்டிருந்த மாதிரித் தெரிந்தது சங்கரனுக்கு.

கண்டதையும் வழியில் சாப்பிட்டாலோ, குடித்தாலோ வாந்திபேதியும், வயிற்றுக் கடுப்பும் உண்டாக வழியுண்டு என்று அவன் யாழ்ப்பாணத்துக்கும், அங்கே இருந்து மலைப்பிரதேசத் தோட்டங்களுக்கும் புகையிலை விற்கப் போனபோது அனுபவத்தில் தெரிந்திருந்ததால், சென்னப்பட்டணம் போய்ச் சேரும் வரைக்கும் வெளியிலே போஜனம் செய்யாமல் ஜாக்கிரதையாக இருந்தான்.

சுப்பம்மாள் வாழை இலையில் கட்டிக் கொடுத்த சித்திரான்னமும், தோசையும் கிளம்பின தினம் முழுக்கச் சாப்பிடத் தக்கதாக இருந்தது. அடுத்த இரண்டு நாள் அதிரசமும், தேங்குழலும், பூவன் பழமுமாகப் போனது. அப்புறம் ஒரு நாள் பூந்தி லாடு, சேவு, தேங்காய் பர்பி, சுவியன் என்று தீபாவளி பட்சணம் போல் நாள் முழுக்கச் சாப்பிட்டுக் கழிந்தது.

எல்லாம் சுப்பம்மாளும், வேத பாடசாலை ராமலட்சுமிப் பாட்டியும், அப்பாவின் அத்தான் சுந்தரகனபாடி மாமாவாத்துக்காரியும் சேர்ந்து இவன் பிரயாணத்துக்கென்று சித்தமாக்கி, ஓலைக் கொட்டான்களிலும், தகரப் பெட்டிகளிலும் அடைத்துக் கொடுத்தது. ஜலம் மட்டும் மானாமதுரை மண் கூஜாவில் அங்கங்கே இடம் பார்த்து சுத்தமானதாக இருக்கும் என்று தீர்மானம் செய்து வாங்கி நிறைத்துக் கொண்டான்.

சாப்பிட்டுத் தீர்ந்த ஓலைக் கொட்டான்களை அங்கங்கே வீசிக் கழித்தாலும், வைத்தியனாதன் அகத்தில் தரச்சொல்லிக் கொடுத்து விட்ட தகரப் பெட்டி நிறைய பட்சணங்களைத் தனியே எடுத்து வைத்து அங்கங்கே ஏற்றி இறக்க சிரத்தை எடுக்க வேண்டிப் போனது. அசதியோடு, ஐந்து நாள் பயணத்தில் கடைசி நாளில் ஏகத்துக்கு இனிப்புப் பட்சணம் சாப்பிட்டது மதராஸில் வந்து சேரும்போது மலபந்தமாகி வயிறு ஊதிப் போயிருந்தது சங்கரனுக்கு.

தாம்பரத்திலிருந்து வந்த மூடுவண்டிகளிலிருந்து இறங்கிய கூட்டத்தில் எப்படித்தான் சங்கரனைக் கண்டு பிடித்தானோ வைத்தியநாதன்.

செயிஞ்ஜார்ஜ் போர்ட் நேவிகேஷன் ரிக்கார்ட் கிளார்க் என்று அவன் விலாசத்தைச் சொன்னால் உடனே நொங்கம்பாக்கத்தில் அவன் கிரகத்துக்கு யாரும் வழிசொல்வார்கள் என்று கச்சேரி ராமநாதய்யர் சொல்லி, ஒரு காகிதத்திலும் நீள எழுதிக் கொடுத்திருந்ததை வழியெல்லாம் உருப்போட்டிருக்க சிரமமே பட்டிருக்க வேண்டாம் சங்கரன். ஆயிரம் பேர் கூடிய சபையில் வைத்தும், புகையிலை வாடையும், புளியஞ்சாத, பட்சண வாடையும் அடிக்கும் சங்கரனைக் கண்டுபிடிக்க முடியாத புத்திசாலியாக இல்லாத பட்சத்தில் அவனுக்குத் துரைத்தனம் நேவிகேஷன் ரிக்கார்ட் கிளார்க் உத்தியோகம் கொடுத்திருப்பார்களா என்ன என்று சங்கரனுக்குத் தோன்றியது அப்போது.

வைத்தியநாதன் கொண்டு வந்திருந்த ஒரு பெரிய குதிரை

வண்டியில் அவனோடும், மடியில் பணம், செட்டிமார் லேவாதேவிக்கடை தரிசன உண்டியல், பட்சண மூட்டை, வயிற்றில் வாயு என்ற சங்கதிகளுமாக நொங்கம்பாக்கம் போய்ச் சேர்ந்த க்ஷணமே வைத்தியநாதனை விடப் புத்திசாலி அவன் பெண்டாட்டி கோமதி என்று புரிந்து போனது சங்கரனுக்கு.

கொதிக்கக் கொதிக்கப் பித்தளைப் பாத்திரத்தில் கொண்டு வந்து வைத்து அவள் கொழுந்தனாரே சாப்பிடுங்கோ என்றதை மறுபேச்சில்லாமல், பல் படாமல் நாக்கில் அன்னாந்து விட்டுக் கொண்டதும் நாக்கு பொள்ளிப் போனாலும் ருசியாகத் தான் இருந்தது. சரியாயிட்டேன் என்று வயிறு வேறு சந்தோஷமாகக் கலகலக்க ஆரம்பித்தது.

பகவதிக் குட்டியோடு படுத்தாலும் இப்படி ஒரு சுகம் கிடைக்காதோ?

காப்பிச் சுவையை இன்னும் நாக்கில் அனுபவித்தபடி, தோட்டத்துக்கு எப்படிப் போகணும் என்று வைத்தியநாதனை அவன் விசாரித்தது இன்றைக்கு ஒரு வாரம் முன்னால், போன ஞாயிற்றுக்கிழமை. கிட்டத்தட்ட இதே நேரம்தான்.

மன்னி, எனக்கு ஒரு குவளை காப்பி கொடுங்கோ. ராகுவும் கேதுவும் சூரியனை முழுங்கிட்டு என்னையும் முழுங்க வந்தாலும் பரவாயில்லே. இந்தத் தேவபானத்தைக் குடிச்சா எல்லாத்தையும் சமாளிச்சுடலாம்.

சங்கரன் கன்னத்தில் போட்டுக் கொண்டு வெகு விநயமாகச் சொல்ல, வைத்தியநாதன் இவன் அரசூர்ப் போக்கிரி, உன் தங்கையை இவனுக்குக் கன்னிகாதானம் செய்து கொடுத்தால் காப்பி சாப்பிட்டே சீதனத்தை ஒழித்துவிடுவான் என்றான் சங்கரனின் குடுமியைப் பிடித்து இழுத்துக் கொண்டே.

அத்தியாயம் முப்பத்து மூன்று

சங்கரன் தெருவில் இறங்கி நடக்கும்போது மத்தியானமாகி விட்டிருந்தது. சமுத்திரக் காற்று தயங்கித் தயங்கி அடிக்க ஆரம்பித்து வெய்யில் தணிந்திருந்தது. இந்தக் காற்றுக்கும், கழித்த போஜனத்துக்கும், இப்பவே இங்கேயே ஏதாவது ஒரு திண்ணையில் கட்டையைச் சாய்த்து தூங்க வேண்டும் போல ஒரு அசதி.

வேறே நாளாக இருந்தால் அவன் கிரமமாகக் கிளம்பி கருத்தானைப் பார்த்துப் பேசி ஆகக்கூடிய காரியம் எல்லாவற்றையும் பார்த்துக் கொண்டிருப்பான். கிரகணம் நடுவில் வந்து விழுந்து தொலைத்தது. போதாக்குறைக்கு வைத்தி சார் கிளார்க் உத்தியோகம் பார்க்கக் கோட்டைக்குப் போக வேண்டாத ஞாயிற்றுக்கிழமை வேறு.

காலையிலிருந்து வைத்தி சாரோடு அதும் இதும் பேசிக் கொண்டு வெட்டி அரட்டையிலும் நாலைந்து குவளை காப்பியிலும் நேரம் போய்விட்டது. அதுவும் காப்பி என்பதானது ஒரு வினோத திரவம். குடித்தால் அக்கடா என்று சுவரில் சாய்ந்து உட்கார்ந்து ஏதாவது கதைக்கச் சொல்கிறது. பேசி ஓய்ந்தால்,

இன்னொரு வாய்க் காப்பி எங்கேடா என்று ஏங்க வைக்கிறது. கோமதி மன்னி வேறு காப்பிக்குக் கிரகணத் தீட்டு இல்லை என்று காமதேனுவாக அதைக் கலந்து கலந்து வந்து கொடுத்த மணியமாக இருந்தாள்.

வைத்தி கொல்லைப் பக்கம் போனபோது, அவன் பிள்ளைகள் எங்கேயோ இருந்து ஒரு உடைந்து போன கண்ணாடிச் சில்லை எடுத்து வந்து விளையாடிக் கொண்டிருந்தார்கள்.

இது பாதத்திலே குத்தினா வேறே வெனையே வேண்டாம். காலையே வெள்ளைக்கார மருத்துவனும் டிரஸ்ஸருமா முழுசா நறுக்கி எடுத்துடுவான். அப்பறம் கட்டையை வச்சுண்டு நொண்ட வேண்டியதுதான்.

கோமதி பயமுறுத்தியதை லட்சியமே செய்யாமல் அவர்கள் பாட்டுக்கு வாசல் திண்ணையில் அகல்விளக்கைக் கொளுத்திக் கண்ணாடியில் கரிபிடித்துக் கொண்டிருந்தார்கள்.

எங்க வாத்தியார் சொல்லியிருக்கார்.

அதுகள் சொன்னபோது சங்கரன் பட்டணத்து வாத்திமார் எல்லாம் அரைக் கிறுக்காக இருப்பார்களோ என்று அதிசயப்பட்டான். விஜயதசமிக்கு நெல்லைப் பரப்பிக் காப்பரிசி விநியோகித்து ஹரி ஸ்ரீ, தட்சிணாமூர்த்தி ஸ்லோகம், ஆத்தி சூடி, கொன்றை வேந்தன், மஞ்ஞாடி, எண் கணிதம், நவராத்திரிக்குக் குழந்தைகளுக்குச் சோளக்கொல்லைப் பொம்மை மாதிரி வேஷ்டியும் புடவையும் கட்டித் துருவ சரித்திரம், விஷ்ணு சகஸ்ரநாமம் இப்படி ஊரில் விஸ்தாரமாகப் படிப்பித்துப் பிள்ளைகளை புத்தியோடு நடமாட விடும் வாத்திமார்கள் எங்கே, இந்த ஊர் மனுஷர்கள் எங்கே.

பாதிரி வாத்திகள் கண்டதையும் தான் சொல்வா. வித்தை சொல்லித்தர அவாளுக்கு அழற தட்சணை கொஞ்ச நஞ்சமில்லே. எல்லாத்தையும் வாங்கி ராபணான்னு அங்கியிலே போட்டுண்டு வாயிலே வரதைச் சொல்ல வேண்டியது. அவாளுக்கு அசூயை நம்ம ஆசார அனுஷ்டானத்தைப் பாத்து.

கோணல் புத்தி வேறே. இல்லாட்ட கிரகண காலத்துலே அட்டுப் பிடிச்சாப்பலே கண்ணாடியைக் கருப்பாக்குன்னு சொல்லியிருப்பாளாயிருக்கும் அதைப் போய் பிரம்ம வாக்கா நம்பிண்டு இதுகளும் கூத்தாடிண்டு இருக்கு.

கோமதி கண்டித்தபோது சங்கரனுக்கு இன்னும் ஆச்சரியமாகப் போனது. பெரிய பாவாடை கட்டின பாதிரிகள் அறியாப் பாலகர்களுக்கு இப்படிக் கண்ணாடியைக் கருப்பாக்கு, கரிக்கட்டைக்குச் சுண்ணாம்பு பூசு என்று கண்டதையும் கற்பிக்கிறதும் அதற்குத் தகுந்தமாதிரி காசு பிடுங்குகிறதும் பட்டணத்து அநியாயம் போல என்று தோன்றியது.

அப்புறம் கிரகணம் ஏறின போது மாடிக்குப் போய்க் குழந்தைகள் அந்தக் கண்ணாடிச் சில் வழியாக ஆகாயத்தைப் பார்த்தார்கள். வைத்தியும் வயிற்றைத் தடவிக் கொண்டு வந்து சில்லை வாங்கிப் பார்த்துவிட்டு ஆஹா என்று காணாததைக் கண்டதுபோல் ஆச்சரியப்பட்டான்.

சங்கரா நீயும் பாருடா. சூரியனை எப்படி கிரகணப் பீடை பிடிச்சுருக்கு பாரு. ராகுவோ கேதுவோ தெரியலை எந்தக் கடன்காரன்னு. ஈஸ்வரானுக்ரஹத்துலே எல்லாம் சரியாகணும்.

கண்ணாடிச் சில்லைப் பயபத்திரமாகக் கொடுத்துவிட்டு வைத்தி கன்னத்தில் போட்டுக் கொண்டான்.

அப்பா, அது நம்ம பூமியோட நிழல். ராகுவும் இல்லே. கேதுவும் இல்லே.

ஆமாடா. நாளைக்கு சிவனும் இல்லே விஷ்ணு பகவானும் பொய்யின்னு அந்த பாவாடைக்காரன் சொல்லித் தருவான். அதையும் வந்து சொல்லுவே. தோ பாருங்கோ, இது ரெண்டுக்கும் புரட்டாசி பொறந்ததும் பூணூல் போட்டு வச்சுடுங்கோ. இல்லியோ அந்தப் பாதிரிக் கட்டால போறவன் இழுத்துண்டு போய்ப் பாவாடை கட்டி விட்டுடுவான்.

கோமதி சிடுசிடுத்தபடி மேலே வந்து சாஸ்திரி வந்தாச்சு என்றாள்.

சங்கரன் கையில் கண்ணாடிச் சில்லைக் கொடுத்துவிட்டு வைத்தியும் பிள்ளைகளும் அவள் கூடக் கீழே போனார்கள்.

அவன் அந்தச் சில் வழியாகப் பார்த்தபோது ஓரத்தில் மட்டும் நெருப்பு வளையமாகப் பிரகாசித்துக் கொண்டு உள்ளே அட்டைக் கருப்பாக ஆகாயத்தில் ஒரு சூரியன். சௌக்கியமாடா என்றது அது சாமிநாதன் குரலில்.

சங்கரா, இன்னிக்கு நீ கிரஹஸ்தனாகப் போறேடா. போகம் லபிக்கப் போறது.

நடுங்கிப் போய்த் தொப்பென்று கண்ணாடிச் சில்லைக் கீழே போட்டான் சங்கரன். அது ஏழெட்டுச் சின்னக் கீற்றுகளாக நொறுங்கிப் போனதை அப்படியே விட்டு விட்டு அவன் மாடிப்படி இறங்கி ஓட்டமும் நடையுமாகப் போக, கூடத்தில் கிரகணப் பீடைக்குப் பரிகாரம் செய்ய வந்த பட்டணத்து வைதீகன் குவளையில் பல் படாமல் காப்பி குடித்துக் கொண்டிருந்தான்.

இதார்? உம்ம ஜ்யேஷ்டனா?

அவன் வைத்தியை விசாரிக்க, நெற்றியைச் சுற்றிப் பெரிய ஓலை நறுக்கைக் கட்டிக் கொண்டிருந்த வைத்தி, ஒன்று விட்ட தம்பி என்றான்.

கோட்டையிலே உத்தியோகம் ஆகி வந்திருக்கேளா?

மூக்குத் தூள் விற்க வந்ததாக இந்த மனுஷரிடம் சொன்னால் இளக்காரமாகப் போகும். சங்கரன் சொந்த வேலை விஷயமாகப் பிரயாணம் வைத்ததாகச் சொன்னான்.

என்ன நட்சத்திரம்?

அவன் நட்சத்திரத்துக்குப் பீடை இல்லை என்றான். மற்றப்படி மூணு பட்டம் கட்டினதுக்கு முக்கால் ரூபாய் தட்சிணை வாங்கிக் கொண்டு காலில் வெந்நீர் விசிறின அவசரமாகக் கிளம்பினான் வைதீகன்.

மைலாப்பூர் பிரதேசத்துலே கோவில் பக்கமா என்னோட ஜாகை. என்ன நல்லது கெட்டதுன்னாலும் வந்து கூப்பிடுங்கோ. வேம்பு சாஸ்திரிகளாம் எதுன்னு விஜாரிச்சா பச்சைக் குழந்தை கூடச் சொல்லும்.

நொங்கம்பாக்கத்துக்கு வைத்தி சார் பிரபல மனுஷ்யன் போல் மயிலாப்பூருக்கு வேம்பு சார் பிரபலஸ்தனோ என்று சங்கரன் வைத்தியிடம் விசாரித்தான்.

இவனா? சிதம்பரம் பக்கம் பொணம் தூக்கிண்டு இருந்துட்டு இங்கே பட்டணக்கரைக்கு வந்த மனுஷன். தத்து சாஸ்திரி. மூத்திரச் சந்திலே ஜாகை. பக்கத்துலே இன்னும் ஏழெட்டுப் பேர். எல்லோரும் மாஜி சவண்டிக்காரன். பட்டணத்துலே இவாதான் வைதீகாள்.

பெரிய விகடத்தைச் சொன்னமாதிரி வைத்தி சிரித்தான்.

ஆனா இங்கேயும் பண்டித சிரோமணிகள் எல்லாம் இருக்கா. ஆத்துலே ஆயுட்ஷேமம், கணபதி ஹோமம், மங்கல காரியம் வந்தா அவாளைக் கூப்பிடற வழக்கம். தட்சணை எம்புட்டுத் தெரியுமோ. மருத்துவம் பார்க்க டாக்டர் தொரை கிட்டேப் போனாக் கூட அம்புட்டுக் கொட்டித்தர வேணாம்.

கோமதி மன்னி தர்ப்பையைக் காலில் படாமல் ஒதுக்கி ஓரமாகப் போட்டபடி சொன்னாள்.

சங்கரனுக்குச் சாமிநாதன் நினைவு மறுபடி வந்தது. அவன் மட்டும் நல்ல படிக்கு இருந்தால் இங்கேயே ஜாகை வைத்துக் கொண்டு அவன் படித்த வேதத்தை முதலாக முடக்கி என்னமாகச் சம்பாதித்திருப்பான். அவனுக்கு அதுக்கு புத்தி போகாதுதான். ஆனாலும் எட்டுக் கிரகமும் கூடி வந்திருந்தால் படிந்து வந்திருக்க மாட்டானா என்ன? இப்படி ரெட்டைக் கட்டு வீடும், விஸ்தாரமான தோட்டமும், பெண்டாட்டி, குழந்தை குட்டியுமாக அவனும் காசு பெருத்துத் தொந்தியும் தொப்பையுமாகக் கொழித்திருப்பான். சங்கரன் இங்கும் அரசூருக்குமாகப் போய்வந்து புகையிலை வியாபாரத்தையும்

நாசீகா சூரண வியாபாரத்தையும் விருத்தி பண்ணிக் கொள்வான். தினசரி காப்பி சாப்பிடுவான். சாமிநாதனுக்கும் அதன் ருசி பிடித்துப் போகும். அவன் சாமவேதம் சொல்லி அழைக்கிற தேவர்களுக்கும் தான்.

கொழுந்தனாரே, குளிச்சுட்டு வாங்கோ. முட்டைக் கோசு பொறியல் பண்ணி வச்சிருக்கேன். பீர்க்கங்காய்த் தொகையல். எலுமிச்சை ரசம்.

கோமதி மன்னி தலையில் வேடு கட்டியதை அவிழ்த்துத் தலையாற்றியபடி ஈரத்துணிகளோடு மாடிக்குப் போனாள்.

அரசூரில் வீட்டில் நுழையாத வெங்காயமும், முட்டைக் கோசும், முள்ளங்கியும், பீர்க்கங்காயும் பட்டணத்தில் ஸ்வாதீனமாக பிராமண கிரகங்களில் நுழைந்து விட்டிருக்கிறது. எல்லாமே ருஜியான விஷயம் தான். சாமிநாதன் இருந்து, இங்கே பரம வைதீகனாக பூணூலை இழுத்துவிட்டுக் கொண்டு நடந்தால் நித்தியப்படிக்கு சங்கரனுக்கும் அதெல்லாம் கிடைக்கும்.சாமா தான் திரும்பத் திரும்ப இன்றைக்கு ஞாபகம் வருகிறான். மந்திரம் சொல்லிய அவன் வாய் கிரகணச் சூரியனின் கறுப்புக் கிணற்றுக்குள் இருந்து போகம் போகம் என்கிறது.

கோமதி மன்னியின் தங்கையைக் கல்யாணம் செய்துகொண்டு இங்கேயே தங்கித் தொழில் விருத்தி பண்ணினால் என்ன என்று குளிக்கும்போது அல்பத்தனமாக ஒரு யோசனை.

போயும் போயும் இந்த நாற வெங்காயத்தைச் சாப்பிடுவதற்காக அந்த திவ்ய சுந்தரியான பகவதிக்குட்டியை வேணாம் போ மூதேவி என்று ஒதுக்கி விட்டு இன்னொரு கன்யகையை வரிக்கணுமா என்ன? இந்தப் பெண்ணரசி எப்படியோ தெரியாது. ஆனால் நிச்சயம் கோமதி மன்னி மாதிரிக் காப்பி கலந்து தருவாளாயிருக்கும்.

குளித்து விட்டு இலைக்கு முன் உட்கார்ந்தபோது முகத்தில் ஒரு வார தாடி புரண்டு கொண்டிருப்பது தெரிந்தது. பச்சைத் தகரப் பெட்டியோடு தெரு நீள நடந்து போகும் நாவிதனை

இன்றைக்காவது கூப்பிடலாம் என்று இருந்தது முடியாமலேயே போய்விட்டது.

ரிஷி மாதிரி இருக்கேடா சங்கரா.

இலையைச் சுற்றி நீரைத் தெளித்து பரசேஷணம் செய்து கொண்டே சொன்னான் வைத்தி.

முட்டைக் கோசும், பீர்க்கங்காய்த் துவையலும் சாப்பிடும் ரிஷி.

கோமதி மன்னி சீண்டினாலும், இலையில் பாதிக்கு கோசுக் கறியை வட்டித்தாள். பருப்பும், புது தினுசு வாடையுமாக அது அமிர்தமாக இருந்தது சங்கரனுக்கு.

ரிஷிகள் அந்தக் காலத்துலே மாம்ச போஜனம் பண்ணியிருக்காளாக்கும். அஜம், பக்ஷி, ஏன், பசு.

வைத்தி சொல்ல ஆரம்பிக்க கோமதி மன்னி அவனை எரித்து விடுவது போல் பார்த்தாள்.

போறும் சமத்து வடிஞ்சு எலையிலே வழியறது. போஜன நேரத்துலே எதுதான் பேசறதுன்னு இல்லியா? அதுவும் குழந்தைகள் கேட்டுண்டு இருக்கான்னு ஒரு போதமே இல்லியாக்கும்.

சாப்பிட்டு விட்டுத் தலைக்கு ஒரு பஞ்சுத் தலகாணியை வைத்துக் கொண்டு வைத்தி சிரம பரிகாரம் செய்து கொள்ள, அடுக்களை ஒழித்துப் போட்டு வந்த மன்னியும் கதவோரமாக வெறுந்தரையில் படுத்து நித்திரை போனாள். குழந்தைகள் எங்கேயோ விளையாடப் போன வீடு நிசப்தமாகக் கிடக்க, வாசல் கிராதிக் கதவைச் சார்த்திக் கொண்டு யாரிடமும் சொல்லிக் கொள்ளாமல் படி இறங்கினான் சங்கரன்.

நாலு தெரு நடந்தால் முச்சந்தி வரும். அங்கே அரை மணி காத்திருந்தால் கருப்புப் பட்டணம் போகும் வண்டி வரும். கருத்த ராவுத்தன் காத்திருப்பான். அந்தத் தெலுங்குப் பிராமணப் பையனும் தான்.

முச்சந்தியில் வண்டிக்காக நாலு பேர் நின்றிருந்தார்கள். பருமனான ஒரு மனுஷ்யன் தலையில் பெரிய முண்டாசும், தொளதொளவென்று வஸ்திரமும் கையில் பிடித்த சிலுவையுமாக ஏதோ பெரிய கூட்டத்தை எதிர்கொண்டது போல உரக்கப் பிரசங்கம் செய்து கொண்டிருந்தான்.

பரணி ஆண்டி சொல்கிறேன். சென்னப் பட்டணத்து மகா ஜனங்களே இந்த சத்ய வார்த்தையைக் காது கொடுத்துக் கேளுங்கள். நானும் சாதாரண ஹிந்துவாக இருந்தவன் தான். இப்போது உன்னத ஹிந்துவாகி இருக்கிறேன். அதெப்படி என்று கேட்பீராகில் சொல்லுவேன், நான் பிரஜாபதியை இன்னார் என்று அடையாளம் கண்டு கொண்டேன். அவரை நமஸ்கரிக்கிறேன். நித்யமும் அனுசாந்தானம் செய்து அஷ்டோத்திரமும் சகஸ்ரநாமமும் சொல்லி அந்த மஹா மூர்த்தத்தை அர்ச்சிக்கிறேன்.

கண்கள் செருக ஆகாயத்தைப் பார்த்தான். கிரகணம் விட்டுப் போன சூரியன் அவனைக் கஷ்டப்படுத்தினதாகத் தெரியவில்லை. அப்புறம் அந்தப் பிரசங்கியின் பார்வை புதிதாக வந்து சேர்ந்து முகத்து வியர்வையைத் தோள் துண்டால் துடைத்துக் கொண்டிருந்த சங்கரன் மேல் விழுந்தது.

இதோ நிற்கிறாரே இந்தப் பிராமணோத்தமர் போல் பெங்காளத்தில் ஞான சூரியனாக இருக்கப்பட்டவர் கிருஷ்ண மோஹன் பானர்ஜியா. அந்த மகாநாமத்தை இன்னொரு தடவை சொல்கிறேன் கேளுங்கள். கேட்ட மாத்திரத்திலேயே பீடையெல்லாம் விலகி ஓடும். கிருஷ்ண மோஹன். எந்தக் கிரகணமும், ராகுவும் கேதுவும் பற்றிப் பிடித்து தொந்தரைப்படுத்த உத்தேசித்தாலும் அந்த மஹாத்மாவிடம் அது ஈடேறாது. அவர் எனக்குக் காட்டித் தந்த பிரஜாபதிதான் கிறிஸ்து மஹரிஷி. நமோன்னமஹ வந்தே என்று ஹிந்துக்களான நாமெல்லாரும் போற்றித் துதிக்கத்தக்க தெய்வ துல்யமான அந்த புண்ணிய ஸ்வரூபனையும், அவருடைய புண்யமாதாவான சர்வேஸ்வரி மஹாமேரி அம்மனின் மங்களகரமான சித்திரத்தையும் நீங்கள் தரிசிக்க இப்போதே காட்டித் தருகிறேன்.

அந்த மனுஷ்யன் தோளில் மாட்டியிருந்த சஞ்சியிலிருந்து ஒரு காகிதத்தை எடுத்து உயர்த்திப் பிடித்தான். அவன் நின்ற மரத்தடி நிழல் சங்கரனுக்குப் பிடித்திருந்தது. இவன் எல்லாத் தெய்வத்தையும் தரிசனப்படுத்தி அந்தாண்டை போகட்டும். அந்த தெய்வங்களின் கிருபை இவனுக்குப் பரிபூர்ணமாகக் கிட்டட்டும். ஒரு நொடிப் பொழுது அந்த விருட்ச நிழலை ஒழித்துக் கொடுத்தால் சங்கரன் இளைப்பாறிப் போவான்.

பரணி ஆண்டி ஓய்கிற வழியாக இல்லை. கருப்புப் பட்டணத்துக்கும், சமுத்திரக் கரைக்கும் போகும் ஒரு வண்டி கூட வந்து சேராத காரணத்தால் அவனுக்கு முன்னால் ஆர்வமில்லாமல் பார்த்துக்கொண்டு ஒரு கூட்டம். அதில் இப்போது பத்துப் பேராவது இருப்பார்கள்.

முச்சந்தியை ஒட்டி விரிந்த தெருவில் பூட்டிக் கிடந்த ஒரு மடத்துத் திண்ணை சங்கரனை வாவா என்றது. மஹரிஷிகளை அப்புறம் தரிசனப்படுத்திக் கொள்ளலாம். மரநிழல் தெய்வங்களுக்கே துணைபோகட்டும்.

சங்கரன் விலகி நடந்தபோது நாலு வீட்டோடு அந்தத் தெருவே முடிந்து போயிருந்தது தெரிந்தது. எல்லா வீடும் சொல்லி வைத்த மாதிரிப் பூட்டி வைத்திருந்த தெரு அது.

சஞ்சியைத் தலைக்கு அணையாக வைத்துக் கொண்டான். உத்தரியத்தை விரித்தான். ஊருக்குப் போவதற்குள் வைத்தி சார் உத்தியோகத்துக்குப் போட்டுப் போகிறது போலவோ, கருத்தான் மாட்டிக் கொண்டு திரிகிற தரத்திலோ ஒரு குப்பாயம் தைத்துப் போட்டுக் கொள்ள வேண்டும். கருப்புப் பட்டணத்தில் துணியை வெட்டி, ஊசியில் நூல் கோர்த்துச் சதா தைத்துக் கொண்டு திண்ணைகளில் உட்கார்ந்திருக்கிற தையல்காரர்கள் நிறைய உண்டு என்பதைக் கவனித்திருக்கிறான் அவன்.

ஏதோ சத்தம். திண்ணையில் படுத்தபடி சங்கரன் அரைக் கண்ணைத் திறந்து பார்த்தான். நூதன வாகனம் ஒன்று வந்து நின்றது.

சாமிநாதனின் சிநேகிதர்களாகிய ரெண்டு பேரும் இறங்கினார்கள். விநோதமான குப்பாயம் உடுத்தியவர்கள். இது கூட நேர்த்தியாகத் தான் இருக்கிறது. என்னத்துக்கோ தோள் பாதிக்கு மேல் தெரிகிறது. ஆனாலும் உத்தரீயத்துக்கு இது பரவாயில்லை. என்ன தரித்து என்ன? கனவான் களைதான் காணோம். முழுக் களவாணிக் களை. அது குப்பாயத்தால் வந்ததில்லை. முகத்தில் எழுதி ஒட்டி இருக்கிறதே.

சின்னச் சாமிகளே, பழுக்காத் தட்டு வேணுமா?

பெரியவன் கேட்டான்.

என்னத்துக்கு அதெல்லாம்?

மூக்குத் தூளும் விக்கற பெரிய கடையாச்சுதே. இதெல்லாம் வைத்தால் நாலு பேர் வேடிக்கை பார்க்க வருவான். அதிலே ரெண்டு பேர் வியாபாரம் பண்ணிப் போவான்.

ஆனாலும் என் காலத்துச் சரக்கா இருக்க வேணமா?

அதான் பொடியும் புகையிலையும் இருக்கே. அது உங்க காலத்து சமாச்சாரம் தானே.

வேணாம். சரிப்படாது. அங்கே மரத்தடியிலே ஒரு சாது பிரசங்கம் பண்றார். அவருக்கு வேணுமாயிருக்கும். நான் சித்த தூங்கி எந்திருக்கறேனே? கருத்தான் காத்துண்டிருப்பான். போகணும்.

பழுக்காத்தட்டு இருக்கட்டும், இந்தப் படங்களைப் பாருங்க. மஹா உல்லாசமான விஷயம் எல்லாம்.

குட்டையன் வெங்காயம் சாப்பிட்ட நெடியடிக்கப் பக்கத்தில் இருந்து வார்த்தை சொல்லியபடிக்கு ஒரு புத்தகத்தை நீட்டினான். அதில் பக்கத்துக்குப் பக்கம் பலவிதத்தில் போகத்தில் ஈடுபட்ட வெள்ளைக்காரிகள். நடுவே அவிழ்ந்த கட்டுக் குடுமியோடு சங்கரன்.

அத்தியாயம் முப்பத்து நான்கு

என்ன அய்யர்சாமி, காலையிலே வருவீஹன்னு பாத்தேன். தலையே தட்டுப்படலே.

கருத்தான் கேட்டான்.

நேரமாயிடுச்சு கருப்பா.

சங்கரன் கடைக்கு முன்னால் பொருத்தியிருந்த பலகையில் உட்கார்ந்தபடிக்குச் சொன்னான்.

எதிர்ப் பலகையில் அந்த தெலுங்குப் பிராமணன் உட்கார்ந்திருந்தான்.

இன்னிக்கு ஏதோ கிரகச்சாரமாமே. அய்யமாரு எல்லாம் சூரியனைப் பிடிச்ச ஷைத்தான் தொலஞ்சு போவட்டும்னு நூத்தொம்பது தடவை தொப்பக் குளத்துலே முளுக்குப் போடணுமாமே?

எந்த வல்லாரவோளி சொன்னான் அப்படி?

சங்கரன் கேட்டான்.

தமிழ் பிராமணாளுக்கு கிரஹணத்துக்கு அனுஷ்டானம் நிறையவோ?

தெலுங்கன் கேட்டான்.

இவன்கிட்டே என்ன உபசார வார்த்தை வேண்டிக் கிடக்கு? நில்லுன்னா நிக்கணும். உக்காருன்னா உக்காரணும். கருத்தானுக்குக் காரியஸ்தன். நாளைக்கே நாமளும் இங்கே பாகஸ்தன் ஆயிட்டா நமக்கு முன்னாடியும் இவன் மதுரைத் தாணுப்பிள்ளை மாதிரி கைகட்டி யாசிச்சு நிக்கணும்.

நீர் எப்ப வந்தீர் ஓய்? உம்மை மதியத்துக்கு வரச் சொல்லியிருந்தோமே.

சங்கரன் அதட்டலாகக் கேட்க, தெலுங்கன் எழுந்து நின்று அவனை நமஸ்கரித்தான்.

பெரியவா மன்னிக்கணும். நான் கடை திறக்கறதுக்கு முன்னாலேயே வந்து காலையிலேருந்து இங்கே தான் காத்துண்டிருக்கேன்.

கிரகணத்துக்குக் குளிச்சீரா ஓய்? இல்லே தெலுங்கு பேசறவா எழவுக்கு மட்டும்தான் குளிப்பாளா?

எழவுக்கு மட்டுமென்ன ஸ்வாமி? எல்லாத்துக்கும் தான் ஸ்நானம். ராத்திரி வீட்டுக்குப் போய்ச் சேர்ந்ததும் குளிச்சுட்டு அக்னி ஹோத்ரம் பண்ணிட்டுத்தான் ஆகாரம். நாலு தலைமுறையா அப்படித்தான்.

அய்யர் சாமி, இந்த மனுசர் நான் ரமலானுக்கு நோம்பு இருக்கறது போல, பல்லுல பச்சத்தண்ணி படாம உக்காந்திருக்கார் நாள்முச்சூடும். வண்டியிலே வச்சுத் தள்ளிட்டு வாளப்பளம் வித்துட்டுப் போனான். நாலு வாங்கித் துண்ணு அய்யரேன்னேன். வாணாம்னுட்டாரு.

சங்கரனுக்குத் தன் மேலேயே கோபமாக வந்தது. சாப்பிட்ட கையோடு கிளம்பியிருந்தால் இரண்டு மணியைப் போல்

வந்திருக்கலாம். முச்சந்திக்கு வந்து நின்று சிரம பரிகாரம் செய்து கொண்டு கிளம்ப நினைத்தது தப்பாகி விட்டது.

போகட்டும். இப்ப வந்த வேலையைப் பார்த்து இந்தத் தெலுங்குப் பிராமணனை அனுப்பி வைக்க வேண்டும். இன்னிக்கு ராத்திரிக்குள் இவன் பட்டினியால் செத்துப் போனால் சங்கரனைத்தான் பிரம்மஹத்தி பிடிக்கும். சாமிநாதனைப் பிடித்தவள் போல் அது பெண்பிள்ளையாக இருந்தால் அவளோடும் கிரீடை பண்ணலாம்.

மனம் முழுக்க போகத்திலேயே முழுகிக் கிடக்கிறது. அந்த நூதன வண்டிக் களவாணிகள் புஸ்தகத்தை விரித்துக் கொக்கோகச் சித்திரமென்று விஸ்தாரமாகக் காட்டிப் போனது நிசமா சொப்பனமா என்று தெரியவில்லை. அந்தப் புஸ்தகம் வெகு சுத்தமாக ஞாபகம் இருந்தது. ஒவ்வொரு படமும் கண்ணுக்குள்ளேயே நிற்கிறது. கிரீடை செய்யும் வெள்ளைக்காரிகள். நடுவிலே அவன்.

பெரிய இரைச்சலோடு கருப்புப் பட்டிணம் போகிற நாலு வண்டிகள் வந்து களேபரமாக யாரோ வண்டிக் கூலி விஷயமாகச் சண்டை போட்டுச் சத்தம் கூட்டி எழுப்பி விட்டிருக்காவிட்டால் அவன் வேட்டியை நனைத்துக் கொண்டு திரும்பிப் போயிருப்பான்.

இதென்ன மனசு குறக்களி காட்டுகிறதா? சதா சம்போகம் சம்போகம் என்று அடித்துக் கொண்டு. அந்தக் கொட்டகுடித் தாசி வேறே இறங்கிப் போகமாட்டேன் என்று அழிச்சாட்டியம் பண்ணிக் கொண்டு வஜ்ரப்பசை போட்டு ஒட்டினதுபோல் மனசில் அப்பிக் கொண்டு உட்கார்ந்திருக்கிறாள். பகவதிக்குட்டியோடு பாய் போட்டுப் படுத்தால்தான் இதெல்லாம் சமனப்படும் போல.

உமக்குக் கல்யாணம் ஆச்சுதா?

தெலுங்கனைப் பார்த்துக் கேட்டான் சங்கரன்.

இன்னும் இல்லை. அடுத்த வருஷம் செய்யணும் என்று என் தாயார் முரண்டு பிடிக்கிறாள்.

நாலு தம்பிடி பொடி கொடும் சாயபு.

வந்து நின்ற ஆள் வஸ்தாது போல இருந்தான். பீங்கான் ஜாடியில் இருந்து நேர்த்தியாகப் பொடியைக் கரண்டியால் எடுத்து அதை வாழைமட்டையில் அடைத்துக் கொண்டிருந்த கருத்தானைப் பார்த்தபடிக்கு, கல்யாணம் என்று சொல்லி ஒரு மாசம் ரெண்டு மாசம் வராமல் தெலுங்கு பிரதேசத்துக்குச் சவாரி விட்டுடுவீரா என்று தெலுங்கனைக் கேட்டான் சங்கரன்.

உத்தியோகம் இங்கே நிச்சயம் என்ற திருப்தி முகத்தில் தெரிய, அதெல்லாம் இல்லே சார், எல்லாம் இங்கேயே தான். என்ன ரெண்டு மூணு நாள் லீவு எடுக்க வேண்டி வரும் என்றான் தெலுங்கன்.

லீவு என்றால் என்ன என்று தெரியவில்லை சங்கரனுக்கு. தெலுங்கனுக்கு இங்கிலீஷ் அத்துப்படி ஆயிருந்ததில் அவனுக்குக் காரணமில்லாமல் அசூயை வந்தாலும் அவன் தன்னை சார் என்று விளித்ததில் ஏகப் பெருமை.

அஸ்ஸலாம் அலைகும்.

ஜவ்வாதும், அரகஜாவுமாக மூக்கைத் துளைத்தது. கருத்தானை விட ரெண்டு மடங்கு பெரிய ஆகிருதியோடு சரிகைக் குல்லாய் வைத்துக் கொண்டு ஒரு துருக்கன் கருத்தானுக்கு சலாம் சொன்னான்.

இரண்டு பக்கத்துப் பலகையையும் பார்த்துவிட்டு, அவன் தெலுங்கு பிராமணன் பக்கத்தில் போய் உட்கார்ந்தான். அவன் கொஞ்சம் தள்ளி உட்கார, துருக்கனும் அதே விதம் தள்ளிப் போனபடி சிரித்தான்.

ஏன் அய்யரே ஓடறே. உன்னோட வியர்வை என்னைக் கஷ்டப்படுத்தாது.

தெலுங்கன் இந்த மாதிரித் தருணங்களில் மௌனமாக இருப்பதே நல்லது என்பதுபோல் முகத்தை அப்பாவியாக வைத்துக் கொண்டு பொடி வாங்க அடுத்து வந்த ஒரு சிப்பாய் இடுப்பில் செருகி இருந்த நாட்டுத் துப்பாக்கியைப் பார்த்தபடி உட்கார்ந்திருந்தான்.

சிப்பாய் கடன் சொல்லிப் பொடி வாங்கிப்போக, அவன் போன பிறகு சைத்தான் கா பச்சா என்றான் கருத்தான்.

கொடுக்க மாட்டேன்னு சொல்ல வேண்டியதுதானே பாய்? கொட்டையையா நெறிச்சுடுவான்?

வந்த துருக்கன் பலமாகச் சத்தம் போட்டுக் கேட்டான். தெருத் திரும்பிக் கொண்டிருந்த சிப்பாய்க்கு அது கேட்டிருக்கலாம் என்று சங்கரனுக்குச் சந்தேகமாக இருந்தது.

சுலைமான், வாயை மூடிட்டு இருக்க மாட்டியா?

கருத்தான் அவனைக் கடிந்து கொண்டான்.

இல்லே மாப்பிள்ளே. இவனுஹள ஒரு மட்டத்துலே வைக்கணும். பயந்தா கொருமா பண்ணித் தின்னுடுவான் நம்மளை.

அந்தச் சனியன் பிடிச்சவனை விடு. இவுஹ தான் அய்யர்சாமி. நம்ம வாப்பா தோஸ்த் இல்லே அரசூர் பெரிய அய்யர்சாமி அவரோட மகன்.

துருக்கன் ஏழடி நாலடியாகக் குனிந்து சங்கரனுக்கு சலாம் சொன்னான்.

நம்ம பாகஸ்தரா? வாரே வா தோஸ்த். சுலைமானுக்கு ரொம்ப சந்தோசம் உன்னைப் பாத்ததுலே.

கருத்தான் சங்கரனிடம் ஏற்கனவே சுலைமானைப் பற்றிச் சொல்லியிருக்கிறான். இந்த வியாபார அபிவிருத்தியில் மூன்றாவது பாகஸ்தன். கருத்தானின் குப்பி அதாவது அத்தை மகன். அவனும் அவன் அப்பனும் ஊரில் ஏகப்பட்ட தொழில்,

வியாபாரம் என்று பார்க்கிறார்கள். கப்பலில் வந்து இறங்கும் வெள்ளைக்காரர்களைக் கரைக்குக் கூட்டி வந்து அவர்கள் சௌகரியத்தைக் கவனித்துக் கொள்வதிலிருந்து, மூக்குப்பொடி, தோல் செருப்பு, இடுப்பு வார், உலர்ந்த திராட்சைப் பழம் விற்பது என்று ஒன்றைக்கூட விட்டு வைக்கவில்லை.

அடுத்த வாரம் சரக்கு வரது. சுலைமான் காக்கா கிட்டப் பணம் கொடுத்து விட்டுடலாம் என்று சொல்லியிருந்தான் கருத்தான்.

சங்கரன் கையில் பிடித்திருந்த சஞ்சியிலிருந்து செட்டியார் கடை தரிசன உண்டியலை எடுத்தான்.

மன்னிக்கணும். இந்தக் கருத்தான் கடன்காரன் தம்புச்செட்டி தெருவிலே உண்டியலை மாத்தி ரொக்கமாக்க இன்னிக்குப் போகலாம் நாளைக்குப் போகலாம்னு சொல்லிண்டே இருக்கான். பிருஷ்டம் வணங்க மாட்டேங்கறது அதுக்கு. எப்படியும் நாளைக்கு மாத்தி சரக்கு பிடிக்கப் பணம் கொடுத்துடறேன்.

சங்கரன் சொல்லி முடிப்பதற்குள் தெலுங்கன் குறுக்கே புகுந்தான்.

அதெதுக்கு சார்? நீங்க இவாளுக்கு இண்டார்சு பண்ணிக் கொடுத்திட்டாப் போறது. தரிசன உண்டிதானே? இவாளே மாத்திக்கலாம். இல்லே இவா சரக்கு வாங்கற எடத்துலே அவா பேர்லே இன்னொரு இண்டார்சு பண்ணினாத் தீர்ந்தது விஷயம். பேரேட்டிலே உண்டியலுக்கு ஒண்ணும், காசு வசூல், வரவு செலவுக்கு ஒண்ணுமாக் கணக்கு எழுதி அப்புறம் வரவு செலவு நிலுவை எடுத்தாப் போதும். நீங்க சப்ளை பண்ணப் போறவா கிட்டேயும் உண்டியலாவே வாங்கிண்டா ராஜாங்கத்துக் கட்ட வேண்டிய வரியும் மிச்சமாகுமே.

அவன் கண்ணுக்கு முன் தான் அற்பப் பதராகக் குறுகிப் போனதாக சங்கரனுக்குத் தோன்றியது. கிணறு வெட்ட வெட்ட பூதமும் புதையலும் வருகிறது போல, தெலுங்கனிடம்

கோணிச்சாக்கில், துணிப்பையில், மடிசஞ்சியில், சருவப் பானையில், குண்டானில், குவளையில் எல்லாம் பிடித்து வைத்தாலும் தீராத விஷய ஞானம் இருக்கிறது. துரைத்தன பாஷை சரிக்குப் பேச வராவிட்டாலும் அர்த்தமாகிறது. மட்டுமில்லை. சரியான நேரத்தில் சரியான பிரயோகத்தை வாக்கில் கொண்டு வந்து நிறுத்துகிற சரஸ்வதி கடாட்சம் வேறே இவனுக்குப் பூரணமாக இருக்கிறது. தவிர, துரைகள் திட்டம் செய்து வைத்தது போல கணக்கு எழுதக் கூடியவன்.

சுலைமானும் கருத்தானும் அந்த வத்தல்காச்சித் தெலுங்கனைப் புது மரியாதையோடு பார்த்தார்கள்.

சாமி, நாளைக்குக் காலையிலே வந்துடுங்க. நாள் எல்லாம் நல்லாத்தானே இருக்கு?

கருத்தான் தெலுங்கனுக்கு மாசாமாசம் ஐந்து ரூபாய் கொடுக்க சம்மதித்துவிட்டான்.

சம்பளம் தவிர வெள்ளிக்கிழமை பகலுக்கு மேல் கருத்தான் தொழுகைக்குப் போகிறபோது வாரம் அரை நாள் கடை அடைப்பு. அமாவாசைக்கு முழு அடைப்பு. ரம்ஜான், தீபாவளிக்குக் கடைக்கு வர வேண்டாம்.

தெலுங்கன் அந்த இரண்டு துருக்கர்களுக்கும், தமிழ்ப் பிராமணனுக்கும் தனித்தனியாக நமஸ்காரம் சொல்லி, கையில் ஐந்து ரூபாய் முன் பணமாக வாங்கிக் கொண்டு கிளம்பிப் போனான்.

கம்பேனி காரியஸ்தன்னா கௌரதையான உடுப்பு வேணும். நாளைக்கு எல்லாம் எடுத்து வச்சுட்டு, புதன்கிழமை வரேன். நாள் நல்லா இருக்கு அன்னிக்குத்தான்.

அவன் சொன்னதற்கு யாருமே மறுப்புச் சொல்லவில்லை.

நெறைய விஷயம் தெரிஞ்சவனா இருக்கான். ஒரு விதத்துலே நல்லது.

சுலைமான் சொன்னான்.

வேறே எதாவது விதத்துலே நல்லது இல்லியா?

சங்கரன் கேட்டான்.

அது நாம நடந்துக்கறதைப் பொறுத்த விஷயம் தோஸ்த்.

சங்கரனுக்கு என்ன என்று சொல்ல முடியாத நிம்மதி.

கருத்தா, இருட்டிண்டு வரதே. கடையை எடுத்து வச்சுட்டு வா. சமுத்திரக் கரையிலே காலாற நடந்துட்டு வரலாம்.

அவன் கூப்பிட்டபோது சுலைமான் வேண்டாம் என்று கையைக் காட்டினான்.

கருத்தான் போவட்டும். பீவி வாயும் வயறுமா நிக்கிறா அவனுக்கு. நீ வா. கப்பலுக்குப் போகலாம். மத்தியானம்தான் வந்து நங்கூரம் போட்டுச்சு.

நானா? கப்பலுக்கா?

ஏன் அய்யரே, கப்பல்லே ஏறினா தீட்டுப் பட்டுப் போயிடுவியா? கடல்லே சவாரி போனாத்தானே உங்க ஆளுகளுக்குத் தீட்டு? நீ அதும் போயிட்டு வந்ததாச் சொன்னானே கருத்தான்?

தீட்டுக்கு இல்லே. நான் கப்பல்லே வந்து என்ன பண்ணப் போறேன்?

நாலு மனுஷாளைப் பார்க்கலாம் சாமிகளே.

கருத்தான் கடைக்குள் இருந்து சுண்ணாம்புக் கட்டியால் என்னமோ குறித்திருந்த பலகைகளை எடுத்து வந்து வாசலில் வைத்தபடி சொன்னான்.

சங்கரனுக்குக் கப்பலில் ஏறி உள்ளே போய் யந்திரங்களை, பிரயாணமாக வந்தவர்களை, அவர்களுக்கு வாய்த்த வசதிகள், சௌகரியம் எல்லாம் பார்க்க இஷ்டம் தான். ஆனால் இருட்டிக் கொண்டு வருகிறதே.

ஏன் கவலைப்படறே தோஸ்த். பக்கத்துலே தான் வூடு. வண்டியை ஒரு விரட்டு விரட்டினா பத்து நிமிசத்துலே ஆர்பர். அப்புறம் கட்டு மரத்துலே இன்னொரு பத்து நிமிசம் கடல்லே போனா கப்பல். ஏறிப்பாத்துட்டு ராத்திரி ஒம்பது மணியைப் போல வந்துடலாம். நொாங்கம்பாக்கத்துக்கு உன்ன வண்டியிலேயே கொண்டு விட்டுடறேன். ஆளு அம்பு ஆனை குருதை அல்லாம் இருக்கு நம்ம கிட்டே படச்சவன் கிருபையிலே.

ஒரு கவலையும் இல்லை. கப்பலில் ஒண்ணுக்குப் போக எல்லாம் சவுகரியம் இருக்குமா என்று தெரியவில்லை. ஆபத்துக்குப் பாவம் இல்லை. சுலலமான் வீட்டிலேயே காதில் பூணூலை மாட்டிக் கொண்டு தோட்டத்துக்குப் போய் அற்ப சங்கையை தீர்த்துக் கொண்டு, ஜலம் வாங்கிக் கைகால் கழுவிக் கொண்டால் ஆச்சு. துருக்க வீட்டில் நுழைந்தால் ஜாதிப் பிரஷ்டம் பண்ணுவதாக பட்டணத்து வைதீகன் எவனாவது சொன்னால்?

அவனுக்கு ஒரு கவலையும் இல்லை. பட்டணத்து வைதீகன் எல்லாம் மயிலாப்பூரில் மூத்திரச் சந்தில் கிரஹணத்தை விரட்ட மந்திரம் சொல்லிக் கொண்டு உட்கார்ந்திருக்கட்டும். அரசூர் வைதீகர்களுக்கு சங்கரன் பட்டணத்தில் எக்கேடு கெட்டு யாரோடு சுற்றித் திரிந்தாலும் ஒரு கவலையும் இல்லை. அவன் திரும்பிப் போய், ஆவணி அவிட்டத்துக்குப் பூணூல் மாற்றிக் கொண்டு தட்சணை கொடுத்து அபிவாதயே சொல்லி நமஸ்காரம் பண்ணினால் போதும்.

கிளம்பலாம் என்றான் சங்கரன்.

அத்தியாயம் முப்பத்தைந்து

கட்டுமரம் அலையில் மிதந்தும் அதோடு தாழ்ந்தும் உயர்ந்தும் அனுசரித்துப் போவதாகப் பாவனை பண்ணிக் கொண்டு சமுத்திரப் பரப்பில் ஊர்ந்து கொண்டிருந்தது. இன்னும் அரைமைல் இப்படியே சமாதானமாகப் போனால் கப்பல் வந்துவிடும்.

கப்பல் பாட்டுக்கு அங்கே வெள்ளைக்காரத் திமிரோடு, கருப்பு நாயே என்னடா துறைமுகம் வச்சு முடியைப் பிடுங்குறே எம்புட்டு நேரமா நிக்கறேன். எவனாவது வந்து மரியாதை செஞ்சு கும்பிட்டு விழுந்தீங்களாடா என்று நீள உயர நிமிர்ந்து நின்று விசாரித்துக் கொண்டிருக்கிறது. கப்பலில் வந்தாலும், இறங்கிக் காலில் கரை மணல் ஒட்ட நடந்தாலும், வியர்வை மின்னும் நாலு கருப்புத் தோளில் பல்லக்கு ஏறிக் கெத்தாக நகர்ந்தாலும், மனுஷ நெரிசல் அடர்த்தியாகக் கவிந்த பாதையில் குதிரைக்கும், எதிர்ப்படுகிற கருப்பனுக்குமாகச் சவுக்கைச் சுழற்றி வீசி சாரட்டில் ஓடினாலும் வெள்ளைத் தோலுக்குள்ளும் வெளியிலும் பிதுங்கி வழிகிற திமிர் அது.

வாராண்டா வாராண்டா வெள்ளக்காரன்
வந்தாண்டா வந்தாண்டா தாயோளி

பக்கத்துக் கட்டுமரத்தைச் செலுத்துகிறவன் பாடுகிறான். சுலைமான் அவன் அம்மாளையும் அக்காவையும் தீர்க்கமாக வைகிறான். பாடினவனும் மற்றவர்களும் ஏகத்துக்குச் சிரிக்கிறார்கள். சங்கரனுக்கும் சிரிப்பு முட்டிக் கொண்டு வருகிறது. பளிச்சென்று முகத்தில் அறைகிறதுபோல் தண்ணீரை வீசிப் போகிறது வந்த அலையொன்று. சுலைமான் திரும்ப வைகிறான். தமிழில் இருக்கப்பட்ட வசவு எல்லாம் போதாதென்று இந்துஸ்தானியிலும் திட்டுகிறான். அதில் நாலைந்து கேட்க ஏக ரசமாக இருக்கிறது சங்கரனுக்கு. வைத்தி சாரோ அந்தத் தெலுங்கு பிராமணனோ இங்கிலீசில் தஸ்ஸு புஸ்ஸு என்றால் இந்துஸ்தானியில் மனதுக்குள்ளாவது திட்டிக் கொள்ளலாம்.

ஊரில் கொட்டகுடித் தாசிக்கு இந்துஸ்தானி குருட்டுப் பாடமாகத் தெரியும். அவளுக்கு வெண்பாவும், தரவு கொச்சகக் கலிப்பாவும், விருத்தமும் கூட இயற்றத் தெரியும். கூளப்ப நாயக்கன் காதல் பாட்டுக்கு அபிநயம் பிடிக்கத் தெரியும். புகையிலை போடமாட்டாள். போட்டால் பல் கருத்துப் போய் தொழில் நசித்து விடும் என்ற பயமாம். சங்கரன் கடையில் அவளுக்கு வாங்க ஒன்றும் இல்லை. வாங்காட்டப் போறது. சுவர் கே பச்சே அப்படீன்னா என்ன?

அய்யரே, ஒரு சிமிட்டா பொடி மூக்குலே தள்றியா?

சுலைமான் தந்தத்தால் ஆன சம்புடத்தைக் காற்றுக்கு அணைவாகக் கைக்குள் வைத்துத் திறந்தபடி கேட்டான்.

பெண்பிள்ளைகள் இதைப் போடுவாங்களோடா சுலைமான்?

அய்யரே, உனக்கு என்ன எப்பப் பாத்தாலும் அங்கேயே போவுது புத்தி?

சுலைமான் அவன் பிருஷ்டத்தில் ஓங்கித் தட்டினான்.

மூணு மணி நேரத்துக்குள் கருத்தானைவிட நெருக்கமான சிநேகிதனாகி இருந்தான் சுலைமான். பணம் புரளும் சீமான் என்பதாலோ என்னமோ அவனையறியாமலேயே அதட்டலும், கிண்டல், கேலியுமாகப் பழகக் கை வந்திருந்தது. கருத்தான் ஒரு எல்லைக்கு மேல் போக மாட்டான். அவனுடைய அய்யர் சாமி அழைப்பு சங்கரனுக்குப் பாதுகாப்பாக இருந்தது. சுலைமானுக்கு அவன் வெறும் அய்யர்தான். சீக்கிரமே டேய் சங்கரா என்றும் கூப்பிடக் கூடும். சங்கரனை விடப் பத்து மடங்கு காசும் பணமும் கப்பலில் வரும் வருமானமும் அவனுக்கு ஆகிருதியைக் கூட்டிக் காட்டுகிறது.

அவன் வாப்பா தஸ்தகீர் ராவுத்தருக்கும் தான்.

விசாலமான வீட்டு வாசலிலே குரிச்சி போட்டு உட்கார்ந்து வெற்றிலைக்குள் புகையிலையோ வேறு எதோ கலந்து சுருட்டிக் கிராம்பு வைத்து அடைத்த பொட்டலத்தைச் சதா மென்று படிக்கத்தில் துப்பிக்கொண்டு இருந்த அவர் பார்வையில் சங்கரன் பட்ட கொஞ்ச நேரத்திலும் பணத்தைப் பற்றித்தான் பேசினார்.

மதுரைப் பட்டணத்திலே, திருச்சிராப்பள்ளியிலே, தஞ்சாவூரிலே, புதுக்கோட்டையிலே எல்லாம் பாக்குச் சீவல் விற்கவும், வாசனை விடயம் விற்கவும், மூக்குத்தூள் போல் சீக்கிரமே பிரக்யாதி ஏறிக் கொண்டிருக்கிற இலைச் சுருட்டு விற்கவும் யாரெல்லாம் கிளம்பி இருக்கிறார்கள். அவர்களின் பணம் வந்த விதம், அவர்களுக்கு எங்கெல்லாம் வைப்பாட்டிமார், எப்படிச் செலவாகிறது பணம் அந்த விஷயமாக, எவ்வளவு அண்டஞ் சேர்கிறது என்று பட்டியல் ஒப்பித்தபடி, பக்கத்தில் நிரம்பி வழிகிற படிக்கத்தில் துப்பியபடி இருந்தார் அவர்.

வீட்டுக் கூரை மேலும், மேல்தளத்திலும், வாசல் முகப்பிலும் சுவாதீனமாகப் பறந்து கொண்டிருந்த புறாக்கள் மேலே எச்சம் இடாமல் தோளை அப்படியும் இப்படியும் நகர்த்திக்கொண்டு அவன் மரியாதைக்கு இதைக் கேட்டுக் கொண்டிருந்க, மாடிக்குப் போன சுலைமான் கைப்பிடிச் சுவரைப் பிடித்தபடி சங்கரய்யரே சங்கரய்யரே என்று உரக்க விளித்தான்.

செருப்பாலடி படுவா. பெயரைச் சொல்றான் துருக்கன். எல்லாம் பணம் பண்ற வேலை என்று நினைத்தபடி சங்கரன் படியேறிப் போனாலும் அடுத்த நிமிடம் மனம் மாறிப் போனது.

தோஸ்த், இங்கேயே அடைப்பைத் தொறந்து வுடு.

கடன்காரன் மாடியிலேயே கழிப்பறை வைத்திருக்கிறான்.

என்னடா சுலைமான், வீட்டுக்குள்ளேயே இப்படி.

அடக்க மாட்டாமல் சிரித்தான் சங்கரன்.

அட என்னாபா நீ, கக்சுக்குள்ளே போய்க் குடித்தனம் நடத்தப் போறமா இல்லே பிரியாணி சாப்பிடப் போறோமா. அது பாட்டுக்கு அது ஒரு ஓரமா. இது பாட்டுக்கு இது நடுவுலே.

அவன் காட்டிய மகா விசாலமான மண்டபத்தில் கம்பளம் விரித்து வெல்வெட் உறை மாட்டிய திண்டும் தலகாணியுமாகக் கிடந்தது. நீக்கமற நிறைந்த அத்தர் வாடை.

அற்ப சங்கைக்கு வீட்டுக்குள்ளேயே அமைத்திருந்த இடமும் வெள்ளைப் பளிங்கினால் பாதம் அமைத்த மாதிரி நேர்த்தியாக, உள்ளே சுகந்த பரிமள மணம் சதா வீசுமாறு இருந்தது.

காசு கூடிப் போனால் மூத்திரம் கூட வாசனையடிக்கும் போல என்று நினைத்தபடியே சங்கரன் போன காரியம் முடிந்து வரும்போது கவனித்தான் அந்த அறைக்குள்ளேயே ஸ்நானம் கூட முடிக்க வசதி இருக்கிறதென்று.

அய்யரே கிளம்பலாமா. நாலஞ்சு கொடம் வச்சிருப்பே போலேருக்கே..

திண்டில் சாய்ந்து ஒரு துணிச் சஞ்சிக்குள் ஏதோ அடைத்துக்கொண்டிருந்த சுலைமான் சத்தமாகச் சொன்னது கீழ் வீட்டில் முட்டாக்குப் போட்டபடி நடமாடிக் கொண்டிருந்த பெண்பிள்ளைகள் காதிலும் விழுந்திருக்கும்.

அவனோடு கூடப் படியிறங்கிக் கீழே வந்தபோது, தஸ்தகீர் ராவுத்தர் தோளுக்கொன்றாகப் புறா உட்கார்ந்திருக்க,

முகம்மதிய சுல்தான் போல் நீள ஹூக்காவுக்குள் தண்ணீர் களக் களக் என்று புரளப் புகைவிட்டுக் கொண்டிருந்தார்.

அரே முன்னா, கப்பல்லே வந்திருக்கிற ஒரு ஆத்மி விடாம விவரம் கேட்டு வச்சுக்க. காலையிலே ஏற்பாடு எல்லாம் செஞ்சுட்டு நான் போகணும். பணமுடை யாருக்குன்னு விசாரிக்க விட்டுடாதே. இந்த அய்யர் பச்சாவுக்கு இங்கிலீஷ் தெரிஞ்சா உபயோகமா இருக்கும். பரவாயில்லே. ஆள் கட்டுக் குடுமியும் ஜிமிக்கியுமா நல்லாத்தான் இருக்கான். வெள்ளைக்காரனுக்கு இப்படிப் பார்ப்பாரப் பிள்ளை, பாம்புப் பிடாரன், இந்திரஜால மந்திரவாதின்னு பாத்தாத்தான் கடல்லே இருந்து நிலத்துலே கால் வைப்பான்.

ராவுத்தர் தன்னை புகையிலை வியாபாரி, இப்போ புது வியாபாரத்தில் கொடி நாட்டிப் பிரக்யாதி பெற வந்த, வியாபார நெளிவு சுளிவு தெரிந்த அரசூர்ச் சங்கரய்யராகப் பார்க்காமல் குடுமியும் கடுக்கனுமாக வெள்ளைக்காரன் கண்ணில் பட்டு சந்தோஷப்படுத்த வேண்டி ஜன்மம் எடுத்த விநோதப் பிறவியாகப் பார்த்ததில் சங்கரனுக்குக் குறைச்சல் தான்.

நாளைக்கு அவனும் நிறைய சேர்த்து வைத்தி சார் போல், அதைவிடப் பெரிதாக தஸ்தகீர் ராவுத்தர் போல் சமுத்திரக் கரையிலிருந்து வந்து காற்று சாயந்திரங்களில் பேசிவிட்டுப் போகும் அரண்மனை மாதிரி வீடு கட்டுவான். வீட்டுக்குள்ளேயே மாடியில் ஒரு கழிப்பறை ஏற்பாடு செய்ய வேண்டும். சுப்பிரமணிய அய்யரும், சுந்தர கனபாடி மாமாவும் கச்சேரி ராமநாதய்யரும் அவருடைய அவசர அவிழ்ப்பில் தெறித்த சுக்லத்திலிருந்து வழுக்கையும் தொந்தியும் தொப்பையுமாக வடிவெடுத்து வந்த வைத்தி சாரும் எல்லாம் அஸ்துக் கொட்டுவார்கள். சுப்பம்மா அத்தை வாயில் இருந்து மூத்த குடிப் பெண்டுகள் வேறே ஆயிரத்தெட்டு நொட்டச் சொல் சொல்லிப் பாட்டாகப் பாடி முட்டுக்கட்டை போடுவார்கள். ஜோசியர் அண்ணாசாமி அய்யங்கார் யந்திரம் ஸ்தாபித்துக் கொடுத்தால்

சரியாகிவிடும் எல்லாம். அற்ப சங்கை செய்தபடிக்கே கீழே குளிக்கிற ராணியைப் பார்க்கலாம். அவள் இங்கே எங்கே வந்தாள்?

கள்ளுக் குடித்த மாதிரித் தாறுமாறாக ஓடிய இரட்டைக் குதிரைகளின் காலுக்கு நடுவே மிதிபடாமல் தாவிக் குதித்து ஓடிய பட்டணத்து ஜனங்கள் அசிங்கமாகத் திட்ட சுலைமான் சந்தோஷமாகச் சிரித்தபடியே வண்டியை ஓட்டம் ஓட்டமாக விரட்டி வந்து துறைமுகத்தை அடைந்தபோது, இவனுக்கு எதற்கு வண்டிக்காரன் என்று தோன்றியது சங்கரனுக்கு. வண்டிக்காரன் அழுக்கு முண்டாசும், கடைவாயில் அடக்கிய புகையிலையுமாக, வண்டிக்குப் பின்னால் கால் வைத்து ஏறும் இடத்தில் காலடி மண்ணுக்கும் தோல் செருப்புக்கும் நடுவிலே திருப்தியாக உட்கார்ந்திருந்தான்.

ஹராம் கோட். வண்டியைப் பாத்துக்கோ பத்திரமா. குருதைக்குப் புல்லுப் போடு. தூங்கிடாதே கஸ்மாலம்.

அவன் கட்டுமரத்தில் ஏறும்போது வண்டிக்காரனுக்குப் பிறப்பித்த உத்தரவை ரொம்ப ரசித்து மனதில் சொல்லிச் சொல்லிப் பார்த்துக் கொண்டான் சங்கரன். பட்டணத்தில் ஒரு வருஷம் ஜாகை அமைத்து இருந்தால் அவனுக்கும் இதெல்லாம் நாக்கில் வெள்ளமாக வரும்.

அஹோய் அஹோய்.

கப்பலின் மேல்தளத்தில் நின்றிருந்த வெள்ளைக்காரன் நீளக் குழலைப் பிடித்து அதன் மூலம் பார்த்தபடி கூவியது கட்டுமரத்தில் கேட்டது.

லண்டன்லேயும் இப்படி சமுத்திரக் கரை இருக்காடா சுலைமான்?

சங்கரன் அப்பாவியாகக் கேட்டான்.

அங்கே ஏது சமுத்திரம். பக்கத்துலே டோவருக்குப்

போகணும்பாரு வாப்பா. அவருக்குப் பூகோளம் எல்லாம் அத்துப்படி. அது கிடக்கட்டும். இவன் இங்கிலீசுக்காரன் இல்லே. அமெரிக்காக் கண்டத்து வெளுப்பான்.

அப்படீன்னா?

அது ஒரு புது தேசம்பா. நூறு வருசச் சொச்சமா இருக்காம். இங்கிலீசுக்காரன் தான். நம்ம ஆளு லங்கைக்குப் போறான் பாரு அப்படித் தனியாப் போய்ட்டவனுங்க.

தான் இங்கிலீஷ் காரர்களைப் பக்கத்தில் வைத்துப் பார்க்கப் போவதில்லை என்பதில் சங்கரனுக்குக் கொஞ்சம் ஏமாற்றமாக இருந்தது. ஆனாலும் என்ன? கப்பலில் வந்த துரை துரைதான். மூத்திரக் கொல்லையிலே பிறந்து வந்தவனாக இருந்தாலும்.

இன்னும் நாலைந்து வெள்ளை மூஞ்சிகள் கப்பல் மேல்தளத்தில் இப்போது பிரத்யட்சமாயின. குண்டோதரன் போல் ஒருத்தன். கொக்கு மாதிரி மெலிந்து உயர்ந்த இன்னொருத்தன். அப்புறம் ஒரு தாடிக்காரன். நீளப் பாவாடையும், தலையில் பெரிய தொப்பியுமாக சில வெள்ளைக்காரப் பெண்கள்.

வெள்ளைக்காரி வாசனை புடிச்சிருக்கியா தோஸ்த்?

சுலைமான் சங்கரன் தோளில் கைவைத்து விசாரித்தான்.

உள்ளூர் ஸ்திரி வாடையே தெரியாதுடா நேக்கு. புகையிலை வாடையும் இப்ப நீ மூக்குலே போட்டுத் தும்மினியே அந்த மூக்குத் தூள் வாடையும் தான் தெரியும்.

கப்பல்லே வா. அப்பாலே எல்லாம் அத்துப்படியாயிடும்.

சொன்னபடிக்கு துணி சஞ்சியில் இருந்து ஏதோ குப்பியை எடுத்து சங்கரனின் மேல் விசிறித் தெளித்தான் சுலைமான்.

ஐயயோ, என்னடா இது எனக்கும் துருக்க வாசனை பூசிட்டே இப்படி.

சங்கரன் சங்கடப்பட்டுக் கொண்டாலும் அந்த வாசனை பிடித்துத்தான் இருந்தது. பகவதிக் குட்டிக்கும் இது பிடிக்கலாம்.

கப்பல் மேலே இருந்து நீளக் குழல் பிடித்த வெள்ளைக்காரன் ஏதோ கத்தினான். பதிலுக்குக் கையை வாய்க்குப் பக்கம் வைத்துக் குவித்து சுலைமானும் கத்தினான். வெள்ளைக்காரன் கையை அசைத்தான் வாவா என்று கூப்பிடுகிறது மாதிரி சைகையோடு.

சீமைச் சாராயம் கிடைக்குமான்னு கேக்கறான் தாயோளி. இவனுக வந்ததுமே இதைத்தான் தேடுவாங்கன்னு சஞ்சியிலே கொணாந்திருக்கேன்.

சுலைமான் சொல்லிக் கொண்டிருந்தபோதே பெரிய அலை ஒன்று கட்டுமரத்தை மூழ்கடிப்பதுபோல் மேலே உப்புத் தண்ணீரை வீசி எறிந்து போனது. உடுப்பெல்லாம் தொப்பமாக நனைந்து போனது சங்கரனுக்கு.

கண்டுக்காதே. ரெண்டு ஜதை உடுப்பு எடுத்தாந்திருக்கேன். உனக்கு வேணும்னா சொல்லு.

சுலைமான் கவலைப்படாமல் சிரித்தான்.

அவன் விழுத்துப் போட்ட இடுப்புத் துணியையும் அங்கியையும் தரிப்பதைவிட ஈரமான உடுப்போடேயே சங்கரன் நாள் முழுக்க இருக்கத் தயார். அரசூர்ப் பிராமணன் அந்நிய ஜாதி மனுஷ்யன் வஸ்திரத்தை உடுக்கிற அளவுக்கு இன்னும் போய்விடவில்லையாக்கும்.

ஏணியைப் பிடித்துக் கப்பலில் ஜாக்கிரதையாக ஏறுவதற்குள் சங்கரனுக்கு உயிர் போய்த் திரும்ப வந்தது. கீழே அலையடித்துக் கிடந்த கருநீல சமுத்திரத்தைப் பார்க்கப் பயம் கொண்டு, முன்னால் ஏணியில் ஏறிக் கொண்டிருந்த சுலைமானின் பிருஷ்டத்திலேயே பார்வையைப் பதித்தபடி அவன் பாதம் எடுத்து வைத்து மேலே போனான்.

கப்பலில் அவன் காலடி எடுத்து வைத்ததும் கலகலவென்று சிரித்துக் கொண்டு ஏழெட்டு வெள்ளைக்காரிகள் ஓடி வந்தார்கள்.

கொஞ்சம் தேவதைகள் எல்லோரும். சோகை பிடித்த வெளுப்பு முகத்தில் அப்பினாலும், மதர்த்து நின்ற மார்பும் சிறுத்த இடுப்புமாக சரீரத்தை சட்டம் போட்டுக் காட்டுகிற நீளப் பாவாடை அணிந்து நிற்கிற சுந்தரிகள். ஊருணித் தண்ணீர் போல் செம்மண் நிறத்தில் தலைமுடியும் எதையோ குழைத்துப் பூசி சிவந்து போன கன்னமுமாக நிற்கிறவர்கள்.

ஒருத்தி அவன் கையைக் குலுக்கி ஏதோ கேட்டாள்.

பாம்பு கொணாந்திருக்கியான்னு கேக்கறா.

சுலைமான் சொன்னான்.

நான் அரசூர்ச் சங்கரன். புகையிலை வியாபாரி. பாம்பாட்டி சங்கரன் இல்லே.

சங்கரன் வினயமாகச் சொல்ல, ஒருத்தி அவன் குடுமியைப் பிடித்து இழுத்துச் செல்லமாகக் குட்ட, இன்னொருத்தி ஏதோ சொல்ல மற்றவர்கள் நெருக்கமாக நின்று சிரித்தார்கள்.

கொஞ்சம் வியர்வை நெடி கலந்து அடித்தாலும் வெள்ளைக்காரி வாசனை போதையேற்றுகிறதாகத்தான் இருந்தது சங்கரனுக்கு.

அத்தியாயம் முப்பத்தாறு

பிறந்த நாள் முதல் கொண்டு இந்த வெள்ளைக்காரக் கூட்டத்திலேயே புகுந்து புறப்பட்டு பங்காளி தாயாதியாக இழைகிறது போல் சுலைமான் சுபாவமாக அவர்களோடு கலந்து விட்டான்.

அவனுக்கு பாஷை ஒரு தடையாக இல்லை. இந்துஸ்தானியும், தமிழும், பரங்கிப் பேச்சுமாக ஒரு கலவை. முக ஜாடை. கை ஜாடை.

சங்கரனைச் சூழ்ந்து நின்ற இளவயசுப் பெண்பிள்ளைகளை அவனே பார்த்துக் கொள்ளட்டும் என்று விட்டுவிட்டு அவன் வெள்ளைக்காரர்களை ஒருத்தர் ஒருத்தராகத் தேடிப் போனதை சங்கரன் ஓரக் கண்ணால் பார்த்தபடி இருந்தான்.

இந்த லங்கிணிகள் விட்டால் கொஞ்சம் மூச்சு வாங்கி ஆசுவாசப்படுத்திக் கொண்டு அப்புறம் ஆக வேண்டிய காரியத்தைக் கவனிக்கலாம். அவர்கள் ஊரில் ஆண்பிள்ளை குடுமி வைத்திருக்க மாட்டான்கள் தான். ஆனால் தாடியும் மீசையும் அது பாட்டுக்கு செழித்து வளர்ந்து கிடக்குமே மழித்துக் கொள்ளாவிட்டால். என்னத்துக்கு சங்கரன் கன்னத்தைத் தடவி,

முதுகில் தட்டி, இடுப்பு வேட்டியை அவிழ்த்து விடப் போகிறது போல் போக்குக் காட்டி, காது கடுக்கனை இழுத்துப் பார்த்து இந்தக் கூத்தடிக்கிறதுகள் என்று அவனுக்குப் புரியவில்லை.

சுலைமான் பவ்யமாகப் பின் தொடர ஒரு கிழட்டு வெள்ளைக்காரன் மெல்ல நடந்து வந்தான். வெள்ளை உடுப்பும் தொப்பியுமாக இருந்த அவன் தொப்பியைக் கழற்றிப் போலியாக வணங்கியபடி அந்தப் பெண்களைப் பார்த்து ஏதோ சொன்னான். அவர்கள் முன்னைக்கு இப்போது அதிகமாகச் சிரித்து கப்பலின் உள்ளறைகளுக்குள் செருப்பு மரத் தளத்தில் சப்திக்க ஓடினார்கள்.

கேப்டன். திஸ் இஸ் பிராமின். மை பாதர் ஆபீஸ் கிளார்க். ஸீ டப்ட். ஸீ த்ரெட். பிராமின் க்ளார்க்.

அவன் ஏதோ வினோத மிருகம் போல் சங்கரனைக் காட்டி வர்ணித்துச் சொன்னான்.

வைத்தி சார்தானே கிளார்க்? அதென்ன, நேவிகேஷன் டிபார்ட்மெண்ட். மறந்து போச்சு எல்லாம். ஆனால் என்ன? துருக்கன் சங்கரனைப் பெரிய மனுஷன் என்று துரையிடம் அறிமுகப்படுத்தியிருக்கிறான். சங்கரனுக்குத் தானும் நாலு வார்த்தை இங்கிலீஷ் படித்திருந்தால் இன்னேரம் சுலைமான் போல் துரை கூட, இடுப்புச் சிறுத்த துரைசானிகள் கூட கால தேச வர்த்தமானம் பேசிக் கொண்டிருக்கலாமே என்று தோன்றியது.

துரை தலையைச் சாய்த்து அவனைப் பார்த்து ஏதோ கேட்டான்.

பாதர் கம்மிங் டுமாரோ. கிளார்க் கமிங்க நௌ.

சங்கரனுக்கு ஒரு எழவும் புரியவில்லை. துரை சிரித்துக் கொண்டான்.

தோளில் மாட்டியிருந்த சஞ்சியிலிருந்து ஒரு பெரிய கண்ணாடி புட்டியை எடுத்துத் துரை கையில் வைத்தான் சுலைமான்.

தாங்க் யூ. தாங்க் யூ சோ மச்.

துரை என்னத்துக்காக இப்படி உணர்ச்சிவசப்பட்டான் என்று சங்கரனுக்கு அர்த்தமாகவில்லை. இவன்கள் எல்லாம் சாராயத்துக்கு அடிமை போல் இருக்கிறது. கருப்பன் கொடுத்தாலும் சிவப்பன் கொடுத்தாலும் அதைப் ப்ரீதியோடு ஏற்றுக் கொண்டு கடாட்சம் பொழியச் சித்தமானவர்கள்.

வைத்திசாரும் நித்யப்படிக்கோ, அமாவாசை பௌர்ணமிக்கோ இப்படிக் குப்பியைச் சுமந்து போய்க் கோட்டையில் துரைகள் முன்னே தெண்டனிட்டுத் தான் சம்பளம் வாங்கி ஞாயிற்றுக்கிழமை எண்ணெய் ஸ்நானமும், வெங்காய சாம்பாரும், பகல் தூக்கமுமாக பெரிய வீடு கட்டிக் கொண்டு அனுபவிக்கிறானோ?

துரை போத்தலைக் கோழியைத் தூக்கிப் போகிறவன் போல் கழுத்தைப் பிடித்துத் தூக்கிப் போக சுலைமான் சங்கரனிடம் சொன்னான் –

இவர் தான் காப்டன் துரை. கப்பலை ஓட்டற மாலுமிக்கெல்லாம் எஜமான். நாளைக்கு வாப்பா வந்ததும் இவர் கையெழுத்து தான் மொதல்லே வாங்கணும். கப்பல் இங்கே இருக்கற மட்டும், மாமிசம், கறிகாய், பழம், முட்டை, சீமைச்சாராயம் எல்லாம் காசுக்கு வாங்க இவருதான் உத்தரவு தரணும்.

அந்தப் பெண்பிள்ளைகளும் சுக்கான் பிடித்துக் கப்பல் ஓட்டுவார்களோ?

சங்கரன் சந்தேகத்தோடு கேட்டான்.

அய்யரே, வெள்ளைத் தோலை மோந்து பார்த்து மயங்கிட்டே போ. அவங்க, ஊரு சுத்திப் பாக்க வந்தவங்க. இந்தக் கப்பல்லே இருக்கப்பட்ட முன்னூறு பேர்லே இருபது முப்பது பேர்தான் இதுலே வேலை பார்க்கறவங்க. மத்தபடிக்கு எல்லாரும் குஷியா ஊர் உலகம் எல்லாம் பாத்துக்கிட்டுப் போகத்தான் காசு கொடுத்து சீட்டு வாங்கி கப்பல்லே ஏறியிருக்காங்க.

அது சரிதாண்டா சுலைமான். ஆனா இப்படிக் கன்னிப் பொண்ணுங்க எல்லாம் பெத்தவா துணையில்லாம தனியா வருவாளா என்ன?

அவங்க வந்தது சுத்திப் பாத்துட்டுப் போறதுக்கு மட்டுமில்லே. இங்கே பட்டணத்துலே துரைமார் இருக்கற வேலை ஸ்தலத்துலே, ஆஸ்பத்திரியிலே எல்லாம் ஏதாவது வேலை இருந்தா அதிலே சேர்ந்துப்பாங்க. இல்லே இவங்களைக் கட்டிக்கணும்னு எவனாவது தொரை நினச்சா உடனே விரலை நீட்டுவாங்க. மோந்தரம் போட்டா அப்புறம் பொஞ்சாதிதான். இங்கேயிருந்து கல்கத்தா, ரங்கூன், கொழும்புன்னு போறதுக்கும் தயாரா வந்திருப்பாங்க.

கூட்டமாக வந்த வெள்ளைக்காரர்கள் சுலைமானிடம் ஏதோ கேட்பதற்குள் மற்ற கட்டுமரம் எல்லாம் வந்து சேர்ந்து, அதிலிருந்தவர்கள் ஓணான் போல் ஏணியைப் பிடித்துக் கொண்டு கப்பலில் ஏறிக் கொண்டிருந்தார்கள். எல்லார் முதுகிலும் பெரிய கோணிப்பை. சீமைச் சாராயம் என்று அது குலுங்கிய தினுசிலிருந்து சங்கரனுக்குத் தெரிந்தது.

பாதர் கம்மிங் டுமாரோ. டாக்குமெண்ட் சைனிங் மார்னிங். டேக் ரெஸ்ட். டேக் பிராண்டி.

சுலைமான் ஒவ்வொருத்தரிடம் சொல்லி, பாட்டிலை நீட்டி, மறக்காமல் காசையும் வசூலித்துக் கொண்டான். அவன் நீளமான குப்பாயத்தில் திணித்துக் கொண்டிருந்த காகிதப் பணத்தில் ஒன்றை வாங்கி கப்பல் மேல்தட்டு வெளிச்சத்தில் பார்த்தான் சங்கரன். தாடியும் மீசையும் ஒட்டின கன்னமுமாக ஒரு மனுஷன் ரிஷி மாதிரி அதில் இருந்தான்.

லிங்கன். பிரசிடெண்ட்.

ஒரு வெள்ளைக்காரன் சங்கரனிடம் சொன்னபடி அந்தக் காகிதத்துக்கு என்னத்துக்கோ முத்தம் கொடுத்தான்.

சங்கரனுக்கு நொங்கம்பாக்கத்து முச்சந்தியில் பிரஜாபதி பற்றிப் பேசிக்கொண்டிருந்த மனுஷன் நினைவு வந்தான்.

அவன் பிரஜாபதியின் சித்திரப் படத்தை, தாயார் படத்தை எல்லாம் காட்டப் போவதாகச் சொன்னபோது தான் நித்திரை கொள்ளப் போனதற்காக இப்போது லிங்கப் படத்தை இந்த வெள்ளைக்காரன் காட்டுகிறதாக நினைத்தான். சத் விஷயம். வெள்ளைக்காரனாக இருந்தால் என்ன, சுந்தர கனபாடியாக இருந்தால் என்ன? அந்த மரத்தடி மனுஷ்யன், என்னமோ ஆண்டியாக இருந்தால் என்ன? எல்லாம் ஒண்ணுதான் போலிருக்கிறது.

சங்கரன் பயபக்தியோடு அந்தக் காகிதத்தைப் பார்த்துவிட்டு சுலைமானிடம் கொடுக்க, அவன் அதை இடது கையால் வாங்கிக் குப்பாயத்தில் திணித்துக் கொண்டான்.

சரியான பிரம்மஹத்தி இவன் . சங்கரனுக்குக் கொஞ்சம் கோபம் வந்தது.

இன்னும் ஏழெட்டுக் கட்டுமரம். அதிலிருந்தும் ஒன்றும் இரண்டுமாக மூட்டை மூட்டையாகச் சுமந்து கொண்டு ஆட்கள்.

அய்யரே, நீயும் கொஞ்சம் ஒத்தாசை பண்ணேன்.

என்ன பண்ண வேண்டும் என்று தீர்மானமாகச் சங்கரனுக்குத் தெரிந்திருக்கவில்லை.

இது பாரு. ஒரு டாலர். ரெண்டு டாலர் ஒரு துரைத்தனத்து ரூபாய்க்கு சமம். இந்த புட்டி மூணு கொடுத்தா அவன் ஒரு டாலர் கொடுப்பான். அம்புட்டுத்தான். சரக்கை எடுத்துக் கொடுத்துட்டு காசை வாங்கி மடியிலே முடிஞ்சுக்க. அப்புறம் நான் வாங்கிக்கறேன்.

அரசூர் சுப்பிரமணிய அய்யர் புத்திரன் சாராயம் விற்கிறான். சுப்பம்மா நாவில் இருக்கிற பரதேவதைகளே, நீங்கள் நிம்மதியாகத் தூங்குங்கள். திவசத்துக்கு இறங்கி வரும் பித்ருக்களே. ஒரு ரசத்துக்குத்தான் இதெல்லாம். நீங்கள் பாட்டுக்கு எள்ளும் தண்ணீரும் இரைக்க திருப்தியாகத் திரும்பிப் போங்கள்.

சாமிநாதன் உங்களோடு இருந்தால் சொல்லுங்கள். அவனுக்கு இது ரொம்பவே பிடிக்கும். எத்தனை நாளைக்குத்தான் சும்மா புகையிலை விற்கிறது?

சங்கரன் இயந்திர கதியில் காசு வாங்கிப் போட்டுக் கொண்டிருந்தபோது, வருடக் கணக்காக இந்தத் தொழில் செய்கிற லாவகம் வந்து விட்டிருந்தது.

பின்னால் சத்தம் கேட்டு அவன் திரும்பிப் பார்த்தபோது காலடியில் காலிச் சாக்கு. சுலைமான் இருக்கும் இடம் தெரியவில்லை. அவன் காலடியில் சுலைமானின் சஞ்சி இருந்தது. திறந்து பார்த்தான். உடுதுணி மட்டும் மிச்சம் இருக்க, அதிலும் குப்பி எதுவும் இல்லாமல் தீர்ந்திருந்தது.

கப்பலுக்குள் உத்தேசமாக இங்கே இருப்பான் என்று அவன் பாதி இருட்டில் சுலைமானைத் தேடியபோது, ஓவென்று கூச்சலோடு அந்தக் குட்டிகள் அவனைப் பாதி இருட்டான ஒரு அறைக்குள் ஓடிவந்து இழுத்துப் போனார்கள்.

இதென்ன, இந்த வெள்ளைக்காரிகளும் சோமபானம் பண்ணிக் கொண்டு? கலி முத்திப் போச்சு என்பது இதுதானோ?

சங்கரன் அவசரமாகத் திரும்ப முற்பட, ஒருத்தி எழுந்து போய் அறையின் கதவை அடைத்து விட்டு வந்தாள்.

அங்கே போய் உட்கார்.

இப்படித்தான் இங்கிலீஷில் சொல்லியிருப்பாள் என்று புரிய, கை விரலை நீள நீட்டியபடி அவள் அதட்ட, சங்கரன் அங்கே இருந்த குரிச்சியில் பட்டும் படாமல் உட்கார்ந்தான்.

குப்பியில் இருந்து ஒரு கண்ணாடிக் கோப்பையில் நிறைத்து இன்னொருத்தி அவனிடம் நீட்டினாள்.

வேண்டாம்டீயம்மா. உனக்குப் புண்ணியமாப் போறது. பகவதிக்குட்டிக்குத் தெரிஞ்சா அருவாமணையிலே வச்சு நறுக்கிடுவா.

சங்கரன் குடுமியைப் பின்னாலிருந்து பிடித்து இழுத்தார்கள். அவன் வாயை உலோகக் கரண்டி கொண்டு வலுக்கட்டாயமாகத் திறந்தார்கள். ஒருத்தி அவன் மடியில் கால் வைத்து உட்கார்ந்து, குழந்தைக்குச் சங்கில் விளக்கெண்ணெய் புகட்டுகிறமாதிரி அந்தத் திராவகத்தைப் புகட்டினாள். அக்னி இறங்கித் தொண்டைக் குழி வழியே மாரில் புகுந்து போய்க் கொண்டிருக்கிறது. சங்கரன் மாரைப் பிடித்தபடி தவித்தான். என்னமோ சுகமாக இருந்தது. ரொம்பவே பயமும் கூட எட்டிப் பார்த்தது.

அந்தப் பெண்பிள்ளை அவன் மடியில் உட்கார்ந்தபடிக்கு அவன் நெஞ்சைத் தடவி விட்டது இதமாக இருந்தது. இப்படிப் புகட்டினால் அவன் கட்டுமரத்தில் கொண்டு வந்த சாராயம் எல்லாவற்றையும் ராத்திரி விடிகிறதுக்குள்ளே குடித்துத் தீர்க்கத் தயார். அப்புறம் இவளுடைய மாரில் தலை சாய்த்து உறங்கிப் போவான்.

அதற்கு முன் இந்த நாற்காலி சுகப்படவில்லை. தரையில் உட்கார வேணும். இந்தப் பெண்கள் வேண்டுமானால் நாற்காலியில் உட்காரட்டும். அவன் மாரிலும் முதுகிலும் மெத்துமெத்தென்று காலால் மிதிக்கட்டும். அப்சரஸ்கள் எல்லாரும். பகவதிக்குட்டி. அவள் கிடக்கிறாள். இப்போ என்னத்துக்கு அவள் நினைப்பு. பிழைச்சுக் கிடந்தால் பார்த்துக்கலாம். அந்த நூதன வண்டிக் களவாணிகள் சொன்னார்களே. சாமா கூட கிரகணச் சூரியனில் இருந்து, புகைபிடித்த கண்ணாடிச் சில்லுக்குள் எட்டிப் பார்த்துச் சொன்னானே. போகம். இதுதான் போலிருக்கிறது. மாடியில் அந்தக் கண்ணாடிச் சில்லை அப்படியே போட்டது சாயந்திரம் உலர்ந்த வஸ்திரம் எடுக்கப் போகிற கோமதி மன்னி காலில் குத்துமோ. அதைப் பற்றி இப்போ என்ன? தரையில் சரிந்து உட்கார்ந்தா சுகமாத்தான் இருக்கு. கப்பல் வேறே கூடவே கள்ளுக் குடிச்ச மாதிரி ஆடறது. இப்படி உக்காந்தாப் போதாது, படுன்னு இவள் என்னத்துக்கு இழுக்கறா? கோமதி மன்னி தங்கை இவ மாதிரித்தான் பெரிய மாரோட இருப்பாளோ? இருடி கழுதே. மாரைத் தொட்டாக் கத்திக் கூப்பாடு போட்டு ஊரைக் கூட்டுவியா? கூளப்ப நாயக்கன் காதல் தெரியுமோ?

அபிநயம் இப்படித்தான் பிடிக்கணும். சிரிக்காதேடீ லண்டி முண்டே. இன்னும் கொஞ்சம் குப்பியிலே ஊத்திக் கொடுடீ. இன்னிக்கு கிரகணம். உன் நட்சத்திரத்துலே வந்தா ஓலையிலே பட்டம் கட்டிக்கணும். பட்டணத்து வைதீகனுக்குத் தட்சணை கொடுக்கணும். நான் வைதீகனும் இல்லே. பாம்பாட்டியும் இல்லே. புகையிலையும் மூக்குப் பொடியும் விக்கற பிராமணன். பிராமணன் இதெல்லாம் பானம் பண்ணப்படாது. ஆனா, காப்பி சாப்பிடலாம். அதுக்குத் தீட்டுக் கெடயாது. நீ காப்பி கலப்பியோ? எச்சலை ஏண்டி என் உதட்டுலே தடவறே கடங்காரி? அசுத்தம். போறது கோவிச்சுக்காதே. நன்னாத்தான் இருக்கு. இது என்ன வாழக்காயா? ஏன் குடலைப் பிடுங்கறாமாதிரி நாறித் தொலயறது? நீ ஊட்டினா எல்லாம் நன்னாத்தான் இருக்கும். கோமதி மன்னி முட்டக்கோசுப் பொரியல் பண்றமாதிரி. இது அதைவிட ருஜிதான். சுலைமான். எங்கே போய்த் தொலஞ்சான்? போலாண்டா கட்டேலே போறவனே. நொங்கம்பாக்கம் போகணும். செட்டியார் தரிசன உண்டியலை மாத்தணும். தெலுங்கன் கிட்டே ஜாக்கிரதையா இருக்கச் சொல்லு கருத்தானை. வேஷ்டியை உருவாதேடி. நீ குளிக்கறச்சே மேலே இருந்து பாத்திருக்கானா யாராவது? கிரகணத்துக்குக் குளிச்சியோ? அத்தரோ அரகஜாவோ சீமை திரவியமோ, ஒண்ணும் வேணாம். இந்த உடம்பு வாடைதான் ஆகர்ஷணம். குப்பியை எடுடி மூதேவி. படுத்துண்டே குடிக்கறேன். இப்படி மேலே ஈஷினா எப்படிப் பானம் பண்ணுவான் மனுஷன்? என்னத்துக்கு சிரிக்கறேள் எல்லாரும்? கொட்டகுடித் தாசிக்குத் தெரிஞ்ச மாதிரி கொக்கோகம் யாருக்குத் தெரியும்? நீ அவளுக்கே சொல்லிக் கொடுப்பேடி ராஜாத்தி. அது கட்டில். எனக்குத் தெரியும். நீ சொல்ல வேணாம்.

பழுக்காத்தட்டு சங்கீதம் இருந்தால் இன்னும் சுகமாக இருக்கும்.

அத்தியாயம் முப்பத்தேழு

நடுராத்திரிக்கு ஒரு காற்று புறப்பட்டது. ஆழப் பாய்ச்சி இருந்த கப்பலின் நங்கூரத்தைக் கெல்லி அது சளைக்காமல் அலைக்கழித்துப் பார்த்தது. நீலக் கருப்பில் கடல் அலைகள் வேறு உக்கிரமான காற்றுக்கு ஒத்தாசை செய்தபடி இருந்தன. எனக்கென்ன போச்சு என்று பவுர்ணமிக்குப் பக்கத்து மூளி நிலா சிரித்தபோது கப்பலின் மேல்தட்டில் நக்னமாக நடந்துகொண்டிருந்த சங்கரன் எனக்கும் தான் என்ன போச்சு என்றான்.

அவனுக்கு நேரம் மட்டுப்படவில்லை. பட்டு என்ன ஆகப் போகிறது? சமுத்திரம் போடும் இரைச்சலுக்கு மேலே தலைக்குள்ளே தேவதை, பிசாசு, பூதம், யட்சி, பசுமாடு, நாகநாதப் புள் என்று எல்லாம் கலந்து ஏதோ சத்தம். போதாக் குறைக்கு பிச்சை ராவுத்தன், சுந்தர கனபாடிகள், பகவதிக்குட்டியின் தமையன் கிட்டாவய்யன், காரியஸ்தன் தாணுப்பிள்ளை, தெலுங்கு பிராமணன் என்று புருஷர்கள் வேறே அவன் இடுப்புக்குக் கீழே கையைக் காட்டிக் காட்டி ஆவேசமாகக் கத்துகிறார்கள்.

உடுப்பை விழுத்துப் போட்டுட்டு அலையாதேடா அரசூர்ச் சங்கரா.

சங்கரனுக்கு உடுத்துக் கொள்ள ஆசைதான். இன்னொரு தடவை படுத்துக் கொள்ளவும் கூடத்தான். சீமைச் சாராயத்தை எவளோ தன் வாயில் அதக்கிக் கொப்பளித்து அவன் வாயைத் திறந்து தாம்பூல எச்சலாகத் துப்பி லகரி ஏற்றுவாள். போதும்டீ விடு என்று அவன் மன்றாடுவான். சாமிநாதன் போதாதுடா கபோதி, ஊஞ்சல் இருக்கான்னு பாரு. அதுலே கிடந்தாலும் கிடத்தினாலும் அம்சமாத்தான் இருக்கும் என்று அத்தியாயனம் பண்ணுகிறதுபோல் கணீரென்று சொல்வான். கப்பலுக்குக் கீழே சமுத்திர உப்புத் தண்ணீரில் குளித்தபடி மார்க் குவட்டில் தேமலோடு அந்த ராணிப் பெண்பிள்ளை அசூசையோடு பார்ப்பாள். அண்ணாசாமி ஐயங்காரின் யந்திரம் பழுக்காத்தட்டு போல் சுழன்று வைத்தி சார் குரலில் போகம் போகம் என்று உருவேற்றும். அதைக் காதில் வாங்கிக் கொண்டு கிடக்க வேணும் இன்னும் கொஞ்ச நேரம்.

எங்கே அப்படிக் கிடந்தது? கொஞ்ச தூரம் நடந்து இடது பக்கமோ வலது பக்கமோ இறங்கி அப்புறம் நீண்ட ஒழுங்கையில் ஈரவாடையை முகர்ந்தபடி கடந்தது எப்போது? மெழுகுத்திரிகள் எரிகிற, அணைந்து புகைகிற வாடையும், சாராய வாடையும், மாமிச வாடையும் வெள்ளைத் தோல் வாடையுமாக அந்தக் குட்டிகளோடு சல்லாபித்தபடி கிடந்ததெல்லாம் சொப்பனமா என்ன?

கனவு என்றால் இடுப்பு வேட்டி எங்கே போனது? சுவாசத்தில் ஏறி அடித்துக் குடலைப் பிரட்டிக் கொண்டு மேலெழும்பி வருகிற நெடியெல்லாம் அவன் வயிற்றில் ஒரு சேரக் கனம் கொண்டு இறங்கினது எப்போது? தேகம் ஒரு நிமிடம் சோர்ந்தும் அடுத்த நிமிடம் பௌருஷத்தோடு விதிர்த்தும் மனதை, புத்தியைச் செலுத்திப் போவது எப்போதிலிருந்து?

அரசூரில் புகையிலை விற்கிற சங்கரன் இல்லை இந்த கப்பல் தளத்தில் அம்மணமாக நிற்கிறவன். இவன் சித்த புருஷன்

இல்லை. சாமிநாதன் போல் வேதவித்தாகப் பரிமளிக்கப் பிறந்தவன் இல்லை இவன். மூக்குத்தூள் விற்க வந்தவன். காப்பி குடிக்கப் பழகிக் கொண்டவன். இந்துஸ்தானியில் நாலு வார்த்தை வசவும்.

காப்பியும் இந்துஸ்தானியும் மூக்குத் தூளும் அவனைக் கொண்டு செலுத்தவில்லை. சொன்னது கேட்காமல் அடங்காது ஆடிய தேகம் தான் அதைச் செய்கிறது. இப்போது உடுத்துக் கொள்ளவேண்டும் என்ற சுரணை கூடப் போய்விட்டது அதற்கு.

கப்பல் இன்னும் கல்பகோடி காலம் இப்படியும் அப்படியும் அசைந்தபடி இருட்டில் நிற்கும். அது நிற்கும் மட்டும் சங்கரன் இந்தத் தளத்தில் காற்றுக்கும், சமுத்திர அலைக்கும் பதில் சொல்லிக் கொண்டு நிற்பான். தரிசன உண்டியல், புகையிலைக் கடை, பகவதிக்குட்டி, வீட்டில் செருப்பு விடும் இடத்தில் அழுக்குப் பழுப்புச் சிலந்தி, கூடத்து ஊஞ்சல், வரலட்சுமி முகம் வரைந்த சுவர் எல்லாம் அவனுக்குச் சம்பந்தம் இல்லாத விஷயம்.

சங்கரன் காலில் இருட்டில் ஏதோ இடறியது. அவனை மாதிரி யாரோ முட்டக் குடித்து சீலம் கொழித்துப் போதும் என்று தோன்றாமல் புணர்ந்து இடுப்புத் துணியும் இல்லாமல் அங்கே அயர்ந்து தூங்கிக் கொண்டிருக்கிறவனாக இருக்கும்.

சங்கரனும் கொஞ்ச நேரம் மெய்மறந்துதான் கிடந்தான். தூக்கத்தில் இருக்கும்போதே அந்தப் பரதேவதைகள் அவனை கப்பல் மேல்தளம் ஏறும் படிகளுக்குப் பக்கமாக மீன் கழுவிய ஜலம் தேங்கிக் கொண்டிருந்த இடத்தில் கிடத்திப் போயிருந்தார்கள். இல்லை, அவனாகத்தான் எப்போது அரைகுறையாக விழிப்பு வந்து, உடம்பு வாசனை மூச்சு முட்ட அப்பிய அந்தக் கட்டிலை விட்டு இறங்கிக் காற்றோட்டமாகப் படுத்து நித்திரை போனானோ தெரியவில்லை.

கீழே காலில் தட்டுப்பட்டது அவன் போல் கருப்பு மனுஷ்யன் என்றால் எழுப்பி விடாமல் புரட்டித் தள்ளினால் போதும். தூக்கத்தில் அவனுக்காவது ஆசுவாசம் கிட்டட்டும்.

ஆனால் இது மனுஷன் இல்லை. பொதி. பிரிமணை போல் சுற்றி உள்ளே எதையோ திணித்த பொதி. சங்கரன் குனிந்து கையில் எடுத்தபோது அத்தர் வாடை அடித்தது.

சுலைமானின் சஞ்சியில்லையா இது? அவன் விழுத்துப் போட்ட உடுப்பு. விழுத்துப் போட்டுத் துவைத்து எடுத்து உடுத்தி மறுபடி விழுத்துத் துவைத்து. துவைக்காவிட்டால்தான் என்ன குறைந்தது? உடுப்பு உடுக்கத்தான். அவிழ்க்கத்தான்.

இருட்டில் எங்கோ யாரோ கட்டைப் பாதரட்சை சப்திக்க நடந்து வருகிறது போல் சத்தம். பாதிரியா? பட்டணப் பள்ளிக்கூடங்களில் பிள்ளைகளைக் கண்ணாடிச் சில்லைக் கருப்பாக்கிக் கிரகணச் சூரியனை தரிசிக்கச் செய்த பிற்பாடு, சமுத்திரத்தில் நங்கூரம் பாய்ச்சி நிற்கிற கப்பலைத் தேடி வருகிறார்களா? மாரிடம் பெருத்த துரைசானிகளும் மற்றவர்களும் கெட்டுச் சீரழிந்து போகாதபடிக்குக் கன்னம் இடுங்கிய மகரிஷிகளைக் காண்பித்துக் கொடுத்து கரையேற்றச் சுற்றி வருகிறார்களா?

பாதிரிக்கு முன்னால் வெற்றுடம்போடு நிற்க முடியாது. மாரில் துணி இல்லாவிட்டால் பாதகம் இல்லை. பூணூல் போதும். ஆனால் ஒழுங்கை நடைமுறைப்படுத்த, நீதி பரிபாலனம் செய்ய, பாவத்தை மன்னிக்க வந்தவன் பாவாடைக்காரப் பாதிரியாக இருந்தாலும் தோளில் புறாவும் மடியும் காசும் கனக்க தஸ்தகீர் ராவுத்தராக இருந்தாலும் இடுப்பில் துணி இல்லாமல் முன்னால் போய் நிற்பது மரியாதை இல்லை.

பூணூல்?அது எங்கே போச்சு? அந்த வெள்ளைக் குட்டிகளில் எவள் ஸ்தனத்தைச் சுற்றி மாலையாகப் புரண்டு கிடக்கிறதோ? பிழைத்துக் கிடந்து, அடுத்த ஆவணி அவிட்டத்துக்கு பாடசாலை சிரவுதிகள் பூணூல் மாற்றும்போது எங்கே போச்சுதடா என்பார். வெள்ளைக்காரி முலையைப் பற்றி அவரிடம் அவசியம் சொல்ல வேண்டும். அதற்கு முன்னால் சங்கரனுக்கு இடுப்பில் வஸ்திரம் ஏற வேண்டியிருக்கிறது.

அவன் இருட்டில் துணி சஞ்சியைத் திறந்து உத்தேசமாகத் துழாவி எடுத்து இடுப்பில் வைத்துப் பார்த்தான். இது இடுப்புக்குக் கீழே தழைய விடுகிற விஷயமாகத் தெரியவில்லை. தோளில் வழிய வழியத் தொங்கும் துருக்கக் குப்பாயம். குப்பாயத்துக்குக் கீழே சுருட்டி வைத்திருக்கிற துணி தான் இடுப்பில் கட்டுகிறது போல் இருக்கிறது.

பத்தாறு வேட்டிக்கு நடுவே கருப்புப் பட்டணத் தையல்காரன் வேலை மெனக்கெட்டு ஊசியில் நூலை ஓட்டி ஓட்டி மூட்டித் தைத்த சமாச்சாரம் அது.அப்படியே தட்டுச் சுத்தாகக் கட்டிக் கொள்ள முடியாது. காலுக்கு ஒன்றாக நுழைத்து உயர்த்தினால் இடுப்புக்கு எழும்பி வரும்.

அதை மாட்டிக் கொண்ட போது இடுப்பில் நிற்காது நிலத்தில் விழுந்து தொலைத்தது. அப்புறம் அதில் ஒட்டித் தைத்திருந்த நாடா கைக்குக் கிடைத்தது. இடுப்பைச் சுற்றி அதை முடி போட, துருக்கன் இடுப்பு வியர்வையும் மற்றதும் படிந்து பழகிய துணி சங்கரய்யன் அரையோடு ஒடுங்கிப் போனது. நானும் வரேன் என்று அந்தக் குப்பாயமும் மணக்க மணக்கத் தோள் வழியே இறங்கிக் குளிர அடித்த காற்றைப் போய்ட்டு அப்புறம் வா என்றது பிரியமாக.

சஞ்சிக்குள் வேறே என்னமோ கூட இருந்தது. எடுத்துப் பார்க்கப் பொறுமை இல்லை சங்கரனுக்கு. அவனுக்குத் தூக்கம் மறுபடி கண்ணைச் சுழற்றியது.

பாதிரி வந்த தடமே காணோம். இனிமேல் வந்தாலும் கவலை இல்லை. அவன் முழுக்க உடுத்த மனுஷன். சங்கரய்யர் இல்லை. பூணூல் இல்லை.. அவன் சுலைமான் ராவுத்தன். குடுமி அவிழ்ந்து தோளைத் தொட்டுத் தொங்க அத்தரும் அரகஜாவுமாக நிற்கிறான். அய்யனும் ராவுத்தனும் எல்லாம் ஒரு அடையாளத்துக்குத்தான். நாலு பேருக்குச் சொல்லி ஆசுவாசம் தரவும் தனக்கே கொடுத்துக் கொள்ளவும் தான். வெள்ளைக்காரிகளுக்கு அந்த அடையாளம் வேண்டியதில்லை. சங்கரனுக்கும் அதெல்லாம் இல்லாமலேயே ஏகத்துக்கு

ஆசுவாசம் கிட்டியாகிவிட்டது. இப்போது கொஞ்சம் தூங்கினால் மிச்சமும் கிட்டும். தூங்கும்போதே பாதிரி அவனுக்கும் பாவாடை கட்டிவிட்டுப் போனாலும் பாவத்தை மன்னிக்காமல் போனாலும் பாதகமில்லை.

சுள்ளென்று கண்ணில் சூரியன் குத்த சங்கரன் விழித்துக் கொண்டபோது கப்பல் தளத்தில் அங்கொன்றும் இங்கொன்றுமாக ஆட்கள் நடமாடிக் கொண்டிருந்தார்கள். தய்யரத் தய்யர என்று ஓங்கி ஒலித்துக் கொண்டிருந்த சத்தம் கீழே இருந்து சீராக வந்து கொண்டிருந்தது. கட்டுமரக்காரர்களின் பாட்டு அது.

சங்கரன் எக்கிப் பார்க்க, பத்துப் பதினைந்து கட்டுமரங்கள், விரட்ட விரட்ட நெருங்கி வயிற்றைத் தொட்டுக் காட்டிப் பிச்சை கேட்கும் தரித்திரவாசிக் குழந்தைகள் போல் கப்பல் பக்கம் சுற்றிச் சுற்றி வந்தபடிக்கு இருந்தன.

முதல் கட்டுமரத்தில் தொப்பியும், வயிறும், வாயில் சிவந்து வழிகிற தாம்பூலமும், மிடுக்குமாகத் தஸ்தகீர் ராவுத்தர். அவருக்குத் துணிக்குடை பிடித்தபடி பின்னாலேயே ஒருத்தன். காகிதத்தை அடுக்கி ஒரு பிரப்பம்பெட்டியில் வைத்துக் கையில் பிடித்தபடி ஒல்லியான இன்னொருத்தன் அடுத்த கட்டுமரத்தில் நின்றிருந்ததும் கண்ணில் பட்டது.

சுலைமான் எங்கே? அவனும் நேற்று இங்கே களேபரமாகி விழுந்து கிடக்கிறானா? துணிக்கு என்ன செய்தான்? சங்கரன் வேஷ்டி அவனிடம் சிக்கியிருக்குமா? பூணூல்?

தஸ்தகீர் ராவுத்தர் குளித்து விட்டு வருகிறார். வெள்ளை வஸ்திரம் தரித்துத் தோல் செருப்புச் சப்திக்க நடக்கிற கப்பல் காரர்களும் குளித்திருக்கலாம். கீழே ஏதோ அறைகளுக்குள் இருக்கப்பட்ட வெள்ளைக் குட்டிகளும் சிரமம் பாராமல் குளித்து முடித்து தலையை வேடு கட்டிக்கொண்டு இஷ்ட தேவதைகளுக்கு ஸ்தோத்திரம் சொல்லிக் கொண்டிருக்கக் கூடும். குளியலும் காலைப் பொழுதில் சுறுசுறுப்பான இயக்கமும்,

நல்ல சிந்தனைகளும், கடந்துபோன ராத்திரி எத்தனை அசுத்தமானதாக இருந்தாலும் எல்லாவற்றையும் அலம்பித் துடைத்துத் துப்புரவாக்கி விடும்.

சங்கரனும் குளிக்க வேண்டும். கீழே இருப்பவர்கள் மேலே வந்து சேர்வதற்குள். கோமதி மன்னி கையால் ஒரு சிராங்காய் காப்பி கிடைத்தால் சிரேஷ்டமாக இருக்கும். காப்பிக்குத் தீட்டு இல்லை. குளிக்காமலேயே, பாவம் எல்லாம் தொலையப் பொறுமையாகக் காத்துக் கொண்டிருக்க, அதைப் பானம் பண்ணலாம். தந்த சுத்தி செய்யக்கூட வேண்டாம்.

சங்கரன் எழுந்த இடத்துக்குக் கீழே படிக்கட்டுகள் தெரிந்தன. சுலைமானின் சஞ்சியைக் கழுத்தில் மாலை போல் மாட்டிக் கொண்டு சங்கரன் படியிறங்கிப் போனான்.

மூத்திரப் புரையும் சுத்த ஜலம் நிறைத்த தொட்டியும், சுவரில் பெரிய கண்ணாடியுமாக இருந்த இடத்தில் முகத்தையும், கைகாலையும் சுத்தப்படுத்திக் கொண்டான். தாமிரப் பாத்திரத்தில் தண்ணீர் சேந்தி விரல் தேய பல்லைத் தேய்த்து நாக்கை வழித்துத் துப்பிக் கொப்பளித்தான். குப்பாயத்து நுனியை மேலே உயர்த்தி முகத்தைத் துடைத்துக் கொண்டபோது சஞ்சியில் கருப்பாக ஏதோ எட்டிப் பார்த்தது. துருக்கத் தொப்பி.

குடுமியை இறுக்க முடிந்து கொண்டான். கருத்த தாடிச் சிகையும் கனத்த புருவமுமாகக் கண்ணாடியில் அவன் ரிஷி குமாரன் போல் தெரிந்தான். காதில் கடுக்கனும், குடுமியும் குப்பாயத்துக்கு ஏழாம் பொருத்தமாக இருந்தது. கடுக்கனைக் கழற்றிச் சஞ்சியில் வைத்தான். ஒரு வினாடி யோசித்து விட்டுக் குல்லாயை எடுத்து மாட்டிக் கொண்டான். இப்போதைக்கு ஆசுவாசம் அளிக்கிற அடையாளம் இது.

குளித்துத் தலையாற்றிக் கொண்டிருக்கும் பெண்டுகளே எங்கேயடி போனீர்கள் எல்லோரும்?

சங்கரன் திரும்பப் படியேறி மேல்தளத்துக்கு வந்தபோது தஸ்தகீர் ராவுத்தர் குரிச்சி போட்டு கப்பல் துரைக்குச் சமமாக

உட்கார்ந்து ஏதோ காகிதத்தில் அவனுடைய ஒப்பு வாங்கிக் கொண்டிருந்தார். கொஞ்ச தூரத்தில் கையில் காகிதக் கட்டோடு அந்த மெலிந்த மனிதன் நின்றிருந்தான்.

ராவுத்தரோடு வர்த்தமானம் சொல்லிக்கொண்டு கடுதாசிகளைப் படித்தும் மசிப்புட்டியில் கட்டைப் பேனாவை நனைத்துக் கையொப்பம் இட்டுக் கொண்டும் இருந்த துரைமேல் சங்கரனின் நிழல்பட நிமிர்ந்து பார்த்தார்.

யுவர் ப்ராமின் க்ளார்க் இஸ் நெள இன் ப்ராப்பர் யூனிபார்ம். குட் ஹி ஈஸ் நாட் நேக்கட் அப் த வெய்ஸ்ட் ஆஸ் ஹி கேம் ஹியர் லாஸ்ட் ஈவினிங்.

துரையோடு கூட தஸ்தகீர் ராவுத்தரும் உரக்கச் சிரித்தார். வாடா இங்கே என்பது போல் சங்கரனைக் கையைக் காட்டி ஆக்ஞை பிறப்பித்துப் பக்கத்தில் கூப்பிட்டார். அடக்கமான சேவகனாக சங்கரன் அவர் அருகில் போகும்போது தெலுங்குப் பிராமணனையும் கோட்டையில் சேவகம் பண்ணும் கிளார்க் வைத்தி சாரையும் நினைத்துக் கொண்டான்.

நீர் ராத்திரி இங்கேயே தங்கி இருந்தீரா?

ராவுத்தர் சங்கரனைக் கண்ணில் பார்த்தபடி விசாரித்தார். அது பதில் தேவைப்படாத வினாவாகப் பட்டது சங்கரனுக்கு. அவன் தஸ்தகீர் ராவுத்தரின் கிளார்க். அவர் சொல்கிறபடி கேட்கக் கடமைப்பட்டவன். தூரத்தில் தெரிந்த சமுத்திரக் கரையையும், அலையையும் அந்த மணல் பரப்பையும் பிரித்து எல்லையின்றி நீண்ட கடலையும் பார்த்தபடி தலையை அசைத்தான். ஆமா எசமான். ராத்திரி இங்கேதான் வுளுந்து கெடந்தேன்.

செனை எருமை கணக்கா அசையாதேயும். அந்தக் கடுதாசை எல்லாம் எடுத்துட்டு வந்து இப்படி நில்லும்.

ராவுத்தர் உத்தரவு போட்டபடி சங்கரன் ஒல்லி மனுஷன் கையிலிருந்து காகிதக் கட்டை வாங்கி இடுப்பில் அணைத்துப் பிடித்தபடி நின்றான்.

துரை சங்கரனை மசிக்கூட்டை முன்னால் நகர்த்தி வைக்கச் சொன்னான். கட்டைப் பேனா தரையில் விழுந்தபோது அதை எடுத்துத் துரை பக்கம் வைக்கும்படி தஸ்தகீர் ராவுத்தர் சொன்னார். அவன் அதை எடுத்து அப்படியே வைத்தபோது, அறிவில்லையா உமக்கு, சட்டையில் துடைத்துக் கொடும். உம்மோட அழுக்குக் கால் மண்ணு பட்டிருக்குதே என்றார். சங்கரன் குப்பாயத்தில் கட்டைப் பேனாவைத் துடைத்து அது ஈரமும் கருப்புமாக மசி பரத்திய இடத்தைப் பார்த்தபடி பேனாவைத் துரை கையில் கொடுக்க நீட்டும்போது திரும்பவும் ராவுத்தர் வைதார்.

முண்டம். கையிலே தர்றியே. துரை உனக்கு என்ன தோஸ்த்தா? மேசையிலே வய்யி.

சங்கரனுக்கு எல்லாம் வேண்டியிருந்தது. அவர் இன்னும் கொஞ்சம் திட்ட வேணும். துரை ஏதோ சாக்குச் சொல்லி அவன் முகத்தில் உமிழ்ந்தாலும் அவன் துடைத்துக் கொண்டு கட்டைப் பேனாவை எடுத்து வைப்பான்.

வேர் இஸ் யுவர் சன்?

கப்பல்காரர் ராவுத்தரைக் கேட்டார்.

யூஸ்லெஸ் ஃபெல்லோ. ஹி கேம் ஹியர் லாஸ்ட் ஈவினிங் வித்தவுட் மை பெர்மிஷன் ஆர் யுவர்ஸ். ஆல்ஸோ ப்ராட் திஸ் ஸ்கௌண்ட்ரல் ஃஓப் அ க்ளார்க் வித் ஹிம். மை யப்பாலஜீஸ் சார்.

ராவுத்தர் ஓரமாக வெய்யிலில் முகத்தில் வியர்வையோடு நின்ற சங்கரனைப் பீ உருட்டிப் போகும் புழுவைப் போல் பார்த்துச் சொன்னார்.

நோ. நோ ப்ராப்ளம். தே இன் பாக்ட் வேர் ரியலி ஹெல்ப்ஃபுல்.

ஐயாம் கிளாட் டு நோ தட் மை லார்ட். கேன் வீ ப்ளீஸ் ஹேவ் தி பாசஞ்சர்ஸ் சைன் த இமிக்ரேஷன் பேப்பர்ஸ்

நௌ? மை ஹெட் கிளார்க் ஈஸ் ஆல்ஸோ ப்ரசெண்ட் ஓவர் தேர் டு ஹெல்ப் தெம்.

ராவுத்தர் ஒல்லீசுவரனைக் கைகாட்ட, அவன் ஜன்ம சாபல்யம் அடைந்ததுபோல் துரைக்கு வணக்கம் செலுத்தினான்.

ஷ்யூர். ஷ்யூர்.

துரை பார்த்தும் பார்க்காமலும் தலையை அசைக்க, ராவுத்தர் சங்கரனைச் சொடக்குப் போட்டுக் கூப்பிட்டார்.

அந்த ஓரமாகப் போய் நில்லும். ஒவ்வொருத்தரா கப்பல்லே வந்தவங்க டாக்குமெண்டு கையொப்பம் போட வருவாங்க. ஒண்ணு விடாம வாங்கணும். காதுலே விழுந்ததா?

அவர் சாதாரணமான குரலுக்கு மேலே ஏகத்துக்குச் சத்தம் கூட்டி இரைய சங்கரன் பவ்யமாகத் தலையாட்டினான்.

பசித்த வயிறு. ஒரு வாய்க் காப்பிக்கு, ஒரு இட்டலிக்கு ஏங்கும் வயிறு. நாக்கு வறண்டு போய்க் கிடக்கிறது. யாராவது சுத்த ஜலம் ஒரு உத்தரிணி கொடுத்தாலும் சங்கரன் அவர்களுக்காக உசிரையே பதிலுக்குத் தருவான். வரிசையாக வருகிறவர்கள் யாருக்கும் அவன் உயிர் வேண்டாம். அவன் கொடுத்த கடுதாசில் கையெழுத்துப் போட்டால் போதும்.

மசிப் புட்டியில் மசி நிரப்பி, கட்டைப் பேனாவில் தோய்த்து ஒவ்வொருத்தருக்கும் கொடுத்து, அது கீழே விழுந்தால் மரியாதையோடு எடுத்துக் குப்பாயத்தில் துடைத்துக் கையில் கொடுக்காமல் பக்கத்தில் பவ்யமாக வைத்து.

கையொப்பம் போட்டவள் தலையையும் முகத்தையும் பாதி மறைக்கும் தொப்பி வைத்திருந்தாள். நேற்று ராத்திரி சங்கரன் மடியில் உட்கார்ந்தவள் இவள்தானா?

சைத்தான் கே பச்சா. ஜல்தி ஆகட்டும். இன்னிக்குப் பூரா வாங்கிட்டு இருப்பியா?

ராவுத்தர் இரைந்தார்.

எல்லோரும் கையொப்பம் இட்டு முடித்ததும் ஹெட் கிளார்க் ஒல்லீஸ்வரன் முன்னால் வந்து சங்கரனின் கையில் இருந்த காகிதத்தை எல்லாம் சேர்த்து ஒரு சணல் கயிற்றால் கட்டி அவன் தலையில் வைத்தான்.

விழுந்துடாமப் பிடிச்சுக்கோ முதலி.

அவன் சொன்னபோது தான் முதலியாகியிருந்த சமாச்சாரம் சங்கரனுக்குப் புலப்பட்டது.

வெல்கம் டு தி ஏன்ஷியண்ட் சிட்டி ஓஃப் மதராஸ்.

ராவுத்தர் கப்பல் மேல்தளத்தில் வெள்ளைக்காரக் கும்பல் சூழ நின்று கைகளை விரித்து ஐந்து நிமிஷம் பிரசங்கம் செய்தார். தலையில் காகிதக் கட்டோடு சங்கரன் பக்கத்திலேயே நின்றிருந்தான்.

எல்லோரும் பாய்மரப் படகுகளில் இறங்கிக் கரைக்குப் போனார்கள்.

தளத்தில் சங்கரனும், தஸ்தகீர் ராவுத்தரும் ஒல்லீஸ்வரனும் மட்டும்.

முதலி, காகிதத்தைப் பிரம்புப் பெட்டியிலே போடு.

ஒல்லீஸ்வரன் அதட்டினான்.

யோவ். இந்தாள் எளவெடுத்த முதலியோ நம்ம உத்தியோகஸ்தனோ இல்லே. சுலைமானோட வியாவாரக் கூட்டாளி. அய்யரே, மிரளாதே. நீ கிளார்க்குன்னு துரை நினைச்சதாலே அப்படியே விட்டுட்டேன். வேலைக்காரனை மிரட்டற கருப்பனைத்தான் இந்தத் தாயோளிகளுக்குப் பிடிக்கும். சொம்மா நாலு வார்த்தை இரஞ்சேன். மனசுலே வச்சுக்காதே. அதென்ன, கப்பல்லே ஏறினதும் நீயும் பைஜாமா மாட்டிக்கினியா? ராத்திரிப் பூரா ரகளையாக் கூத்தடிச்சியாமே? சுலைமான் சொன்னான். ஏதோ

சாக்கிரதையா இரு. காணாதது கண்ட மாதிரி விளுந்து மேஞ்சா அப்புறம் இடுப்புக்குக் கீளே அளுகிச் சொட்டும். பாத்துக்க.

ராவுத்தர் சிரித்தபடி கட்டுமரத்துக்கு இறங்க, ஒல்லீஸ்வரன் சங்கரனைப் புது மரியாதையோடு பார்த்தான். அவன் கரையில் இருந்தே வெள்ளைக்காரிகளை நினைத்து ஏங்கினவனாக இருக்க வேண்டும்.

முன்னால் நகர்ந்து கொண்டிருந்த கட்டுமரங்களில் சங்கரன் தன் மீது முந்திய ராத்திரி கவிந்த வெள்ளைக்காரியைத் தேடினான்.

என் சேலம் குண்டஞ்சு வேஷ்டி எங்கேடி?

அத்தியாயம் முப்பத்தெட்டு

சாவக்காட்டு வேதக்கார பிராமணனுக்குப் புதையல் கிடைத்திருக்கிறது.

ஊர் முழுக்க இதுதான் பேச்சாக இருக்கிறது. சேரமான் காலத்துக் காசு பணம், தங்க ஆபரணங்கள், பளிங்குக் குப்பி. நூதன வஸ்துக்கள்.

ஒரு பெரிய பானை. அது முழுக்க இந்த சமாச்சாரம் எல்லாம்.

சாவக்காட்டானைக் குடியிருக்கும் வீட்டுக்குக் குடக்கூலி கொடுக்காத காரணத்தால் வீட்டுக்காரன் சவட்டிப் புறத்தாக்கிய பிற்பாடு இதெல்லாம் கூடி நடந்தேறியிருக்கிறது. புறத்தாக்கிய வீட்டுக்காரனும் வேதத்தில் ஏறிய இன்னொரு சாவக்காட்டுப் பிராமணன் தான்.

தோமையனோடு கூடப் போன வம்ச வழி வந்தவர்கள் அவனைப் புல்லே என்றுதான் பார்த்திருந்தார்கள். அம்பலப்புழை தேகண்டப் பிராமணர்களைப் பற்றிச் சொல்லவே வேண்டாம். அவியலுக்கும், புளிங்கறிக்கும் காய் நறுக்கிக் கொடுத்துக் கூடமாட ஒத்தாசை செய்கிறேன், ஒரு

கும்பா சாதம் போடு என்று நாயாகப் போய் நின்றாலும் எட்டி உதைத்து அனுப்பினார்கள்.

ஆனாலும் தெய்வம் என்று ஒன்று இருக்கிறதே. தோமையனோடு போனால் என்ன, வைக்கத்தப்பன் கோவில் சுற்றம்பலத்தில் தீவட்டி பிடித்துக்கொண்டு தொழுதபடி புறப்பாட்டுக்கு முன்னால் நடந்து போனால் என்ன?

குடியிருந்த ஓட்டை மனையிடத்தை விட்டு விரட்டியானதும், சாவக்காட்டுக் கிழவன் குப்பைமேட்டுக்குப் போய் ஒண்டிக் கொண்டான். அது வெறும் மண்மேடு இல்லைதான். அவன் பூர்வீகர்கள் எந்தக் கொல்ல வருஷத்திலோ ஏற்படுத்தி, மழையும் வெயிலும் ஊறி ஊறி மனுஷ வாசம் கொள்ளத் தகுதி இழந்து அங்கே வெகு நாள் ஒரு பழைய வீடு நின்றுகொண்டிருந்தது. அது முழுக்க விழுந்து போய்க் குப்பைமேடாயிருந்த இடமாக்கும் அவன் போனது .

இடிந்து விழுந்ததை எல்லாம் எடுத்துக் கழித்து விட்டு, நாலு தூணும், மேலே தென்னோலையுமாக நிறுத்த அவன் தச்சனிடம் வேண்டிக் கொள்ள, தச்சனும் பரிதாபப்பட்டு வேலையை ஆரம்பித்தான். கிழவனுடைய அரைஞாணில் அரைக்கால் வராகன் பெறுமானமுள்ள தங்கம் இருப்பதாகவும் இருக்குமிடத்தை ஏற்படுத்திக் கொடுத்தால் அதை நல்ல வண்ணம் சுத்தி செய்து கூலிப்பணத்துக்கு மாற்றாக ஒப்படைப்பதாகவும் தச்சனிடம் சாவக்காட்டான் சொன்னதும் இதற்கு ஒரு காரணம். தச்சன் நம்பித்தான் ஆகவேண்டி இருந்தது. தங்கம் இருக்கிறதா என்று உடுப்பை உருவியா பார்க்க முடியும்?

தச்சன் முளை அடித்துக்கொண்டிருக்க, கிழவன் மண்வெட்டி கொண்டு ஒரு மூலையில் பீர்க்கை பயிரிடக் குழிக்கிறேன் என்று உட்கார்ந்திருக்கிறான்.

பிராந்தோ என்று உரக்கச் சந்தேகப்பட்டபடி தச்சன் உளியைத் தன்பாட்டில் இழைக்க, கிழவன் தோண்டிய இடத்தில் டண்டண் என்று சத்தம். என்ன விஷயம் என்று எழுந்துபோய்ப் பார்க்க,

நாலு நாழி அரிசி வடிக்கிற அளவிலே உலோகப் பானை ஒண்ணு கிட்டியதாம்.

கிளவனைப் பேப்பட்டி போல புறத்தாக்கினதாச் சொன்னேளே, இப்பப் பாருங்கோ, ரத்னமும் தங்கமுமா அவன் எங்கே உசரத்துலே கேரியாச்சு. நமக்கு இந்த பாசகம், தேகண்டம். ஜன்மத்துக்கும் இதுகூடியல்லாதே வேறே உண்டோ?

சிநேகாம்பாள் கிட்டாவய்யனிடம் இரைந்து கொண்டிருந்தது ஊர்க் கோடி, யட்சிக்காவு, குளங்கரை, நெல்பாட்டம் எல்லாம் தாண்டி அடுத்த கிராமம் வரை கேட்டிருக்கும்.

கிட்டாவய்யனுக்கும் அந்த வகையில் வருத்தம்தான். பிரஸ்தாப தினத்தில் என்னமோ ரௌத்ரம் தலைக்கேறிப் போய்விட்டது அவனுக்கு. அந்தப் பைராகிகள் வேறே காரே பூரே என்று இந்துஸ்தானியில் அவனையும் அவன் தகப்பனையும் பிறத்தியாரையும் கிழங்கு கிழங்காக வசவு உதிர்ந்துவிழத் திட்டிவிட்டுப் போனது போல் இருந்தது. உச்சி வெய்யில் நேரத்தில் உயிர்த்தலத்தில் கொட்டிய குளவி வேறே இனிமேல் வம்சவிருத்தி பண்ண முடியுமா என்று அவ்வப்போது மனதில் பிருபிருக்க வைத்தது. ஆனாலும், சிநேகாம்பாள் இந்த மாதம் தூரம் குளிக்காமல் போனதாகச் சொன்னபோது அந்த விஷயத்தில் சேதாரமாக ஒண்ணுமில்லை என்றும் பட்டது.

எல்லாம் கிடக்கட்டும். கிழவனை மனையிலேற்றினது போல இந்தச் சாவக்காட்டு வேதக்காரன் இப்படி உச்சாணிக் கொப்புக்குப் போவான் என்று கிட்டாவய்யன் சொப்பனத்திலும் நினைக்கவே இல்லை.

இது ராஜாக்கன்மார்க்குப் போகவேண்டிய தனம். மூவாட்டுப்புழையில் இருக்கப்பட்ட ராஜப்பிரதானியிடம் இதைச் சேர்ப்பிக்கிறதே நியாயம் என்று விருத்தனுக்குத் தனம் கிடைத்தது தெரிந்து வயிறெரிந்தவர்கள் சொன்னார்கள். அப்போது தெய்வம் மாதிரிப் பாதிரி வந்து உத்தரவாக்கிப் போட்டது இது.

தேடுகிறவன் கிடைக்கிற வரை தேடிக்கொண்டிருக்கட்டும். கிடைத்தபோது அவனுக்கு ஆச்சரியம் உண்டாகட்டும் என்று தோமையர் புனித வார்த்தை உச்சரித்துப் போனதை அனுசரித்து இந்த மனுஷ்யனுக்குக் கிட்டிய திரவியமெல்லாம் இவனுக்கானதே. ராயனுக்கும் சுங்கத்துக்கும் ஒரு சக்கரமும் இவன் கொடுக்க வேண்டியதில்லை.

எல்லாரும் மாரில் குரிசு வரைந்து கொண்டு அதுவுஞ்சரிதான் என்று புறப்பட்டானபோது, தோமையனை வரி விடாமல் படித்து நித்திய பாராயணம் செய்யும் ஒரு மத்திய வயசுக் கிறிஸ்தியானி விடாமல் சந்தேகம் கேட்டான்.

பிரபு, தெய்வ துல்யமான தோமையர் சொன்னது இந்தப்படிக்கு இல்லையோ? தேடுகிறவன் கிடைக்கிற வரை தேடிக்கொண்டிருக்கட்டும். கிடைத்தபோது அவனுக்குச் சகிக்கவொண்ணாத மனக் கிலேசம் வரும். அப்புறம் ரோமாஞ்சனத்தோடு பிடரி மயிர் கோரித் தரிக்கும்படிக்கு வெகுவாக ஓர் ஆச்சரியமுண்டாகும். இதை நீங்கள் பள்ளியில் அன்றைக்குப் பிரசங்கிக்கவில்லையோ? உங்களுக்கு விரலில் நகச்சுற்று ஏற்பட்டு எலுமிச்சம்பழம் அரிந்து பொருத்திப் பிடித்தபடி உபதேசித்த மழைநாள் என்பதாக அடியேனுக்கு ஓர்மை. இந்தப் பாவப்பட்ட மனுஷ்யன் அன்வேஷிச்சுக் கண்டெத்திய விதத்தில் அவனுக்கு வேதம் விதித்த அப்பேர்க்கொத்த துக்கம் ஏதும் மனசிலே உண்டானதோ?

பாதிரி அவன் நெற்றியில் குரிசு வரைந்தார். சமாதானமுண்டாகப் பிரார்த்தித்து விட்டு, ஒரு வாக்கு அரை வாக்கு குறைந்தாலும் தேவ வாக்கு, தேவ வாக்கில்லையோ என்று பிரியமாகக் கேட்டார். அவன் குனிந்து வணங்கி விட்டு அந்தாண்டை போனான்.

கொடுங்கல்லூரில் மாதா கோவில் கல்பாளங்களை இடிச்சுப் பொளிச்சுப் புதிதாக ஏற்படுத்தி வைக்க முழுச் செலவையும் புதுப்பணக்காரனான சாவக்காட்டு வேதக்காரப் பிராமணன் ஏற்பதாக வாக்குத்தத்தம் செய்ததைக் குடையும்,

பட்டுத்துணியுமாகக் குதிரையில் ஏறும்போது அந்தப் பாதிரி சொல்லிப் போனார்.

சாவக்காட்டானுக்குப் பழம்பானையிலிருந்து சில பழைய அபூர்வ ஓலைச் சுவடிகளும், கூடவே ஒரு குப்பியில் ஏதோ திரவமும் கூடக் கிடைத்ததாகப் பிரஸ்தாபம்.

சுவடிகள் தமிழ்ச் செய்யுளாக இருந்தபடியால் அவற்றைப் பாண்டிப் பிரதேசப் பண்டிதர் ஒருத்தரிடம் கொடுத்து அதற்கு ஏதாவது விலை படிந்து வந்தால் விற்றுத் தரும்படி சொன்னான் அவன்.

மேற்படி பண்டிதரும் அதையெல்லாம் தீரப் பரிசோதித்து, எழுத்து அத்தரைக்கொண்ணும் அர்த்தமாகவில்லை என்றும் அது சேரமான் பெருமாள் கைலாசம் போக விமானம் கட்டியது பற்றிய விளக்கமாகவோ அல்லாத பட்சத்தில், வஞ்சி என்ற பேரூரின் கழிவு நீர்ச் சாக்கடை அமைப்பு பற்றியதாகவோ இருக்கும் என்றும் தெரிவித்தார். நூதனமாக இப்படியான சுவடிகளை அச்சுப் போடுகிறவர்கள் திருவனந்தபுரத்திலும் சென்னைப் பட்டணத்திலும் தொழில் ஆரம்பித்து இருப்பதாகவும், அவர்களிடம் இதைக் காகிதப் புத்தகமாக உண்டாக்கி வாங்கினால் அதை துரைத்தனப் பணம் ஒரு ரூபாய் வீதம் ஆயுர்வேத வைத்தியர்களிடமும், பாண்டி வைத்தியர்களிடமும் விற்கலாம் என்றார் அவர்.

வைத்தியர்கள் இப்படிப் படிக்காத, அவர்களுக்குக் கிஞ்சித்தும் தேவைப்படாத கிரந்தங்களைச் சேகரித்து வைப்பது அவற்றின் நெடி ரோகிகளின் மேல் படப்பட நோய் குறையும் சாத்தியப்பாட்டை உத்தேசித்துத்தான் என்று பாண்டிப் பண்டிதர் சொன்னபோது இது விஷயமாக சாவகாசமாக யோசிக்கலாம் என்று கல்பித்து சாவக்காட்டான் அவரை அனுப்பி விட்டான்.

புதையலாகக் கிடைத்த பணத்தில் ஊர் மூப்பர்கள் சொன்னபடிக்குச் செலவு பண்ணி ஆசாரிமாரையும்,

மூசாரிகளையும் கொண்டு கொஞ்சம்போல் வசதியான ஒரு ரெண்டுகட்டு வீடு ஏற்படுத்திக் கொண்டான் அவன். மீதிப் பணத்தில் கணிசமான பகுதியை லேவாதேவி நடத்தப் பாண்டி நாட்டிலிருந்து வந்த பெரியகருப்பன் செட்டியிடமும், சுயஜாதிக்காரனும், பெரிய தோதில் கொப்பரை கச்சவடம் செய்கிறவனுமான மலியக்கல் தோமையிடமும் பிரித்துக் கொடுத்து வட்டி வாங்கிவர ஆரம்பித்தான்.

ஆனாலும் பெரிய குப்பியில் இருந்த திரவம் வேறே மாதிரி. அதை எடுத்தபோது குப்பியின் வெளியே வழிந்ததை சாவக்காடன் தன் தலையில் துடைத்துக் கொள்ள திரவம் பட்ட இடம் கருப்பு முடியானதோடு பளிச்சென்று பிரகாசமாக ஒளிரவும் ஆரம்பித்தது. ஆனால் பக்கத்தில் நின்றவன் தலைமுடி கொழிந்து உடனே கொத்துக் கொத்தாகத் தரையில் விழுந்தது.

சாவக்காட்டான் மருந்தை ஒரு சொட்டு இரண்டு சொட்டு குடிக்கலாமா என்று யோசித்தான். அப்புறம் அது வேண்டாம் என்று வைத்து விட்டான். இவன் குடித்துப் பக்கத்தில் இருப்பவன் யாராவது உசிரை விட்டால் ஏகக் களேபரமாகி விடும். அதன் பிற்பாடு யாரோ சொன்னதால் மேலமங்கலம் நம்பூதிரிகளை அழைத்து அஷ்டமாங்கல்யப் பிரச்னம் வைத்துப் பார்த்தான்.

அந்தப் பிரசன்னத்தன்றைக்கு கிட்டாவய்யன் தான் தேகண்டத்துக்குப் போனது. பட்டு வஸ்திரமும், நடையில் மிடுக்குமாக சாவக்காட்டு வேதக்காரன் இஞ்சிம்புளி கிண்டிக் கொண்டிருந்த கிட்டாவய்யனிடம் வந்து நின்று எப்படி ஓய் நடக்கிறது எல்லாம்? வர்ஜா வர்ஜமில்லாமல் ஊரில் இருக்கப்பட்ட தனவான்கள் எல்லாம் வந்திருக்கிறார்கள். உம் சாப்பாடு திருப்தியாக இல்லாத பட்சத்தில் இந்தப் பிரதேசத்திலேயே உமக்கு உத்தியோகம் கிட்டாது போயிடும் என்றான்.

அவனுடைய முகத்தில் ஒரு குரூர சந்தோஷத்தைப் பார்த்தான் கிட்டாவய்யன் அப்போது.

அஷ்டமாங்கல்யப் பிரச்னத்தின் முடிவில் சோமாத்ரி அடுதிரிப்பாடு அஸ்ஸலாயி என்று திருப்தியோடு சொன்னது இப்படி இருந்தது.

சாவக்காட்டு வேதக்காரன் இத்தர நாள் கஷ்டிச்ச ஜீவிதம் அனுபவிச்சது சொவ்வாயும் குசனும் அவன் ஜென்ம ஜாதகத்தில் இருந்த ஸ்தானம் கொண்டு. அது கழிந்து போனகாலம். இனிமேல் கொண்டு அவனுக்குப் பூர்வீகர் அனுக்ரஹம் பரிபூர்ணமாக உண்டு. அந்தக் குப்பி அமிர்தம் கொண்டதாகும். தண்ணி மத்தங்காயில் நடுவிலே அதைப் பிரதிஷ்டை செய்து கிழக்கே பார்த்து வைத்து ஒரு மண்டலம் இஷ்ட தெய்வத்தைப் பூஜிக்க வேணும். அது தோமையனோ, கிறிஸ்து பகவானோ ஆனாலும் சரி. அப்புறம் அந்தக் குப்பியை வெளியே எடுத்துப் பானம் பண்ணினால் அவனுக்கு யௌவனம் திரும்பும்.

இதை வேறே யாருக்காவது கொடுக்கலாமா?

அவன் கேட்டபோது அடுதிரிப்பாடு அதுக்குப் பாடில்லை என்று சொல்லிவிட்டார். அப்படியே குடித்தாலும், அவர்களுக்கு தேக ஆரோக்கியம் கெடாது என்றும் உயிருக்கு ஆபத்து இல்லையென்றும் சொன்னவர் பிரச்னம் வைத்த இடத்தில் பூவை எடுத்து நகர்த்தியபடிக்குத் தொடர்ந்தார்.

அப்படிக் குடித்த மனுஷ்யர்கள் தப்பும் தவறுமாகத் துரைத்தன பாஷை பேச ஆரம்பித்து விடுவார்கள். உமக்கு இப்போது நல்லதெல்லாம் கூடிவரும் காலம். இப்படி ராஜ நிந்தனையாக நாலைந்து பேரைப் படைத்து அனுப்பி உம் பேரைக் கெடுத்துக் கொள்ளலாமா சொல்லும்.

சாவக்காட்டு வேதக்காரன் அப்புறம் அப்படியே ஒரு மண்டலம் மந்திர உருவேற்றம் செய்து அந்தக் குப்பியிலே இருந்து ஒரு பலா இலை மடக்கில் கொஞ்சம் எடுத்து மாந்திவிட்டு இரண்டு நாள் தொடர்ந்து கண்ணாடிக்கு முன்னால் சாட்டியமாக நிற்க ஒரு சுக்கும் இல்லை.

ஆனால் அவன் தூக்கி எறிந்த அந்தப் பலா இலையை மேய்ந்த தெருவிலே போன மாடு ஒன்று அரைகுறையாகத் துரைத்தனப்

பாஷையில் இரைய ஆரம்பித்தது. மாட்டுக்காரன் சாவக்காட்டு வேதக்காரன் வீட்டில் ஏறி அவனிடம் பிராது கொடுத்தான்.

இப்படி என் பசுமாட்டை ராஜ தூஷணம் செய்ய வைத்து விட்டீர்களே. இது கறக்கிற பாலும் இனி விலை போக மாட்டாதே. ஊரில் ஒருத்தனாவது அதைக் கையால் தொடவும் துணிவானா? மாட்டைப் பழையபடி ஆக்கிப் போடும். இல்லாத பட்சத்தில் நீரே அதை எடுத்துக்கொண்டு அதுக்குண்டான பணத்தை அடையும்.

சாவக்காட்டான் மறுபேச்சு பேசாமல் மாட்டை அவன் சொன்ன விலை கொடுத்து வாங்கிக் கொட்டிலில் கட்ட அது ராத்திரி முழுக்க ஏதோ அன்னிய பாஷையில் பிரலாபித்துக் கொண்டிருந்தது. அது கறந்த பாலை வீணாக்க மனம் இல்லாமல் தினசரி சுண்டக் காய்ச்சி வெல்லப்பாகு சேர்த்து அம்பலத்தில் பாதியும், கொடுங்கல்லூர் பள்ளியில் மீதியுமாக விநியோகிக்கக் கொடுத்தான். அப்புறம் பாதிரி வந்து இந்த மாதிரிப் பிராணிகளை வீட்டில் வளர்க்காமல் இருப்பது நல்லது என்று சொல்லிப் போனார்.

ஆனால், அம்பல மேல்சாந்தி, சாவக்காட்டன் தத்தாத்ரேய ரிஷி கோத்திரத்தில் பட்டவன் என்பதாகக் கண்டறிந்து அந்தப் பாலை அபிஷேகத்துக்குப் பயன்படுத்துவதில் யாதொரு பிரச்னையும் இல்லை என்று சொல்லி விட்டார். பசுவையும் அம்பலத்திலேயே பராமரிக்கவும் அவர் ஏற்றுக் கொண்டார்.

சாவக்காட்டான் அனுப்பிய துரைத்தன பாஷை பேசும் பசுவின் பாலில் அபிடேகமான தேவி முகத்தில் அற்புதமான களை தென்பட்டதாக சிநேகாம்பாள் அம்பலத்துக்குப் போய்விட்டு வந்து கிட்டாவய்யனிடம் தெரிவித்தாள்.

அம்பலத்தில் பூதங்களி பார்க்க வீட்டோடு எல்லோரும் போயிருந்த நேரம் அது.

பூதம் பூதமா ஆடறதை எல்லாம் நான் பாக்க மாட்டேன். குழந்தைகளும் பயந்திடும். கிருஷ்ணனாட்டம்னா வரேன்.

சிநேகாம்பாளுக்கு பூதங்களி பிடிக்காது என்றில்லை. அவளுக்கு கிட்டாவய்யனிடம் பேச வேண்டி இருந்ததே காரணம்.

சாவக்காட்டார் மனைக்கு ஒரு நடை நடந்துட்டு வாங்களேன்.

ராத்திரியில் தனிக்கு இருக்கும்போது அவன் பூணூலைப் பிடித்து இழுத்தபடி சொன்னாள் சிநேகாம்பாள்.

ஏது விஷயமா?

கிட்டாவய்யன் அவள் வாயில் முத்தம் கொடுக்க உத்தேசித்துக் கொஞ்சம் முன்னால் நீண்டிருந்த பற்கள் முந்தின நாள் உதட்டில் ஏற்படுத்தின தடம் இன்னும் காயாததால் கழுத்துக்குக் கீழே முத்தம் கொடுத்தான். பக்கத்தில் படுத்திருந்த மூத்த பெண் புரண்ட படிக்கே பகவதி அத்தை கல்யாணத்துக்கு எனக்குப் பட்டுப்பாவாடை வேணும் என்று தூக்கத்தில் சொன்னாள்.

வாங்கித் தரேண்டா குஞ்சே.

கிட்டாவய்யன் அவள் தலையைப் பிரியமாகத் தடவ அவள் திரும்பவும் நல்ல உறக்கத்தில் ஆகியிருந்தாள்.

பகவதிக்குட்டி கல்யாணத்துக்கு காணியை விக்கணும்கறாரே உங்க அண்ணா?

சிநேகாம்பாள் கேட்டாள்.

ஆமா, கொஞ்சமாவது நம்ம அந்தஸ்துக்குத் தக்க மாதிரி தங்கமும் வெள்ளியும் ஸ்திரிதனமாகத் தர வேண்டாமா?

இருக்கறதை எல்லாம் கொஞ்சம் கொஞ்சமா உங்க அக்கா, தங்கைமார் கல்யாணத்துக்கே அழிச்சாச்சு. மிச்சமும் போறதுக்குள்ளே நமக்கும் ஒரு வழி பண்ணிக்க வேண்டாமா?

கிட்டாவய்யன் அவள் மாரில் கைவைத்து அளைந்தபடி இருந்தான். அவளை இடுப்பை அணைத்துப் பிடித்து உள்ளுக்குக் கூட்டிப் போக வேணும். எல்லாரும் வர நேரம் கொஞ்சம் தான் இருக்கிறது.

அரிசியும் சணல் மூடையுமாக வாடையடிக்கும் அறையில் சிநேகாம்பாள் மேல் அவன் படர்ந்தபோது அவள் சொன்னாள்.

உங்க பங்கு காணியை வித்த பணம் கொஞ்சம். சாவக்காட்டாரிடம் கொஞ்சமாக் கடம் மேடிச்சு ஒரு துகை. போதும். சாப்பாட்டுக் கடை போட்டுடலாம். ஆலப்புழையிலே இல்லே கொல்லத்துலேயோ.

முயக்கத்தின் உச்சியில் கூட அவர்கள் எதுவும் பேசவிடாதபடிக்குச் சாப்பாட்டுக் கடை மனதில் எழுந்து நின்று கொண்டிருந்தது.

அத்தியாயம் முப்பத்தொன்பது

ஏடி நாணி, கூத்தம்பலத்திலே என்ன இன்னைக்கு இத்தனை தெரக்கு?

பகவதிக் குட்டி கூட வந்த நாராயணியைக் கேட்டாள்.

ஓ. உனக்கு யாரும் சொல்லலியா? சாக்கியார் கூத்தாச்சே. சிரிச்சுச் சிரிச்சு வயிறு கிழிஞ்சு போகும். ஆனாக்க என்ன? கன்னிப் பொண்ணுகள் ராத்திரியில் அம்பலத்துலே நிக்கக் கூடாதுன்னு வீட்டைப் பாக்க நெட்டோட்டம் ஓட வச்சுடுறதுதானே பதிவு?

கன்னி கழியாத பெண்களுக்கு அம்பலமும் கூட இருட்டி வெகுநேரம் ஆனபிறகு பத்திரமான இடம் இல்லை. மூல மூர்த்திக்கு நைவேத்தியம் செய்து அப்புறம் நிர்மால்யதாரியான பக்க தேவதைக்கும் படைத்தது போக உண்டான மிச்சத்தை யாசித்துக் கொண்டு அங்கே பலிக்கல் பக்கம் பூதங்கள் வந்து நிற்கும். வழியிலே நடக்கும்போது பிரேத உபாதைகள் கன்னியகை என்றால் எங்கே எங்கே என்று ஓடி வந்து ஒண்ட இடம் பார்க்கும். கல்யாணம் திகைந்த பொண்ணு என்றால் இன்னும் இஷ்டம்.

நாணிக்கு முறைச் செக்கன் எட்டுமானூரிலிருந்து வரப் போகிறான். வேளி கழித்து அவளுக்கு இடம் மாற்றம் வருவதற்கு முன் பகவதிக்குட்டி புகையிலைக் கடைக்காரனைக் கல்யாணம் செய்து கொண்டு பாண்டிக்குக் குடிபோய்விடுவாள்.

புகையிலைக் கடைக்காரனோடு படுத்துப் பிள்ளை பெத்துக்கப் போறே. நாளைக்கு அதுகளுக்குத் தலையிலே வெளிச்செண்ணெய் புரட்டிக் குளிப்பாட்டினாலும் எட்டு ஊருக்கு புகையிலை வாடை தான் அடிக்கும் பாரு.

நாணி அம்பலத்துக்கு வரும்வழியில் அவளைக் களியாக்கிக்கொண்டு வந்தாள்.

ஆமா, உன்னோட நம்பூத்ரிக்கு ஹோமப் புகை நெய்வாடையும் சமித்து வாடையுமா மணக்கப் பிள்ளை பெத்துப் போடப்போறே. நான் புகையிலை வாடையோட பெத்தா என்ன குறஞ்சுது சொல்லு.

பகவதி அவளை அடிக்கக் கையை ஓங்க நாணி வரப்புகளுக்கு நடுவிலே குதித்துக் கொண்டு ஓடினாள்.

ஆக, அரசூர்ச் சங்கரய்யன் பகவதியைக் கூடிய சீக்கிரம் கைபிடிக்கப் போகிறான். அது நடக்குமோ இல்லை அவ்வளவுதானோ என்று இழுபறியாகி இப்போது தான் லிகிதம் வந்து சேர்ந்திருக்கிறது. நிச்சயித்த தேதியில் நிச்சயித்தபடிக்குக் கல்யாணம் வைத்துக் கொள்ளப் பூரண சம்மதம் என்று சுப்பிரமணிய அய்யர் கையொப்பிட்டு அனுப்பிய கடிதத்தை நேற்றைக்கு தமையன் துரைசாமி அய்யன் எல்லோரையும் கூப்பிட்டு வைத்து உரக்கப் படித்தபிறகு பகவதிக்கு நிலைகொள்ளவில்லை.

வீட்டுக்கு மூத்த பிள்ளை இப்படி பகவதி அங்கே படி ஏறி வரும்போது போய்ச் சேர்ந்திருக்க வேண்டாம். வீடே துர்ச்சொப்பனம் போல பற்றி எரிந்து இல்லாமல் போயிருக்கவும் வேண்டாம். ஆனால் அதற்கு பகவதிக்குட்டி என்ன செய்ய முடியும்? அவள் பார்க்காத அந்த மூத்தானையும்,

அரண்மனைக்குப் பக்கத்து மச்சு வீட்டையும் நினைத்து ரெண்டு சொட்டுக் கண்ணீர் வடிக்க முடியும். அவளை நிச்சயம் செய்த அப்புறம் நடந்ததாக இருக்கட்டுமே. அவளால் இல்லை அந்த அசம்பாவிதம். பகவதி ஜாதகம் எல்லா விதத்திலும் தோஷமில்லாதது என்று அரசூரில் இருந்து வந்த அய்யங்கார் ஒருத்தர் ஏகப்பட்ட சோழிகளை உருட்டி சிக்கலான கணக்கெல்லாம் போட்டுச் சொன்னதாக தமையன் பிரஸ்தாபித்தது உண்மைதானே?

அந்த ஜோசியர் துரைசாமி அய்யன் வீடு கூட பிரேதபாதைக்கு உட்பட்ட இடத்தில் இருப்பதாகவும், அதை நிவர்த்திக்க யந்திரம் நிர்மாணித்துத் தருகிறதாகவும் சொன்னார். உடனடியாக முடியாது. கல்யாணத்துக்கு வரும்போது கொண்டு வருகிறேன் என்று கொஞ்சம் முன்பணமும் வாங்கிப் போயிருக்கிறார் அவர். கையோடு செய்து கொடுத்திருந்தால் சிநேகா மன்னியின் தகப்பனார் இப்படிக் கோழி றக்கை மாதிரிப் பறந்து வெடிவழிபாட்டு இடத்தில் விழுந்து இல்லாத கூத்தெல்லாம் பண்ணியிருக்க மாட்டார்.

நாணி அந்த வயசன் பறந்ததைப் பார்க்கக் கொடுத்து வைத்தவர்களில் ஒருத்தி.

பாவமாக்கும் அந்தக் கிளவன். தன்னேர்ச்சயா எவ்விப் பறந்தது மாத்ரம் இல்லே. எங்களோட மனை நம்பூத்ரிகள் மூத்ரம் ஒழிச்சுட்டு வர்ற போது சகலருக்கும் கிடைக்கிற மாதிரி சர்வ தர்சனம் வேறே. இது ஆகாசத்துலேருந்துங்கிறது அதிவிசேஷம். பாரு, நீ சரியாச் சாதம் போடலேன்னா அந்தப் புகையிலைக் காரனும் பறந்துடுவான். இடுப்புலே கயறைக் கட்டி வச்சுக்கோ அவனை.

எடீ நாணி நீ உன் தம்ப்ரானை இடுப்புக்குக் கீழே பிடிச்சு வச்சுக்கோ. வேதம் படிச்சவன், வோத்துச் சொல்றவன். சாமாத்திரி ஓய்க்கன். சாடிப் பறந்தா விழறது வலிய தரவாடுலேயாயிருக்கும் கேட்டியோ?

சிரிப்பும் கும்மாளமுமாக துவஜஸ்தம்பம் தொழுது நாளம்பலத்தில் நுழைய மேல் சாந்தி வலிய பலிக்கல் பக்கம்

நின்றபடிக்குத் திரும்பிப் பார்த்தார்.

பகவதியம்மே, இதென்ன சென்னமங்கலம் தேவி க்ஷேத்ரமா, கொட்டும்சிரி வழிபாடு நடத்த? என்னத்துக்காம் இந்தக் கொம்மாளி? உன் கல்யாணம் குறிச்சா, அதோ கூட்டுக்காரிக்கும் வரன் திகஞ்சது கொண்டா?

பகவதிக்குட்டி வீட்டில் மேல்சாந்தி எம்பிராந்திரியை நல்ல வண்ணம் பழக்கம் உண்டு. வீட்டு வாசலில் உட்கார்ந்தபடிக்கு அடக்காயை மென்றபடி அவள் தமயனார் யாருடனோ அல்லது அத்திம்பேர்மாரோடோ வர்த்தமானம் சொல்லிக் கொண்டிருந்து விட்டு சாயங்கால பூஜைக்கு நேரமாச்சு என்று இடுப்பில் தாக்கோலைத் தடவிப் பார்த்தபடி நடக்கிறவர். பகவதிக்குட்டி குழந்தையாக இடுப்பில் அரசிலையும், பட்டுத் துணியுமாகத் தகப்பன் மடியில் உட்கார்ந்தபடிக்கு அன்னப் பிரச்னம் அவர் ஆசியோடு தான் நடந்தது. அம்பல மேல்சாந்தியாக அவர் உத்யோகம் ஏற்றெடுத்த தருணம் அது.

அம்மாவா, இங்கே ஶ்ரீகோவிலிலே நீங்க ஆவானப் பலகையிலே பத்மாசனமிட்டு மூலமந்திரம் பிரயோகம் பண்ற முன்னாடி தலத்ரேயம் பண்ணுவேளே கையைத் தட்டித் தட்டி. அது கொட்டும் சிரியிலே பாதிதானே?

பகவதிக்குட்டி சிரிப்பை அடக்க முடியாமல் கொஞ்சம் வெடித்துச் சிதறி முகத்தை இன்னும் பிரகாசிக்க வைக்க விசாரித்தாள்.

குட்டிக்கு இதெல்லாம் யாரு படிப்பிச்சது? பள்ளிக்கூடத்துலே இதும்கூடிக் கல்பிதமோ?

எம்பிராந்திரி அதிசயப்பட்டுப் போய் நிற்க, நாணி சொன்னாள்.

சும்மாதானா? பாண்டிக்குட்டியாச்சே. நாலெழுத்துப் படிக்க அவ வீட்டுப் பெரியவா அனுசரனையா இருக்கா. படிச்சிருக்கா.

நீயும் படிக்க வேண்டியதுதானே?

எம்பிராந்திரி துண்டால் தோளைத் துடைத்தபடி கேட்டார். தளி வாசலில் பரிசாரகன் எங்கே போனான்?

அம்மாவா நீங்க உங்க பிள்ளையோட இப்பப் பேச்சு வார்த்தை உண்டோ இல்லியோ? ராஜி ஆயாச்சா?

பகவதிக்குட்டி விசாரித்தாள்.

ஏன், எனக்கென்ன அவனோடு பிணக்கு? உங்க மனையிலே அந்த ஆலப்பாட்டு வயசன் எக்கிப் பறந்து இங்கே துவஜஸ்தம்பத்தை அசுத்தப்படுத்தின சல்யம் பத்தி அவன் பிஷாரடி வைத்யன் கட்சி. நான் பிராசீனம் பேசற வைதீகன். போறது. வயசன் தான் இப்போ பறக்கறதை நிறுத்தி நிலத்துலே நடக்கறானாமே. பிஷாரடி கட்சி கட்டினது ஜெயிச்சதோ, என்னோட பழய பஞ்சாங்கம் ஜெயிச்சு வந்ததோ, உபாதையோ பாதையோ நீங்கினதுலே நிம்மதி எல்லோருக்கும்.

ஆனாலும் இன்னும் தகப்பனும் பிள்ளையும் அனுசரித்துப் போவது முழுக்க நேரவில்லை என்று வீட்டில் பேசிக்கொண்டிருந்ததை பகவதிக்குட்டி கேட்டிருக்கிறாள்.

அம்மாவா, செறிய எம்ப்ராந்திரிக்கு ஒரு கல்யாணம் செஞ்சு வச்சுடுங்கோ. எல்லாம் சரியாயிடும்.

நாணி கலகலவென்று சிரித்தாள்.

உன் முறைச்செக்கன் இல்லாட்ட நீயே என் மனைக்கு வரலாமேடி பொண்ணே. இப்பவும் ஒண்ணும் குறையலே. அவனை வேறே மனையிலே போய் வேளிகழிக்கச் சொல்லு. என் பிள்ளைக்கு உன்னை முடிச்சுடலாம். ஊரோட மாப்பிள்ளை. நாணிக்குட்டி வெளியே போகவே வேண்டாம்.

தம்ப்ராட்டி எங்கே இருந்தாலும் அந்தர்ஜனம்தானெ எம்பிராந்திரி அம்மாவா. உலகம் தெரியாம மரக்குடைக்குள்ளே ஒடுங்கி உக்காரணும்னு தான் விதிச்சிருக்கு?

நாணி கேட்டாள் முகத்தில் சிரிப்பு இல்லாமல்.

ஏய் அதெல்லாம் சீக்கிரம் நேராயிடும். நம்பூத்ரிப் பெண்குட்டிகளும் படிச்சு மேன்மையோடு வர காலம் வரப்போறதுன்னு என் புத்ரன் சொல்றான். நெஜமா இருக்குமோ என்னமோ.

தளிவாசலில் நின்று பரிசாரகன் எட்டிப் பார்த்தான். அன்னத்துக்கு எம்பிராந்திரி பூத சுத்தி செய்து மூலமந்திரம் ஜெபித்தாலே நைவேத்யமாக முடியும்.

அம்மே நாராயணா தேவி நாராயணா என்கிறபடிக்கு நாமம் ஜெபித்துக் கொண்டு சிரியைக் குறைத்துப் பிரகாரம் சுற்றி வாருங்கள் குழந்தைகளா. சாயங்கால பூஜையை நான் ஆரம்பிக்கறேன்.

அவர் கிளம்பும்போது வெடிவழிபாடுகாரன் நொண்டிக்கொண்டே வந்தான். கையில் இருந்த சம்புடத்தை அவரிடம் நீட்டினபடி ஆச்சரியமாயிருக்கு திருமேனி என்றான்.

என்ன ஆச்சர்யத்தைக் கண்டாய் நீ அந்த சம்புடத்துக்குள்ளே? அசுத்த வஸ்து ஒண்ணும் எனக்குப் பார்க்க வேண்டாம்.

எம்பிராந்திரி பிடிவாதமாக மறுத்தார்.

அது உள்ளே என்னதான் இருக்கும்?

பிரகாரம் சுற்றியபடியே பகவதிக்குட்டி யோசித்தாள். பிரதிட்சணம் வைப்பதில் நேரம் போனதே தெரியவில்லை. இன்னும் அதிகமாக இருட்டுவதற்குள் வீட்டுக்குப் போய்ச் சேர வேண்டும். கையில் இலைத் தொன்னையில் பிடித்த பிரசாதமும் காய்ந்து விடும் நேரம் சென்றால்.

வடக்கே பலிக்கல் பக்கம் வரும்போது வெடிவழிபாடுகாரன் குரல் சத்தமாகக் கேட்டது. விடாமல் திரும்பி வந்திருக்கிறான்.

திருமேனி. ஒரு விரல் தானே அதுலே அடச்சுருந்தது. இப்போ அது அஞ்சு வெரலாயி வளர்ந்திருக்கு.

சிநேகா மன்னியின் தகப்பன் அந்த ஆலப்பாட்டு வயசன் மூத்ர நெடியோடு வெடிக்காரன் மேலே விழுந்ததில் அவன் சுண்டுவிரல் தெறித்துப் போய் விழுந்தது நினைவு வந்தது அவளுக்கு. அப்புறம் நாலு காதம் கடந்து ஏதோ செளியில் கிடந்த அதை அம்பலத்துக்கு வந்த யாரோ இலைத் தொன்னையில் வைத்து எடுத்து வந்து கொடுத்தார்களாம்.

பாதிக்கு சதை பிய்ந்து போயிருந்த அதை அப்படியே ஒட்ட வைக்க முடியாது. கொஞ்சம் அவகாசம் கொடுத்தால் அது பழைய நிலைக்கு வரும். அப்புறம் நுண்ணிய ஊசியையும், பறவை இறக்கையில் எடுத்த இழையையும் வைத்துத் தைத்தால் தன்பாட்டில் அது சேர்ந்து விடும் என்றார் பிஷாரடி வைத்தியர். அதற்கான செலவாக துரைத்தனப் பணமாகத்தான் வேண்டும் என்றும் அது ஏழரை ரூபாய் என்றும் அவர் சொன்னதை கிட்டாவய்யன் ஏற்றுக் கொண்டான். ஆலப்பாட்டு மைத்துனர்கள் அதில் பாதியையாவது அடைப்பார்கள் என்ற நம்பிக்கை அவனுக்கு.

பிஷாரடி வைத்தியர் சொன்னபடிக்கு அந்த விரலை வெடிக்காரன் வெளிச்செண்ணெய் புரட்டி மூலிகைத் தண்ணீரில் முழுக வைத்துச் சம்புடத்தில் எடுத்துப் பத்திரப்படுத்தி இருந்தான். கோவில் துவஜஸ்தம்பத்திற்குப் பத்து அடி தள்ளி கிழக்கு நோக்கி அதை வைத்து வெடி வழிபாடு நடத்தினால் அதில் சதை இன்னும் கொஞ்சம் வளரலாம் என்றும் அப்புறம் பிஷாரடி வைத்தியர் சொன்னபடிக்கு அதை சஸ்த்ர சிகிச்சை செய்து அவன் காலில் திரும்பவும் பொருத்தி விடலாம் என்றும் எம்ப்ராந்திரி யோசனை சொன்னபோது பிஷாரடி வைத்தியர் அரைமனதோடு சம்மதித்தாலும் வெடிக்காரன் முழுக்க சம்மதம் என்றான்.

ராத்திரியில் திரி அணைத்து, அம்பலம் அடைத்துப் பூட்டி மேல்சாந்தி நடக்கிறபோது துவஜஸ்தம்பத்திற்கு வெகுதூரம் அப்பால் மண் மேட்டில் பிரதிஷ்டை செய்ததுபோல் நட்டு வைத்திருந்த அந்தச் சம்புடம் கண்ணில் படும். அதின் மேல்

சூட்டிய கொன்றைப் பூ மாலையும். நிர்மால்யப் பிரசாதத்தில் ஒரு பருக்கை எடுத்து அந்தப் பக்கம் எறிந்தபடி போவார் அவர்.

தினசரி பிரசாதம் கொடுத்தது அதிக போஷாக்காகி ஒரு விரல் இருந்த இடத்தில் ஐந்து விரல் முளைத்து விட்டதாக வெடிக்காரன் சத்தம் போட்டுக் கொண்டிருந்தது பகவதி காதில் விழுந்தது. அதிலே எல்லாம் வாச்சி வாச்சியாகப் பேய் பிசாசுக்கு வாய்த்தது போல் நகமும் வேறேயாம்.

குருப்பே நீ யாதொண்ணுக்கும் கவலைப்படாதே. பிஷாரடி வைத்தியன் சஸ்த்ரக்கிரியையிலே ஒரு விரலை மட்டும் கால்லே எடுத்து வச்சுடுவான்.

மத்ததை என்ன செய்ய?

வெடிக்காரன் விடாமல் கேட்டான்.

அர்த்தஜாம பூஜை முடிந்து வந்து யோசிக்கலாம் அதை.

எம்பிராந்திரி கிளம்பிப் போனார். வெடிக்காரன் விந்தி விந்தி நடந்தபடி நாளம்பலத்தை விட்டு இறங்கி வெடிவழிபாடு ஸ்தலத்துக்குப் போனதைப் பார்த்தபடி நமஸ்கார மண்டபத்தில் நுழைந்தாள் பகவதி. தரையில் தேகம் படக் காலை மடித்து நமஸ்காரம் செய்தாள்.

நாணிக்குட்டி இன்னும் பிரதிக்ஷணம் முடிக்கவில்லை. அவள் நிறையதிகம் சுற்று வைப்பது வழக்கம். அது முடிய இன்னும் கொஞ்சம் நாழிகையாகலாம். அதுவரை கூத்தம்பலத்தின் ஓரத்தில் உட்கார்ந்து சாக்கியார் கூத்துக்கான முஸ்தீபுகளைப் பார்த்துக் கொண்டிருக்கலாம்.

அவள் வலிய பலிக்கல் பக்கம் வந்தபோது உடம்பில் பாசி வாடை வீச ஒரு தமிழ் பிராமண ஸ்திரி நின்று கொண்டிருந்தாள்.

பகவதிக்குட்டி, புண்ணியமாப் போறது. எனக்குக் கொஞ்சம் அன்னம் கொடுக்கச் சொல்லு. பசிக்கறது.

இவளுக்கு எப்படி என் பெயர் தெரிந்தது?

பகவதிக்குட்டி ஆச்சரியப்பட்டுப் பார்க்க அந்தப் பெண் விளக்குமாட வெங்கல விளக்கு வெளிச்சத்தில் உருவம் மங்கிப் போய் ஒரே தட்டையாகத் தெரிந்தாள்.

பிரேத ரூபமோ?

ஆமா, நான் போய்ச் சேர்ந்து வருஷம் முன்னூறாச்சு. உங்க ஆத்துக்காரர் அரசூர்ச் சங்கரய்யர் மன்னி. அவரோட தமையன் சாமிநாத ஸ்ரௌதிகளோட, சாமாவோட, சாமாத் தடியனோட வப்பாட்டி. விரிச்சுண்டு படுத்தவ.

அவள் சிரிக்க ஆரம்பிக்க, பகவதிக்குட்டி தலையைக் கையில் பிடித்துக்கொண்டு அப்படியே உட்கார்ந்தாள்.

விளக்குமாடத்திற்குக் கீழே இருந்து ஒரு செப்புச் சம்புடம் அவள் இருந்த திசைக்கு நகர்ந்து வந்தபடி இருந்தது.

அத்தியாயம் நாற்பது

ஏடோ தொரையப்பா, புண்ணியமாப் போறது உனக்கு. கொஞ்சம் பதுக்கெப் பேசு. பகவதி உடம்பு சுகவீனமாப் படுத்துப் பத்து நாளாச்சு. இப்பத்தான் கொஞ்சம் தீர்க்கமா உறங்கறா. பிஷாரடி வைத்தியன் மருந்து வேலை செய்யறது போல இருக்கு.

குப்புசாமி அய்யன் தன் தம்பி துரைசாமி அய்யனை இரண்டு கரமும் உயர்த்திச் சேவித்தபடி சொன்னான்.

ஆமா. இப்ப இதொண்ணும் பேச வேண்டாம்.காணியிலே எங்காத்துக்காரருக்கும் பாத்யதை உண்டு. அவர் இல்லாம அதைப் பத்திப் பேச்சு அனாவசியம். அவரும் வரட்டும். ஆலப்பாட்டுலேருந்து என் தமையன்மாரும் வரட்டும். அதுக்கப்புறம் இதைப் பேசுங்கோ.

துரைசாமி நிறுத்தினாலும், கிட்டாவய்யன் பெண்டாட்டி சிநேகாம்பாள் குரல் தாழ்த்தி முணுமுணுப்பாகக் கோரிக்கை விடுவதை நிறுத்தவில்லை.

அவள் நெல் மூட்டையும், அரிசிப் பொரியும், வெல்லமும் சாக்கில் கட்டி வைத்த அறைக் கதவை ஜாக்கிரதையாக மூடிவிட்டுத் தான் பேச ஆரம்பித்திருந்தாள்.

உள்ளே மூங்கில்ப்பாயால் ஒரு தடுப்பு ஏற்பட்டு இருந்தது. மூட்டை முடிச்சாக அரிசியும், புளியும், பருப்பும் ஒரு பக்கம். கூடவே பீங்கான் பரணிகளில் வெளிச்செண்ணெய். கொட்டானில் உப்பு. உத்திரத்திலிருந்து கட்டிக் காயவிட்ட குலையாக மிளகு. இன்னொரு பக்கம், முகத்தில் ரத்தம் போனதுபோல் வெளிறி, சுருண்டு படுத்திருந்த பகவதிக் குட்டி.

பகவதிக் குட்டிக்கு நினைத்துக் கொண்டதுபோல் விழிப்பு வருகிறது. எழுந்து உட்கார்ந்து பசிக்கிறது என்கிறாள். பருப்பும் சாதமுமாகப் பிசைந்தெடுத்தபடி விசாலாட்சி மன்னியோ அக்கா அலமேலுவோ ஓட்ட ஓட்டமாக வருவதற்குள் திரும்பத் தூங்கிப் போகிறள். அது அரைகுறை உறக்கமாக அப்படியும் இப்படியும் பிரண்டபடி கிடக்கிறாள்.

பத்து நாளாக ஆகாரம் கொள்ளாமல், மல மூத்திரம் கழிக்காமல், குளியும் நின்றுபோய் அந்தச் சின்னப் பெண் படுகிற துன்பம் வீட்டில் யாருக்கும் சகித்துக் கொள்ளக்கூடியதாக இல்லை.

சனிக்கிழமை ராத்திரி கூத்தம்பலம் பக்கத்தில் ஜன்னி கண்டது போல் பிதற்றிக் கொண்டு தேகம் விதிர்த்து நடுங்கக் கர்ப்பத்தில் சிசுவாக முழங்கால் தவடைப் பக்கம் உயர மரவட்டை போல் சுருண்டும் கிடந்தவளை கட்டிலில் படுக்க வைத்தபடிக்குத் தூக்கி வந்த ஊர்வலம் ஆலப்பாட்டு வயசனை வெடிவழிபாட்டுப் பரம்பிலிருந்து கொண்டு வந்த மாதிரித்தான் இருந்தது.

ஆனாலும் இப்போது இளைய எம்பிராந்திரி வரவில்லை. அவன் இடத்தில் வலிய எம்பிராந்திரி. காலை விந்தி விந்தி வெடிவழிபாட்டுக்காரனும் தீ கொளுத்திப் பிடித்த காய்ந்த இலைச்சுருளைப் பிடித்தபடி வந்தான்.

பகவதிக்குட்டியிடம் பிரசாதம் யாசித்த குருக்கள் பெண் கையை நீட்டும்போதே பகவதி மருண்டு போனாள். அம்மே நாராயணாவும் தேவி நாராயணாவும் வாய்க்குள் புரள மறுக்க, அவள் கையில் இலைத் தொன்னையில் இருந்த பிரசாதத்தை அப்படியே சாமிநாதனோடு கலந்த பெண்டிடம் நீட்டியபோது,

ஊர்ந்து வந்த சம்புடம் அவள் காலுக்கு அருகே வந்து திறந்து கொண்டது.

அதன் உள்ளே இருந்து ஐந்து விரலோடு முளைத்து இருந்த பாதம் மேலே எழும்பி வந்து எனக்கு, எனக்கு என்று குருக்கள் பெண்ணை உதைத்துத் தள்ளியதைப் பார்த்த பகவதி உச்சந்தலையில் முடி சிலிர்த்து நிற்கப் பயத்தில் உறைந்துபோய் இலைத் தொன்னையைக் கீழே நழுவவிட்டாள்.

முன்னூறு வருடம் முன்னால் பஞ்சகாலத்தில் உயிரை விட்ட குருக்கள் பெண்ணும், தேவி க்ஷேத்ர வெடிவழிபாட்டுக்காரன் காலிலிருந்து துண்டிக்கப்பட்டு, பிஷாரடி வைத்தியனும், எம்பிராந்திரியும் கொடுத்த ஆலோசனைகள் கொண்டு போஷிக்கப்பட்டு ஒன்றுக்கு ஐந்தாக விரல் வளர்ந்த மனிதப் பாதமும் அங்கே ஒரு பிடி சோற்றுக்காக அடித்துக் கொண்டதைக் காண பகவதி தவிர யாரும் இல்லாமல் போனார்கள்.

வெறும் மாமிசப் பிண்டம் நீ. உன்னோட உடமைஸ்தன் அங்கே வெடி வெடிச்சுண்டு உக்காந்திருக்கான். நாளைக்கே மருத்துவன் ஒட்ட வச்சா அந்தப் புழுத்த உடம்புலே போய் ஒட்டிக்கப்போறே. இப்ப என்னத்துக்கு உனக்கு சாதமும் எழவும் எல்லாம்?

குருக்கள் பெண், வெடிக்காரன் கால்விரல்கள் உறுதியாகப் பிடித்திருந்த இலைத் தொன்னையைப் பிடுங்கப் பார்த்தாள். ஆவி ரூபமான அவளுடைய பலத்தால் அந்த மனுஷ விரலிலிருந்து பிடுங்க முடியாத இலைத்தொன்னை தரையில் உருண்டது. நைவேத்தியச் சோற்றைச் சம்புடத்துக்குள் கவிழ்த்துக் கொள்ள அந்த விரல்கள் மும்முரமாக முயற்சி செய்தபடிக்கு இருந்தன. அது முடியாமல் போகவே அவை சம்படத்துக்கு வெளியே தைலமும் தண்ணீரும் மினுமினுக்க வெளிக்கிளம்பி வந்தன.

பகவதி, நீயே சொல்லுடி குழந்தே. எனக்குப் பசிக்கறதுன்னு உன்னை வந்து யாசிச்சா, இந்தப் பிண்டத்துக்கு என்ன வந்தது? நான் யாருடி? உன்னோட ஓரகத்தி இல்லியா? சாமா இல்லாமப்

போனா என்ன? நானும்தான் இப்படி பிரேத ரூபமா, ஆவி ரூபமா அலஞ்சு பிரியத்துக்கும் நாத்தச் சோத்துக்கும் யாசிச்சபடி அங்கேயும் இங்கேயுமா அல்லாடினா என்ன? பந்தம் விட்டுப் போகுமோடி பொண்ணே?

அவள் ஈன சுவரத்தில் முறையிடக் கூத்தம்பலத்தில் சாக்கியார் சுலோகம் சொல்லி நாலு திசையும் நமஸ்கரித்துக் கதை கேட்க வரும்படி தேவதைகளையும், மனுஷர்களையும் விளித்துக் கொண்டிருந்தார்.

ஐயோ ஐயோ இந்த தர்த்திரப் பிண்டம் இப்படி கைக்கு எட்டினது வாய்க்கும் வயத்துக்கும் எட்டாமப் பிடுங்கிண்டு போறதே. பலிக்கல் தேவதைகளே, அரசூர் குடும்பத்து மூத்த பெண்டுகளே, பகவதி, என் பொன்னு பகவதிக் கொழந்தே. கேட்பாரில்லியா? சாமா, அட சாமிநாதா. தேவடியாள் மகனே. பகல்லே விரிச்சுக் கிடத்தி என்னை அனுபவிச்சியேடா. இப்பப் பசிக்கறது. ஒரு வாய் சோத்துக்கு வழியில்லாம அல்லாட விட்டுட்டுப் போய்ட்டியேடா. நெருப்பிலே பொசுங்கின உன் லிங்கம் பஸ்பமான இடத்துலே ஆயிரம் நூறு எருக்கஞ்செடியும் நெருஞ்சி முள்ளும் முளைச்சு நாசமாகட்டும். உன்னோட அரசூர் வம்சமே விருத்தி கெட்டுப் போகட்டும்.

குருக்கள்பெண் அரற்ற, இருட்டுக்குள் பிரசாதம் வைத்த இலைத் தொன்னையை இழுத்தபடி ஓடிய வெடிக்காரன் பாதத்தையே பார்த்தபடி பகவதி படிக்கல்லைப் பிடித்தபடி நின்றபோது, பெண்டுகள் ஒரே குரலாகப் பாடுகிற சத்தம்.

இன்னும் பத்து நூறு தலைமுறை அரசூர் வம்சம் செழித்துச் சண்டையும் சச்சரவும் சமாதானமும் ரோகமும் ஆரோக்கியமும் ஆசையும் நிராசையும் போகமும் யோகமுமாக மனுஷ ஜாதி எல்லாம் போல நீண்டு போகும் என்று பாடின பாட்டு அது. நலங்குப் பாட்டாக ஊஞ்சலோடு மேலும் கீழும் உயர்ந்தும் தாழ்ந்தும் படிந்த அந்தக் குரல் பகவதிக்குட்டி கேட்டதுதான். அவளைப் பெண் பார்க்க வந்த அரசூர்க் கூட்டத்தில் வாயைத் துணியால் கட்டிவைத்த ஒரு பழுத்த சுமங்கலி கூடத்துச் சுவரில்

சாய்ந்தபடி, வாய்க்கட்டை நெகிழ்த்தியபடிக்குப் பாடிய குரல் அது.

எனக்கு வேணும். பசி பிராணன் போறது. உடம்பு இல்லாட்டாலும் பிராணன் இருக்கு. உனக்கு உடம்பு தான் இருக்கு. பிராணன் இல்லே. எதுக்கோசரம் இந்தச் சோறு? மண்ணுலே போட்டுப் புரட்டாதே. வேணாம். கொடுத்துடு எனக்கு.

குருக்கள் பெண் அழுதபடிக்கே போக, பகவதி மயங்கிப் போய் தட்டுத்தடுமாறி பலிக்கல் விளக்கின் நிழல் நீண்ட கல்படவில் நடந்து கூத்தம்பல முன்னால் வெறுந்தரையில் மயங்கி விழுந்தாள்.

இந்தப் பத்து நாளாக அவள் குருக்கள் பெண்ணையும், வெடிக்காரன் காலையும் தொடர்ந்தபடிக்கு இருக்கிறாள். மண்ணில் விழுந்த பிரசாதம் மண்ணோடு போனது. வெடிக்காரன் கால் விரலை எடுத்துக் கடிக்க முயன்று வாயில் ரத்தச் சுவடும் வெளிச்செண்ணையும் திளங்கச் சிரித்த குருக்கள் பெண்ணின் இடுப்புக்குள் அந்த விரல்கள் புக முயற்சி செய்ய, அவள் சாமா வேண்டாம் கேளுடா அங்கே எல்லாம் காலை வைக்காதே. நீ சாமா இல்லே. அந்நிய புருஷன். படுபாவி. சாமாவோட தேகச் சூடு எனக்குத் தெரியும். வெறும் பிண்டம். வெத்துக் கால் நீ. அடி குழந்தே பகவதி, வந்து இந்தச் சனியனை எடுத்து அந்தாண்டை எறிடீ. பகவதி, பகவதி ஏந்திருடி கொழந்தே. பசிக்கறதுடீ. புண்ணியமாப் போறது உனக்கு. எனக்காகக் கொஞ்சம் சாப்பிடு. நான் வேணுமானா யாசிக்கறேன். விசாலாட்சி மன்னி, சிநேகா மன்னி, லட்சுமி அக்கா, அலமேலு அக்கா. பருப்புஞ் சாதம் கொண்டாங்கோ. நெய் குத்தி நாலு கவளம் மாத்ரம் போதும். ஜலத்தைக் குடிச்சுட்டுப் படுத்துக்கறேன். பருப்பெல்லாம் இங்கே தான், சாக்கு மறைப்புக்கு அந்தாண்ட மூட்டை மூட்டையா அடுக்கி வச்சிருக்கான் துரைசாமி அய்யன். விசாலாச்சி மன்னி, டீ சாலாச்சி, இங்கே தாண்டி படுத்திண்டே அன்னிக்கு

ஆத்துக்காரனோட. நாந்தான் எல்லாம் பாத்தேனே. வயசனைத் தூக்கிண்டு வந்து முழுசும் பாக்க விடாமா. போறது. இப்ப சாதம் கொண்டாடி. க்ஷேத்ரத்துலே தேவி மாதிரி இருக்கே விசாலாட்சி. விசாலி. சாலாச்சி. சாலு. சாலும்மா. துரைசாமி ஐயன் மாதிரிக் கொஞ்சறேன். கெஞ்சறேன். பசிக்கறதுடீ.

குருக்கள் பெண் சொல்வதில் நாலு வார்த்தையோ மூணோ ஈன ஸ்வரத்தில் பகவதி வாயிலிருந்து எழ, அது சாதம், சாதம், பருப்பும் நெய்யும் குழையப் பிசஞ்சு சாதம் என்று மட்டும் வருகிறது.

ஏண்ணா, பிஷாரடி வைத்தியர் என்ன சொல்றார்? பகவதிக்கு சொஸ்தமாகல்லேன்னா ஆலப்புழைக்கு காளை வண்டி வச்சுப் பாதிரி வைத்தியன் கிட்டேக் கூட்டிண்டு போயிடலாமே? பகவதி கல்யாணம் நெருங்கி வர நேரத்துலே இது என்ன கஷ்டம் பாரு.

துரைசாமி தமையன் குப்புசாமியிடம் சொன்னான்.

இன்னியோடு இது சொஸ்தமாயிடும்னார்டா பிஷாரடி. மருந்தை விடாமக் கொடுத்தாறதே. வைத்தியன் மேலே நம்பிக்கை இல்லாட்ட எப்படிக் குணமாகும் சொல்லு.

தமையன் குரல் தாழ்த்திப் பேசியதற்குத் தலையாட்டினான் துரைசாமி அய்யன்.

காணி விற்பதைப் பற்றிப் பேச அவன் தான் குப்புசாமி அய்யனைக் கூப்பிட்டது. இனியும் நேரம் கடத்தினால் அப்புறம் நாம் எல்லோரும் சேர்ந்து உட்காரும் நேரம் இப்போதைக்குக் கிட்டாது என்று சகோதரிமார்களின் கணவர்களான ராமேந்திரனும், சோமநாதனும் கூடவே சொன்னார்கள்.

அவர் இதோ வந்துடுவார். செத்தப் பொறுங்கோ.

சிநேகாம்பாள் இதையே பேசினபடிக்கு இருக்கிறாள். கிட்டாவய்யன் காலையிலேயே கிளம்பிப் போயிருக்கிறான். இன்னும் வந்தபடியாக இல்லை.

எங்கே போனான் அவன்? இப்போ தேகண்டமும் இல்லியே எங்கேயும்?

துரைசாமியும், லட்சுமியும், அலமேலுவும் அவளைத் திரும்பத் திரும்பக் கேட்டாலும் தெரியாது என்றே சொல்லிக் கொண்டிருக்கிறாள். அவளுக்குத் தெரியும் கிட்டாவய்யன் போன இடம்.

சாவக்காட்டு வேதக்காரப் பிராமணனைக் கண்டு வரப் போயிருக்கிறான் அவன். பணம் வேண்டி இருக்கிறது. பூர்வீகச் சொத்தான காணி விற்றால் முழுசாக விற்கச் சொல்லித் தன் பங்கைக் கேட்பான் அவன்.

மேலும், சாவக்காட்டுக் காரனிடம் சொல்லி வைத்திருக்கிறான். ரெண்டு வட்டி என்பது அதிகம் தான். ஆனாலும் அடமானம் வைக்கக் கிட்டனுக்குப் பிடி உடைந்த இருப்பச் சட்டியைத் தவிர வேறே என்ன இருக்கு? குழந்தைகள் காதிலும், சிநேகாம்பாள் மூக்கிலும் கழுத்திலும் ஒட்டிக் கொண்டிருக்கும் இக்கிணியூண்டு தங்கத்தைப் பறித்தெடுக்க அவனுக்கு மனம் வரவில்லை.

வேறே வேதமானாக்க என்ன? நீரும் நானும் ஒண்ணுதானே. நீர் எனக்குப் பிடி சாதம் தராமல் சவட்டினாலும், இன்னிக்கு என் வீட்டு வாசல்லே வந்து நின்னு கும்புட்டுக் கேட்டாலும் நான் எப்பவும் அதே தான் சொல்றேன். தரேனய்யா. எம்புட்டு துட்டு வேணும், கேளும்.

சாவக்காட்டான் புதிதாகக் கருத்த தலைமுடியும், உடம்பில் வழக்கத்தைவிடச் சுருக்கமும் தளர்ச்சியும் அரைக்கட்டில் பட்டுச் சோமனும் உத்தரியமுமாக உட்கார்ந்து கிட்டனைப் பார்த்துக் கேட்டது முந்தாநாள்.

ஸ்வாமின், நான் ஜாகை மாத்திண்டு அம்பலப்புழைக்கோ கொல்லத்துக்கோ போய் சாப்பாட்டுக் கடை போடறதா உத்தேசம். தேகண்டத்துக்கு வேஷ்டியை மடிச்சுக் கட்டிண்டு அலைஞ்சது எல்லாம் போறும். உம்ம கடனுக்கு ஒவ்வொரு அமாவாசைக்கும் வட்டியும், நாலு வருஷத்துலே கொஞ்சம் கொஞ்சமா முதலையும் அடைச்சுடறேன்.

கிட்டாவய்யன் ஆகாசப் பார்வையில் சொப்னத்தில் லயித்தவனாக மார்புக்குக் குறுக்காகக் கையைக் கட்டியபடி சொல்ல, சாவக்காட்டான் வெற்றிலை மென்றுகொண்டு தலையை ஆட்டியபடி அவனை வெட்டுக்கிளியைப் போல் வேடிக்கை பார்த்தவண்ணம் கால் மேல் கால் போட்டபடி கேட்டுக் கொண்டிருந்தான்.

ஓலப் புரை. தடுக்கு. இலைக்கட்டு. சுவியனும், தோசையும், புட்டும் அப்பமும் இலையடையும் உண்டாக்குகிற உத்தியோகம். உண்டாக்கி உண்டாக்கி செப்புப் பாத்திரத்தில் வைத்துப் படியேறி வருகிறவன் எல்லோருக்கும் யார் என்ன என்ற நதிமூலம் ரிஷிமூலம் தன மூலம் ஒண்ணும் விசாரிக்காமல் மடியில் முடிந்துவைத்த சஞ்சியைக் குறிவைத்துப் பரிமாறிக் காசு சேர்ப்பான் கிட்டன். ஒரு சக்கரமும், இரண்டு சக்கரமும் அரை அணாவும், காலணாவுமாக எந்தப் பேதமும் இல்லை காசுக்கு. அது யார் இடுப்பில் இருந்து இறங்கினாலும், என்ன வாடை அடித்தாலும் இஷ்டமாக எல்லாம் வாங்கிக் கண்ணில் ஒற்றிக் கொள்வான் அவன். கிரஹம் உயரும். சிநேகாம்பாளும், குழந்தைகளுமாகக் குடும்பம் முழுக்க செழிப்பாக வரும். புத்திரன் பிறப்பான். பட்டும் பீதாம்பரமுமாக அவனுக்கு குருவாயூரில் அன்னப் பிரசன்னம்.

ஓய் கிட்டாவய்யர். நீர் போய்ட்டு வ்யாழனாழ்ச்சை வந்துடும். நான் என்ன தொகை தரலாம்னு யோஜிச்சு வைக்கறேன்.

இன்றைக்குத் தான் வியாழக்கிழமை. சாவக்காட்டு வேதக்காரன் சொன்னபடிக்கு விடிகாலையிலேயே கிட்டாவய்யன் அவனைத் தேடிப் போயிருக்கிறான். அவன் வந்தபிறகு காணி பற்றியும் கல்யாணம் பற்றியும் எல்லாரும் கூடிப் பேசி முடிவுக்கு வரட்டும். கிட்டாவும் பேசுவான்.

லட்சுமிக்கும், அலமேலுவுக்கும், இப்போது பகவதிக்கும் வரன் திகையத் திகையச் செலவுக்கும், சொர்ணம் வாங்கவும், சீர் வைக்கவுமாகப் பணம் புரட்டக் கிள்ளிக் கிள்ளி காணியை விற்றாகிறது. இன்னும் இருக்கப்பட்டதும் பக்கத்திலே நிலம்

போக்யதை கொண்டவர்களால் அங்குலம் அங்குலமாக ஆக்கிரமிக்கப் பட்டுக்கொண்டிருக்கிறது. நாளைக்கே அது கண்ணில் காணாமல் மறைந்து விடலாம். அதற்குள் இருக்கப்பட்ட முழுசையும் விற்றுத் தீர்த்துக் குப்புசாமி அய்யனும், துரைசாமி, கிட்டாவய்யன்மாரும் பிரித்து எடுத்துக் கொண்டால் எல்லோருக்கும் நல்லதாகும்.

இந்தக் கூட்டுக் குடித்தனம் பற்றிக் கூட யோசிக்க வேண்டியிருக்கிறது. எல்லாம் பேசி முடித்துவிடலாம். எல்லோரும் வீட்டில் இருக்கப்பட்ட தினம். கிட்டாவய்யன் வந்துவிடுவான்.

ஜல் ஜல் என்று கொலுசுச் சத்தம்.

பகவதிக் குட்டி கூடத்தில் நுழைந்தாள். இருட்டு விலகினது போல் அவள் முகம் தெளிவாக இருந்தது. இப்போது தான் குளித்த நேர்த்தியில் அவள் ஈரமுடி தோளில் தவழ்ந்தபடி இருக்க, அவள் விசாலாட்சி மன்னியைப் பார்த்துப் பூ மலர்ந்ததுபோல் சிரித்தாள்.

சாலாச்சி மன்னி. எனக்குப் பசிக்கறது. நிஜமாவே.

அத்தியாயம் நாற்பத்தொன்று

இந்தப் பக்கம் தச்சன் இழைப்புளியை வைத்து ஏதோ மரப் பலகையை இழைத்து இழைத்துத் தள்ளிக் கொண்டிருக்கிறான். அந்தப் பக்கம் கருமான் ஒருத்தன் மண்ணில் குழித்து நெருப்பு மூட்டி இரும்புக் கம்பியை அடித்து நீட்டிக் கொண்டிருக்கிறான். குளத்தங்கரையில் வெளிக்கு இருந்து விட்டுப் பிருஷ்டம் கழுவ நடக்கிறவன் போல் அவனவன் இடுப்பு வேட்டியை மடித்துக் கட்டிக் கொண்டு சட்டமாக அங்கேயும் இங்கேயும் நடந்து கொண்டிருக்கிறான்.

இது என்ன அரண்மனையா இல்லை சாவடிப் பக்கத்து முடுக்குச் சந்தா என்று ராஜாவுக்கு விளங்கவில்லை.

போதாக்குறைக்கு ஜோசியக்கார அய்யர் வேறே அரண்மனைத் தோட்டத்தில் சச்சதுரமான ஒரு பெரிய தகட்டைக் கோபுரம் போல மரமேடையில் நடுவிலே நிறுத்தி அந்தப் பக்கமும் இந்தப் பக்கமும் சாய்த்துப் பிடித்து ஏதோ அளவெடுத்துக் கொண்டிருக்கிறார்.

இந்த அய்யன் வேலையை முடிக்கிற வரை நாங்கள் வருவதாக இல்லை. அவன் பரீட்சை செய்வதற்காக யந்திரத்தை அப்படியும்

இப்படியும் திருப்பும்போது எங்கள்மேல் பாலைவனைப் பிரதேசக் காற்று பட்டதுபோல் வெப்பமேறி அடித்து இம்சை செய்கிறது என்று சொல்லி முன்னோர்கள் இந்தப் பக்கம் வருவதையே தற்காலிகமாகத் தள்ளிப் போட்டிருக்கிறார்கள்.

இந்தக் களேபரம் போதாதென்று பக்கத்தில் எரிந்து போன புகையிலைப் பார்ப்பான் வீட்டைத் திரும்பக் கட்ட ஆரம்பித்து முடிக்கிற நிலையில் இருக்கிறார்கள். பால் போல் வெளுத்த சுண்ணாம்பை வெளிச்சுவர் முழுக்கப் பூசி வைக்க அது இடிந்து போன அரண்மனையைப் பார்த்துக் கிண்டலாகச் சிரிக்கிறது.

எல்லாம் அந்த வெள்ளைப்பாண்டுக் கிழட்டுத் துரை வந்து போன பின்னால் நடக்கிற விஷயம். சிம்மாசனத்தில் உட்கார்ந்து அந்தப் பக்கம் இந்தப் பக்கம் தீர விசாரித்து நீதி சாஸ்திரம் இம்மியும் பிசகாது தீர்ப்பு சொல்கிற பட்டி விக்கிரமாதித்யன் என்று நினைப்பு வெள்ளைத் தேவடியாள் மகனுக்கு. பட்டணத்துப் பெரிய துரை ஜாமான் முடிபோல எகிறிக்கொண்டு கிளம்பி வந்து இவன் விதித்துப் போனபடிக்குத்தான் சர்வமும் நடந்து கொண்டிருக்கிறது.

புகையிலைக்கடை அய்யன் வீடு எரிந்து சாம்பலாகப் போனதற்கு ராஜா தான் ஏதாவது நஷ்ட ஈடு தரவேண்டும் என்று அந்த விதைக்கொட்டை வீங்கினவன் உத்தரவு செய்துபோன ரெண்டு நாளிலேயே ஆரம்பமாகி விட்டது எல்லாத் துன்பமும். எழவெடுத்தவன் நீளமாகக் கம்பளிப் பூச்சி நெளிகிறதுபோல் கையொப்பம் இட்டு பழுப்புக் காகிதத்தில் துரைத்தனப் பாஷையில் எழுதின லிகிதத்தைக் குதிரையிலே வந்த ஒருத்தன் கொடுத்துவிட்டு ராஜாவின் இலச்சினையை வாங்கிக் கொண்டு புறப்பட்டுப் போன ராகுகாலப் பொழுது அது.

ராஜா அதை வாங்கி மசி வாடையையும் காகித வாடையையும் முகர்ந்து விட்டுக் காரியஸ்தனிடம் கொடுத்துப் பத்திரமாக வைக்கச் சொன்னதோடு காரியம் முடிந்ததாக நினைத்தது மகாப் பெரிய தப்பு என்று அடுத்த நாளே பட்டது.

குதிரையில் லொங்கு லொங்கென்று வந்த பேய்ப்பயல் புகையிலைக்கடை அய்யன் வீட்டிலும் நுழைந்து துரை எழுதின லிகிதத்தின் இன்னொரு பிரதியை விநியோகித்துவிட்டுப் போயிருக்கிறான். அய்யனும் வெகு காரியமாக அதைப் பூணூலை விட உசத்தியானதாகக் கையில் பற்றிக்கொண்டு பந்து மித்திரர்களுக்கு ஆதியோடந்தமாக எடுத்தோத அவர்களும் கிளம்பி காலை வெய்யில் ஏறுவதற்குள் அரண்மனைக்கு வந்து சேர்ந்தார்கள்.

ராஜா வந்தவர்களை உட்காரச் சொல்லிக் கையைக் காட்டினார். அவர் அப்போது அரண்மனை முன் மண்டபத்தில் இருந்தார், காரியஸ்தன் சினைப்பூனை மழைக்காலத்தில் கத்துகிறதுபோல் சங்கீதமான குரலில் மாசாந்திர வரவு செலவை வாசித்துக் கொண்டிருந்தான். அதிலே பாதிக் காதும், காலைப் பசியாறிய உறக்கமுமாக உட்கார்ந்திருந்தவரை வந்த கூட்டம் எழுப்பிவிட்டது.

யாரங்கே ஆசனம் கொண்டு வந்து போடுங்கள்.

ராஜா நேரே பார்த்துக் கொண்டு உத்தரவு போட்டார் வழக்கப்படிக்கு. பகலில் அரண்மனை சேவகத்து வருகிற உத்தியோகஸ்தர்கள் இன்று யாரும் வரவில்லை. அவர்கள் வாரச் சந்தையில் நெத்திலிக் கருவாடோ, மாம்பழமோ விற்கப் போயிருக்கிறார்கள் என்பது ராஜாவுக்குத் தெரிந்த சங்கதிதான். அரண்மனை வருமானம் போதாத காரணத்தால், புதன்கிழமை வாரச்சந்தையில் வியாபாரிகளுக்குக் கூடமாட ஒத்தாசை செய்து அவர்கள் ரெண்டு காசு பார்க்கிறதாகத் தெரிந்தபோது ராஜாவுக்கு விசனமாகத்தான் இருந்தது. என்ன செய்ய?

இந்த அய்யன்மார் எல்லாரும் மாம்பழமோ கருவாடோ முகர்ந்து பார்த்து வாங்க வாரச் சந்தைக்குப் போகாமல் இங்கே வந்து உசிரை வாங்க வேணுமா என்ன?

காரியஸ்தன் உள்ளே போய் ஆசனம் ஆசனம் என்று ஆசனவாய் தெறிக்கக் கத்த, அப்பின சாந்துப் பொட்டும் தலைமுடியும் எண்ணெய்ப் பிசுக்குமாக இன்னும் இரண்டு

குரிச்சி அந்தப்புரத்தில் இருந்து வந்து சேர்ந்தது. ராஜா கையைக் காட்ட, வந்ததில் ஒருத்தர் இருக்கையின் நுனியில் தொடுக்கி வைத்ததுபோல் உட்கார்ந்தார்.

நான் சுப்பிரமணிய அய்யர்வாளோட நெருங்கின பந்து. பட்டணத்துலே கோர்ட்டுக் கச்சேரியிலே உத்தியோகம் பார்த்து இப்போ வயசாச்சோன்னோ ஊரோட இருக்கேன். என் புத்ரன் அங்கே போர்ட் செஞ்சார்ஜ் கோட்டையிலே கிளார்க்கா இருக்கான்.

அந்த பிராமணன் நீளமாகப் பேசிக்கொண்டே போனான். ராஜாவுக்குக் கொஞ்சம் பயமாக இருந்தது.

கோர்ட்டு, கச்சேரி, கோட்டை, கிளார்க் என்று நூதன விஷயம் ஏகத்துக்கு எடுத்துவிட்டு ராஜாவை போடா புண்ணாக்கு என்கிறான். இவன் துரைத்தனத்தோடு நெருங்கினவனாக இருந்து தொலைப்பவனோ என்னவோ. புகையிலை அய்யன் இவனை அனுப்பி வைத்ததே அரண்மனையை எழுதி வாங்கிக் கொண்டு போகத்தான் போல் இருக்கிறது.

கூட வந்த ஒரு கருத்த பார்ப்பான் இன்னொரு நாற்காலியில் இருந்தபடிக்கு கச்சேரி அய்யன் காதில் ஏதோ சொன்னான். இன்னொரு மனுஷன் திருநீறு வாசனை அடிக்க நாலு அடி தள்ளி நின்றபடி இருந்தான். பார்த்தால் ஜோசியக்கார அய்யனுக்குத் தாயாதி பங்காளி போல் இருக்கப்பட்டவன். குடுமியும் ஜோசியக்காரன் சிகை போல் நீளமாக இருக்கிறது.

இது சுப்பிரமணிய அய்யர்வாளோட அம்மாஞ்சி. கரம்பங்காடு கிருஷ்ணையர். ராமாவரத்துலே மிராசுதார். காவேரிக்கரை மனுஷர். சுகஜீவனம். அவர் சுந்தர கனபாடிகள். அய்யர்வாளுக்கு அத்தான் முறை.

சிவத்தவன், கருத்தவனை இன்னார் என்று சொல்ல, கருத்த பார்ப்பான் ராஜாவுக்கு வெகு மரியாதையாக நமஸ்காரம் செய்தான். ராஜா முகம்மதிய சுல்த்தான் போல் பொதுவாக ஒரு சலாம் வைத்தார்.

நின்றபடிக்கு இருந்த அத்தான் அய்யன் பவதி என்று ஏதோ சமஸ்கிருத மந்திரத்தை உரக்கச் சொல்லி எல்லோரையும் பொதுவாக ஆசிர்வதிக்க, ராஜாவுக்கு மெய் சிலிர்த்துப் போனது. எழுந்து நின்று அவன் காலைத் தொடக் குனிந்தார்.

ஹே ராஜன், அது எதுவும் வேண்டாம். நீர் எஜமான். பிரஜைகளைக் காருண்யத்தோடு காத்து சம்ரட்சிக்கும் க்ஷத்ரியன்.

இந்த அய்யனைச் சரிக்கட்டினால் இவர்கள் வந்த விஷயம் சுலபமாக முடிந்து விடக்கூடும் என்று ராஜாவுக்குப் பட்டது.

நாலு வேதம், சாஸ்திரம் எல்லாம் தவறாம நித்யமும் ஓதற பெரியவாள் நிக்கறீங்களே. நானும் நின்னுண்டுடறேன்.

ராஜா முடிந்தவரைக்கும் சிரத்தையோடு பார்ப்பனக் கொச்சையைப் பேச, காரியஸ்தன் சிரிப்பை அடக்கவோ என்னவோ அந்தாண்டை போனான்.

இருங்கள் என்று தலையை அசைத்து, கனபாடிகள் பத்மாசனம் இட்டு நட்ட நடுக்கூடத்தில் உட்கார்ந்தார். ராஜன் நீர் உம் ஆசனத்தில் இரும் என்று அவர் சொல்ல, தட்ட முடியாமல் ராஜா தன் இடத்தில் திரும்பவும் அமர்ந்தார்.

என்ன விஷயமாகப் பார்க்க வந்திருக்கேள்?

ஜமீந்தார்வாள், ஹார்ட்டன் துரை அன்னைக்கு இங்கே வந்து ஆக்ஞை பிறப்பித்ததை தஸ்தாவேஜாக்கி அனுப்பியிருக்கார். உங்களுக்கும் வந்து சேர்ந்திருக்குமே.

வந்தது என்றான் காரியஸ்தன் கனகுஷியாக.

அவன் நாக்கை அறுத்துப் போட வேண்டும். ஊத்தை வாயைத் திறக்கச் சொல்லி யார் கேட்டது?

ராஜா முகத்தை வெகு சோகமாக வைத்துக்கொண்டு கனபாடிகளைப் பார்த்தார்.

என்னத்துக்கு விசனம்? சொல்லும் என்கிறதுபோல் ஒரு வினாடி ராஜாவைப் பதிலுக்குப் பார்த்துவிட்டு வேறு என்ன செய்வது என்று தெரியாத கனபாடிகள் யோகத்தில் அமர்ந்ததுபோல் கண்ணை மூடிக்கொண்டார்.

நான் என்ன சொல்ல ஸ்வாமிகளே. ஜமீனில் நிதிநிலைமை சரியில்லையென்று ஊருக்கே உலகத்துக்கே தெரிஞ்ச சங்கதிதானே? வசூலிக்கிற வரியெல்லாம் வெள்ளைக்காரனுக்குத்தான். ஏதோ கொஞ்சம் கிள்ளிக் கொடுக்கிறதால் இங்கத்திய நடவடிக்கைகள் எல்லாம் பொன்னை வச்ச இடத்தில் பூவை வச்சதுபோல் அங்கொண்ணும் இங்கொண்ணுமா நடந்தேறி வருது.

ராஜா பலத்த பீடிகையோடு ஆரம்பித்தார். எதிர்பார்த்து வந்தவர்கள் போல் அவர்கள் அனுதாபத்தோடு தலையை ஆட்டினார்கள்.

இப்படியே இன்னும் கொஞ்சம் தரித்திரப்பாட்டு பாடி, நாலு இளநீர் வெட்டிக் கொடுத்து அனுப்பிவிட வேண்டியதுதான். ரொம்பப் போனால், ஜோசியக்கார அய்யனுக்குக் கொடுத்ததுபோல் ஒரு வராகன் அழலாம். அந்த அத்தான் அய்யனுக்கு வேணுமானால் இன்னொன்று இனாமாகத் தரலாம். தானமும் தட்சிணையுமாகக் கொடுத்துக் கொடுத்து இன்னும் கொஞ்சம் தான் மிச்சம் மீதியாகக் கஜானாவில் இருக்கிறது.

போகட்டும். காலைச் சுத்தின பாம்பு ரெண்டு வராகனோடு கடிக்காமல் நகர்ந்து போனால் நல்லதுதானே.

ஜமீந்தார்வாள். நீங்க பணமாவோ காசாவோ ஏதும் தரணும்னு சுப்பிரமணிய அய்யர்வாள் எதிர்பார்க்கலே.

சுகஜீவனம் கிருஷ்ணய்யர் ஏப்பம் விட்டபடி சொன்னார். காலை நேரத்திலே சொகுசாக ஏப்பம் விடுகிற காவேரிக்கரைப் பிராமணன். நிஜமாகவே சுகஜீவிதான். ராஜாவுக்குப் பொறாமை தாங்கவில்லை.

ஆனாலும் இந்தாள் சொல்கிற வார்த்தை இதமாகத்தான் இருக்கிறது. பணம் காசு வேண்டாம் என்றால் சந்தோஷம் தானே வரும்? ராணி உண்டாகி இருக்கிறதாக வந்து சொன்னால் ஏற்படுகிற சந்தோஷத்துக்கு ஒப்பானதில்லையோ அது?

அய்யர்வாள் அவா கிரஹத்தை அவரே கட்டிக்கறார் பார்த்திருப்பேள். அதுக்குண்டான ஆஸ்தி பூஸ்தி அவர்கிட்டே பகவான் புண்ணியத்துலே இருக்கு. ஆனா, வியாபாரத்தைத் தொடர்றதுக்கும் விருத்தி பண்றதுக்கும்தான் உங்க ஒத்தாசை வேண்டியிருக்கு.

கச்சேரி அய்யன் சொன்னபோது கனபாடிகள் திரும்பக் கண்விழித்து இன்னொரு தடவை எல்லோரையும் ஆசிர்வதித்தார்.

என்ன செய்யணும்னு பெரியவா சொன்னா செஞ்சு போட்டுடலாம் சடுதியிலே.

ராஜா கம்பீரமாகச் சொல்ல, உள்ளே இருந்து ராணி குரல்.

புருஷர்கள் இருக்கும் சபையில் அவள் பேசினது இல்லைதான். ஆனால் விஷயம் முக்கியமானபடியால் அவள் திரைக்கு அந்தப்பக்கம் இருந்தபடிக்கு இதில் கலந்து கொள்ள வந்திருக்கிறாள்.

என்னவென்று சொல்லிப்போடம்மா.

ராஜா கனிவாகக் குரல் விட்டார்.

அய்யர் வீட்டுப் பெரியவங்க முதல்லே சொல்லட்டும்.

ராணி தெளிவாகச் சொன்னாள்.

எல்லோரும் திரையைப் பார்க்கத் திரும்பினார்கள். ராஜாவை ஒரு துரும்பு போல் அவர்கள் உதாசீனப்படுத்தி, திரைக்கு அந்தப்பக்கம் இருக்கப்பட்ட ராணியோடு பேச்சு நடத்திப் போக உத்தேசித்திருக்கிறார்கள்.

மகாராணி, தேவி ஸ்வரூபிணி. உனக்கு சர்வ

மங்களமுண்டாகட்டும்.

கனபாடிகள் இன்னொரு தடவை ஆசிர்வாதம் செய்தார். இன்றைக்கு முழுக்க ராஜ குடும்பப் புரோகிதனாக அவர் ஆசி மழை பொழியத் தயாராக வந்திருப்பதாக ராஜாவுக்குத் தெரிந்தது. செய்யட்டும். காசு பணம் செலவில்லாமல் அய்யர் வாக்கில் நல்லதாக நாலு வந்தால் ராஜாவுக்கு க்ஷேமமில்லாமல் வேறு என்ன?

சுவாமிகள் பழம் பால் ஏதும் ஆகாரம் பண்றேளா? திருவமுது படைக்கச் சொல்லட்டா?

ராஜா பவ்யமாக விசாரிக்க, கனபாடிகள் கால் கண்ணைத் திறந்து அதொண்ணும் வேணாம் என்று கனிவாகச் சிரித்தார்.

சுப்பிரமணிய அய்யர்வாள் பிரம்மபத்திரம் சேகரித்து வைக்க இங்கே அரண்மனையிலே கொஞ்சம் ஸ்தலம் ஒழிச்சுத் தரணும்.

அவர் பேசியது என்ன மாதிரி விஷயம் என்று ராஜா புரியாமல் பார்த்தார்.

புகையிலை அடைச்சு வைக்க அரண்மனையிலே வசதி இல்லையே சாமி. அதுவும் வாடை வேறே தாங்கமுடியாதபடி இருக்குமே.

ராணி நொடியில் விஷயத்தைப் புரிந்து கொண்டு சொல்ல, கச்சேரி ராமநாதய்யர் அவசரமாக எழுந்து கிட்டத்தட்ட திரைக்குப் பக்கம் போய் நின்றார்.

மகாராணி, அரண்மனை முழுக்க புகையிலை அடைக்கறது துராக்ரமமாச்சே. அதை நாங்க கேட்போமா? வெளிப்புறமா இருக்கறதா ரெண்டு உள்ளு, அப்புறம் கொஞ்சம் வெத்து இடம். இங்கே தோட்டத்துக்குப் பக்கம் ஒரு மூலையிலே கொடுத்தாப் போதும். சுப்பிரமணிய அய்யர்வாள் கீத்துக்கொட்டகையோ, ஓலைப்பந்தலோ போட்டுக் கிட்டங்கியாக்கிப் பட்டியடைச்சுடுவார். புகையிலை வாசம்

அரண்மனைக்குள்ளே எட்டிக்கூடப் பாக்காது. இந்தோ வலது வசத்துலே காணறதே அந்த ரெண்டு மனைக்கட்டும் சரியா வரும்போல தோணறது.

கச்சேரி அய்யர் சொல்ல, ராணி அவசரப்படாதீங்க சாமி, எங்கேன்னு நான் பாத்துக் கொடுக்கறேன் எடுத்துக்குங்க என்றாள்.

உங்களுக்கு ஏன் சிரமம் மகாராணி? ராஜா பாத்துக்கட்டுமே அதையெல்லாம்.

கச்சேரி அய்யர் குறுக்கிட்டார்.

நீ ஒண்ணும் இது குறிச்சு விசனப்பட வேணாம். ஸ்நானம் செய்து ஆகாரம் செய்து ஓய்வாக இரு. ராஜாங்கக் காரியங்களோட சுமை என் தலைமேலேயே இருக்கட்டும் பெண்ணே.

ராஜா ஆதரவாகச் சொன்னார். திரைக்கு அந்தப் பக்கம் சடாரென்று குரிச்சி இழுபடும் சத்தம். ராணி போயிருந்தாள்.

ராஜா வந்தவர்களோடு நடந்த நேரத்தில், பகலிலோ ராத்திரியிலோ ராணியை எதிர்கொள்ளும்போது அவள் வாயில் விழ வேண்டியிருக்கும் என்பதைக் கவலையோடு நினைவுகூர்ந்தார்.

ஒரு அறை, இரண்டு அறை என்று ஆரம்பித்தது ஒரு சுற்று அரண்மனையைச் சுற்றி நடந்தபோது பழைய குதிரை லாயம், சாரட் வண்டி விடும் காடிகானா, நவராத்திரிக்கு குங்குமம் சந்தனம் இட்டு எலுமிச்சம்பழம் குத்தி நடு மண்டபத்தில் பூஜைக்கு வைப்பதற்காகப் பழைய வாளும் கேடயமும் வைத்திருந்த ஆயுதசாலை, அப்புறம் அரண்மனைத் தோட்டத்தில் கிட்டத்தட்ட நாலில் ஒரு பங்கு என்று போய்விட்டது.

இத்தனையும் சுப்பிரமணிய அய்யர் பாத்யதைக்கு ஒப்புக்கொடுத்தால் துரையிடம் ராஜாவின் தாராள மனதைப் பற்றி நீளமாக லிகிதம் எழுதி அனுப்பி வைப்பதாகவும், ராஜா சார்பில் அவருடைய மான்யத்தை இன்னும் கொஞ்சம் அதிகரிக்கும்படி கோரிக்கை வைப்பதாகவும், பட்டணத்தில் செஞ்சார்ஜ் கோட்டையில் கிளார்க் உத்தியோகம் பார்க்கும்

தன் புத்ரன் மூலம் அது பற்றி மேற்கொண்டு நடவடிக்கை எடுப்பதாகவும் கச்சேரி அய்யர் சொன்னபோது ராஜாவால் தட்டமுடியாமல் போய்விட்டது.

ராணி திரும்பத் திரை மறைவுக்கு வந்து ஆயுதசாலை மட்டும் வேண்டாம் என்றாள். அது நாலு தலைமுறைக்கு முந்திய போர்க்கருவிகள் வைத்திருக்கும் க்ஷத்ரிய குலத்துக்கான கோவில் போல என்றும் அங்கே போகப்பொருள் அடைப்பதால் நன்மையுண்டாகாது என்றும் அவள் சொல்ல, கனபாடிகள் ஏதோ ஸ்லோகத்தை ஒன்றுக்கு இரண்டு தடவையாக ஓதி அது சரி என்று ஆமோதித்தார்.

வெள்ளைப்பாண்டுக் கிழவனின் துபாஷி வந்து இரண்டு தரப்பிலும் இதற்கு ஒப்புக்கொண்டதாகவும், இந்தக் குத்தகை ஒப்பந்தம் இன்னும் தொண்ணூத்தொன்பது வருஷம் ஆயுசோடு இருக்குமென்றும் எழுதிக் கையொப்பமும் கைநாட்டும் வாங்கிப் போனான் அதற்கு இரண்டு நாள் சென்று.

அதற்கப்புறம் தொடங்கிய வேலைதான் இப்போது ஜரூர் ஆக நடந்து கொண்டிருக்கிறது. ஆயுதசாலையை விட்டுவிட்டு மீதி இடங்களில் புகையிலை அய்யர் வகையறாக்களும் அவர்களிடம் சேவகம் செய்து பிழைப்பவர்களுமாக நடமாட்டமும் சத்தமுமாக ஆக்கிரமித்துக்கொள்ள ராஜா சும்மாப் பார்த்தபடி உட்கார்ந்திருக்கிறார்.

சீக்கிரம் இதெல்லாம் முடிந்து விடும் என்றது அவருடைய மனம். இது முடிந்து இன்னொண்ணு ஆரம்பிக்கும் என்றது புத்தி.

துல்யமான கோணம். மகா அற்புதம். இந்தப்படிக்கே யந்திரம் நிலைக்கட்டும்.

தோட்டத்திலிருந்து ஜோசியக்கார அய்யர் குரல் எல்லா இரைச்சலையும் மீறி ஒலித்தது.

அத்தியாயம் நாற்பத்திரெண்டு

ராஜா என்ன சொல்லிப் பார்த்தாலும் ஜோசியர் விடுகிற வழியாக இல்லை.

இதை நிர்மாணம் செய்யப் பக்கபலமா இருந்து சகல ஆதரவும் கொடுத்தது சமூகம்தான். லோக க்ஷேமத்துக்காக யந்திரத்தை ஸ்தாபனம் பண்ணியாச்சு. அங்குரார்ப்பணம் செஞ்சா அது பாட்டுக்கு இயங்க ஆரம்பிச்சுடும். நீங்க வந்தால்தான் அதெல்லாம் நடக்கும்.

அய்யன் கெஞ்சிக் கூப்பிடும்போது தட்ட முடியவில்லை. ஆனாலும், இந்த வகையில் இன்னும் ஏதாவது காசு பிடுங்கத் தந்திரோபாயமோ என்றும் சந்தேகமில்லாமல் இல்லை.

வரலாம்தான் அய்யரே. ஆனா, அரண்மனைத் தோட்டத்திலே அந்த இடம் புகையிலை வீட்டுக்காரங்க பாத்யதையிலே இருக்கப்பட்டதாச்சே?

அது குத்தகை தானே மகாராஜா? அதுக்கு அப்புறம் உங்களுக்குத்தானே திரும்பி வரும்? இந்த பூபரப்புக்கெல்லாம் அதிபதி நீங்களில்லையா?

சந்தேகமே கிஞ்சித்தும் வேண்டாம். அய்யன் குடுமியை முடிந்து கொண்டு இறங்கி இருப்பதே மடியிலே பணம் முடிந்துகொண்டு திரும்பத்தான். இன்னும் தொண்ணூத்தொம்பது வருசம் கழித்து புகையிலைக்காரர் இந்தா பிடி என்று எல்லாவற்றையும் திரும்ப ஒப்படைத்துவிட்டுப் போக உயிரோடு இருக்கப் போவதில்லை. வாங்கிக் கொள்ள ராஜாவும் இருக்க மாட்டார். ஜோசியக்கார அய்யரும் சாட்சிக்கு வந்து நிற்க மாட்டார் என்பதும் திண்ணம்.

ஆனாலும் விநோத வாகனக் களவாணிகள் இருப்பார்கள் என்றார்கள் முன்னோர்கள். ஜோசியக்கார அய்யரோடு அவர்களும் நுழைந்திருந்தார்கள் வார்த்தை சொல்ல.

முன்னோர்கள் சொல்வது நடக்கக் கூடியதுதான் என்று பட்டது ராஜாவுக்கும்.

புகையிலை அய்யருக்குப் பாகப் பிரிவினை செய்தமாதிரி அரண்மனைக்குள் இடம் பிரித்துக் கொடுத்த பிற்பாடு முன்னோர்களும் தங்குதடையில்லாமல் வந்து போய்க் கொண்டிருக்கிறார்கள் முன் எப்போதையும் போல். ஆனால், அந்தப் பாப்பாத்தியம்மாளைக் கொஞ்ச நாளாகக் காணவில்லை அவர்களோடு.

எல்லாமே நல்லதுக்குத்தான் என்று நினைத்துக்கொண்டார் ராஜா.

சுப்பிரமண்ய அய்யர்வாளும் நீங்க வந்து முன்னாலே இருந்து நடத்திக் கொடுத்தாத்தான் நிறக்கும்னு ஏக அபிப்ராயத்தோட இருக்கார். இதுக்கான சடங்கு, சம்பிரதாயம், பூஜை, புனஸ்காரம் எல்லாம் அவர் செலவிலே தான் நடக்கப்போறது. சக்ரவர்த்திகள் சக்ரவர்த்தினியோடு எழுந்தருளி இருந்து அனுக்ரஹம் செஞ்சா எதேஷ்டம்.

ஜோசியக்கார அய்யர் திரும்பச் சொன்னார்.

புஸ்தி மீசைக் கிழவன் சாவுக்குக் கூப்பிட்டனுப்பி பிருஷ்டத்தைத் தாங்கிப் பிடித்து மைத்துனன் வகையறாக்கள் உபசாரம்

செய்ததை விட இது அதிக சந்தோஷகரமானதாக இருந்தது ராஜாவுக்கு. இந்த மரியாதையோடேயே தானும் ராணியும் போய்ச் சேர்ந்துவிட்டால் அப்புறம் சீமையில் போய்க் குளிர்காலத்தில் மூத்திரச் சட்டியைத் தூக்கிப் பிடித்துக்கொண்டு கையேந்தியபடி அலைய வேண்டாம்.

சொல்லிடலாமா? சொல்லிடலாமா?

புஸ்தி மீசைக் கிழவன் யாரையோ கேட்டான். அவன் பாதிரியார் மாதிரி அங்கியும் காலில் தோல் பாதரட்சைகளும் அணிந்து முன்னைக்கிப்போது மிடுக்காக இருந்தான். இரண்டு வில்லை கண்ணாடிச் சில்லுகளை எப்படியோ கட்டி நிறுத்தி அதைக் கண்ணுக்கு முன்னால் அணிந்து கொண்டும், இடுப்பில் நீளத் தொங்கிய பட்டுக் கயறில் ஒரு கடியாரமுமாக அவன் இருந்த ஒய்யாரம் சொல்லி மாளாது.

போய்ச் சேர்வதில் இருக்கும் வசதிகள் நிறைய என்றுபட்டது ராஜாவுக்கு. இப்படி வேளைக்கு ஒன்றாகச் சிங்காரித்துக் கொள்ளலாம். நாலு அன்னிய பாஷையும் தன்னாலே வந்து சேரும். மல மூத்திரம் சரிவரப் பிரியாமல் திரேக அசௌகரியம் எல்லாம் எப்போதும் கிடையாது. அப்புறம் இன்னதென்று வேலைவெட்டி இல்லாமல் அவ்வப்போது ஊர் வம்பு பேச ஆஜராகி விடலாம். என்ன, சாராயம் எல்லாம் கிடைக்காது. போகட்டும். சாராயம் மட்டும்தானா உலகத்தில் எல்லாம்?

மருதையா, உன் மருமவன் கிட்டே நல்ல சமாச்சாரம் இப்போ ஒண்ணும் கோடிகாட்ட வேணாம். ஆனா நாளைக்கு அமாவாசை ராத்திரிக்கு சாராயம் ஊத்திப் போடணும்னு ஐயர் கிட்டே சொல்லச் சொல்லு.

இன்னொரு பெரிசு ராஜா நாற்காலியை ஒட்டி நின்று கொண்டு வெள்ளைப் பூண்டும் பெருங்காயமும் சாப்பிட்டது மூச்சில் வரச் சொன்னது. அந்த வாடை எதிரில் கூனிக் குறுகி நின்ற ஜோசியக்கார அய்யர் மூக்கிலும் துளைத்திருக்க வேண்டும். அய்யர் தோளில் கிடந்த உத்தரியத்தால் முகத்தைத் துடைத்துக்

கொள்கிறது போல் மூக்கைப் பிடித்தபடி தீர்க்கமாக சுவாசம் விட்டதை ராஜா கவனிக்கத் தவறவில்லை.

ஐயரே, நாளைக்கு எப்போன்னு சொல்லுங்க. காரியஸ்தன் கிட்டே கேட்டு அந்த நேரத்திலே ராஜாங்க சோலி ஏதும் இல்லாம இருந்தா நானும் ராணியம்மாவும் அவசியம் கலந்துக்கறோம். அப்புறம் ஒண்ணு. நாளைக்கு அமாவாசை ஆச்சுதா?

ஆமாமா, அது கொண்டுதானே வச்சிருக்கு இந்தக் கிரிசை எல்லாம் நாளைக்கு? நீங்களும் காலையிலே பித்ரு தர்ப்பணம் செய்து பெரியவாளுக்கு எள்ளும் தண்ணியும் இரைக்கணுமே? அதை பிரம்ம முகூர்த்தத்துலேயே முடிச்சுக்கலாம்.

அவுகளுக்கு எள்ளும் தண்ணியும் என்னமோ சரிதான். ஆனால் கொஞ்சம் போல் சாராயமும் இருந்தா நல்லா இருக்கும்னு அபிப்ராயப்படறாங்க.

ராஜா சொல்லிக் கொண்டிருந்தபோதே பாம் பாம் என்று சத்தம் போட்டுக் கொண்டு வாசலில் நூதன வாகனம் வந்து நின்றது. இறுக்கமான வெள்ளைக் குப்பாயம் இடுப்புக்கு மேலே தரித்த களவாணிகள் தான்.

ராஜா நினைக்காவிட்டால் என்ன? முன்னோர்கள் நினைத்த மாத்திரத்திலேயே பயல்கள் வந்து இறங்கி விட்டார்கள்.

எடா, கொஞ்சம் உப்பு எடுத்துக்கொண்டு விரசாக ஓடிவா.

ராஜா இரைய சமையல்காரன் சிட்டிகை உப்பை ஒரு கரண்டியில் ஏந்தியபடிக்கு ஓட்டமாக ஓடி வந்தான்.

கோழி அறுத்துக் கொண்டிருந்தான் கறி வைக்க. இழுத்துப் பிடித்துக் கூட்டி வந்தேன் என்றான் புஸ்தி மீசைக் கிழவன். அவன் கோழி ரத்தம் படிந்த தன் விரலைக் குச்சி மிட்டாய் போல் திருப்தியாக சூப்பிக் கொண்டிருந்தான்.

உனக்குப் புண்ணியமாப் போறது. நாளைக்கு ராத்திரி சாராயத்தோட கொஞ்சம் காடைக்கறியும் படைச்சுடு.

புஸ்தி மீசையான் கேட்க அது எப்படி சாத்தியமாகும் என்று ராஜா யோசித்தார்.

ஐயரிடம் சாராயம் ஊத்தறதுக்கான சம்பிரதாயத்தை எழுதி வாங்கிக்கோ. அப்படியே அதை அந்தக் களவாணிகள் நடத்தித்தர சன்னத்தையும் மீதியை நாங்க பாத்துக்கறோம்.

புஸ்தி மீசையான் கம்பீரமாகச் சொல்லியபடி பிரம்மாண்டமான கொக்கு போல் வெள்ளை உடுப்போடு அறைக்கு மேலே எழும்பி அங்கேயும் இங்கேயும் பறந்து வேடிக்கை விநோதமாகப் பொழுது போக்க ஆரம்பித்தான்.

சரி அய்யரே, நான் நாளைக்கு வரேன். அப்படியே உம்ம கிட்டே இன்னொன்னும் பேசி முடிவாக்க வேண்டியிருக்கு. இன்னிக்கு சாயந்திரம் வெய்யில் தாழ வந்தா அதை முடிச்சுடலாம்.

ராஜா சொல்ல, மரியாதையாகச் சரி வருகிறேன் என்று தலையசைத்துப் போனார் ஜோசியர்.

இது ராஜாவே கூப்பிட்டு அனுப்பிய சமாச்சாரம் என்பதால் தட்சிணை வைத்துத்தான் ஆக வேண்டும்.

சரி, என்னவோ விஷயம் சொல்றதாச் சொன்னீங்களே மாமா? அதைச் சொல்லிப் போடுவதுதானே?

ராஜா புஸ்தி மீசைக்கிழவனை ஆர்வமாக விசாரித்தார். பனியன் சகோதரர்கள் வாசலில் செருப்பை விட்டுவிட்டு அரண்மனைக்குள் நுழைந்து கொண்டிருந்தார்கள். கையில் பெரிய தோதில் இரண்டு புத்தகங்களைப் பிடித்தபடி இருந்தார்கள் அவர்கள்.

கொக்கோகமா? வெள்ளைக்காரிகளும் வெள்ளைக்காரன்களும் அடங்காமல் அலைந்து குளிருக்கு அடக்கமாகக் கூடி முயங்கியதை கர்மசிரத்தையாகக் கருப்புப் பெட்டியில் பிடித்து வைத்து அச்சுப்போட்டு எடுத்து வந்த புத்தகமா இரண்டும்?

உன் புத்தி எப்பவும் கவட்டுலே தான். மேலே வாப்பா.

புஸ்தி மீசையான் மகா உத்தமன் போல் வார்த்தை சொல்லிக்கொண்டு, ராஜா தோளில் வலது காலால் வருடியபடி பறந்துகொண்டிருந்தான் அறைக்குள்.

சரி, கிளம்பலாம், இவன்கள் போன அப்புறம் மீதி விசயம் எல்லாம் சாவகாசமாகப் பேசிக்கலாம்.

ஏதோ சொல்லட்டா சொல்லட்டான்னு கேட்டீங்களே மாமா?

ராஜா கெஞ்சினார்.

எல்லாம் நல்ல விஷயம் தான். சில்லுண்டிச் செலவுக்கெல்லாம் யோசிக்காதே. மலை மாதிரி அதிர்ஷ்டம் வருது.

குடுகுடுப்பாண்டி மாதிரி புஸ்தி மீசையான் சொல்ல, அவனையும் இழுத்துக்கொண்டு மற்ற முன்னோர்கள் ஒற்றைச் சாட்டத்தில் மறைந்து போனபோது பனியன் சகோதரர்கள் அறை வாசலில் தயங்கி நின்றார்கள்.

ராஜா வெளியே பார்த்தார். இரும்புக் கதவு அடைத்த காடிகானாவும், குதிரை லாயமும் தோட்டத்தில் சின்னத் தோதில் காரைக் கட்டிடமும் கண்ணில் பட்டன. எல்லாத்துக்கும் உள்ளே புகையிலை தான் அடைத்து இருக்கிறது. பக்கத்திலே திரும்பவும் எழும்பி இருந்தது அய்யர் வீடு. அது முன்னால் நெட்டை பனியன் போல் உசரமாக இருந்தது. இப்போது குறுக்கே பெருத்து மேலே மச்சில்லாமல் குட்டை பனியன் போக் குள்ளமாக நிற்கிறது. அவனைப் போலவே வெள்ளைச் சாயம் தரித்துக் கொண்டு.

இடுப்பில் உப்பை முடிந்துகொண்டு, வாங்க உள்ளே என்று ராஜா உத்திரவு போட்டார்.

என்ன விஷயமா வந்திருக்கிறீங்க?

எதுவும் தெரியாததுபோல் ராஜா விசாரித்தார்.

அவிடத்திலே கூப்பிட்டனுப்பினது ராஜாங்கக் காரியத்துக்கு இடையிலே மறந்து போயிருக்கலாம்.

குட்டை பனியன் பணிவிலும் பணிவாகச் சொல்லியபடி கையில் பிடித்திருந்த பேரேட்டைக் கட்கத்தில் இடுக்கிக் கொண்டு ஒரு எலுமிச்சம்பழத்தை மரியாதைக்கு நீட்டினான். ராஜா அதை முகர்ந்து விட்டு உடனடியாகக் குப்பாயத்திற்குள் போட்டுக் கொண்டார்.

பூத்திருவிழா வருதில்லே? அதான் வசூலுக்குப் பட்டணம் போயிருந்தோம்.

நெட்டை பனியன் சொன்னான்.

அது தான் நான் நடத்தறேனே. என்னத்துக்கு வசூல் என்று ராஜா கேட்டபோது அவர்கள் சிரித்தார்கள். ராஜாவுக்குத் தன் வார்த்தையின் அபத்தம் அப்போதுதான் புலப்பட்டது.

ஆமாமா, இது வருங்காலத்துலே நடக்கற திருவிழா இல்லையா. நான் எங்கே நடத்தப்போறேன்?

ராஜா தன்னிரக்கத்தோடு தலையை அந்தப்பக்கமும் இந்தப் பக்கமும் ஆட்டியபடி முணுமுணுத்தார்.

சமூகம் இருக்காவிட்டாலும் ராஜ பரம்பரை இருக்குமே.

குட்டை பனியன் உபசாரமாகச் சொல்லியபடி தடித்த புத்தகத்தில் ஒன்றை நீட்டினான்.

பிரித்துப் பார்க்க, சேடிப்பெண் அதி ஒய்யாரமாக புஸ்திமீசைக் கிழவனைப் படுக்க வைத்துக் குடத்தில் நீர் எடுத்து வழிய வழிய அவன் மேல் பொழிந்து கொண்டிருந்த நேர்த்தியான படம்.

அருமையா இருக்கு.

ராஜா மனம் திறந்து பாராட்டினார். புஸ்திமீசையான் இந்தப் புத்தகத்தையும் சாராயத்தோடு கேட்டு வாங்கிக் கொள்வான் என்று பட்டது ராஜாவுக்கு. அந்தப் படத்தை மேலும் கீழும் அசைக்க, தொடுக்கினாற்போல் புத்தகத்தில் வைத்த அது கையோடு வந்து விட்டது.

நல்லதுக்குத்தான் இது என்று ராஜா அதை எடுத்து மேஜை மேல் வைத்தார். தொடர்ந்து புத்தகத்தைப் புரட்ட எல்லாப் பக்கத்திலும் கல்யாண மாப்பிள்ளை போல் தோரணையாக புஸ்தி மீசையான் தான்.

போகட்டும். நாளைக்கு அமாவாசை ராத்திரிக்கு இதையும் அவனுக்கும் மற்ற முன்னோர்களுக்கும் காட்டித் தரலாம். கூடவே சாராயமும் காடைக்கறியும்.

ராஜா உள்ளே போய் வராகனோடு திரும்பி வந்தார். எப்போதும் போல் இல்லாமல் அவர் முகத்தில் கும்மாளச் சிரிப்பு. முன்னோர்கள் நல்லது நடக்கும் என்கிறார்கள். கஜானா காலியாகிற அளவுக்கு எல்லா வராகனும் காத்தானுக்கும் தீத்தானுக்கும் போய்ச் சேர்ந்தாலும், நாளைக்கே எல்லாம் வட்டியும் முதலுமாகத் திரும்பி வந்து விடும்.

நாளைக்கு ராத்திரி இருபது புட்டி சாராயத்தோடு வரணும். என்ன, சரியா?

அவர் புன்சிரிப்போடு விசாரித்தபடி வராகனை உயர்த்திப் போட்டுப் பிடித்து விளையாடினார். பழூக்காத்தட்டில் கேட்ட சோகமான ஒப்பாரி ஒன்றை வார்த்தை இல்லாமல் அவர் வாய் சந்தோஷமாக முணுமுணுத்தது.

சாராயம்தானே? சமூகத்துக்கு எந்தக் கவலையும் வேண்டாம். எதுக்கும் இருக்கட்டும்ணு பட்டணத்துலே வாங்கி வச்சுருக்கோம். நாளைக்கு எல்லாம் எடுத்துட்டு வந்து சேர்ந்துடறோம்.

நெட்டை பனியன் வராகனையே பார்த்தபடி சொன்னான்.

அதை அவனுக்குக் கொடுத்துவிட்டு ராஜா ஆதரவாகக் கேட்டார்.

பட்டணத்துலே என்ன விசேஷம்?

புகையிலை அய்யர் மகனை அங்கே வச்சுப் பார்த்தோம். நாசீகா சூரணம் வியாபாரம் ஆரம்பிக்க வந்திருந்தாப்பலே.

அந்த மூக்குத்தூள் சமாச்சாரம் என்ன என்று பரீட்சித்துப் பார்க்க வேண்டும்.

பனியன் சகோதரர்கள் கிளம்பிப் போனபிறகு ராஜா நினைத்துக் கொண்டார்.

இங்கே தானே எல்லாம் அடச்சு வக்கப் போறான் அய்யன்?

முன்னோர்கள் திரும்பி வந்திருந்தார்கள். மேசையின் மேலே வைத்த புத்தகத்தின் பக்கங்கள் தன்பாட்டில் விரிய, வந்தவர்கள் உற்சாகமாக எல்லாம் பார்வையிடும் சத்தம்.

அவர் தனியாக எடுத்து வைத்த படத்தை முகர்வது போல் புஸ்தி மீசையான் குனிய ராஜா அதை எடுத்து அங்கிக்குள் வைத்துக் கொண்டார்.

அட, நாளை அமாவாசை ராவுக்குக் காட்டலாம்னு வச்சா, அதுக்குள்ளே அவசரமா?

ராஜா பெரிசுகளைப் பார்த்து பாசம் பொங்கச் சிரித்தார்.

அத்தியாயம் நாற்பத்திமூன்று

இலைத் தொன்னை. அரண்மனைத் தோட்டம் முழுக்க அதுதான் காலில் தட்டுப்படுகிறது. நெய்யும், சந்தனமும், பாலும், பூவன் பழத்தைக் கூழாக்கி வெல்லப்பாகோடு பிசைந்து வைத்ததும், தேனுமாக எல்லாம் நிரம்பி வழிந்து இருந்தன காலையில். சடங்கெல்லாம் முடிந்து இப்போது தோட்டம் முழுக்கக் காலில் இடறக் கிடக்கிறது.

ராஜா குனிந்து ஒவ்வொரு இலைத் தொன்னையாகப் பொறுமையாக எடுத்தார். அவர் மனம் சந்தோஷத்தால் குளிர்ந்திருந்தது.

நாள் நல்ல படிக்குப் போயிருக்கிறது. போயிருக்கிறது என்பது வெறும் வார்த்தை. காட்டுக் குதிரை மாதிரி அது ஒரு பாய்ச்சலில் போக, கூடவே வாலைப் பிடித்துக் கொண்டு ஓடின பிரமை ராஜாவுக்கு.

நேற்றுப் பகல் முதல் ராணிக்கு தேக சௌக்கியம் குறைந்து சாப்பிடப் பிடிக்காமலும், நித்திரை வராமலும் அவஸ்தைப் பட்டுக் கொண்டிருக்க, இன்னொரு பக்கம் யந்திரம் நிர்மாணிக்க ஜரூராக ஏற்பாடுகள் நடந்தவண்ணம் இருந்தன.

நேற்றைக்குப் புதிதாக யார்யாரோ வந்து ராஜாவுக்கு மரியாதை கொடுத்துப் போனார்கள். பட்டணத்திலிருந்து வந்தவர்கள் அவர்கள் எல்லோரும். கோட்டை உத்தியோகஸ்தன் வைத்தியனாத அய்யனும், புகையிலை அய்யர் பாகஸ்தரான சுலைமான் ராவுத்தன் என்ற அதி கெம்பீரமான ஒரு துருக்கனும் அதில் அடக்கம்.

வைத்தியநாத அய்யன் மட்டுமில்லாவிட்டால் இன்னேரம் துரைத்தனத்தார் ராஜ்யத்தைப் பரிபாலனம் செய்யமுடியாமல் நொந்து நூலாகிக் கப்பலேறிப் போயிருப்பார்கள் என்று அவன் சொன்னதை வைத்து ராஜாவுக்குப் புரிந்தது. உத்தியோக விஷயமாகவோ, வேறே எதோ காரியத்துக்காகவோ சீமையிலிருந்து வந்து சேர்கிற துரைகள், துரைச்சானிகள் எல்லாரும் அவன் பேரேட்டில் பதிந்தாலே பட்டணக்கரையில் கால்வைத்து வந்த வேலையைப் பார்க்க முடியும் என்பது எத்தனை தூரம் உண்மை என்று ராஜாவுக்கு அர்த்தமாகவில்லை. என்றாலும், இவன் தொடர்பு ஏதாவது விதத்தில் உபயோகமாகலாம் என்று அவருக்கு மனதில் பட்டது.

நேர்மாறாகத் துருக்கன் மேல் அவருக்கு ஒரு வாஞ்சையும் மரியாதையும் பார்த்த க்ஷணமே ஏற்பட்டுவிட்டது. அவருக்கு மட்டுமில்லை. முகத்தை நோக்காடு பிடித்தது போல் வைத்துக் கொண்டு வந்தவர்களை அரை வார்த்தை சொல்லி வரவேற்க வந்த ராணியை அவன் பார்த்த மாத்திரத்தில் ராணி சாகிபா என்று கனமாக விளித்து ஆறடி உடல் கிட்டத்தட்ட மண்ணில் பட குனிந்து சலாம் செய்தான். என்னுடைய மூத்த சகோதரி போல் இருக்கிறீர்கள். இங்கே வந்ததற்கு வேறு எதுவும் பிரயோஜனம் இல்லையென்றாலும் உங்களைச் சந்தித்த இந்த மகிழ்ச்சி ஒன்றே ஆயுசுக்கும் போதும் என்று அவன் சொன்னபோது ராணி உள்ளபடிக்கே மகிழ்ந்து போனாள்.

இந்தத் தம்பி ஒரு சாயலுக்கு என் இளைய தமையன் வெள்ளையன் போல் இருக்காரில்லே என்று அவள் ராஜாவிடம் விசாரித்தபோது கட்டை குட்டையான வெள்ளையனையும் ஆறடித் துருக்கனையும் எந்த விதத்தில் ஒன்று சேர்ப்பது என்று

புரியாவிட்டாலும் ராஜா ஆமா என்று தலையாட்டினார். ராணிக்கு சந்தோஷம் கொடுக்கிற காட்சிகளும் வார்த்தைகளும் அவருக்கும் அதேபடிக்கே என்றாகிப் போனது இன்று நேற்றா என்ன?

சுலைமான், ராணிக்கு நல்ல வாசனை மிகுந்த பிரஞ்சு தேசத்து வாசனைத் தைலத்தை ஒரு குப்பியில் வைத்து மரியாதையோடு அன்பளிப்பாகக் கொடுக்க அவள் அட்டியின்றி வாங்கிக் கொண்டாள்.

சுலைமான் பட்டணத்திலிருந்து வண்டியில் கொண்டு வந்திருந்த ஜாடிகளை ஆயுத சாலையில் ஒரு ஓரமாக இப்போதைக்கு வைத்துக் கொள்ளலாம் என்றும் அவள் தாராளமாக அனுமதி கொடுத்தது மட்டுமில்லாமல் பரிசாரகனையும், பங்கா இழுக்கிறவர்களையும், ஒன்றிரண்டு காவலர்களையும் அவற்றைப் பத்திரமாக உள்ளே கொண்டு வந்து சேர்க்க ஒத்தாசைக்கும் அனுப்பி வைத்தாள்.

இது நல்ல வாடையாகத்தான் இருக்கிறது. மூக்கில் பட்டால் ஜலதோஷமும் பீனிசத் தலைவலியும் இல்லாது ஒழியும் என்று வைத்தியர் குறிப்பிட்டது சரிதான் என்று அவள் சொன்னபோது ராஜாவுக்கும் அந்த வாடை சகித்துக்கொள்ளக் கூடியதாகப் போனது.

ராணி உள்ளே போன பிற்பாடு சுலைமான் சீமைச் சாராயப் புட்டிகள் இரண்டை ஒரு சஞ்சியிலிருந்து எடுத்து ராஜாவுக்குப் பிரியமாகக் கொடுத்தான். இது எதற்கு என்றாலும் ராஜா அதை வாங்கிக் கொண்டு நன்றி சொன்னார்.

நூதன வாகனக் களவாணிகள் கொண்டு வரப்போகிற சாராயம் எல்லாம் வேறு இடத்துக்குப் போய்ச் சேர வேண்டியது. இது ராஜாவுக்கு காணிக்கை வந்தது. யாரோடும் பங்கு போட வேண்டியதில்லை.

ராஜா இஷ்டப்பட்டால் அவரும் மூக்குத் தூள் விற்பதற்கோ அல்லது சீமைச் சாராயம் விற்கவோ தன்னோடு பாகஸ்தராகலாம்

என்று சுலைமான் சொன்னபோது வேணாம், வேணாம். ராஜ்ய பரிபாலனம் செய்கிறவன் நிர்வகிக்கிற தொழில் இல்லை என்று ராஜா கவுரதையோடு மறுத்துவிட்டார். அதெல்லாம் செய்தால் நாலு காசு பார்க்கலாம் தான். ஆனால் முதல் போட வெறுங்கை தவிர ராஜாவிடம் வேறு என்ன இருக்கு?

காரியஸ்தன் வேறு சுலைமான் புறப்பட்டுப் போனபிறகு அந்த மாதிரி வியாபார விஷயத்தில் எல்லாம் ஈடுபட்டால் துரைத்தனத்தோடு பொல்லாப்பு வரும் என்றும் அப்புறம் கொடுக்கிற மானியத்திலும் அவர்கள் கைவைத்துவிட நேரிடும் என்றும் பணிவாகச் சொல்லிப் போயிருந்தான்.

இறங்கி வந்த முன்னோர்களும் அதெல்லாம் உனக்கு விதிக்கப்பட்டதில்லை என்று அறிவித்தார்கள். ஆனாலும் அவர்களும் துருக்கனை நம்பும்படியும் அந்தக் கோட்டை கிளார்க் அய்யன் விஷயத்தில் ஜாக்கிரதை அவசியம் என்று எச்சரித்தும் போனார்கள். புகையிலைக்கடை அய்யர் யோக்கியமானவர் என்பதால் அவரையும் முழுக்க நம்பலாம் என்றவர்கள் அய்யருக்கு துரை அனுப்பிய இரண்டு லிகிதங்கள் பற்றிப் பிரஸ்தாபித்தார்கள்.

ராஜா சொன்னதற்கு மேலேயே அவருக்கு சகாயம் செய்திருப்பதால், குத்தகைக்கு எடுத்த அரண்மனை இடத்துக்குக் குடக்கூலியாக மாதம் முப்பது ரூபாயும் அதை ஏற்பாடு செய்து கொடுத்த வகையில் தனக்கு அதிலிருந்து மாதம் ஐந்து ரூபாயும் தரவேண்டும் என்றும் அவற்றில் அறிவித்திருந்ததாகவும் அவர்கள் சொன்னார்கள்.

இதில் துரைக்குப் போகும் பணம் பற்றி சென்னைக் கோட்டையில் இருக்கப்பட்ட மகா பிரபு உட்பட யாருக்கும் தெரியக்கூடாது என்று உத்தரவாம். அதனால் அது மட்டும் இரண்டாவது லிகிதமாக வந்ததாம். எல்லா ஷரத்துக்கும் அய்யர் ஒப்புக் கொண்டதால் அடுத்த மாதம் முதல் ராஜாவுக்கு அய்யர் வகையில் மாசாந்திரம் இருபத்தைந்து ரூபாய் வருமானம் உண்டு என்பதாக சந்தோஷ சமாச்சாரம் சொல்லிப்போனார்கள் அவர்கள்.

குடக்கூலி சம்பந்தமான அந்த முதல் லிகிதம் மாத்திரமாவது ஒரு நகல் எடுத்து ராஜாவுக்கும் வெள்ளைப்பாண்டுக் கிழவன் துரை அனுப்பியிருக்கலாம். ராஜா ஆனால் என்ன, துரையானால் என்ன, எல்லோருக்கும் பணத்துக்குத் தட்டுப்பாடுதான். இருபத்தைந்து ரூபாய் வரப்போகிறதை உத்தேசித்து ஐந்து ரூபாயை வெள்ளைக்காரனுக்கு விட்டுக்கொடுக்க ராஜாவுக்கும் யாதொரு ஆட்சேபமும் இல்லை.

போகிறது. அய்யரையே கேட்டு துரையின் லிகிதத்தைப் பிரதி செய்து வைத்துக்கொள்ள வேண்டியதுதான் என்று அவர் தீர்மானித்து அந்தப்புரத்துக்குப் போக, ராணி வழக்கம்போல் பகல் உறக்கம் வராமல் புரண்டு கொண்டிருந்தாள்.

சாயந்திரம் வந்து பார்த்த வைத்தியன் பிரம்ம முகூர்த்தத்தில் வந்து நாடி பிடித்துப் பார்த்து என்ன விஷயம் என்று தெரியப்படுத்துவதாகக் கூறிப் போனான்.

ராஜா ராத்திரிக்குச் சுலைமான் ராவுத்தன் கொண்டு வந்த சீமைச் சரக்கில் கொஞ்சம் போல் பானம் செய்து படுக்க, பக்கத்தில் ராணி இல்லை. அவள் ஆரோக்கியக் குறைவால் தனியாக நித்திரை போவதாக சேடி வந்து அறிவிக்க, ஏதாவது பழவர்க்கமாவது புசித்து உறக்கம் கொள்ளச் சொன்னார் ராஜா.

காலையில் எழுந்தபோதே வைத்தியன் நல்ல செய்தியோடு எழுப்பினான்.

ராணி கர்ப்பவதியாகி இருக்கிறாள்.

அப்போது தொடங்கிய சந்தோஷம் ராஜாவுக்குப் பரிபூரணமாக இன்னும் தொடர்ந்து கொண்டு வந்தது.

ராஜா தோட்டத்தில் எழும்பி நின்ற அந்த செப்புத் தகட்டு யந்திரத்தை ஒரு மரியாதையோடு பார்த்தார். அது என்னத்துக்காக அங்கே நிற்கிறது என்று அவருக்குத் தெரியாது. ஜோசியக்கார அய்யர் சிக்கலான க்ஷேத்ர கணிதம் கொண்டு இத்தனை பாகை கிழக்கு, இவ்வளவு மேற்கு, இவ்வளவு

மேல்நோக்கி என்றெல்லாம் குறித்து அந்தப்படிக்குத் துல்லியமாக அதை நிறுத்தி வைத்ததால் எல்லோருக்கும் நன்மை என்றால் அவருக்கும் மகிழ்ச்சிதான்.

ராணி கர்ப்பந் தரித்ததற்கும் அந்தச் செப்புத் தகட்டுக்கும் ஒரு சம்பந்தமும் இல்லை. அதுக்கு அவரல்லாமல் வேறு ஒரு காரணம் யாராவது நாக்கில் பல்லுப்போட்டுச் சொல்ல முடியுமா என்ன?

காலையில் மடியாகக் குளித்துவிட்டு, பட்டு வஸ்திரத்தைப் பஞ்சகச்சமாக அணிந்து ஜோசியக்கார அய்யர் வைத்தியனைத் தொடர்ந்து வந்து ராஜாவை வணங்கினார்.

மஹாராஜா ஸ்நானம் முடித்து வந்தால் ஆரம்பிச்சுடலாம். நடுப்பகலுக்கு முன்னே ஆவாஹனம் பண்ணிட்டா என் கடமை முடிஞ்சது.

அவர் அவசரத்தோடு நிற்க, வைத்தியனுக்கு அப்புறம் மரியாதை செய்வதாக அறிவித்து ராஜா காலைக்கடன் முடிக்கக் கிளம்பினார்.

அதற்கு முன் அய்யரிடம் இந்த சந்தோஷ சமாச்சாரத்தைப் பகிர்ந்து கொள்ள எல்லாம் பகவான் கிருபை என்றார் அய்யர் மலர்ந்த முகத்தோடு.

அய்யரே, இன்னிக்கு அம்மாவாசை ஆச்சுதா? எங்க பெரிசுங்க கேட்டுட்டே இருக்கறாங்களே, அவுங்களுக்குப் பிரியமானதைக் கொடுத்துப் போட்டுடலாமே?

மகாராஜா கோபிச்சுக்கப்படாது. அதெல்லாம் அவாளுக்கு விலக்கப்பட்ட வஸ்து. அங்கேயே கிடைச்சால் பிரயோஜனப்படுத்தறதுலே தடையேதும் இல்லை. இங்கே இருந்து தரமுடியாது. சாஸ்திரம் கண்டிப்பாச் சொல்றது.

யந்திரத்திலே இதற்குண்டான பரிகாரத்தையும் சேத்துடலாமே? நான் மாசம் ஒரு ரூபாய் உமக்கு அதை பராமரிக்கத் தரணும் என்று எங்க பெரிசுகள் உத்தரவு பிறப்பித்திருக்கு.

ராஜா சொன்னது பொய்தான். அய்யர் கொடுக்கப் போகிற

குடக்கூலியில் ஒரு ரூபாயை இவருக்குக் கொடுக்கலாம் என்று சற்று முன்னர்தான் ராஜா தீர்மானித்திருந்தார். வயிறு இளகிக் கொண்டு வரும்போது ஏற்பட்ட சந்தோஷமும் மற்றதோடு சேர அவருடைய மனம் தாராளமாகிக் கொண்டிருந்ததன் விளைவு அது.

பெரியவா சொன்னா அதுக்கு எதிர்ப்பேச்சு உண்டா? சின்னதா நாலு கணக்கு போட்டு உங்க இஷ்டப்படியே பண்ணிடலாம். ஆனா, நான் எப்படி அதை எல்லாம் கையிலே எடுத்து வார்த்து.

அதை நான் பாத்துக்கறேன். வேறே யாராவது உம்ம சார்பிலே பண்ற மாதிரி ஏற்பாடு செஞ்சு கொடுத்திடும்.

அதுக்கென்ன, செஞ்சுட்டாப் போச்சு. ஒரு பவித்ரம் மந்திரிச்சுக் கொடுக்கறேன். வலது கை மோதிர விரல்லே மாட்டிண்டா யார் வேணும்னாலும் அந்தக் கிரியையைச் செய்யலாம். எப்படின்னு ஓலையிலே எழுதியும் கொடுத்திடறேன்.

அய்யர் உற்சாகமாக வார்த்தை சொன்னார்.

நல்ல வேளை, புஸ்திமீசைக் கிழவன் வாய் உபச்சாரம் கொடுத்தேயாக வேண்டும் என்று அடம் பிடிக்கவில்லை என்று நினைத்துக் கொண்டவராய் ராஜா கிளம்பிப் போய்க் குளித்து விட்டுப் பட்டும் பீதாம்பரமுமாகத் தோட்டத்துக்கு வந்துசேர அங்கே எல்லோரும் காத்துக் கொண்டிருந்தார்கள். ராணி தலை நிறைய மல்லிகைப் பூவும், ஜரிகைப் புடவையுமாக ஸ்திரிகளோடு உட்கார்ந்து வார்த்தை சொல்லிக் கொண்டிருந்தது கண்ணில் பட்டது.

கொஞ்ச தூரத்தில் ஆண்கள். சுலைமான் ராவுத்தன் மரியாதையோடு தோட்டத்துக்கு வெளியே நின்று கொண்டிருக்க, ராஜா அவனைப் பிரியத்தோடு அழைத்துத் தன்பக்கம் ஒரு ஆசனத்தில் அமரச் சொன்னார்.

ஒரு ஓரத்தில் புகையிலைக்கடை அய்யர் மகன் சங்கரன் தலையைக் குனிந்து கொண்டு உட்கார்ந்திருந்தான். அவன் பட்டணம் போய் வந்ததிலிருந்து முகத்தில் தீவிரமும் ஆத்திரமும் போய் ஏதோ சொல்ல ஒண்ணாத குழப்பம் வந்து

அப்பியிருப்பதாக ராஜாவுக்குப் பட்டது.

அவனையும் ராஜா அமரும்படி அழைக்க அவன் வீட்டு மனுஷர்களோடேயே இருப்பதற்கு விருப்பப்பட்டவன் போல் கையைக் கூப்பி இதுவே போதும் என்பதுபோல் பார்த்தான்.

ராஜா வேடிக்கை விசித்திரம் பார்த்துக் கொண்டிருக்கும்போது ஒரு பிராமணக் கிழவி பெரிய மூங்கில் அடுக்கைக் கொண்டு வந்து ஜோசியக்கார அய்யரிடம் நீட்டினாள். துரை வந்தபோது பழுக்காத்தட்டு சங்கீதம் நேர்த்தியாகப் பாடியவள் அவள்.

இதுக்கென்ன அவசரம் மாமி? இந்த தேவதைகளை மெல்ல மேலே ஏத்திக்கலாமே? இன்னும் ஒரு வாரம் சிரத்தையா அபிஷேகம் பண்ணுங்கோ. அதுக்குள்ளே கணக்கெல்லாம் போட்டு வச்சுடறேன்.

ஜோசியர் சொன்னபோது முகம் எல்லாம் ஏமாற்றம் எழுதிக் கொண்டு அந்தக் கிழவி மூங்கில் கூடையோடு வாசலுக்கு நடந்தாள்.

அப்புறம் ஒரு மணி நேரம் ஜோசியக்கார அய்யர் தரையில் கிடத்தியிருந்த யந்திரத்தைச் சுற்றிச் சுற்றி நடந்து ஒவ்வொரு திசையிலும் சுண்ணாம்புக் கட்டியால் ஏதோ குறிகள் எழுதி ஓலைச் சுவடியின் ஒரு நறுக்கையும் மேலே எடுத்து வைத்தார். அவர் சொன்னபடிக்கு ராஜாவும் மற்றவர்களும் இலைத் தொன்னைகளில் இருந்த பாலையும், மற்றதையும் நிலத்தில் கவிழ்த்தார்கள்.

சூரியன் உச்சிக்குப் போகும் நேரத்தை எதிர்பார்த்தபடி இருந்த அய்யர் கண்காட்ட, கொல்லன் அவர் சொன்ன இடத்தில் அடித்து நிறுத்திய அச்சில் யந்திரத்தை ஏற்றினான். செவ்வகங்களும், சதுரங்களும், முக்கோணங்களும், வட்டமுமாக இருந்த அந்தச் சிக்கலான யந்திரம் வானத்தைப் பார்த்து சவால் விட்டதுபோல் ஒரு வினாடி உயர்ந்து, நடக்கிறது நடக்கட்டும் என்பதுபோல் ஒரு ஓரமாகத் தாழ்ந்தது. அது தரையில் படாதவாறு நான்கு வலிய தேக்கங்கட்டைத் தூண்களைத் தச்சன் அய்யர் காட்டிய இடங்களில் நிறுத்தினான் அப்போது.

இதை ஸ்தாபித்து முடிந்தாகி விட்டது என்று அய்யர் அறிவித்தார். இன்னும் இரண்டு நாழிகையில் அரசூரில் கனத்த மழை பெய்யும் என்றும் ஆறு குளம் எல்லாம் தண்ணீர் கரைபுரண்டு வரும் என்றும் சொன்னார் அவர்.

ராஜா கடைசி இலைத் தொன்னையை எடுத்து ஓரமாக வைத்தபோது அவர் தோளில் இரண்டு தூறல் துளிகள் விழுந்தன. அது மழையாவதற்குள் ராஜா தலைக்கு மேல் குடை பிடிக்கப்பட்டது.

சமூகம் உத்தரவாக்கினா, அய்யர் சொன்னபடிக்கு படைச்சுட்டுக் கிளம்பிடுவோம்.

குடையைப் பிடித்தபடி குட்டை பனியன் மெதுவாகப் பேசினான்.

ஆமா, நாங்களும் கிளம்பிப் போய் நேரத்தோட ஓய்வெடுத்துக்கறோம்.

புஸ்தி மீசைக் கிழவன் சொன்னான். அவன் குரல் ஏனோ வருத்தமாக இருந்தது.

இருக்காதா என்ன? பாப்பாத்தி அம்மாளை யந்திரத்துலே ஏத்தி மேலே அனுப்பிட்டாரே அய்யர்.

இன்னொரு பெரிசு சொன்னது.

எங்கே என்று விசாரிக்க ராஜாவுக்கு ஆர்வம் இல்லை.

தோட்டத்தில் பூக்குப்பையை ஈரமாக்கிவிட்டு இன்னும் வலுக்காமல் மழை சுருக்கமாகப் பெய்துவிட்டு நிற்க, ராஜா உள்ளே போனபோது ராணி நித்திரை போயிருந்தாள்.

நெட்டை பனியன் கூடத்தில் காத்துக் கொண்டிருந்தான்.

வண்டியைக் கிளப்பி வை. முடிச்சுட்டு வந்துடறேன்.

அவன் குட்டையனிடம் சொல்ல குட்டை பனியன் மடக்கிய குடையை இடுக்கிக் கொண்டு வாசலுக்குப் போனான்.

ஆரம்பிக்கலாம் என்றார் ராஜா.

அத்தியாயம் நாற்பத்திநான்கு

இன்னொரு பயணம். அலைச்சல். களைப்பு. போயே தீர வேண்டும். யாருக்கு இல்லாவிட்டாலும் பகவதிக்குட்டிக்காவது.

சங்கரனுக்கு அலுப்பை மீறித் தன்மேலேயே ஆத்திரம். யாரிடமும் கொட்டித் தீர்க்க முடியாதபடி அவமானம்.

புகையிலைத் தூள் வாங்கப் போய்ப் போகம் வாங்கி வந்து நாலு மாதத்துக்கு மேலாகி விட்டது. கருத்தானைக் கண்ணில் பார்க்க முடியாமல், சுலைமானோடு மனது விட்டுப் பேச முடியாமல், வைத்தி சாரோடு அரட்டை அடிக்க முடியாமல், கோமதி மன்னியிடம் வாத்சல்யத்தோடு இன்னொரு குவளை காப்பி கேட்டுச் சமையல்கட்டுக்குப் போய்க் குடிக்க முடியாமல் கால் இழுத்துக் கொள்கிறது. கண் சதா தரையைப் பார்க்கச் சொல்லிக் குனிகிறது. முன்னைக்கிப்போது புத்தி தடுமாறுகிறது. சாமாவும் அவன் கூடிக் கலந்தவளும் நினைவில் தேய்ந்து சிறுபுள்ளியாக மறைய உருண்ட தனங்களையுடைய துரைசானிகளும், சீமைச் சாராய வாடையும், ஏதெல்லாமோ கலந்த சாப்பாட்டு வாடையும், கப்பல் வாடையுமாக நினைத்துக்கொண்டாற்போல் மேலெழும்பி வருகிறது. வயிறு வாய்க்குள் விழுந்த குமட்டலோடும் தலையில் நாலு

கப்பலை நேரே நீட்டி நிமிர்த்தின பாரத்தோடும் ஓடிப்போய் கொல்லைப்பக்கம் உட்கார்ந்து வாந்தி பண்ணினால் உடம்பு சமனப்படுகிறது. படுத்து உடனே நித்திரை போகச்சொல்லித் தூண்டுகிறது. எழுந்தால் எல்லாம் சரியானது போல் ஒரு தோற்றம். அது அப்புறம் மாறிப் போகும்.

கருத்தான் சங்கரனைத் தனியாக அனுப்ப வேண்டாம் என்று கேட்டுக் கொண்டதால் சுலைமான் அவன் கூடத் துணைக்கு அரசூருக்கு வந்தான். சுலைமானுக்கு எல்லாம் தெரியும். ஆனாலும் சங்கரனை என்ன ஏது என்று விசாரிக்கவில்லை.

அவன் இது பற்றி ஏதும் பேசாததே சங்கரனுக்குச் சங்கடமுண்டாக்கியது. இவனிடமாவது வாயைத் திறந்து எல்லாம் கொட்டித் தீர்க்க வேண்டும். எதை? கப்பலில் நடந்தது என்ன என்றே குழப்பமாக இருக்கிறது இன்னும்.

தஸ்தகீர் ராவுத்தரின் விசுவாசமுள்ள ஊழியனாக ஒரு நாள் முழுக்க இருந்தது சங்கரனா இல்லை வேறு யாராவதா? அந்தப் பெண்களில் எத்தனை பேரோடு அவன் போகம் கொண்டாடினான்? எல்லோரும் கர்ப்பம் தரித்திருப்பார்களா? துரைசானிகளோடு சுகம் அனுபவித்த கருப்பு நாயைச் சிறையில் இடுவார்களோ?

அந்தப் பெண்கள் கப்பலில் இறங்கிய கையோடு பிராது கொடுத்திருந்தால் கொத்தவாலோ எவனோ வைத்தி சார் வீட்டு வாசலுக்கு விலங்கோடு வந்திருப்பானில்லையா? அப்படி எதுவும் நடக்கவில்லையே. ஆக அவன் கப்பலில் இருந்ததெல்லாம் கனவுதானா? அப்புறம் தஸ்தகீர் ராவுத்தர் ஜாக்கிரதையாக இருக்கச் சொன்னது யாரை? அரைக்குக் கீழே புழுத்துச் சொட்டுமா? ஏன்?

பட்டணத்திலிருந்து மூக்குத் தூள் ஜாடிகளோடு சுலைமானும் சங்கரனும் பயணம் புறப்பட்டபோது சுலைமான் கவனமாக வியாபாரத்தை விருத்தியாக்குவதைப் பற்றி மட்டுமே பேசினான்.

சங்கரா, ஆரம்பிக்கும்போதே தனிக்கடை ஏதும் போட

வேணாம். இருக்கப்பட்ட இடத்துலேயே கொஞ்சம் இடம் ஒதுக்கி இதையும் வச்சுக்கோ. எப்படி இதைக் கலக்கறது, எப்படி வாழைமட்டையிலே அடைக்கிறதுன்னு உங்க கடை வேலையாள் ரெண்டு மூணு பேருக்கு நான் சொல்லித்தரேன். நீயும் கவனிச்சுக்கோ. வியாபாரம் விருத்தியாற வரைக்கும் நானோ கருத்தானோ மாசம் ஒருதடவை வந்து போறோம். நீயும் அப்பப்போ பட்டணம் வந்துட்டு இரு.

சங்கரன் வேண்டாம் என்று அவசரமாகத் தலையாட்டினான்.

அட, கப்பல்லே எல்லாம் ஏற வேண்டாம்பா. கரையிலேயே உங்க உறவுக்காரங்க வூட்டுலே நொங்கம்பாக்கத்துலேயே இருந்துக்க. கருப்புப் பட்டணத்துக்கு மட்டும் வந்து போனாப் போதும்.

சுலைமான் அந்த ஒரு சந்தர்ப்பம் தவிர, சங்கரனிடம் கப்பலில் ஏறினது பற்றி நினைவு படுத்தவே இல்லை.

சங்கரனும் சுலைமானும் அரசூருக்கு வந்து சேர்ந்தபோது, அரண்மனையில் இடம் கிடைத்துக் கிட்டங்கி உண்டாக்கவும், பக்கத்தில் வீட்டைப் பழையபடி கட்டி நிறுத்தவும் எல்லா முஸ்தீபும் தொடங்கிக் காரியங்கள் அதி வேகமாக நடந்து முடிந்திருந்தன.

கட்டி முடித்தாலும், குடி போக யோசித்துக் கொண்டிருந்த வீட்டில் சுலைமான் எந்தக் கவலையும் இல்லாமல் தங்கியிருந்தான். கல்யாணி அம்மாள் இன்னும் படுத்த படுக்கையாகக் கிடந்ததால் பாடசாலை ராமலட்சுமிப் பாட்டி சமையல்தான் எல்லோருக்கும்.

சங்கரா, இம்புட்டுச் சைவமா ஒரு வாரம் தின்னுத் தின்னு உச்சிக்குடும்பி எனக்கும் முளைச்சிடுச்சு பாரு.

சுலைமான் உச்சந்தலையில் கொத்தாக முடியை நிறுத்தியபடி சிரித்தான். அவன் சுறுசுறுப்பாக அலைந்து அரசூரில் மூக்குத்தூள் வியாபாரம் ஆரம்பமாக ஏற்பாடு செய்தான். ராஜா

உட்பட ஊர்ப் பெரிய மனுஷர்களுக்கு நாசிகா சூரணத்தைப் பெரிய வாழைமட்டைச் சுருளில் சுற்றி அலங்காரமாகப் பட்டுக் கயிறிட்டு எடுத்துப் போய் காணிக்கை என்று சொல்லிக் கொடுத்தான்.

அவன் கூடவே எல்லா இடத்துக்கும் சங்கரன் போக வேண்டி இருந்தாலும் பக்கத்து அரண்மனையில் ராஜாவைப் பார்க்கப் போகும்போது மட்டும் வரமாட்டேன் என்று மறுத்துவிட்டான்.

அந்த ஜமீந்தார் வீட்டைக் கொளுத்திட்டான்னு சங்கரனுக்கு எண்ணம். அது தப்புடா கொழந்தே. அவன் அப்பாவி. முரடனா இருந்தாலும் பரம சாது.

கச்சேரி ராமநாதய்யர் சொன்னபோது இவனா குழந்தை என்பதுபோல் சுலைமான் உரக்கச் சிரித்தான். அவனுக்கு ராணி தமக்கை முறையாகிப் போனது சங்கரனுக்குத் தெரியும். கூடப் பிறந்தவள் குளிக்கும்போது மாடியிலிருந்து எக்கிப் பார்த்தவன் இந்தப் பேர்வழி என்று தெரிந்தால் சுலைமான் அவன் தலையைத் துண்டித்து விடுவான்.

மூக்குத்தூள் விற்கிற கடையில் முன்னால் பார்வையாக வைக்க சுலைமான் தச்சனைக் கூப்பிட்டு ஒரு பெரிய பொம்மை செய்யச் சொன்னான். அது இருந்த இடத்திலேயே நட்டமாக நின்று தலையை மட்டும் அப்படி இப்படித் திருப்பும். கண்ணைச் சுழற்றும். பொம்மைக்குள்ளே அதற்கான விசையைப் பொருத்தக் கருமானோடும் தச்சனோடும் ஜோசியர் அண்ணாசாமி அய்யங்காரும் ஒத்துழைத்தார்.

அரண்மனைப் பக்கம் தலையைத் திருப்பும்போது அந்த பொம்மை அப்படியே உறைந்து போய் நின்றது கொஞ்ச நாள். யாராவது அதைத் தலையைத் திருப்பி விட வேண்டி இருந்தது அப்பொழுதெல்லாம்.

அண்ணாசாமி அய்யங்கார் அப்புறம் சில கணக்குகள் போட்டுப் பார்த்து, அரண்மனைத் தோட்டத்தில் நிறுத்திய யந்திரத்தின் ஆகர்ஷத்தில் இந்தப் பொம்மை இப்படி இயக்கம் தடைப்பட்டு

நின்றுவிடுவதாகச் சொன்னார். யந்திரத்தை இனிமேல் மாற்ற முடியாது என்றும் அதற்கான சிக்கலான கணிதங்களைத் திரும்ப எடுத்தால் பிழை வந்து சேரும் என்றும் அவர் சொன்னதால், பொம்மைக்குள்ளே விசையை மாற்றியமைக்க வேண்டி வந்தது.

சுலைமான் ஊருக்குக் கிளம்பியதற்கு முந்திய ராத்திரி அவனோடு வியாபார நெளிவு சுளிவுகள் பற்றிப் பேசிக்கொண்டு சங்கரன் புதிதாகக் கட்டின வீட்டில் தங்கினான். ரா முழுக்கப் பேசிக் கொண்டிருந்தபோது அவனுக்கு மனம் லேசாகி இருந்தது.

இனிமேல் நடக்கப் போறதைப் பத்தி யோசிச்சு அதுக்கேத்த மாதிரி உழைக்கறது மட்டுமே போதும் என்று சுலைமான் வியாபாரத்தைப் பற்றிச் சொன்னதை சொந்த ஜீவிதத்துக்குமான வார்த்தையாக எடுத்துக்கொள்ள சுலபமாக இருந்தது சங்கரனுக்கு.

ஆனாலும் அவன் கிளம்பிப் போனதும் ஒரு வெறுமை. திரும்ப மனக் குமைச்சல். அவமானமும் குற்ற போதமுமாக நினைப்புத் தடுமாறியது. அன்று இரவும் வீட்டிலேயே தனித்துத் தங்கினான் அவன்.

என்னவோ தோன்றப் பட்டணத்தில் தைத்த குப்பாயத்தை அணிந்து கொண்டு சுலைமான் போல் கால்சட்டையோடு கொட்டகுடித் தாசி வீட்டுக்குப் போனான். நடுராத்திரி தாண்டி இருந்தது அப்போது.

அவள் அன்றைக்குத் தனியாகத்தான் இருந்தாள். இல்லை, வந்தவர்கள் போயிருக்கலாம். சங்கரனை யார் என்று அடையாளம் தெரியாமல் அவள் தடுமாறினாலும் உள்ளே வரச்சொன்னாள். மண் பானையில் இருந்து தண்ணீர் எடுத்துக் கொடுத்து என்ன வேணும் என்று விசாரித்தாள்.

தான் புகையிலைக்கடைக்காரன் என்றும் கடைவீதியில் பெரிய கடை இருப்பதாகவும் வாசலில் பொம்மை நிறுத்தி மூக்குத்தூள் வியாபாரம் செய்வதாகவும், அதைப் பார்க்கப் பெருங்கூட்டம் கூடுவதாகவும், பகவதிக்குட்டியைக் கல்யாணம்

செய்து கொள்ளப்போவதாகவும் அவன் நினைத்து நினைத்துச் சொன்னதை எல்லாம் கொட்டகுடித்தாசி ஆதரவாகக் கேட்டுக் கொண்டாள்.

பக்கத்தில் வைத்துப் பார்க்க அவள் கொஞ்சம் வயது சென்றவளாகத் தெரிந்தாள் சங்கரனுக்கு. ஆனாலும் என்ன? அவளிடம் ஆசையைச் சொன்னான். கப்பலில் கிடைத்த மாதிரி தேகம் சுகம் கேட்டுக் கொண்டிருந்தது.

உங்களுக்குக் கல்யாணம் ஆகப்போவதாகச் சொன்னீங்களே?

கொட்டகுடித் தாசி அவன் தலையை வருடியபடி கேட்டாள்.

ஆமா. அதுக்கென்ன? தப்போ சரியோ எனக்கு இப்போ உடம்பு தகிக்க ஆசை முன்னாலே வந்து நிக்கறதே. காசு நிறையக் கொண்டு வந்திருக்கேன் பாரு. இது பாத்தியா? டாலர். அமெரிக்க தேசப் பணம். ஒரு டாலர் ரெண்டு துரைத்தனத்து ரூபாய்க்குச் சமம்.

அவள் வாங்கிப் பார்த்துவிட்டு அந்தக் காசைத் திரும்பக் கொடுத்தாள்.

வேண்டாமா?

எதுக்கு?

என்கூடப் படுத்துக்கறதுக்கு?

யார் கூடவும் படுக்க இப்போ எல்லாம் பிடிக்க மாட்டேங்கிறது.

ஏன் என்று கேட்டான் சங்கரன்.

தெரியலை. அரண்மனையிலே நிறுத்த யந்திரம் செய்யறதுக்காக ஜோசியக்கார அய்யர் பாட்டு கேட்டு எழுதி வாங்கிட்டுப் போனார். அதை நிறுத்தின அப்புறம் இப்படி ஆகிப்போனது.

ஏன்?

சங்கரன் அவளை இழுத்து அணைத்தபடி ஆர்வத்தோடு கேட்டான்.

யந்திரம் அரண்மனைத் தோட்டத்தில் இருந்து என் வீட்டை, அதுவும் நான் சயனிக்கும் இடத்தைப் பார்க்க நிற்கிறது. அது முதல்கொண்டு மனதில் நிம்மதியும் சஞ்சலமும் மாறிமாறி வருகிறது. இந்த விதமான இச்சை எதுவும் வருவதே இல்லை.

சங்கரன் பிடியில் இருந்து விலகியபடி அவள் சொன்னாள்.

இல்லே, நான் கப்பல்லே ஸ்திரிலோலனா குளிக்காத வெள்ளக்காரிகளோட கூத்தடிச்சேன். அது தெரிஞ்சு தான் வேணாம்கிறே என்னோடு படுக்க. சுலைமான் சொன்னானா? நம்பாதே அதையெல்லாம். அழுகிச் சொட்டலை. வேணும்னா பாக்கறியா?

அவன் கால்சராய் முடிச்சை அவிழ்க்க ஆரம்பிக்க, வேண்டாம் என்று தடுத்தாள் கொட்டகுடித் தாசி.

மானையும் மயிலையும் நான் என்னத்தைக் கண்டேன்? இப்போ விருப்பம் இல்லே அவ்வளவுதான். அதுனாலே நீங்க உடனே எழுந்து போகவேண்டாம். பேசிட்டு இருங்க. கேட்டுக்கிட்டே இருக்கேன். ராத்திரி முழுக்க எனக்கும் உறக்கம் வரமாட்டேன்கிறது.

சங்கரன் அவள் தோளில் தலை சாய்த்து கிரகணத்திலிருந்து ஆரம்பித்தான். நடுநடுவே அவள் நிறுத்தி அதையெல்லாம் அழகான வெண்பாவாக்கிச் சொல்லி அவனை ஆச்சரியப்படுத்தினாள்.

இதெல்லாம் எப்படி உனக்கு முடியறது?

சங்கரன் கேட்க அவள் சும்மா சிரித்தாள்.

விடிவதற்கு ஒரு மணி நேரம் முன்பாக சங்கரன் அவள் வீட்டிலிருந்து திரும்பினான். அவன் கொடுத்த தனம் எதுவும் வேண்டாம் என்று சொல்லிவிட்டாள் கொட்டகுடித் தாசி.

சங்கரன் அப்புறம் வீட்டிலேயே ராத்திரி தங்க ஆரம்பித்தான். கட்டிலைத் திருப்பி அரண்மனைத் தோட்டத்து யந்திரம் இருந்த திசைக்கு நேராகப் போட்டுக் கொண்டான். சுகமான உறக்கத்தோடு ராத்திரியும், வேலையில் முழு மனமும் லயிக்கிற படிக்குப் பகல் பொழுதும் ஊர்ந்து போக, இப்படியே இருந்துவிடலாம் இனிமேல் என்று முடிவு செய்தபோது, சுப்பிரமணிய அய்யர் வந்து கல்யாணம் வைத்திருக்கிறது வா என்றார்.

எதுக்கு அப்பா அதெல்லாம்? இப்படியே இருந்துட்டுப் போறேனே?

அசடாட்டம் பேசாதே. அதது நடக்கற காலத்துலே நடக்கணும். கிளம்பு.

வீட்டை, கடையை விட்டுட்டா? யாராவது திரும்ப வந்து கொளுத்திட்டா?

யாரும் அப்படி எல்லாம் பண்ண மாட்டா. ஜமீந்தார் நாலு சேவகனைப் பாரா கொடுக்க நியமிக்கறதாச் சொல்லியிருக்கார். நானும் மதுரையிலேருந்து தாணுப்பிள்ளை வகையறாவிலே ஒருத்தரை வரவழைக்கிறேன். ஐயணையும் இருக்கான். எல்லாம் பத்திரமாப் பாத்துப்பா. நீ எதுக்கும் கவலைப்படாதே.

அவ்வளவு தூரம் திரும்பப் பிரயாணம் செய்ய கல்யாணி அம்மாளால் முடியாது என்பதால் அவளை விட்டுவிட்டுப் போக முடிவானது. சுப்பம்மாள் அவளுக்குத் துணையிருக்கச் சம்மதித்தாள்.

சாமாவோடு கலந்த பிரேத ரூபமான பெண் போய்ச் சேர்ந்தாலும் சுப்பம்மாளுக்கு இன்னும் சுதந்திரம் கிட்டவில்லை. இந்த ஜோசியன் கடங்காரன் படுத்தாமல் அவளுக்கு நிர்மாணித்துக் கொடுத்த யந்திரத்தையும் ஒரு வழி ஆக்கி அரண்மனை யந்திரத்தோடு இசைத்துச் சேர்த்தால், அவள் வெளியே கிளம்பி இஷ்டம் போல் பிரயாணம் செய்யலாம். தேவதைகளைக் கட்டித் தூக்கிப் போய், தினசரி குளிக்க

வைத்து, ஆகாரம் கொடுக்கவே நேரம் சரியாக இருக்கிறது என்று அவள் வாயில் பாட்டாக மூத்த குடிப் பெண்டுகள் பாடினதால், சுப்பிரமணிய அய்யர் அவளைச் சிரமப்படுத்த வேண்டாம் என்று தீர்மானித்திருந்தார்.

சுப்பம்மா மாமி வராம நலுங்கு எல்லாம் யார் பாடறது?

சுந்தர கனபாடிகள் கேட்டார்.

சுப்பிரமணிய அய்யர் பெண்குரலில் நலுங்கு பாட ஆரம்பித்திருந்தார் அப்போது. மூத்தகுடிப் பெண்டுகள் அவரோடு கிளம்பி இருந்தார்கள்.

சங்கரா புறப்படு.

அதுவும் மூத்தகுடிப் பெண்டுகள் சொன்னதுதான். கல்யாண வேடிக்கையில் கலந்து கொள்ளப்போகிற சந்தோஷம் சுப்பிரமணிய அய்யரின் பெண் குரலில் இருந்தது.

கொட்டகுடித் தாசிக்கும் இதே குரல் தான் என்று சங்கரனுக்கு நினைவு வந்தது.

அவள் ஜாகை மாற ஏற்பாடு செய்தால் என்ன?

அத்தியாயம் நாற்பத்தைந்து

கிளம்பு என்று சுப்பிரமணிய அய்யர் சொன்னால் உடனே கிளம்பிவிட முடிகிறதா? எல்லாம் எடுத்து வைத்து, சாயங்காலம் வெய்யில் தாழ்ந்து வியாழக்கிழமை கிளம்பலாம் என்று சித்தம் பண்ணி வைத்திருந்தபோது ஏகக் கோலாகலமாக கச்சேரி ராமநாதய்யர் வந்து சேர்ந்தார். தன் சீமந்த புத்ரன் வைத்தியும், அவன் அகமுடயாள் கோமதியும் குழந்தைகளும் வரப் போகிறதாகச் சந்தோஷ சமாச்சாரம் சொன்னார் அவர்.

நம்மாத்துலே ரொம்ப வருஷம் கழிச்சு நடக்கிற கல்யாணம். எல்லோரும் சேர்ந்தே போகலாம். வியாழக்கிழமை காலம்பற வராளா? வந்ததுமே குழந்தைகளுக்கும், ஏன் பெரியவாளுக்கும்தான் உடனே இன்னொரு பெரிய பிரயாணம் வைக்கக் கஷ்டமா இருக்கும். ரெண்டு நாள் சிரமப் பரிகாரம் பண்ணிட்டு ஞாயித்துக்கிழமை கிளம்பலாம் ராகுகாலம் கழிஞ்சு.

சுப்பிரமணிய அய்யர் உடனே கிளம்பும் தேதியைத் தள்ளி வைத்து அம்பலப்புழைக் குப்புசாமி அய்யன் குடும்பத்துக்கு லிகிதம் அனுப்பினார்.

ஏழு நாள் முன்னால் போய்ச் சேருவதற்குப் பதிலாக, நாலு நாள் முன்னால் இஷ்ட மித்ர பந்துக்களோடு போய் இறங்குவதால் எந்தக் குறைச்சலும் இல்லைதான்.

காலம் கிடக்கிற கிடப்பில் நாலு நாள் கல்யாணம் எல்லாம் மூணு நாளாகச் சுருங்கிக் கொண்டு வருகிறது. ஆனாலும் குப்புசாமி அய்யன் பிடிவாதமாக நாலு நாள் கல்யாணம் நடந்தாலே தனக்கும் தன் குடும்பத்துக்கும் கவுரவம் என்றும், எப்படியாவது தேவரீர் ஆதரித்து வந்து நடத்திக் கொடுக்க வேண்டுமென்றும் தெண்டனிட்டு எழுதி புகையிலைச் சுப்பிரமணிய அய்யர் மதிப்பில் அந்தஸ்தைத் தக்கவைத்துக் கொண்டு விட்டான்.

சொன்னபடிக்கு வைத்திசார் குடும்பத்துடன் வியாழக்கிழமை வந்து சேர, குழந்தைகளுக்கு ஜுரம். வைத்திக்கு வழக்கம்போல் வயிற்றுப் பொருமல். கோமதி மன்னிக்கு பிரயாணச் சூட்டில் தூரம் வேறு நாள் தவறி முன்னால் வந்து விட்டது.

சனிக்கிழமை குளிச்சுடுவா என்றார் வைத்திசார்.

ஊர் முழுக்கத் தண்டோரோ போட்டுட்டு வாங்கோ என்றபடி கோமதி மன்னி உள்ளே போனாள். பிரஷ்டையான ஸ்திரிக்கு சுபாவமாக வரும் கோபம் அவள் முகத்தில் எட்டிப் பார்த்தாலும் சங்கரனைப் பார்த்ததும் அது வாஞ்சையாகி ஒரு வினாடி சிரிப்பாக மலந்து அடங்கினது.

வைத்திசார் பொழுது போகாமல் வல்லவெட்டைப் போட்டுக் கொண்டு சங்கரனோடு அரசூரைச் சுற்றி வந்தான்.

என்னடா சங்கரா, அரைக் கோமணம் நீளம் கூட இருக்காது போலிருக்கு. இப்படியும் ஊராடா என்று கேட்டுச் சிரித்தான். ஆனாலும் கடைத்தெருவும், புகையிலைக் கடையில் புகையிலையும், புதிதாக வியாபாரம் ஆகிற பட்டணத்து மூக்குப்பொடியும் வாங்க அலைமோதுகிற கூட்டமும் அவனுக்கு ஆச்சரியத்தைக் கொடுத்தது.

சுத்தி இருக்கப்பட்ட பட்டி தொட்டிலேருந்து வர மனுஷா எல்லாரும் என்று சங்கரன் சொன்னபோது அவன் மனசுக்குள்ளேயே இங்கிலீஷில் கணக்குப் போட்டுப் பார்த்தான். செயிஞ்சார்ஜ் கோட்டை நேவிகேஷன் கிளார்க்காகக் குண்டி தேயக் குப்பை கொட்டி வெள்ளைக்காரன் பேரேட்டில் கையெழுத்து வாங்கிக் கொண்டு கொடுக்கிற பணத்துக்கு மேலேயே இந்த அரசூரான் கல்லாவில் உட்கார்ந்து வாழைப்பட்டையில் பொடி மடித்துக் கொடுத்தே சம்பாதித்துவிடுவான் என்று நிச்சயம் செய்து கொண்டான்.

அவன் கடையில் இருக்கும்போது தெரு வழியாகப் போன கொட்டகுடித் தாசி கல்லாவில் சங்கரனைப் பார்த்ததும் தடதடவென்று படி ஏறி வந்துவிட்டாள். அவளுக்கும் தலையைத் திருப்பிக் கண்ணைச் சுழற்றும் பொம்மையைப் பக்கத்தில் இருந்து பார்க்க ஆசையாக இருந்திருக்கும் என்று சங்கரன் நினைத்தான். இல்லை, அவனைப் பக்கத்தில் வைத்துப் பகல் பொழுதில் லட்சணமாக இருக்கிறானா என்று பார்க்க வந்தாளோ என்னமோ.

கொட்டகுடித் தாசிக்கு நாலு வெற்றிலையும், எலுமிச்சை பிழிந்த சர்க்கரைத் தண்ணீரும் கொடுத்து உபசரித்தான் சங்கரன். அவளை நெருக்கத்தில் பார்க்கவே, எப்போதும் கூடுவதை விட இரண்டு மடங்கு கூட்டம் கடை வாசலில் கூடி விட்டது. கொட்டகுடியாள் அந்தப் பொம்மையைப் பற்றி ஒரு வெண்பாவும், இந்துஸ்தானி கீர்த்தனம் ஒன்றும் எழுதிக் கொடுத்துவிட்டுப் போனாள்.

குட்டி யாருடா? ஷோக்கா இருக்காளே?

வைத்திசார் சங்கரனை விசாரித்ததில் அசூயை தெரிந்தது.

அதைத் தவறவிடாமல் இருத்திக் கொள்ள முடிவு செய்து சங்கரன் எல்லாம் ரொம்ப நெருங்கின உறவு மாதிரித்தான் என்றான். ஊரிலேயே பெரிய நாட்டியமணி என்றும் அப்புறம் நினைவு வந்தது போல் கூட்டிச் சேர்த்தான்.

படுவா, தேவிடிச்சி தொடுப்பெல்லாம் உண்டாடா உனக்கு என்று வைத்திசார் அவன் விலாவில் இடிக்க, அதில்லே வைத்தி சார், ஆப்தர்கள்லே ஒருத்தர் என்றான்.

லட்சணமாத்தான்டா இருக்கா. கைத்தண்டையிலே புசுபுசுன்னு மயிர் மட்டும் இல்லாட்ட வெள்ளைக்கார ரதியெல்லாம் பிச்சை வாங்கணும். நீ பட்டணத்துலே வெள்ளைக்காரிகளைப் பக்கத்துலே வச்சுப் பார்த்திருக்கியோ. நீயெங்கே அதெல்லாம் பாத்து அனுபவிச்சிருக்கப்போறே பாவம். வெள்ளைக்காரி மாதிரி உடம்பு வாகு லோகத்திலேயே கிடையாதுடா. வழுவழுன்னு வாழத்தண்டு மாதிரி என்னமா ஒரு தேககாந்தி என்றான் வைத்தி.

சங்கரனுக்குச் சிரிப்பு வந்தது. வைத்தி சாருக்குத் தெரியாத வெள்ளைக்காரி உடம்பு முழுக்கச் சங்கரனுக்குத் தெரியும். வைத்தியிடம் அதைச் சொல்ல முடியாதுதான். அவனிடம் மட்டும் என்ன? சுலைமானிடம், கருத்தானிடம், பகவதிக் குட்டியிடமும் தான்.

நினைக்கும்போதே பகவதிக்குட்டிக்கு துரோகம் பண்ணினது போல் பெரிதாக அவமானமும் குற்றபோதமும் மறுபடியும் கிளம்பி வருகிறது.

ஆனாலும் கொட்டகுடித் தாசிக்கு எல்லாம் சாங்கோபாங்கமாக விவரித்ததில் அன்றைக்கு ஒரு நாள் மட்டும் மனம் லேசானது நிஜம். அவளோடு இன்னொரு ராத்திரி இருக்க முடியுமானால் உடம்பும் நினைப்பும் சுளுக்கெடுத்து விட்டதுபோல் விண்ணெண்று நிமிரும். பாழாய்ப் போன ஜோசியன் அய்யங்கார் யந்திரத்தை எசகுபிசகாக நிறுத்தி அவளுக்குச் சம்போகத்திலேயே இஷ்டம் இல்லாமல் பண்ணி விட்டான். சங்கரன் சொல்லச் சொல்ல அவள் அதை வைத்து எப்படி நூதனமாகப் பாட்டாக ஏற்படுத்திக் கொடுத்தாள்? அவள் புத்தி சாதுர்யம் ஊரில் யாருக்கு வாய்க்கும்?

எல்லா ராத்திரி இப்படி ஆசிரியப்பாவும் வெண்பாவும் எழுதிக் கொண்டிருப்பதாக அவள் சொன்னது நினைவு

வந்தது சங்கரனுக்கு. அதுவும் கொக்கோகம் பற்றிக் கிஞ்சித்தும் இல்லையாம். எல்லாம் பகவத் விஷயமாம்.

வைத்தி சார், உமக்குத் தமிழ்ச் செய்யுள் பிடிக்குமா என்று கேட்டான் சங்கரன்.

செஞ்ஜார்ஜ் கோட்டையிலே கிளார்க் உத்யோகம் பண்றதுக்கும் உன் மன்னியோட படுக்கறதுக்கும் அதெல்லாம் எதுக்குடா அனாவசியமா என்றான் வைத்தி.

ஞாயிற்றுக்கிழமை காலையிலிருந்தே அம்பலப்புழைக்குக் கிளம்ப முஸ்தீபுகள் ஆரம்பித்தன. விசாலமாக, நாலு பேர் உட்கார்ந்து பயணம் போகவும், நடுவிலே அதில் ஒருத்தர் இரண்டு பேர் கால்மாடு தலைமாடாகக் கிடந்து சிரமப் பரிகாரம் பண்ணவுமாக ஐயணை ஏழெட்டு வண்டி கொண்டு வந்து நிறுத்தி விட்டான்.

கோமதி மன்னியின் குழந்தைகள் கடைக்கு வந்து தெரு வேடிக்கையில் லயித்துப் போய் உட்கார்ந்திருந்தபடி ஊருக்கெல்லாம் வரமுடியாது என்று சொல்லிவிட்டார்கள். அதுவும் அந்தத் தலையாட்டி பொம்மையை விட்டுவிட்டு வர மனசேயில்லை அதுகளுக்கு.

ஊர்லேயிருந்து இங்கே வந்ததும் பொம்மையைக் கள்ளிப் பெட்டியிலே போட்டு நம்மாத்துக்கு எடுத்துண்டு போயிடலாம் என்று வைத்திசார் ஆசை வார்த்தை காட்டிக் குழந்தைகளைப் பயணத்துக்குச் சித்தப்படுத்தினான். கையில் முடி இல்லாவிட்டால் அவன் கொட்டகுடித் தாசியையும் கள்ளிப்பெட்டியில் வைத்து எடுத்துப் போய்விடுவானாக்கும்.

கிளம்புகிறபோது சுப்பம்மாளிடமும் அப்படியே கல்யாணி அம்மாள் கண் விழித்திருந்தால் அவளிடமும் சீக்கிரம் நவ வதுவோடும் புத்திரனோடும் திரும்பி வரப்போவதாகவும் யாதொன்றுக்கும் கவலைப்பட வேண்டாம் என்றும் பிரயாணம் சொல்லிக்கொண்டு வரப்போனார் சுப்பிரமணிய அய்யர்.

சுப்பம்மாளைப் பார்த்த மூத்த குடிப் பெண்டுகள் அய்யரின் நாக்கில் இருந்து பெருங் குரல் எடுத்து ஓவென்று அழுதார்கள். கல்யாணி அம்மாள் களைத்துப் போய் நித்திரை போயிருப்பதால் அவளைத் தொந்தரவு படுத்தக் கூடாது என்று அவர்களில் ஒருத்தி கூற, குரல் அடக்கி அப்புறம் பேசினார்கள்.

அழாதீங்கோ, நான் கல்யாணியைப் பாத்துக்கறேன். போய்ட்டுச் சீக்கிரம் வந்துடுங்கோ. பாவம் இந்தப் பிராமணர். இப்படிப் புருஷாளாப் பார்த்து மேலே வராம வேறே யாராவது பொம்மனாட்டியாப் பாத்துண்டா சிலாக்கியமா இருக்குமில்லியோ?

சுப்பம்மாள் கேட்க அவர்கள் வேறே சொந்த பந்தம், நெருங்கிய மனுஷர் என்று யாரும் கிடைக்கவில்லையாதலால் கொள்ளுப்பேரன் எள்ளுப்பேரனான சுப்பிரமணிய அய்யரோடு இப்போதைக்குப் போவதாகவும், அழுவது அதற்காக இல்லை என்றும் சொன்னார்கள்.

அப்புறம் எதுக்காக அழுகை? போற எடத்துலே எல்லோரும் க்ஷேமமா இருப்பா தானே?

சுப்பம்மாள் சங்கடத்தோடு கேட்டாள்.

ஒரு சௌகரியத்துக்கும் யாருக்கும் குறைச்சல் இல்லேடி சுப்பம்மா.

சுப்பிரமணிய அய்யர் குரல் கம்மக் கம்மப் பெண்குரலில் பேசியபோது, கச்சேரி ராமநாதய்யர் உள்ளே எட்டிப் பார்த்துப் போகலாமா என்றார்.

ராமய்யா, நீ கிளம்புடா. ஊர் எல்லைக்குப் போய்ச் சேர்ந்து பிள்ளையார் கோவில்லே சிதறுதேங்காய் போடறதுக்குள்ளே சுப்பாணி வந்துடுவான். சிதறுகாய்க்கு எடுத்து வச்ச பெரிய காய் வேணாம். அது அழுகின மாதிரி இருக்கு. சமையல்கட்டுலே கர்ப்போட்டக் காய் இருக்கு பாரு அதை எடுத்து வச்சுக்கோ. எல்லாம் அம்சமா நடக்கும்.

மூத்தகுடிப் பெண்டுகள் ஏக குரலில் நல்ல வார்த்தை கூற, ராமநாதய்யர் சரியென்று சொல்லிக் கிளம்பினார்.

சுப்பிரமணிய அய்யர் கல்யாணி அம்மாள் தேகநிலை குறித்து சுப்பம்மாளிடம் எப்போதும்போல் விசனப்பட்டார்.

யாதொரு கவலையுமில்லாமல் போய்ட்டு வாங்கோ எல்லாரும். சங்கரனும் பொண்டாட்டியுமா கால்லே விழுந்து ஆசிர்வாதம் வாங்க வரும்போது கல்யாணி நிச்சயம் எழுந்து உக்காந்திருப்பா.

சுப்பம்மாள் பாட ஆரம்பித்தாள். அது ஒரு நலங்குப் பாட்டாக இருந்தது. இரண்டு அடி சொந்தக் குரலில் பாடுவதற்குள் குரல் பிசிறு தட்டி இருமலாக இழுத்துப் போய் நிற்க, மூத்தகுடிப் பெண்டுகள் சுப்பிரமணிய அய்யர் மூலம் அந்தப் பாட்டை வெகு அழகாகப் பாடி முடித்தார்கள்.

புது வீட்டுலே தம்பதிகளைக் குடிவைக்கும்போது இதைப் பாடணும் என்றாள் சுப்பம்மாள். சுப்பிரமணிய அய்யர் கண் கலங்கினார்.

எனக்கு விட்டுட்டுப் போறதுக்குப் பயமா இருக்கு அத்தை. நான் வரவரைக்கும் இவ உசுரோட இருப்பாளா? இந்த அகம் இருக்குமா? போன தடவை போய்ட்டுத் திரும்பினபோது கரிக்கட்டையா சாமா கிடந்தான். இப்போ கல்யாணியா?

அவர் குரல் உடைந்து அழுவதற்குள் மூத்தகுடிப் பெண்டுகள் குறுக்கிட்டுத் திரும்பவும் நல்ல வார்த்தை சொன்னார்கள். எல்லாம் சுபமாக, செழித்துத் தழைத்து வளரும் என்றவர்கள் குரலில் சந்தோஷத்தை மீறிய சோகம் இழையோடியது.

எல்லா வண்டிகளும் ஒன்றன்பின் ஒன்றாகக் கிளம்பிப் போவதை ஜன்னல் பக்கம் நின்றபடி கவனித்தாள் சுப்பம்மாள். எந்த ஒரு அசம்பாவிதமும் நிகழாமல் சங்கரன் கல்யாணம் முடிய, நார்ப்பெட்டிக்குள் இருந்த யந்திரத்து தேவதைகளையும், மூத்த குடிப் பெண்டுகளையும் ஒருசேர வேண்டிக் கொண்டாள் அவள்.

சூரியன் மேற்கில் இறங்கிக் கொண்டிருந்த சாயங்காலப் பொழுதில் அரண்மனைத் தோட்டத்தில் ஜோசியர் அண்ணாசாமி அய்யங்கார் நிறுத்தி வைத்த பெரிய யந்திரம் அவள் கண்ணில் பட்டது. அதில் இருக்கும் தேவதைகளையும் அவள் மனதில் கும்பிட்டாள்.

சுப்பம்மா, இருட்டினதும் அந்த மகாயந்திரம் பக்கத்துலே குத்து விளக்கு ஏத்தி வை. உன்னோட சம்புடத்தையும் அங்கேயே வச்சுடு. இன்னிக்கு நாள் நன்னா இருக்கறதாலே இந்தத் தேவதைகளும் அங்கேயே ஏறிக்கட்டும்.

வண்டிக்குள் இருந்து சுப்பிரமணிய அய்யர் பெண்குரலில் சொன்னபோது, வைத்தியின் குழந்தைகள் சிரித்தார்கள். சங்கரனுக்கும் சிரிப்பு வந்தது.

குளிக்கும் பெண்டுகளைப் பார்க்கலாமோ?

பக்கத்து வண்டியில் இருந்தபடிக்குச் சுப்பிரமணிய அய்யர் சங்கரனைப் பார்த்துப் பாட ஆரம்பிக்க அவனுக்குத் துணுக்கென்றது.

இந்த மூத்தகுடிப் பெண்டுகள் வேறு என்ன எல்லாம் பார்த்தார்களோ. அவனோடு பட்டணம் வந்திருப்பார்களோ? கப்பலில் ஏறியிருப்பார்களோ? வெள்ளைக்காரிக் குட்டிகளோடு உல்லாசமாக இருந்ததை எல்லாம் நொடிப் பொழுதும் கண்ணசையாமல் பார்த்துக்கொண்டு கப்பலோடு ஆடியபடி இருந்திருப்பார்களோ? கொட்டகுடித் தாசி வீட்டுக்கு அவன் போனபோதும், அவனுக்கு முன்னாலேயே அங்கே இருந்தார்களோ?

சங்கரனும் கச்சேரி ராமநாதய்யரும் இருந்த வண்டி வைத்தியநாதன் குடும்பம் இருந்த வண்டியைத் தொடர்ந்து விரைய, சுப்பிரமணிய அய்யர் குரல் மாட்டு மணிச் சத்தத்தில் அமுங்கிப் போனது.

குளிக்கும் பெண்டுகளை.

இதென்னடா கஷ்டமாப் போச்சு சுப்பாணி, சித்தெ இந்த ஆர்ப்பாட்டத்தை நிறுத்திக்கோ. பெண்டுகள் இருக்கப்பட்ட இடம் என்று சுந்தர கனபாடிகள் சொன்னார். மூத்த குடிப் பெண்டுகள் என்னதான் மூத்தவர்களாக இருந்தாலும் ஒரு வைதீகனான தனக்கு உரிய மரியாதை கொடுப்பதில்லை என்று குறைச்சல் அவர் குரலில் உஷ்ணமாக ஏறி இருந்தது.

சும்மா இரேண்டா. மாட்டுக்கண்ணா. சங்கரன் கல்யாணம் ஆனப்புறம் நாங்க யார் வழிக்கும் வரப்போறதில்லே. எல்லாரும் க்ஷேமமா இருங்கோ.

கனபாடிகள் அப்புறம் வாயைத் திறக்கவில்லை.

எல்லைக்கல் பிள்ளையாருக்குச் சிதறு தேங்காய் உடைத்து, விக்கினம் இல்லாமல் பிரயாணமும் மேற்கொண்டு ஆகவேண்டியதுமெல்லாம் அமைய வேண்டிக்கொண்டபோது ஜோசியர் அண்ணாசாமி அய்யங்கார் வந்து அவர்களோடு சேர்ந்து கொண்டார்.

துணிப்பையில் வஸ்திரங்கள் போக, கையிலே ஓலைக் கூடைக்குள் எதையோ பிடித்திருந்தார் அவர்.

வேறென்ன வேலை சோழியனுக்கு. யந்திரம்தான். பொண்ணாத்துலே ஸ்தாபிக்க அச்சாரம் வாங்கியிருக்கானே.

சுப்பிரமணிய அய்யர் பெண்குரலில் சொன்னபோது சுந்தர கனபாடிகள் அதிர்வேட்டுப் போல சிரித்தார்.

அத்தியாயம் நாற்பத்தாறு

குத்துவிளக்கும் இன்னொரு கையில் நார்ப்பெட்டியில் ஜோசியர் கொடுத்த யந்திரமுமாகச் சுப்பம்மாள் அரண்மனைத் தோட்டத்துக்கு வந்தபோது நட்சத்திரங்கள் இல்லாமல் வானம் இருண்டிருந்தது. சீக்கிரம் மழை வந்துவிடும் என்று சந்தோஷச் சேதி சொல்லிக்கொண்டு ஒரு காற்று செடிகொடிகளின் மேல் குதித்துக் கொண்டு நடந்தது.

விளக்கில் ஊற்றி வைத்த எண்ணெய் சிந்தாமல் சிதறாமல், அதில் முக்கி வைத்த வாழைப்பூத்திரி கீழே விழுந்துவிடாமல் சுப்பம்மாள் ஜாக்கிரதையாக அடிமேல் அடி எடுத்து வந்து கொண்டிருந்தாள்.

எண்ணெய்க் கிண்டியைத் தனியாக எடுத்துப் போய் அப்புறம் வார்த்திருக்கலாம் தான். கையில் தேவதைகளையும் தூக்கிக் கொண்டு போக வேண்டி இருந்ததால் அதைச் செய்யமுடியாமல் போனது.

மூத்தகுடிப் பெண்டுகள் சுப்பிரமணிய அய்யர் குரலில் வந்து சொன்னபடிக்கு இப்படி தேவதைகளை இங்கே

மகாயந்திரத்துக்கு முன்னால் விட்டுவிட்டுப் போவது சரியா என்று அவள் மனதில் குழப்பம்.

அவள்தான் என்ன செய்வாள்? சோழியன் அண்ணாசாமி அய்யங்கான் இந்தோ அந்தோ என்று சுப்பம்மாளிடம் கொடுத்த யந்திரத்து தேவதைகளைக் கரையேற்ற நாளைக் கடத்திக்கொண்டே போய், இப்போ சங்கரன் கல்யாணம் என்று வேஷ்டிக்குப் பின்னால் மண்ணைத் தட்டிக்கொண்டு ஓடியே போய்விட்டான். அங்கே பொண்ணு வீட்டில் நிர்மிக்க இன்னொரு யந்திரம். அதிலே உதிரியான இன்னும் சில தேவதைகள். அதற்காகத் தட்சிணை.

முப்பது முக்கோடி தேவதைகள் இருக்கிற வரைக்கும் ஒவ்வொரு யந்திரத்துக்கும் சிலதைக் கூப்பிட்டுவந்து நிறுத்தி அண்ணாசாமி அய்யங்கார் யந்திரப் பிரதிஷ்டையில் இன்னும் நிறையக் காணி நஞ்சையும் புஞ்சையும் வாங்கிப் போட்டுவிட முடியும். ஆனாலும் அவர் யந்திரம் செய்கிற வேகத்துக்கு, அந்த முப்பது முக்கோடியும் தீர்ந்துபோய் புதிதாகத் தேவதைகளை உற்பத்தி செய்ய நேரிடலாம் என்று பட்டது சுப்பம்மாளுக்கு.

இந்த மாதிரி யோசனை தறிகெட்டு ஓடும் நேரங்களில் பேச்சுக் கொடுக்க வரும் மூத்தகுடிப் பெண்டுகள் இல்லாமல் மனம் வெறிச்சென்று இருந்தது. அது பயத்தையும் ஏற்படுத்தியது அவளுக்கு.

என்னதான் அவளைச் சங்கரனின் புகையிலைக்கடைப் பொம்மை போல் ஆட்டிவைத்து அவர்களின் சந்தோஷத்துக்காகக் களியாக்கி, தூரத்துணியை இடுப்பில் கட்டி வைத்து, வாயில் துடுக்கான பாட்டை, வார்த்தையை எல்லாம் ஏற வைத்துக் கொட்டம் அடித்தாலும் ஒரு பெரிய சிநேகிதக் கூட்டமே இல்லாமல் போனதுபோல் இருந்தது அவர்கள் சுப்பிரமணிய அய்யரோடு புறப்பட்டுப் போனபிறகு.

இப்போது இந்த நார்ப்பெட்டி தேவதைகளும் போய்ட்டு வரேன் என்று கிளம்பி விடுவார்கள். போகிறபோது அவர்களுக்குக்

கொடுக்க மஞ்சளும், குங்குமமும் நாலு பூவன் பழமும் நார்ப்பெட்டியிலேயே வைத்துச் சுப்பம்மாள் கொண்டு வந்திருந்தாள். தேவதைகள் ஆனால் என்ன? அவளை அண்டி வந்த பெண்டுகள் அவர்கள் எல்லோரும்.

நாளை முதல்கொண்டு சுப்பம்மாள் விடிகாலையில் எழுந்து கிணற்றடிக்கு ஓடவேண்டாம். இறைத்து இறைத்துத் தண்ணீர் சேந்தி குளிரில் விறைத்துப்போய் ஸ்நானம் செய்து விட்டுப் பால் வாங்கப் போகவேண்டாம். கிழக்கு நோக்கி யந்திரத்தை நிறுத்தி, வாசல் கதவைப் புருஷர்கள் வந்து நிற்காமல் அடைத்துத் தேவதைகளைக் குளிப்பாட்டி, வஸ்திரம் உடுத்தக் காத்துக்கொண்டு இருந்துவிட்டு அவர்கள் வயிற்றுக்குப் படைக்க வேண்டாம்.

ஜோசியன் சொல்லாமலே நான் இப்படி உங்களை விட்டுட்டுப் போறேனே. சரிதானா?

சுப்பம்மாள் கேட்டபோது பெட்டிக்குள் தேவதைகள் மௌனமாக இருந்தார்கள். அவர்கள் தூங்கியிருக்கலாம்.

சுப்பம்மாள் நார்ப்பெட்டியை நந்தியாவட்டைச் செடிக்கு அடியில் வைத்தாள். குத்துவிளக்கை மெல்ல மகாயந்திரத்துக்கு முன்னால் வைத்துவிட்டு நார்ப்பெட்டிப் பக்கம் போனாள். எங்கேயோ குழந்தை அழும் சத்தம் மொணமொணவென்று கேட்டது.

நார்ப்பெட்டியில் இருந்து ஓலைக் கொட்டானை எடுத்தபோது அழுகைச் சத்தம் இன்னும் பலமாகக் கேட்டது. பூனைக் குட்டி சத்தமோ என்று தோன்றியது சுப்பம்மாளுக்கு. பிறந்த பூனைக்குட்டி குரலுக்கும் கைக்குழந்தை குரலுக்கும் அதிக வித்தியாசம் இல்லைதான்.

ஓலைக் கொட்டானில் கொஞ்சூண்டு இருந்த அரிசிமாவு காற்றில் சிந்திச் சிதற யந்திரத்துக்கு முன் நாலு இழை கோலம் இழுத்தாள் சுப்பம்மாள். தீபத்தை ஏற்றுகிறபோது வெறுந்தரையில் அதை வைக்க அவளுக்கு மனம் ஒப்பவில்லை.

சுப்பம்மா. எப்படி இருக்கேடி பொண்ணே?

கிணற்றுக்குள்ளிருந்து பேசுகிற மாதிரிச் சத்தம். அது முடியும் முன்னால் திரும்பப் பூனைக்குட்டியோ, சிசுவோ அழுகிறது.

பெட்டிக்குள் தேவதைகள் தூங்கியிருக்கவில்லை போலிருக்கிறது. சுப்பம்மாளுக்குக் கண்ணாமூச்சி காட்டி விளையாடிக் கொண்டிருக்கிறார்கள். அவர்களுக்கு அவளை விட்டுவிட்டுத் திரும்ப மனமில்லையோ?

காற்றில் தீபம் அணைந்துவிடாமல் ஜாக்கிரதையாக நாலு முகமும் ஏற்றி வைத்தாள் சுப்பம்மாள். குத்துவிளக்கு வெளிச்சத்தில் சுற்றுப்புறம் ஒரு வினாடி மௌனமாகப் பிரகாசிக்க, அவள் குனிந்து நிலத்தில் நெற்றிபட நமஸ்கரித்தபோது இன்னொரு அலையாக வந்த காற்று விளக்கை அணைத்துப் போனது.

பாழாப்போன காத்து. என்ன கொள்ளையிலே போற அவசரமோ.

சுப்பம்மாள் வைதபடிக்கு நார்ப்பெட்டியில் இருந்து அண்ணாசாமி அய்யங்கார் கொடுத்த செப்புத்தகட்டை வெளியே எடுத்தாள்.

காத்தை ஏன் பழிக்கறே சுப்பம்மா? அதது அததுக்கு விதிச்ச காரியத்தைத் தானே பாத்துண்டு இருக்கு?

பெண் குரல் ஸ்பஷ்டமாகக் கேட்டது இப்போது. சுப்பம்மாள் அதை நொடியில் அடையாளம் கண்டு கொண்டாள்.

சாமிநாதன் கட்டிலுக்குக் கூப்பிட்டுப் போகம் கொண்டாடிய துர்மரணப் பெண்டு.

அவளுக்கு வெடவெடவென்று தேகம் நடுங்கியது. அய்யங்கார் சொன்னபடிக்குக் கேட்காமல் தேவதைகளை இப்படிக் கழித்துக்கட்ட வந்தது தப்புத்தான். இந்தப் பழிகாரி திரும்பவும் ஆட்டிவைக்க இறங்கி விட்டாள்.

ஏண்டி என் வதையை வாங்கறே? எல்லார் வயத்தெரிச்சலையும் கொட்டிண்டது போறாதா? என் கொழந்தை சாமாவையும் கூட்டிண்டுட்டே உன்னோடேயே வச்சுண்டு கூத்தடிக்கறதுக்கு. இப்போ என்ன எழவுக்கு வந்து நிக்கறே திரும்பவும், சொல்லுடி நாறப் பொணமே.

சுப்பம்மா, கோபப்படாதே. நான் உன்னைப் படுத்த வரலே. அந்தத் தேவிடியாள் புத்ரன் ஜோசியன் யந்திரத்துலே ஏத்தி அனுப்பிச்சுட்டான் என்னை. இனிமேல்கொண்டு உன்கிட்டேயும் வரமுடியாது. சாமா கிட்டேயும் போகமுடியாது. நான் கர்ப்பத்துலே இருக்கேன்.

சுப்பம்மா, அவளோட அப்புறம் சாவகாசமாப் பேசிக்கலாம். எங்களை வெளியே விடு. மகாயந்திரத்துலே எங்க சிநேகிதிகள் எல்லாம் நிறையப்பேர் இருக்கா. இந்தக் கட்டேலே போற அய்யங்கான் எங்களை மட்டும் இங்கே அடைச்சுத் தொலச்சிருக்கானே. அவன் நாசமாப் போக. எடுத்து விடுடி கிழடி. நாங்களும் எங்க ஜனத்தோடேயே போய்க்கறோம்.

நார்ப்பெட்டியிலிருந்து தேவதைகள் சத்தம் போட்டுச் சுப்பம்மாளைக் கூப்பிட்டார்கள்.

அவாளை எடுத்து அனுப்பிட்டு வா சுப்பம்மா. சாவகாசமாப் பேசணும். கர்ப்பத்துலே மூச்சு முட்டறது. சிநேகாம்பா கர்ப்ப ஸ்திரீன்னு கூடப் பாக்காம இந்தப் பொசை கெட்ட கிட்டாவய்யன் சமயம் கிடச்சபோதெல்லாம் கிரீடை பண்ண வந்துடறான்.

சுப்பம்மாளுக்கு ஒரே கிறக்கமாக இருந்தது. நார்ப்பெட்டியில் இருந்த யந்திரத்தை எடுத்து குத்துவிளக்கில் சாய்த்து வைத்தாள். திரும்ப விளக்கை ஏற்றினாள். இப்போது காற்று மட்டுப்பட்டு அது நிதானமாக எரிந்தது.

தேவதைகள் ஏகக் கோலாகலமாகக் கிளம்ப, சுப்பம்மா, அவாளுக்குக் கொடுக்க மஞ்சள், குங்குமம் கொண்டு வந்தியேடி, கொடுத்து அனுப்பி வை என்றாள் துர்மரணப் பெண்டு.

சுப்பம்மாள் நார்ப்பெட்டியில் இருந்து எடுத்த குங்குமத்தையும் மஞ்சளையும் அவள் முகத்திலேயே தீற்றி விட்டு, வாழைப்பழத்தைக் கூழாகப் பிசைந்து அவள் தலைமுடியில் தேய்த்து விட்டுத் தேவதைகள் சிரித்துக்கொண்டு மகாயந்திரத்தில் ஏறிக்கொள்ள ஓடினார்கள்.

சுப்பம்மா இதுவும் நன்னாத்தான் இருக்கு பார்க்க.

சாமாவோடு கிடந்தவள் சொல்லி முடிக்குமுன்னால் திரும்பக் குழந்தைச் சத்தம்.

தலையில் அப்பிய பழக்கூழைப் புடவை முந்தானையில் துடைத்துக்கொண்ட சுப்பம்மாள் யந்திரத்தில் இருந்த தேவதைகளையும், அங்கே ஏற்கனவே இருந்த தேவதைகளையும் சேர்த்துக் கும்பிட்டாள்.

எல்லாரையும் நன்னா இருக்கப் பண்ணுங்கோடியம்மா.

நீ ஏன் கவலைப்படறே சுப்பம்மா? எல்லோரும் நன்னாத்தான் இருப்பா. நீயும் நானும் எப்படி இருந்தாலும்.

திரும்ப அந்தப் பெண்தான்.

அவள் குரல் இப்போது சுப்பம்மாளுக்கு எந்தப் பயத்தையும் உண்டுபண்ணவில்லை. அவள் உபத்திரவம் கொடுக்க வரவில்லை. சும்மா வார்த்தை சொல்லிப்போக வந்திருக்கிறாள். அதுவும் யாரோ சிநேகாம்பாள் கர்ப்பத்திலிருந்து. அது யார் கிட்டாவய்யன்? கேட்ட பெயர் மாதிரி இருக்கே?

அதாண்டி, சங்கரன் பாணிக்ரஹணம் பண்ணிக்கப்போற பகவதிக்குட்டியோட தமையன்.

கொஞ்சம் போல் பல்வரிசை நீண்ட, கீசுகீசென்று பேசும் சிநேகாம்பாளையும், அவள் பர்த்தா கிட்டாவய்யனையும் சுப்பம்மாளுக்கு நினைவு வந்தது.

ஆக, துர்மரணப் பெண்டு அலைந்து திரிந்ததெல்லாம் முடிந்து இருக்கிறது. சோழியன் அண்ணாசாமி அய்யங்கார் உத்தேசித்தோ அல்லாமலோ நடந்துபோனதெல்லாம் நல்லதுக்குத்தான்.

இன்னும் கொஞ்ச நாள். அப்புறம் இதெல்லாம் விட்டுப் போயிடும். ஆம்பளைக் குழந்தையாப் பொறக்கப் போறேன். கையிலேயும் கால்லேயும் ஒவ்வொரு விரல் அதிகம். அதுவும்தான் வித்யாசம். ஆலப்பாட்டுக் கிழவன் வெடிவழிபாட்டுக்காரன் மேலே சாடி விழாம இருந்தா எனக்கும் அதிகமா விரல் இருந்திருக்காது. என்ன பண்ண? நானா எல்லாத்தையும் தீர்மானிக்கறேன்? இல்லே நீயா?

சுப்பம்மாளுக்கு இதெல்லாம் புரியாத சமாச்சாரம். யாரோ எங்கேயோ எத்தனை விரலோடே, கையோடே, காலோடே பிறந்துவிட்டுப் போகட்டும். அவள் திரும்பப் போய்த் தூங்க வேண்டும். அயர்ச்சியும் தளர்ச்சியுமாக அடித்துப் போடுகிறதுபோல் உறக்கம் வருகிறது.

வேதத்துலே ஏறிடுவோம் எல்லோருமா எங்காத்துலே. அது அடுத்த விசேஷம்.

அந்தப் பெண் சொன்னபோது என்ன விசேஷம் அதில் என்று ஏதும் தெரியாமல் சும்மாக் கேட்டுவைத்துக் கொண்டாள் சுப்பம்மாள்.

சுப்பம்மா, உங்காத்துக்காரன்கூட வரப்போறான் தெரியுமோ?

அதுக்கென்ன?

சுப்பம்மா சுவாரசியமில்லாமல் கேட்டாள். அவன் வந்தாலும் வராவிட்டாலும் இனிமேற்கொண்டு ஏதும் ஆகப்போவதில்லை அவளுக்கு.

எல்லாரும் சன்னியாசம் வாங்கிண்டு ஹிமாலயம் போனா, இந்தப் பிரம்மஹத்தி குண்டூர்ப்பக்கம் மிளகாய்த் தோட்டத்துக்கு நேர்க்கக் குதம் எரிய ஓலைக்குடிசை போட்டு கொஞ்ச நாள் நியம நிஷ்டை, அப்புறம் தெலுங்கச்சியோட குடித்தனம், கும்மாளம்னு இருந்து திரும்ப சந்நியாசியாகி இங்கே வரதுக்கு ஏற்பாடு பண்ணிண்டு இருக்கான்.

செருப்பாலே அடி படவா. இனிமே இங்கே என்ன இருக்குன்னு வரானாம்?

சுப்பம்மாள் இரைந்தாள்.

அவன் வந்து இங்கே உசிரை விட்டா நீ நித்ய சுமங்கலியா இல்லாமப் போயிடுவேடீ சுப்பம்மா. அதான் மூத்தகுடிப் பெண்டுகள் எல்லாம் பம்மிப் பம்மி உங்கிட்டேச் சொல்லினது. அப்புறம் அவா யார்மேலே ஏறிக் கூத்தடிக்கறது? புகையிலைக்கடை அய்யன் எல்லாம் அவாளுக்கு எத்தனை நாள் சரிப்பட்டு வரும் சொல்லு? ஏற்கனவே அவனுக்குப் பொண்ணு குரல்லே பேசியும் பாடியும் தொண்டை கட்டிப் போச்சு.

யாரும் எக்கேடும் கெட்டுப் போகட்டும். நீ கர்ப்பத்திலே குழந்தையா லட்சணமாப் படு. எதெது எப்போ நடக்கணுமோ அதது அப்பப்போ நடக்கட்டும்.

சுப்பம்மாள் காலி நார்க்கூடையோடு எழுந்தாள். அவளுக்கு யார்மேல் என்றில்லாமல் ஆத்திரம் பொங்கிக்கொண்டு வந்தது.

இந்த மூத்தகுடிப் பெண்டுகள் லேசுப்பட்டவா இல்லேடி கொழந்தே சுப்பம்மா. அந்தத் தெலுங்கச்சியைக் கிளப்பிவிட்டு அவனை அங்கேயே இழுத்துப் பிடிச்சு வச்சுக்கப் பாக்கிறா எல்லாரும். அப்படியே அவன் போனா, உனக்கு விஷயம் வந்து சேராம எப்பவும் நித்ய சுமங்கலியாவே இருக்கலாம் பாரு.

எதுக்கு இவாளுக்காகத் தூரத்துணியை இடுக்கிக்கவா? இல்லே மாரைக் குலுக்கி பிருஷ்டத்தை ஆட்டி நடந்து இவா சிரிச்சுச் சீலம் கொழிக்கவா?

சுப்பம்மா நடக்க ஆரம்பித்தபோது, மகா யந்திரத்தில் தேவதைகள் காது கூச வார்த்தை சொல்லிச் சண்டை பிடிக்க ஆரம்பித்திருந்தார்கள்.

அந்த யந்திரம் தடாலென்று ஒருபக்கம் சரிந்து விழுந்தது.

அத்தியாயம் நாற்பத்தேழு

பிஷாரடி வைத்தியரும், சின்ன எம்ப்ராந்திரியும் சிநேகிதர்களும் அடைத்து வைத்த கதவுக்கு அப்புறம் வியர்த்து விறுவிறுத்து உட்கார்ந்திருக்க, தெருவில் சங்கரனின் ஜானுவாச ஊர்கோலம் கோலாகலமாக வந்து கொண்டிருக்கிறது.

இது விரமிச்சாத்தான் நமக்குத் தொடங்கலாம்.

படீர் படீர் என்று வானத்தில் சீறிப்பாயும் வாணங்கள் சில வினாடி அறைக்குள் பிரகாசத்தை விசிறியடித்துச் செல்ல, எம்பிராந்திரி சலித்துக் கொள்கிறான்.

வெடிவழிபாட்டுக்காரன் விந்தி விந்தி மாப்பிள்ளை அழைப்பு ஊர்வலத்தின் முன்னால் வெடிக்குழாயும் கையுமாக நடந்து போகிறான். துண்டித்துப் போன கால் விரலையும், அது கூடவே வளர்ந்த இன்னும் நாலு விரல்களையும் வைத்துப் போஷித்த சம்புடம் கோயில் துவஜஸ்தம்பம் தாண்டிய புதர்க்குழிக்குள்ளிருந்து காணாமல் போய்விட்ட விசனம் அவன் முகத்தில் எழுதி ஒட்டியிருக்க பிஷாரடி வைத்தியர் வீட்டு அடைத்த கதவைப் பார்த்தபடிக் கடந்து போகிறான் அவன்.

நாதசுவரக்காரன் ஆலாபனையாக ஏதோ சுவரத்தை எடுத்து வீட்டு வாசலில் நின்று விஸ்தாரமாக ஊத, இது வேறே இன்னொரு சல்யம் என்கிற மாதிரி பிஷாரடி சிரிக்கிறார்.

மாப்பிள்ளை அழைப்போட போய்ச் சாப்பிட்டு வந்து சாவகாசமா வச்சுக்கலாமே.

எம்பிராந்திரியின் சிநேகிதன் ஒருத்தன் சொல்ல, எம்பிராந்திரி எரிந்து விழுகிறான்.

சதா போஜனம் தான் நினைப்பெல்லாம் நமக்கு. ஒரு சாஸ்திரத்தை யுக்திபூர்வமா பரீட்சிச்சுப் பார்க்க நமக்கு சந்தர்ப்பம் கிட்டியிருக்கு. பிரயோஜனப்படுத்திக்க வேணாமா அதை?

எடோ, பப்படமும் பிரதமனும் சோறும் கறியுமாச் சாப்பிட்டு வந்து சாஸ்திரப் பரிசீலனை செய்யக்கூடாதுன்னு யார் சொன்னது?

சிநேகிதன் சிரிக்கிறான்.

எம்பிராந்திரிக்கும் விருந்துச் சாப்பாடுக்கு எழுந்து போக ஆசைதான். ஆனாலும், அவன் அப்படி எழுந்து போகும் பட்சத்தில் இந்தக் காரியம் இன்னும் தள்ளிப் போகுமே என்ற விசாரம் கட்டிப் போடுகிறது.

எல்லாம் அரசூர் ஜோசியர் வரவோடு ஆரம்பித்தது.

கல்யாண கோஷ்டியில் ஒருத்தராக வந்து இறங்கிய அவர் வெகுவான துன்பத்தோடு கூடி இருந்தார். அரசூர் அரண்மனையில் அவர் நிறுத்திய மகாயந்திரம் ஒருக்களித்துச் சாய்ந்ததில் ஏற்பட்டது அது.

மலையாள பூமிக்குள் அவர்கள் வந்த வாகனங்கள் நுழையும்போது அதிகாலை உறக்கத்திலிருந்து அவரை எழுப்பி உட்கார்த்தி வைத்து தேவதைகள் புகார் செய்ததில் தொடங்கிய கஷ்டம்.

ஏண்டா சோழியா, நீ பாட்டுக்கு பின்னம்புறத்து மண்ணைத் தட்டிண்டு விட்டுட்டே சவாரி. அங்கே எங்களை உக்கார வச்ச ஸ்தலம் என்னமாப் போயிருக்கு வந்து பாரு. போதாக்குறைக்கு ஏழெட்டு பிடாரிகள் அந்தச் சுப்பம்மாக்கிழவி கிட்டே நீ பணம் பிடுங்கிண்டு கொடுத்த தகட்டுலே இருந்து ஏறிண்டு அழிச்சாட்டியம் பண்றா. ஒரு நியாயம் வேணாம்?

அவர்கள் ஏக காலத்தில் இரைய ஜோசியர் அரண்டு போய் அரையை நனைத்துக் கொள்ளாத குறையாகத் திடுக்கிட்டு எழுந்து உட்கார்ந்தார்.

மேளதாளத்தோடு குப்புசாமி அய்யனும் தம்பிமார்களும் அரசூர் வரனையும் குடும்பத்தையும் வெற்றிலை பாக்கும், பருப்புத் தேங்காயும் பழமுமாய் எதிர்கொண்டு வரவேற்றுக் கொண்டிருக்க ஜோசியர் அய்யங்கார் பலர் கண்ணில் படுகிற கூச்சமே அற்றுப்போய் மரத்து நிழலில் மூத்திரம் போய்க் கொண்டிருந்தார்.

ஓய் ஓய் பிராமணரே, இங்கெல்லாம் அசுத்தம் பண்ணக்கூடாது. சுகாதாரத்துக்குக் கேடு வர்த்திக்கும் இப்படி எல்லாம் பண்ணினால்.

சின்ன எம்பிராந்திரி அவரைப் பார்த்து இரைந்தது மேளச் சத்தத்தில் அமுங்கித்தான் போய்விட்டது. அவனை நிமிர்ந்து பார்த்த ஜோசியர் கண்ணில் ஆழப் பாய்ந்திருந்த பயம் எம்பிராந்திரியை யோசிக்க வைத்தது.

ஆலப்பாட்டுக் கிழவனுக்கு தேக உபாதையால் உடம்பு லேசாகிப் பறந்து கோயில் கொடிமரத்தை நனைத்தமாதிரி இந்தப் பிராமணனுக்கு ஏதோ மனக் கிலேசம். இல்லாவிட்டால் இப்படிப் போதம் கெட்டுப் பொது இடத்தில் குத்த வைக்க மாட்டான்.

இவன் குப்புசாமி அய்யன் குடும்பத்தவர்கள் கண்ணில் பட்டால் மந்திரம், பரிகாரம் என்று இழுத்துக்கொண்டு போய் இவனும் நாளைக்குப் பறக்க ஆரம்பித்து விடலாம். மூட

ஜனங்கள். இவர்களைப் புத்தி தீட்சண்யத்துக்கும் மெய்யான விக்ஞானத்துக்கும் கைபிடித்து அழைத்துப் போகாவிட்டால் இங்கே இன்னும் நாசம்தான் ஏற்படும்.

அவன் ஜோசியரைக் கையைப் பிடித்துக் கூட்டிப் போனது பிஷாரடி வைத்தியர் வீட்டுக்கு.

பாஷையும் அரைகுறையாகப் புரிய, சொல்வதும் கோர்வையாக வராமல் அய்யங்கார் ஏதோ பரபரவென்று பேசியபடி இருந்தார். பிஷாரடி வைத்தியர் அவர் நாடியைப் பிடித்துப்பார்க்க, சுவாசமும் மற்றதுமெல்லாம் சாதாரண கதியிலே தான் இருந்தது.

இவர் ஏதோ மனக் குழப்பத்தில் இருக்கிறார். கொஞ்சம் தூங்கினால் சரியாகி விடும் என்று சொல்லி வைத்தியர் அபின் கலந்த திரவத்தைக் கண்ணாடிக் குடுவையில் கலக்கினார்.

சின்ன எம்பிராந்திரி அதை ஆசை ஆசையாகப் பார்த்தான். அந்தக் கண்ணாடிக் குடுவைக்குள் இருந்து விக்ஞானம் அவனை அழைத்துக் கொண்டிருந்தது. நாளைக்கு உலகம் முழுக்க நேர்படடப்போவது இந்த அறிவால்தான். பிஷாரடி வைத்தியர் போல் மருத்துவம் படிக்க அவன் சீக்கிரம் கொல்லத்துக்குப் போகப் போகிறான். தகப்பனார் எம்பிராந்திரி சம்மதித்தாலும் இல்லாவிட்டாலும்.

ஜோசியர் அய்யங்கார் பிஷாரடி வைத்தியர் கிரஹத்தில் ஆழ்ந்த நித்திரையில் இருந்தபோது, குப்புசாமி அய்யன் மனையில் பந்தக்கால் நாட்டி, மாப்பிள்ளை வீட்டார் தங்கியிருக்கும் கிரகத்தில் காலை போஜனத்துக்கான ஏற்பாடுகளைச் சித்தமாக்கிக் கொண்டிருந்தார்கள்.

துரைசாமி அய்யன் ஒரு பெரிய பாத்திரத்தோடு வந்து சேர்ந்தான்.

இது காப்பியாக்கும். இங்கெல்லாம் புதுசாப் பழக்கமாயிண்டு வரது. அதிகாலையிலே சாப்பிட்டா புத்தி தீட்சண்யமாகுமாம். உடம்பு வலுவேறுமாம். ஏதேதோ சொல்றா. பெரியவா இஷ்டப்பட்டா பானம் பண்ணலாம்.

சங்கரனுக்கு அப்பாடா என்று இருந்தது. வைத்தியும் கோமதி மன்னியும் அவனோடு சந்தோஷமாக ஆளுக்கு ஒரு குவளை வாங்கி அதை ருஜித்துச் சாப்பிட, பெரியவர்களும் என்னதான் இருக்கு இந்த அமிர்தத்துலே, குடித்துத்தான் பார்ப்போமே என்று குவளைக்காகக் கையை நீட்டினார்கள்.

சுந்தர கனபாடிகள் மாத்திரம் குளிக்காமல் பல்லில் பச்சைத் தண்ணீர் படாது என்று கண்டிப்பாகச் சொல்லிக் குளிக்கக் கிளம்பினார். அவருக்கும் குளித்து விட்டு வந்து இதைக் குடித்துப் பார்க்க ஆசைதான். ஆனால் அதுவரை பாத்திரத்தில் பானம் இருக்க வேண்டுமே?

ஜோசியர் எங்கே திடும்னு காணாமப் போய்ட்டார்? அவரையும் கூட்டிண்டு ஸ்நானத்துக்குக் கிளம்பலாம்னு பார்த்தேன்.

அவர் சொன்னதும்தான் அண்ணாசாமி அய்யங்காரைக் காணோம் என்று எல்லோருக்கும் உறைத்தது.

அவர் வழியிலேயே நல்ல தூக்கத்தில் வண்டியிலிருந்து கீழே எங்கேயாவது தவறி விழுந்து விட்டாரோ என்று சுகஜீவனம் கரம்பக்காடு கிருஷ்ணய்யர் சந்தேகத்தைக் கிளப்ப, அச்சானியமாப் பேசாதேடா கிருஷ்ணா என்றார் சுப்பிரமணிய அய்யர். ஏற்கனவே ஏகப்பட்ட கஷ்டம். விபத்து. நஷ்டம். அதுக்கும் மீறி நல்ல காரியம் எல்லாம் நடக்க ஆரம்பித்திருக்கிறது.

அதற்குள் சின்ன எம்பிராந்திரி வந்து ஜோசியர் உடம்பு சுகவீனமாகி வைத்தியர் வீட்டில் ஓய்வெடுத்துக் கொண்டிருப்பதாக அறிவித்து ஒருவாய் காப்பி குடித்துப் போனான். இந்தப் பானம் மெய்யான அறிவு வளர்ச்சிக்கு உபயோகமானது என்று வைத்தியர் கருத்துச் சொல்வதாகவும் யாரும் கேட்காமலேயே தகவல் சொல்லிப் போனான் அவன்.

ஜோசியர் அப்போதிலிருந்து வைத்தியர் வீட்டில் தான் கம்பளியைப் போர்த்துக் கொண்டு உட்கார்ந்திருக்கிறார். அவர் சொன்னதை எல்லாம் ஒருவாறு கிரகித்துக் கொண்டு பிஷாரடி

வைத்தியர் தன் சிஷ்ய வர்க்கத்தைக் கூட்டி அறிவித்தது இப்படி இருந்தது -

இந்த மனுஷ்யன் அவனூரிலே ஏதோ செப்புத் தகட்டை முளையடித்துப் பொருத்தி ஒரு உத்யானவனத்திலே நிறுத்தியிருக்கிறானாம். க்ஷேத்ர கணிதத்தில் விற்பன்னனான இவன் அந்தத் திறமையை உலகம் விக்ஞான பூர்வமாக முன்னேறப் பிரயோஜனப்படுத்தாமல் தேவதையைப் பிடிப்பது, அதைத் தகட்டில் ஏற்றி நிறுத்துவது என்ற மூட நம்பிக்கைகளில் பிரயோகித்திருக்கிறான். இப்போது அந்தத் தகடு என்ன காரணத்தாலோ சரிந்து போனதாக அவனுக்குத் தெரிந்திருக்கிறது. யாரோ ஒருத்தரோ இல்லை ஒரு சிறிய கூட்டமோ யோசித்ததில் உண்டான கதிர்கள் இவனை அடைந்து இது விஷயம் தெரிய வந்தது யுக்தி பூர்வமான நிகழ்ச்சிதான். அந்தத் தகடு திரும்ப இவன் வைத்தபடிக்கே நிமிரும்வரை இவன் ஆரோக்யக் குறைவோடும் மனசில் பீதியும் அதன் மூலம் கூடுதல் அசௌகரியமுமாகவே இருப்பான்.

ஆனாலும் தேவதைகள் உண்டு. அவர்கள் தான் என்னிடம் வந்து முறையிட்டார்கள்.

ஜோசியன் பலமாக ஆட்சேபித்தபோது சின்ன எம்பிராந்திரி அவனுக்குத் தகுந்த தர்க்கபூர்வமான பதில் கொடுக்க வாதங்களை அடுக்க ஆரம்பிக்க, ஜோசியனுக்குப் பின்னால் இருந்து பிஷாரடி வைத்தியர் சைகை காட்டினார்.

அவன் புத்தி பேதலித்து இருப்பதாகவும் அவன் பேசுவதை லட்சியம் செய்யவேண்டாம் என்றும் அவனைப் பேச விடும்படியுமாகவும் அது இருந்தது.

நீங்கள் யாதொண்ணுக்கும் கவலைப்பட வேணாம். எல்லாம் தானே சரியாகப் போகும். நாங்கள் நடவடிக்கை எடுக்கிறோம்.

பிஷாரடி வைத்தியன் இன்னொரு குடுவை திரவத்தைக் கலக்க, எம்பிராந்திரி பிரியத்தோடு அதைச் சிறிய சோதனைச்சாலை விளக்கின் மேல் தூக்கினாற்போல் இடுக்கி கொண்டு பிடித்துச்

சூடு படுத்தினான். அவன் முகத்தில் பெருமையும் திருப்தியும் நிரம்பி வழிந்த தருணம் அது.

கல்யாண வீட்டில் நிச்சயதார்த்தப் பத்திரிகை படித்துக் கொண்டிருப்பதாக, கதவைத் திறந்துகொண்டு உள்ளே வந்த எம்பிராந்திரியின் சிநேகிதன் ஒருத்தன் சொன்னான். நல்ல இட்டலியும், இஞ்சியும், கொத்தமல்லியும் சேர்த்து விழுதாகச் சேர்ந்தரைத்த சம்மந்தியும் காலை விருந்துக்காகத் தயாராகிக் கொண்டிருப்பதாகவும் சொல்லவும்தான் அவன் வந்தது.

அபின் கலந்த மருந்தை இன்னொரு குப்பி மாந்தி அய்யங்கார் திரும்ப உறக்கத்தில் வீழ, யுக்திவாதிகளின் குழு கல்யாண வீட்டுக்குப் போனது அடுத்து. விஞ்ஞான சிந்தனைகளுக்கும் இட்டிலி மற்றும் கொத்தமல்லிச் சம்மந்திக்கும் எந்தவிதமான தர்க்கபூர்வமான மோதலும் இல்லை என்று சொல்லி பிஷாரடி வைத்தியர் காலைச் சாப்பாட்டுக்கு நடந்தபோது மற்றவர்களுக்கும் அது சரியென்று பட்டது.

போகும் வழியிலேயே யோசித்து வைத்தபடி, ஜோசியர் திரும்ப எழுந்தபோது ஆகாரம் கொடுக்கவும், அப்புறம் அவரை அரசூரிலே யாரையாவது தன் நினைப்பு மூலம் செயல்பட வைத்து யந்திரப் பக்கம் கூட்டி வரச் செய்து அதைத் திரும்ப நிறுத்தி வைப்பது என்றும் முடிவானது.

இந்த யோசனை கொடுத்த தெம்பில் அந்தக் குழு உற்சாகமாகக் கல்யாண வீட்டாரோடு கலந்து பழகியதோடு சங்கரனுக்கும் ஊருக்கு வந்த மாப்பிள்ளைக்கான வரவேற்பு உபசாரப் பத்திரத்தைக் கல்யாணப் பந்தலில் வாசித்து அளிக்க வேண்டும் என்று தீர்மானமும் செய்து கொண்டு திரும்பி வந்தது.

ஆனால் அய்யங்கார் எழும்பி உட்கார்ந்தபோது விஷயம் அத்தனை சுலபமாக இல்லை.

இலைப்பொதியில் கல்யாண வீட்டில் இருந்து கட்டி எடுத்து வந்த இட்லி பதினாலையும் அவர் ஒரே மூச்சில் சாப்பிட்டு முடித்து வயிற்றைத் தடவிக் கொண்டு மலங்க மலங்க விழிக்க, பிஷாரடி நினைப்புக் கதிர்கள் தத்துவத்தை அவருக்கு விளக்க

ஆரம்பித்தார்.

க்ஷேத்ர கணிதமாக இதைச் சொன்னால் புரிந்து கொள்ள எளுப்பமாக இருக்கும் என்றார் அய்யங்கார். அது முடியாத பட்சத்தில் தான் ஸ்நானம் செய்து வந்து மடியாக உட்கார்ந்து தியானம் செய்தபின்னால் காதில் ஓதினால் புரிந்து கொள்ள முடியும் என்றார்.

அவர் அந்தப்படிக்கே குளித்து மடி வஸ்திரத்தோடு வர, யுக்திவாதிகள் குழு மறுபடியும் வைத்தியர் வீட்டில் கூடியது. நாலு வேளையும் ஊர்க் கல்யாணத்தில் சாப்பிட்டுக் கொண்டு இப்படி விக்ஞான ஆராய்ச்சி நடத்தத் துணைபோய் உலகம் செழிக்க முன்கை எடுப்பதில் அவர்கள் எல்லோருக்கும் பரம திருப்தி.

ஜோசியர் குளித்து வந்த சுறுசுறுப்பில் பிஷாரடி வைத்தியர் சொன்னதில் சரிபாதிக்குப் புரிந்தது என்று திருப்தியாகத் தலையசைத்தார்.

இந்த மனுஷர் இப்போது பருமனான, பெரிய மீசை வைத்த ஒரு நடு வயசுக்காரனை நினைக்கிறார்.

பிஷாரடி வைத்தியர் உற்சாகமாகச் சொன்னார். ஜோசியரின் மூச்சுக் காற்று படும் நெருக்கத்தில், விக்ஞானத் தேடல் மேன்மையுற அதைச் சகித்தபடி அவர் அமர்ந்திருந்ததால், ஜோசியரின் நினைப்புக் கதிர்களை அவரால் முழுக்க உள்வாங்கி அதை அதி வீர்யத்தோடு கடத்தி விட முடிகிறது என்றார் அவர்.

காலைக் கடன் கழிக்க வல்லாரை லேகியம் சாப்பிட்டுக் கொல்லைக்குப் போன ராஜா தன்னையறியாமலேயே நாலடி பின்னால் எடுத்து வைத்தார் அப்போது.

ஏனடா களவாணி, நான் அற்பசங்கைக்குப் போகும்போது என்ன எழவிற்குத் தடுத்து நிறுத்திக் கூப்பிடறே? உன் அக்காளைக் காட்டெருமையும் அப்புறம் கழுதையும் கலக்கட்டும் என்று சமையற்காரனை வைதார் அவர். அவன் கூப்பிட்டுத்தான்

பின்னால் திரும்பி வந்ததாக நினைத்த அவர் திரும்ப நடக்க, சமையற்காரன் நெத்திலிக் கருவாடை இன்னும் தீய்த்து அதில் எச்சில் உமிழ்ந்தான். ராஜாவுக்குக் காலை ஆகாரத்தோடு கொடுக்க அவன் சமைத்துக் கொண்டிருந்தது அது.

அந்த வர்த்தமானங்களை வைத்தியர் ஆதியோடந்தமாக யுக்திவாதக் குழுவுக்கு அறிவிக்க, அங்கே பலத்த சிரிப்பு நிலவியது. அப்புறம் ஒரு பிராமணக் கிழவி, புகையிலைக் கடைக்கு மூக்குத் தூள் வாங்க வந்தவன், எருமை மாட்டைக் கறக்க உட்கார்ந்த ஸ்திரி, கடைத் தெருவில் மாட்டைக் கிடத்தி லாடமடிக்கிறவன், மயிலிறகு எண்ணெய் விற்கிறவன் என்று ஜோசியர் யார் யாரையோ பகல் முழுதும், இப்போது ராத்திரியிலும் நினைத்து அவர்களை நாலடி நடக்க வைப்பதற்குள் அவருடைய கவனம் கலைந்து போகிறது.

ஜானுவாச ஊர்வலம் பிஷாரடி வைத்தியர் வீட்டைக் கடந்து போனபோது அவர் திரும்பவும் அந்தப் பிராமணக் கிழவியை முழுக் கவனத்தோடு நினைக்க, அவள் வீட்டு வாசலுக்கு வந்து நின்றாள். அரண்மனைப் பக்கம் நடக்க ஆரம்பித்தபோது வாணவேடிக்கைக் காரன் வேட்டுப் போட, அவள் மூத்தகுடிப் பெண்டுகளே, இப்படி என்னை வாசலுக்கும் உள்ளுக்கும் அலைக்கழிக்கிறது நியாயம்தானா என்று குறைச்சல் பட்டபடி வீட்டுக் கதவைத் திறந்து உள்ளே போனாள்.

கல்யாண வீட்டில் சதுர்க்கச்சேரி நடக்க ஆரம்பித்த சத்தம். சுநாதமாக எழுந்த அந்தச் சலங்கைச் சத்தமும், மிருதங்கச் சத்தமும் யுக்திவாதிக் குழுவை வாவா என்று பிடித்து இழுத்தது.

யுக்தி வாதம் இருக்கட்டும். எங்கேயும் ஓடிவிடாது. நிரம்பின ஸ்தனபாரமும், உருண்ட தோளுமாகப் பெண்கள் நிருத்தமாடிக் கொண்டிருக்கிறார்கள்.

நான் தூங்கறேன். நீங்க சாப்பிட்டு வாங்கோ என்றார் ஜோசியர் இன்னொரு குப்பி திரவத்தை பிஷாரடி வைத்தியரிடம் யாசித்தபடி.

அவருக்கு அபின் வாசனை பிடித்துப் போயிருந்தது.

அத்தியாயம் நாற்பத்தெட்டு

இன்னுமா கிட்டன் வரலே? எங்கே போனான் இன்னிக்குன்னு பாத்து? கொஞ்சம் கூட.

குப்புசாமி அய்யன் விசாலாட்சியிடம் இரைய ஆரம்பித்தது வைத்தியநாதன் பெண்டாட்டி கோமதி அழுகிற பிள்ளையைக் கையைப் பிடித்துக் கொண்டு உக்கிராணத்தில் வடை பண்ணியாகிவிட்டதா என்று பார்க்க வந்தபோது நடுவார்த்தையில் நின்றது.

விருந்து சமைத்துக் கொண்டிருந்தவர்கள் இலை நறுக்கில் வைத்துக் கொடுத்த நாலு ஆமவடையோடு அவள் திரும்பும்போது விசாலாட்சி போதுமோ பொண்ணே இன்னும் நாலு எடுத்துக்கறதுதானே. குழந்தை பாவம் பசி பொறுக்க மாட்டாமக் கரையறது போலிருக்கு என்றாள்.

காலம்பற ஆகாரம் சாப்பிடமாட்டேன்னு விளையாடிண்டே இருந்துட்டான் அக்கா. இங்கே தோப்பும் துரவுமா இருக்கோ இல்லியோ? பட்டணத்துலே இதெல்லாம் எங்கே கிடைக்கறது எங்களுக்கு? சமுத்திரக் காத்தும் சம்பளமும் இல்லாட்ட மனுஷா இருப்பாளோ அங்கே?

கோமதி குழந்தைக்கு வடையை விண்டு, சூடாற ஊதி ஊதிக் கொடுத்தபடி சொன்னாள்.

காசியாத்திரை அவசரமாக முடித்துத் திரும்பி வந்திருந்த சங்கரன் மண்டபத்தில் ஊஞ்சலாடி முடித்து, சுமங்கலிகள் சிவப்பும் மஞ்சளுமான சாத உருண்டைகளை வீசி எறிந்தது காலில் ஒட்டப் பந்தலுக்குள் போயிருந்தான். கோத்ரமும், நாலு தலைமுறை விவரமுமாக இரண்டு பக்கத்துக்கும் வம்சாவளி சொல்லிக் கல்யாணத்துக்கு சம்மதம் பெறும் பிரவரம் நடந்து கொண்டிருந்தது பந்தலில்.

குப்புசாமி அய்யனின் சிறிய தகப்பனாரும் பெண்டாட்டியும் பகவதியைத் தாரை வார்த்துச் சங்கரனுக்குத் தர ஆயத்தமாக உட்கார்ந்திருந்தார்கள்.

என்ன, பொண்ணாத்துக்காராளும் பிள்ளையாத்துக்காராளுமா எல்லோரும் இங்கே உக்ராணப் பக்கத்துலே மேற்பார்வை பாத்துண்டு நிக்கறேள்? பந்தலுக்கு வந்தாத்தானே மத்ததெல்லாம் நடத்தி மங்களகரமா முடிக்க முடியும்?

ஜோசியர் அண்ணாசாமி அய்யங்கார் பட்டு வேஷ்டியும், மேலே வழிய வழியச் சரிகை உத்தரியமும், நெற்றியில் பளிச்சென்று நாமமுமாக வெகு உற்சாகமாக வந்தவர் குப்புசாமி அய்யனையும் கோமதியையும் மாறி மாறிப் பார்த்துக் கேட்டார்.

அவருக்கு சுடக்கெடுத்து விட்டாற்போல் நேற்று ராத்திரியே உடம்பு நேராகி விட்டிருந்தது. சதிர்க் கச்சேரியின் போது ஜல் ஜல் என்று சலங்கை ஒலிக்க, அவர் தூக்கத்திலேயே எழுந்து உட்கார்ந்து கொட்டகுடித் தாசியை எழுப்பி அரண்மனைக்குச் செலுத்திக் கொண்டிருந்தபோது பிஷாரடி வைத்தியரும் மற்றவர்களும் தாசியாட்டத்தில் மூழ்கியிருந்தார்கள்.

அவர்கள் நடுராத்திரிக்குத் திரும்பி வந்தபோது சத்தம் கேட்டுக் கண் விழித்துப் பார்த்த ஜோசியர் யந்திரம் திரும்பச் சரியாக வந்துவிட்டதாக அறிவித்துவிட்டு மறுபடி நிம்மதியாக நித்திரை போய்விட்டார்.

தான் பக்கத்தில் இல்லாதபோது தனியாகவே ஜோசியர் அதை சாதித்ததில் பிஷாரடி வைத்தியருக்குக் கொஞ்சம் வருத்தம் என்றாலும், நினைப்பைச் செலுத்தி இன்னொருத்தரை இயங்க வைப்பது நடக்கக் கூடிய காரியம் என்று நிரூபணமானதில் மகிழ்ச்சி. அவரும் யுக்திவாதிகள் குழுவும் முழுத் திருப்தியோடு கல்யாணப் பந்தலில் காலையிலேயே வந்து சேர்ந்து எல்லோரோடும் வேடிக்கை விநோதம் சொல்லிக் கொண்டிருந்தார்கள்.

மகாவிஷ்ணு போன்ற யுவனே, சுவர்ணப் பதுமை போன்ற என் புத்ரியை, இன்னும் விளையாட்டுத்தனம் போகாத இந்தச் சிறுமியை உன்னிடம் ஒப்படைக்கிறேன். இவள் இனி உன் பத்னியாவாள். இவள் மூலம் சந்தானம் செழிக்க வம்சவிருத்தி செய்து தேவர்கள் விதித்த கடமைகளை தினமும் குறைவில்லாமல் நிறைவேற்றி செழித்து வாழ்வாயாக.

புரோகிதனின் குரல் ஓங்கி ஒலித்தது.

தாரை வார்க்கற நேரம். வாங்கோ.

அண்ணாசாமி அய்யங்கார் கோமதியின் குழந்தையைத் தூக்கிக் கொண்டு பந்தலுக்கு ஓட, மாமா வேண்டாம். அவன் குண்டோதரன். கீழே போட்டுடப் போறேள் என்று கோமதியும் பின்னாலேயே ஓடினாள்.

வாங்கோ போகலாம். நம்மளையும் தேடுவா இங்கேயே இருந்தா.

விசாலாட்சி கையைப் பிடித்து இழுத்துக் கூப்பிட குப்புசாமி அய்யன் குழப்பத்தோடு திரும்பவும் கிட்டன் ஏன் இன்னும் வரல்லே என்றபடி அவளோடு நடந்தான்.

சூர்ய பகவானின் ஆசிகளோடும் அனுமதியோடும், அசுவினி தேவர்கள் பாதுகாக்கும் என் கரங்களால் நீங்கள் வார்த்த நீரை வாங்கி அதோடு இந்தப் பெண்ணையும் என் மனைவியாக ஏற்றுக் கொள்கிறேன்.

சங்கரன் மந்திரத்தைக் கூடவே சொன்னபோது, பகவதி அவன் முகத்தை ஒரு வினாடி ஏறிட்டுப் பார்த்துவிட்டுக் குனிந்து கொண்டாள்.

பொண்ணாத்துக்காரா அழணும் இப்போ சாஸ்திரப் பிரகாரம்.

ஆலப்பாட்டிலிருந்து வந்திருந்த நாகலட்சுமியின் தமையன் அகத்துக்காரி சொல்ல, சுந்தர கனபாடிகளின் பெண்டாட்டி குறுக்கிட்டாள்.

கல்யாண வீட்டுலே அழறதாவது. அந்த அச்சானியமான பழக்கமெல்லாம் எங்க பக்கத்துலே கிடையாது.

விசாலாட்சி மன்னி, ஓரகத்தி சிநேகாம்பாள் உட்கார்ந்திருந்த மூலையை நோக்கிப் போனாள். அவள் சுவரில் சாய்ந்து கண்கலங்கியபடி இருந்தது கண்ணில் பட்டது விசாலாட்சிக்கு.

ஏண்டி சிநேகா, எங்கே போனார் உங்களவர்? ஏன் அழறே?

ஒண்ணுமில்லே மன்னி. வந்துடுவார்.

சிநேகாம்பாள் கண்ணைத் துடைத்துக் கொண்டாள். சிரிக்கவும் முயற்சி செய்தாள். அதையும் மீறி முகம் இருளோ என்று கிடந்தது.

கர்ப்பிணிப் பொண்ணு. எதுக்கும் கலங்காதே. சிசுவுக்கு ஆகாது.

விசாலாட்சி கரிசனமாகச் சொல்லியபடி அவள் கன்னத்தைத் தட்டிவிட்டுப் பந்தலில் முன்னால் இருக்க நடந்தாள்.

மாமிக்கு வேண்டாம்னா நாங்க எங்காத்து வழக்கப்படி அழறதை நிறுத்த முடியுமா என்ன?

பகவதிக்கு நேர் மூத்த சகோதரி அலமேலு உரக்கச் சொல்ல, அண்ணா குப்புசாமி அய்யன் அவளை அடக்கினபோது விசாலாட்சி அவனோடு சேர்ந்து நின்றாள்.

அலமு, அவா வேண்டாம்னா அப்படியே இருந்துட்டுப்

போகட்டுமே. நம்ம சம்பிரதாயத்தை நாளைக்கு உன் பொண்ணு கல்யாணத்துக்கு வச்சுக்கோயேண்டி.

ஆமா, அதுக்கு இன்னும் எத்தனை நாள் காத்துண்டு இருக்கணுமோ?

அலமேலு இழுத்தபோது, அவளுக்கு மூத்தவள் லட்சுமி அவள் இடுப்பில் கிள்ளினாள்.

ஏண்டி, உங்காத்துக்காரர் என்ன உத்தேசிச்சிருக்காரோ அதப் பதுக்கத் தெரியப்படுத்து. நாள் நட்சத்திரம் சரியாக் கணக்குப் போட்டுச் சொல்றேன் எப்போன்னு.

பந்தலில் எழுந்த சிரிப்பு திரும்ப எல்லோரையும் சகஜமாக இருக்க வைக்க, அலமேலு வீட்டுக்காரன் சோமநாதன் மனையில் இருந்த பகவதிக்குட்டியை விட அதிகமாக வெட்கப்பட்டான்.

பிராமணோத்தமர்களே, இறப்பாலும், அசுத்தத்தாலும் மாசடையாத தண்ணீரை எனக்குக் கொடுங்கள். தெய்வங்கள் குடிக்கும் நீர். நடுவே அக்னி பொதிந்த நிர்மலமான அந்தத் தண்ணீரின் துளிகள் இந்தப் பெண் தலையில் விழுந்து இவளையும், இவளுக்கு நான் அளிக்கப் போகும் புத்திர பாக்கியங்களையும் பாதுகாக்கட்டும். எல்லா தேவதைகளின் ஆசியோடும் இவள் என் மனையில் அரசியாக வலம் வரட்டும். பசுக்களையும் குதிரைகளையும் பேணிக் காக்கட்டும். என் பெற்றோருக்கும் மற்றோருக்கும் அன்பும் ஆதரவுமாக இருந்து குடும்பத்தை நடத்திப் போகட்டும்.

சங்கரன் சொன்ன மந்திரங்களின் பொருள் சுந்தர கனபாடிகளின் காது வழியே மனதில் போய்த் தட்டிக் கொண்டிருந்தது. இதெல்லாம் உனக்கு அன்னியமானவை. பித்ருக்களைக் கடைத்தேற்றுவதைத் தவிர வேறு எதுவும் பொருட்டில்லை என்று அவர் குரு கூடவே சொல்லிக் கொண்டிருந்தார்.

கூறைப் புடவை உடுத்த பகவதி உள்ளே போனபோது விசாலாட்சி மன்னியும், கோமதியும், அலமேலுவும், பகவதியின்

தோழி நாணிக்குட்டியும் உள்ளே ஓடினார்கள். கூடப் போகத் தோன்றினாலும் அசைவே இல்லாமல் சுவரில் சாய்ந்தவண்ணம் சிநேகாம்பாள் அதைப் பார்த்தபடிக்கு இருந்தாள்.

கிட்டாவய்யன் சாவக்காட்டாரை இன்று காலை அவசியமாகக் கண்டே தீர வேண்டும் என்று கிளம்பிப் போனபோது, கல்யாணம் முடிந்து போகலாமே என்றாள் அவள்.

போகாட்டி, பணம் கிடைக்காது. இன்னிக்கு நாள் திவ்யமா இருக்காம். பாதிரியும் வந்து மந்திரிச்சுக் கொடுப்பாராம். எல்லாம் நல்லபடிக்குப் பொங்கிப் பெருகி வருமாம். கொல்லத்துலே சீக்கிரமே சாப்பாட்டுக்கடை ஆரம்பிச்சுடலாம்.

அதுக்காக ஆத்துலே கல்யாணத்தை வச்சுண்டு இறங்கிப் போகணுமா?

ஒரு மணிக்கூர் கூட ஆகாது. ஊர்க் கோடியிலே சாவக்காட்டார் அனுப்பின வண்டி நிக்கும். ஏறிப்போய் அதிலேயே பணத்தோட திரும்பி வந்துட வேண்டியதுதான். மாங்கலிய தாரணம் ஆறதுக்குள்ளே வந்துடறேன். கவலைப்படாதே.

வண்டியை நாளைக்கு வரச் சொல்லக்கூடாதா? தோழிப் பொங்கலும், மரவணையுமா அமர்க்களப்படும்போது நீங்க இல்லாததை யாரும் கவனிக்கமாட்டா. இப்போப் போய்க் கிளம்பினா.

ஆமாண்டி. சாப்பாட்டுக் கடை வைச்சுச் செழிக்கணும்னு மனசெல்லாம் ஆக்ரஹம். அதுக்கு இதைப் பண்ணு அதைப் பண்ணு அங்கே போ இவனைப் பாருன்னு ஒரு விரட்டல். பணமும் கிடச்சு அதுவும் வட்டி ஆகக் குறைவாக் கிட்டி வரபோது இன்னிக்கு வேணாம் நாளைக்குப் போன்னு காலைப் பிடிச்சு இழுத்தாறது.

நடுப்பகலுக்குக் கொஞ்சம் முன்னால் தானே மாங்கலிய தாரணம். அதுக்குள்ளே வந்துடுவேனே.

எல்லா நம்பிக்கையும் கொடுத்து விடிகாலை ஸ்நானம் செய்ய வெளியே போகிறது போல் கிட்டாவய்யன் கிளம்பிப் போனான்.

பொண்ணை அழச்சுண்டு வாங்கோ. பொண்ணை அழச்சுண்டு வாங்கோ.

கரம்பங்காடு கிருஷ்ணய்யரும், கச்சேரி ராமநாதய்யரும் நல்ல நேரம் நெருங்கிக் கொண்டிருக்கிறது என்று உணர்ந்தவர்களாக அவசரப்பட்டார்கள்.

சின்ன எம்பிராந்திரியின் சிநேகிதன் ஒரு துணிப்பொதியோடு ஜோசியரை நெருங்கி, ஸ்வாமி, இதைப் பத்திரமா வச்சுக்குங்கோ. நாளைக்கு மரவணைக்கு வேணும்னார் குப்புசாமி அய்யர் என்றான்.

அதென்னடா குழந்தை மரவணை? மரப் பலகையா இல்லே தகடா என்று விசாரித்தார் ஜோசியர்.

அவர் நினைப்பு முழுக்கக் கையோடு கொண்டு வந்திருந்த யந்திரத்தில் இருந்தது. எல்லாக் கோலாகலமும் முடிந்தபிறகு குப்புசாமி அய்யனிடம் தட்சணை வாங்கிக் கொண்டு இந்த வீட்டில் வாசல் பக்கமோ இல்லை தோட்டத்திலோ அதை ஸ்தாபித்து விட்டு நாளை மறுநாள் ஊரைப் பார்க்கக் கிளம்ப வேண்டியதுதான்.

மரவணை தெரியாதா? கெட்டது போங்கோ. நாளைக்கு மறுநாள் பொண்ணு மாப்பிள்ளை ஊருக்குக் கிளம்பற முன்னாடி வேஷம் கட்டி ஆடணுமே? அதுக்குத்தான்.

அவன் துணிப்பொதியிலிருந்து ஒரு ஒட்டு மீசையை எடுத்து அய்யங்காரின் நெற்றியில் வைத்து அழகு பார்த்தான்.

இதை யாருடா ஒட்டிப்பா?

ஜோசியர் கேட்கும்போது பகவதி கூறைப் புடவையோடு பந்தலுக்குள் திரும்ப வந்துகொண்டிருந்தாள்.

பாட்டித் தள்ளை யாராவது ஆம்பளை வேஷம் கட்டுவா. உங்களை மாதிரி வயசன் புடவை கட்டிண்டு ஆடுவார்.

ஜோசியர் அண்ணாசாமி அய்யங்கார் சுவாரசியமாகக் கேட்டுக் கொண்டிருக்க, அவர் காலை மிதித்துக் கொண்டு குப்புசாமி அய்யன் பந்தல் ஓரம் போனான்.

சிநேகா, எங்கேம்மா உங்காத்துக்காரன்? உன்னண்டை சொல்லிக்காம எங்கேயும் போகமாட்டானே? இந்தக் கல்யாணத்துலே இஷ்டம் இல்லியா அவனுக்கு? இப்படி எல்லாரும் கூடியிருக்கிற நேரத்துலே பிராணனை வாங்கிண்டு.

அவள் அழ ஆரம்பிப்பதற்குள் நாதசுவரமும் மேளமும் திரும்ப உச்சத்துக்கு முழங்கின. வாசலில் கிட்டாவய்யன் வந்து கொண்டிருந்தான்.

அதோ வந்துட்டான் கிட்டன். அழாதே நீ.

குப்புசாமி சந்தோஷமாகக் கூச்சலிட்டான்.

கிட்டாவய்யன் மடியில் முடிந்து வைத்த குரிசு வெளியில் தெரியாமல் வேஷ்டி முனையை இடுப்பைச் சுற்றி இறுக்கிக் கொண்டான்.

அவன் ஒரு மணி நேரம் முன்னால் பாதிரி சொன்னபடிக்கு, சாவக்காட்டான் முன்னிலையில் வேதத்தில் ஏறி இருந்தான்.

அத்தியாயம் நாற்பத்தொன்பது

நந்தவனத்திலோர் ஆண்டி.

நாதசுவரக்காரன் நிறுத்தி நிதானமாக வாசித்துக் கொண்டிருந்தான். சுலபமாக அடி எடுத்து வைத்து ஆடுவதற்குத் தோதான பாட்டு அது. அதுவும் வயதானவர்கள் ஆடுவதற்கு.

ஆலப்பாட்டு சேஷய்யர் ஆடிக்கொண்டிருந்தார். மடிசாரும், காதில் தோடும், தலையில் தேங்காய்நார் முடியும், கண்ணில் அப்பிய மையுமாக சிநேகாம்பாளின் தகப்பனார் ஆடிக்கொண்டிருக்க அம்பலப்புழை தெருக்களூடே சங்கரனின் மரவணை ஊர்வலம் ஊர்ந்து போனது.

சாயந்திரம் ஊருக்குக் கிளம்பணும். இப்ப இப்படி ஊர்கோலம் எல்லாம் என்னத்துக்கு விடணும் என்று சங்கரன் முதலில் வேண்டாம் என்றுதான் மறுத்தான்.

நீங்க தனியாவா போகப்போறேள்? பகவதிக்குட்டியுமில்லியோ கூட வரப்போறா? ராத்திரிக்குப் பேசினது போகப் பேச்சு மிச்சமிருந்தா பேசிக்கலாமே வழியிலே?

நாணிக்குட்டி விசாரித்தாள்.

அம்பர விட்டிடீ நீ நாணி. ராத்ரி ஒரு வார்த்தையும் பேசியிருக்கமாட்டா. பேசறதுக்கா ராத்திரி?

லட்சுமி அவள் காதில் ரகசியம் பேசுவதாகச் சொன்னது எட்டு ஊருக்குக் கேட்டிருக்கும்.

பகவதிக்குட்டி நேற்று ராத்திரியை விட இந்தக் காலைப் பொழுதில்தான் அதிகம் வெட்கப்பட்டதாகச் சங்கரனுக்குத் தோன்றியது.

அவனுக்கு உடம்பு வசப்பட்டிருந்தது. தன்னுடையது. அவளுடையது. இதுக்காகத்தானா இவளை வரித்தது? இத்தனை மந்திரம் சொல்லி, ஹோமம் வளர்த்து, ஊர்கூடிக் கல்யாணக்கூத்து அடித்தது இரண்டு ராத்திரியும் இன்னும் எத்தனையோ காலமும் உடம்போடு உடம்பாக ஒடுங்கிக் கிடக்கத்தானா?

மனம் சீக்கிரம் பிடிபட்டு விடும் இரண்டு பேருக்கும். உடம்பு அதிசயமில்லாததாகத் தோன்ற ஆரம்பிப்பதற்கும் அதற்கும் சம்பந்தம் இருக்கப்போவதில்லை என்று சங்கரன் நினைத்துக் கொண்டான். என்றாலும் ராத்திரி முழுக்கப் போகம் அனுபவித்த அசதி அவன் கண்ணிலும் பகவதி கண்ணிலும் மாறாமல் தெரிந்தது. அவள் கண்ணில் அப்பிய மையையும் மீறித் தென்பட்ட அசதி அது.

நந்தவனத்தில் ஓர் ஆண்டி. அவன் நாலாறு மாதமாய்க் குயவனை வேண்டி.

ஆண்டியும் தோண்டியும் ஒக்கெ சரிதான். வயசன் திரிச்சுப் பறந்துடாம ஒரு கண்ணு நட்டுவை.

ஆலப்பாட்டு சேஷய்யர் ஆடும்போது தன் வீட்டு வாசலில் நின்று கவனித்த பிஷாரடி வைத்தியர் சின்ன எம்பிராந்திரியிடம் சொல்லிவிட்டுத் தலையில் தைலம் புரட்டிக் குளிக்கக் கிளம்பினார். அவர் வீட்டுத் திண்ணையில் உட்கார்ந்தபடி எம்பிராந்திரியும் அண்ணாசாமி ஜோசியரும் கனபாடிகளும் மரவணை ஆட்டத்தைக் கண்டபடிக்கு இருந்தார்கள்.

வயசன் காலையில்தான் அம்பலப்புழை வந்து சேர்ந்தது. கல்யாணத்துக்கு ஆலப்பாட்டு மனையிலிருந்து சிநேகாம்பாளின் கடைசித் தம்பி மட்டும் வந்திருந்தான். நாலு இடத்தில் சாஸ்தா ப்ரீதிக்குப் போகவேண்டிப் போனதால் குடும்பத்தில் வேறு யாரும் வரமுடியவில்லை என்றான் அவன் குப்புசாமி அய்யனிடமும் விசாலாட்சியிடமும்.

திருமாங்கலிய தாரணம் கழிந்து பந்தியில் உட்கார்ந்து இலையில் சக்கப் பிரதமனும், அவியலும் பப்படமும் தொடர்ந்து சாதமும் பரிமாறி மேலே புத்துருக்கு நெய்யும் விட்டானதும் அவன் குரல்தான் முதலில் கேட்டது.

என்ன அத்திம்பேரே பரசேஷணம் செய்ய மறந்து போனதோ? இல்லே நாளைக்குச் சாவகாசமாச் சேர்த்து வச்சுப் பண்ணிக்கலாம்னு விட்டுட்டீரா?

கிட்டாவய்யன் சாப்பிட ஆரம்பித்திருக்க மற்றவர்கள் இலையைச் சுற்றி நீர் தெளித்துக் கொண்டிருந்தார்கள் அப்போது.

சபைக்கு நடுவிலே ஜ்யேஷ்டன் இப்படித் தன் வீட்டுக்காரனைப் பகடி செய்தது சிநேகாம்பாளுக்குக் கொஞ்சமும் பிடிக்கவில்லைதான். முதலில் சாப்பிட்டு முடித்துப் லட்டுருண்டையைப் பாவாடையில் இடுக்கிக் கொண்டு வந்து எச்சில் படுத்தித் தின்றபடி வாசலில் பராக்குப் பார்த்துக் கொண்டு நின்ற மூத்த பெண்குழந்தையை முதுகில் ஒன்று வைத்தாள் அவள். இடுப்பில் இருந்த சின்னதின் பிருஷ்டத்தில் நுள்ளி, நீயும் ஒரு பொசைகெட்டவ என்று சொல்லி நோவெடுத்து அழ வைத்தாள்.

கிட்டாவய்யனாவது இந்தச் சின்ன விஷயத்தில் எல்லாம் கொஞ்சம் சிரத்தை எடுத்துக் கொள்ளக்கூடாதா என்று அவளுக்கு ஏகக் கோபம். ஏற்கனவே கல்யாணத்தில் அவனுடைய உழைப்பு ஏதும் இல்லை என்று பேச்சுக் கிளம்பியாகிவிட்டது. எப்போதுமே இதையெல்லாம் பெரிசாக நினைக்காத விசாலாட்சி மன்னியே கூட ஒருதடவை

வாயைத் திறந்து கேட்டுவிட்டாள் நேற்று. நல்ல வேளை தாலி கட்டுகிற வேளைக்காவது கிட்டாவய்யன் வந்து சேர்ந்தானோ பிழைத்தானோ? இல்லாவிட்டால் சகலருக்கும் அவன் சத்ருவாகி இருப்பான். காமாட்சி மன்னி அடுத்த சமையல்கட்டு யுத்தத்தின் போது பிரயோகிக்க இன்னொரு பலமான அஸ்திரம் கிடைத்துவிடும். சிநேகா கர்ப்பிணி என்பதால் அவள் சண்டை வலிப்பது குறைந்துதான் போயிருக்கிறது. ஆனாலும் முழுக்க அஸ்தமிக்கவில்லை அது.

சங்கரனும் பகவதியும் சோபான ராத்திரிக்காக சயனக் கிரகத்துக்குள் போனபோது சிநேகாம்பாள் தன் தம்பியை அவசரமாகக் கூப்பிட்டாள்.

எடா, நீ உடனே கிளம்பிப்போய் மூத்தண்ணா ரெண்டு பேரையும் உடனே இங்கே கிளம்பி வரச்சொல்லு.

மளிகைப் பொருளும், அரிசியும், வெல்லமும் வெளியே எடுத்து வைத்துவிட்டு, உள்ளே கட்டில் போட்டு வைத்திருக்க, அடைத்த கதவுக்கு இந்தப்புறம் இருந்து பெண்கள் சிருங்காரப் பாடல் பாடும்போது அதில் மூழ்கியிருந்தான் சிநேகாம்பாளின் சகோதரன். நாணிக்குட்டி ஒரு அப்சரஸ் போல் வெள்ளைப் பட்டுப்புடவையும், நெற்றியில் தொட்ட சந்தனக்குறியுமாகச் சுற்றிச் சுற்றி வந்துகொண்டிருந்தது அவன் நினைப்பை வெகுவாக அலைக்கழித்து அங்கேயே காலைக் கட்டிப் போட்டிருந்தது.

இப்பவா? எல்லாப் பட்டியும் கூர்க்கம் வலிச்சு சுகமாய் உறங்கிக் கிடக்குமே? எந்த வள்ளம் இருக்கும் இந்தப் பாதி ராத்திரிலே? வண்டிதான் இருக்குமா கரைக்கு மேலே ஓட்டிப் போக?

எல்லாம் இருக்கும். நாலு சக்கரம் கூடக் கொடுத்தா வள்ளக்காரனும் வண்டிக்காரனும் ராத்திரி முழுக்கச் சேவகம் பண்ண வந்து நிப்பா. போடா திருதியாயிட்டுக் கிளம்பி.

சிநேகா அவனிடம் துரைத்தனத்துக் காசு நாலைந்து நீட்டினாள். அதற்கு ஒரு வண்டியையோ வள்ளத்தையோ விலைக்குக்கூட வாங்கி வாசலில் நிறுத்திவிடலாம்.

கிட்டாவய்யன் சாவக்காட்டிலிருந்து கொண்டுவந்த தனத்திலிருந்து கிள்ளிக் கொடுத்தது அது. சீக்கிரம் கொல்லத்தில் சாப்பாட்டுக்கடையாகப் போகிறது மிச்சமெல்லாம்.

தண்ணிமத்தங்காய் வாடையடித்த அந்தப் பணம் அவள் கைக்குள் இதமான சூட்டோடு இருந்தது. பணம் அடைத்த பொதி கையில் இருக்கும்போது உலகத்தையே அதைக் கொண்டு ஜெயித்து விடலாம் என்று தோன்றியது சிநேகாம்பாளுக்கு. காமாட்சி ஏதொண்ணும் எடுத்துக்கட்டி நிறுத்திச் சண்டைக்கு வந்தால் இந்தப் பொதியாலே அவள் முகத்தில் அறைய வேண்டும். பணத்தின் வாடை பிடித்தால் யாருக்கும் பின்னே குரல் எழும்புமோ என்ன? முட்டுக் குத்த வைத்து விடுமே அது, யோகியானால் என்ன போகியாய், ஆசாரம் அனுசரிக்காத தெம்மாடி போலும் இருந்தாலென்ன?

ஒரேயடியாப் பாஷாண்டி ஆயிடற உத்தேசமா? சந்தியும் பண்ண மறந்தாச்சா பரசேஷணம் மறந்தமாதிரி?

கல்யாண தினத்தன்று சாயந்திரம் பணப்பொதியைக் கையில் வச்சுக் கொடுத்து கிட்டாவய்யன் திரும்ப வெளியே கிளம்பியபோது அவன் சந்தியாவந்தனம் செய்ய வேண்டி எடுத்து வைத்த பஞ்ச பாத்திரமும் வீபுதிச் சம்படமும் அப்படியே இருப்பதைக் கவனித்த சிநேகா கேட்டாள்.

கிட்டாவய்யன் சிரித்தான்.

சந்தியும் மாத்யானமும் பரசேஷணமும் எல்லாம் இனிமே இதுக்குத்தான்.

அவன் மடியிலிருந்து குரிசை எடுத்துக்காட்டி விட்டுத் திரும்ப அவசரமாக வைத்துக் கொண்டான்.

இது என்னத்துக்காக மடியிலே முடிஞ்சுண்டு இருக்கேள்? பாதிரி ஏதாவது மந்திரிச்சுக் கொடுத்திருக்கப் போறான். வீசி எறிஞ்சுடுங்கோ.

அவள் குரலை உயர்த்தவிடாமல் வாயைப் பொத்தியபடி கிட்டாவய்யன் நெருங்கி நின்று சொன்னான் - பாதிரியார் வட்டி எதுவும் கொடுக்க வேண்டாம்னு தான் மந்திரிச்சார். எல்லாம் இதோட மகிமை. அடுத்த வாரம் கடை வைக்க இடமும் பிடிச்சுக் கொடுத்துட்டார் சாவக்காட்டார். சரி போட்டே. கதவுப் பலகை செய்ய ஆசாரிக்குப் பணம் கொடுத்துட்டு வரேன். மீதிச் செலவுக்கு நான் கேட்கறபோது கொடு. அதுவரைக்கும் பத்திரமா இருக்கட்டும்.

கிட்டாவய்யன் மடியைப் பிரியமாகத் தடவியபடி வெளியே போக சிநேகாம்பாள் இதென்ன கிணறு வெட்டப் பூதம் கிளம்பிய கதையாக பணத்தோடு வந்ததோடு மட்டுமில்லாமல் இப்படிக் கிறிஸ்தியானி போலக் குரிசையும் கொண்டு வந்திருக்கிறாரே இந்த மனுஷர் என்று நிலைகுலைந்து போனாள்.

நலங்கு நடக்கப் போறது. இங்கே நின்னு காசை எண்ணிண்டு இருக்கியே சிநேகா. வா சீக்கிரம். ஆரத்தி எடுக்கணும்.

லட்சுமி நவதம்பதிகள் உருட்டி விளையாடத் தேங்காயை எடுத்துப் போனவள் போகிற போக்கில் சொல்லி போனாள்.

சிநேகா பந்தலுக்குப் போனபோது பகவதி நலுங்கு இட வந்த சங்கரனுக்கு பரிசு கொடுத்துக் கொண்டிருந்தாள். அது ஒரு கடியாரம். ஏதோ வெள்ளைக்காரப் பட்டிணத்தில் அதை வெகு கவனமாக உண்டாக்கி அதி ஆச்சர்யமான விஷயமாக விற்பனைக்கு இறக்கியிருந்தார்கள். நீளமான சங்கிலியில் கட்டித் தொங்கவிட்ட அநத உருண்டை யந்திரம் அவ்வப்போது மணியடிக்கவும் செய்யும் என்று பிஷாரடி வைத்தியர் சொன்னார். குப்புசாமி அய்யன் அவர் மூலம் தான் திருவனந்தபுரத்திலிருந்து வரவழைத்திருந்தான் அந்தக் கடியாரத்தை.

பகவதி, இவன் உனக்கு என்ன தரான்னு கேளு.

வைத்திசார் சங்கரனின் இடுப்பில் அந்தக் கடியாரத்தைத் தொடுக்கி வைத்துவிட்டுச் சொன்னான்.

சங்கரன் நிரம்ப யோசித்து அடுத்த மாதம் பெல்ஜியம் கண்ணாடி ஒன்று வாங்கித் தருவதாக வாக்குத் தத்தம் செய்தான். அதை முன்கூட்டியே சென்னப்பட்டணத்தில் கருத்தானிடமோ, சுலைமானிடமோ சொல்லி வைத்து வாங்கி எடுத்து வந்திருக்கலாம் என்று வெகு தாமதமாகத் தோன்றியது அவனுக்கு.

கண்ணாடியும் மூக்காடியும் வரும்போது வரட்டும் பகவதிக்குட்டி. வேறே ஏதாவது கொடுடான்னு இவனை இப்பவே மடியைப் பிடிச்சு இழுத்துக் கேளு. இல்லாட்ட வாயிலே புகையிலைக் கட்டையை அடைச்சுட்டு அவன் பாட்டுக்குப் பட்டணத்துக்குக் காசு பார்க்கக் கிளம்பிடுவான்.

வைத்திசார் தூண்ட, அதெல்லாம் எங்க மாப்பிள்ளை சொன்னா சொன்னபடிக்குத் தருவார். நீங்க ஒண்ணும் துச்சமா வார்த்தை சொல்லண்டாம் கேட்டேளா. ஏண்டி சிநேகா வாயைத் திறந்துதான் பேசேண்டி நானே மெனக்கெட்டுண்டு நிக்கறேனே என்றாள் விசாலாட்சி மன்னி ஒவ்வொரு வார்த்தைக்கும் குலுங்கிச் சிரித்தபடி.

பின்னே இல்லியா? சாவக்காடோ, சென்னப்பட்டணமோ, ஒரு கண்ணாடி கிடைக்காதா என்ன மடியிலே பணத்தோடு இறங்கிப்போய் சிரத்திச்சுத் தேடினாக்க?

சிநேகா ஏதோ பதில் சொன்னாள்.

அவள் முதுகுக்குப் பின்னால் என்னமோ பெரிசாக நடந்திருக்கிறது அல்லது நடக்கப் போகிறது. ஆலப்பாட்டுத் தமையன்மார் வந்தாலே அவளுக்குப் பலமாக இருக்கும்.

ஆனாலும் சிநேகாம்பாளின் தம்பி போய்ச் சேர்ந்து அனுப்பி வைத்தது அவர்களுடைய தகப்பனாரைத்தான்.

எல்லாரும் ஜோலித் தெரக்குலே இருக்கா. நான் தான் பூரணமா ஸ்வஸ்தமாயிட்டேனே. கல்யாணம் விஜாரிச்சுட்டுப் போகலாம்னு கிளம்பி வந்தேன்.

அவர் காலையில் வந்திறங்கி உற்சாகமாகச் சொன்னதற்குக் கொஞ்சம் முன்னால் தான் தோட்டத்தில் வைத்துக் கிட்டாவய்யன் சிநேகாம்பாளிடம் தான் பாதிரிகளின் மதத்தில் ஏறியதை அறிவித்தான்.

நீ ஏதொண்ணுக்கும் பயப்படாதே. நான் எல்லாம் சமாளிச்சுக்கறேன். இன்னும் பத்து இருபது நாள்லே நாம கொல்லத்துலே இருந்தாகணும். கிளம்பு.

அவன் சொன்னபோது சிநேகாம்பாள் பித்துப் பிடித்ததுபோல் இருந்தாள்.

ஜான் கிட்டாவய்யரே, வீட்டில் உம்மைக் கட்டியோள் நீர் சத்திய வார்த்தையை ஏற்றுக் கொண்டதைக் கேட்டால் மனக் கிலேசமடைந்து போவாள். அது சுபாவமானது தான். ஸ்திரியல்லவா? அஞ்ஞானம் விலக நேரம் செல்லும். அது விலகி அவளும் நித்திய ஜீவனையும் வெளிச்சத்தையும் அடையாளம் காணும்போது எல்லாம் சரியாகி விடும். அதுவரை அவளுக்குச் சொல்ல வேண்டியது என்னவென்றால்.

சிநேகா, நான் இன்னும் ஒரு கொல்லம், மிஞ்சிப் போனா ரெண்டு கொல்லம் வேதத்துலே இருந்துட்டு அப்புறம் சாவக்காட்டான் காசை அவன் மூஞ்சியிலேயே வீசிட்டுப் பழையபடிக்கு ஆகிடுவேன்.

சிநேகாவால் நம்பவும் முடியவில்லை. நம்பாமலும் இருக்க முடியவில்லை. ஆனால், சாப்பாட்டுக்கடை நிறையப் பணத்தை வாரிச் சொரியும் தொழில். அதை வைத்துக் கொண்டிருப்பவர்கள் ஒருத்தர் விடாமல் விருத்தியாகி வந்திருக்கிறதாக அம்பலத்திலும் குளங்கரையிலும் பேசிக் கொள்கிறார்கள் எல்லோரும். கிட்டாவய்யன் விருச்சிக மாதம் தொடங்கி ஆறு மாசத்தில் காசு குறைச்சலில்லாமல் சம்பாதித்து சாவக்காட்டான் கடனை அடைத்துத் திரும்பியும் வீபூதி குழைத்துப் பூசிக் கொள்வான். அதற்கான சாமர்த்தியம் இருக்கப்பட்டவன் சிநேகாம்பாளின் புருஷன்.

மல்லிகைப்பூ மாலையோடு இன்னும் மாப்பிள்ளைக் கோலத்தில் இருந்த சங்கரனிடம் அவசரமாக அடுத்த கிராமம் வரை போய் இன்னும் ரெண்டு மணிக்கூரில் திரும்புவதாகத் தெரிவித்துக் கிட்டாவய்யன் கிளம்பும்போதுதான் அவன் மாமனாரான ஆலப்பாட்டு வயசன் வந்து இறங்கியது.

குளிச்சு, இலையடை நாலு சாப்பிட்டு நீங்க இங்கேயே ஊஞ்சல்லே விச்ராந்தியா இருங்கோ. நான் சுருக்கா வந்துடறேன் என்று அவரிடம் கிட்டாவய்யன் உபச்சார வார்த்தை கூறியபோது, மரவணைக்கு யார் வேஷம் கட்டிண்டு ஆடப்போறா என்று விசாரித்தார் வயசன்.

யாருமே இல்லே. ஆட்டம் இல்லாமத்தான் ஊர்வலம்.

குப்புசாமி அய்யன் வருத்தத்தோடு சொன்னது கேட்டு, நான் பொம்மனாட்டி வேஷம் கட்டிண்டு ஆடறேன் என்றார் அவர் உடனடியாக. உங்களால் முடியுமா என்று குப்புசாமி அய்யன் விசாரித்தபோது அவர் கோயில் கொடிமரத்தை நனைத்ததை நினைத்துக் கொண்டான்.

இப்பல்லாம் நான் பறக்கறதில்லே குப்புசாமி. தூங்கறபோது சில சமயம் படுக்கைக்கு மேலே ஒரு விரல்கடை தூரத்துலே மிதப்பேனாம். யாராவது பாத்து நடுவிலே இன்னும் ரெண்டு தென்னம்பாயை விரிச்சா சமதளம்தான்.

வயசனுக்கு எதிர்ப்பாட்டு பாடி ஆம்பிளை வேஷம் கட்டி ஆட வயசான தள்ளை ஒருத்தரும் கிடைக்காமல் சுந்தரகனபாடிகளின் பெண்டாட்டியைக் கேட்டார்கள்.

சரின்னு சொல்லுடி. நாலு நறுக்கு ஆடிட்டு வந்துடலாம். ஒரு தமாஷுக்குத்தானே.

சுப்பிரமணிய அய்யரின் குரலில் ஏறி மூத்தகுடிப் பெண்டுகள் கேட்டுக்கொள்ள அவள் அதெல்லாம் முடியாது என்று சொல்லிவிட்டாள். சுப்பம்மாளா என்ன அவள், அவர்கள் இழுத்த இழுப்புக்கெல்லாம் கூடவே போய்

சொல்கிறபடியெல்லாம் விழுந்து விழுந்து காரியம் பார்த்துக் கொண்டு கிடக்க? புடவைக்கு மேலே சேலம் குண்டஞ்சு வேஷ்டியை உடுத்திக்கொண்டு தய்யத் தக்கா என்று தெருவில் குதிக்க அவளுக்கு என்ன பைத்தியமா பிடித்திருக்கு?

சுப்பிரமணிய அய்யர் சுந்தர கனபாடிகளின் பீஜபலத்தைக் கேலி செய்து பாட ஆரம்பிக்க, கச்சேரி ராமநாதய்யர் அவரை அந்தப்பக்கம் அழைத்துப் போனார். கூடவே நடந்த ஜோசியர் அண்ணாசாமி அய்யரிடம் இந்த மூத்தகுடிப் பெண்டுகளின் அட்டகாசம் தாங்கலை என்றார் அவர்.

சுப்பிரமணிய அய்யர் ஜோசியரைப் பார்த்து போடா, போய் யோனி மாதிரி யந்திரம் பண்ணிண்டு வந்து பிரதிஷ்டை பண்ணிக் கும்பிடு என்றார் பெண்குரலில்.

அதற்குள் மடிசாரும், கண்ணில் மையுமாக ஆலப்பாட்டு வயசன் ஆடியபடி வர, நாதசுவர கோஷ்டியும் பின்னால் மரவணை ஊர்வலமும் கிளம்பிவிட்டது.

நந்தவனத்தில் ஓர் ஆண்டி.

கனபாடிகள் பிஷாரடி வைத்தியர் வீட்டுத் திண்ணையில் உட்கார்ந்து வயசனின் ஆட்டத்தைப் பார்த்தபடி இருந்தார். நேற்றைய சோபான ராத்திரியில் புரோகிதன் சொன்ன மந்திரம் அவர் நினைவில் சுழன்று வந்தது.

உன்னில் என்னை இட்டு நான் அரணி கடைவேன். நெருப்பாக இங்கே நமக்கு வம்சம் பெருகட்டும்.

அரணி இனி அவருக்கு வசப்படாது. வயதாகி விட்டது. எள்ளும் தர்ப்பையும் திவசமும் கூட அவருக்கு இல்லை. அவர் யந்திரங்களை நிர்மாணிக்கிறவர். நேற்று பகவதி சங்கரனுக்குக் கொடுத்தது போன்ற யந்திரங்கள். தேவதைகள் சகல திக்குகளிலும் நின்று நேரம் கடந்து போய்க் கொண்டிருக்கிறது என்று நொடிக்கொரு தடவை சொல்லி, முள்ளைச் சுழற்றி நகர்த்தும் யந்திரங்கள்.

எல்லா யந்திரங்களையும் நிர்மாணித்து முடித்த திருப்தி முகத்தில் தெரிய அவர் சுப்பிரமணிய அய்யரைப் பார்க்க, அவர் கண்ணாடிக் குடுவையில் திரவம் எதையோ கொதிக்க வைத்து அது சரியான சூட்டில் திளைப்பதைப் பார்த்தபடி நிற்கிறதாகவும், கவனத்தைக் கெடுத்துவிட வேண்டாம் என்றும் நல்ல மலையாளத்தில் சொன்னார்.

அந்த எழவெடுத்த பார்ப்பானுக்குக் கொடுத்த சவரனைப் பிடுங்கிட்டு வா என்று துரைத்தனத்துப் பாஷையில் துப்பாக்கியை உயர்த்தித் தோளுக்கு மேல் பிடித்த சிப்பாய்க்குக் கட்டளை பிறப்பித்துவிட்டுப் புகைக் குழாயை தீர்க்கமாக வலிக்கிற பிரயத்தனத்தில் இருந்தார் ஜோசியர் அண்ணாசாமி அய்யங்கார்.

சங்கரன் பகவதிக் குட்டியின் உள்ளங்கையில் கிள்ளினான்.

நீங்க கிள்ளிப் பிடுங்க இங்கே மட்டும் தான் பாக்கி இருந்தது உடம்பிலே என்றாள் மெல்லிய குரலில் பகவதி அவனிடம்.

அவளுக்கு இடுப்பை இறுக்கிப் பிடிக்கிற ஒரு துரைச்சானி பாவாடை அடுத்த தடவை பட்டணம் போகும்போது வாங்கிவந்து கொடுக்க வேண்டும். அதை உடுத்த வைத்து, அப்புறம் எடுக்க வைத்துப் பார்க்க வேண்டும். போகம் தான் எல்லாம். பழுக்காத்தட்டு சங்கீதம் கொண்டுவரச் சொல்லி அந்த நூதன வாகனக் களவாணிகளிடம் சொல்ல வேண்டும். நக்னமாக மாடியில் நின்றபடிக்கு அதைச் சுழல விட்டுக் கேட்க வேண்டும். சங்கரன் சாமவேதம் படித்தவன். அதை மறந்தவன். மனம் ஒரு நிமிடம் அவனைக் குடிமாற்ற இடுப்பில் கடியாரம் கணகணவென்று மணியடித்தது.

கரண்டிக்கார பிராமணன்
கள்ளிக்கோட்டை போனானாம்.
சாவக்காட்டான் வழிசொல்ல
சாத்திரத்தை மாத்தினானாம்..
கள்ளுச் சொட்டாக் காப்பியும்

காரவடை இட்டலியும்
வேணுமின்னா ஏறுங்கோ
வேதக்காரன் கடையிலே.

ஆலக்காட்டு வயசன் பாடியபடிக்கு மேலே கொஞ்சம் எழும்பினார். மூத்தகுடிப் பெண்டுகள் அவரைப் பிடித்துக் கொண்டிருக்கிறார்கள் என்றார் கனபாடிகள் ஜோசியரிடம்.

வயசனைப் பிடித்துத் தரையிறக்க ஓடி வந்த சின்ன எம்பிராந்திரி ஜோசியரைப் பார்த்து, யோனி மாதிரி யந்திரம் செய்து என்ன பிரயோஜனம்? அது கொண்டு விக்ஞான வளர்ச்சிக்குக் கிஞ்சித்தும் பிரயோஜனமுண்டோ என்று பிஷாரடி வைத்தியர் குரலில் விசாரித்தபடி ஓடினான்.

அவன் வாயில் அடித்த வாடை அபின் வாடை ஜோசியருக்கு இதமாக இருந்தது.

அத்தியாயம் ஐம்பது

கல்யாணம் விசாரிக்க யாராவது வந்த மணியமாகவே இருந்தார்கள். சீர்வரிசையோடு கொண்டு வந்த அதிரசமும், தேங்குழலும் கைமுறுக்கும் எண்ணெய்க் காறலில் கசப்புத் தட்டும்வரை தின்று தீர்க்கவும் வந்தவர்களுக்கு இலை நறுக்கில் பொதிந்து தாம்பூலத்தோடு கொடுக்கவுமாக எதேஷ்டமாக இருந்தது.

போதாக்குறைக்கு பருப்புத் தேங்காய் வேறு. இது புது தினுசாக பூந்திலாடு சேர்த்துப் பிடித்ததும், குழந்தைகள் ருசித்து எச்சில் ஒழுகச் சாப்பிடும் வர்ண முட்டாயைத் தேங்காய் பர்பிக்கு மேலே பதித்து உண்டாக்கினதுமாக ஏகப்பட்டது.

கல்யாணம் முடிந்த கையோடு புதுவீட்டில் குடித்தனமும் வைத்துக் கொடுத்திருந்தார் சுப்பிரமணிய அய்யர். பழைய பரபரப்பும் சந்தோஷமும் மெல்லத் திரும்பிக் கொண்டிருப்பதாக அவருக்குத் தோன்றிய நேரம் அது.

குப்புசாமி அய்யனும் விசாலாட்சியும் பகவதியை பட்டுப்பாய், பட்சணம், பண்ட பாத்திரம், இதர சீர் வரிசை சகிதம் கொண்டு விட வந்திருந்தார்கள். விசாலாட்சிக்கு அரசூர்

மிகவும் பிடித்துப் போனது. கடைத்தெருவுக்கும் கோயிலுக்கும் தனியாகவே போய் வந்தாள் அவள்.

முட்டாயைக் கரைத்த மாதிரி அது ஏன் இந்த ஊர்க் குளம் எல்லாம் சிவந்து வழிகிறது என்று சங்கரனைக் கேட்டாள் அவள். அது குளம் இல்லை அக்கா, ஊருணி என்றான் சங்கரன். ஆனாலும் தண்ணி கல்கண்டா இனிக்கிறது என்று ஊருணித் தண்ணீரை மானாமதுரை மண் கூஜாவிலிருந்து எடுத்துக் குடித்தபடி அவள் சொன்னபோது, தீர்த்தத்துலே மண்ணு நெடி அடிக்கறதே. கவனிச்சியோ என்றான் குப்புசாமி அய்யன். பின்னே என்ன ஆகாச வாடையா அடிக்கும் அதிலே என்று விசாலாட்சி சிரித்தாள். அம்பலப்புழைக் குடும்ப ஸ்திரிகள் எல்லோருக்கும், பகவதி உட்பட அழகான சிரிப்பை உண்டாக்கிக் கொடுத்திருக்கிறான் பகவான் என்றாள் ஜோசியர் அண்ணாசாமி அய்யங்கார் வீட்டுக்காரி.

விசாலாட்சியும், சுகஜீவனம் கரம்பங்காடு கிருஷ்ணய்யர் சம்சாரமும், சுந்தர கனபாடிகள் அகத்துக்காரியுமாகத் தான் ஓடி ஓடி வந்தவர்களுக்கு உபசரித்துக் கொடுத்தது.

கல்யாணி அம்மாள் இன்னும் நினைவு சரிவரத் தெளியாமல்தான் இருந்தாள்.

நாட்டுப்பொண்ணு வந்திருக்கா கல்யாணி. எழுந்து உக்காரு. ஆசிர்வாதம் கேக்கறது குழந்தைகள்.

சுப்பிரமணிய அய்யர் சிரமப்பட்டுக் கல்யாணி அம்மாளைப் பிடித்துப் படுக்கையில் உட்கார்த்த, சாமா, பொண்டாட்டியைப் பத்திரமாப் பாத்துக்கோ. தீப்பிடிக்க விட்டுடாதே என்று முனகிவிட்டுத் திரும்பத் தூங்கப் போய்விட்டாள்.

வீட்டுக்கு வந்த நவ வதுவரனுக்கு ஆரத்தி எடுக்க நித்யசுமங்கலி சுப்பம்மாள் இருந்தால் எடுப்பாக இருக்கும் என்று சுப்பிரமணிய அய்யரும் மற்றவர்களும் அபிப்ராயப்பட்டாலும் சுப்பம்மாள் போன சுவடே தெரியவில்லை.

கல்யாணியைப் பாத்துக்கறேன்னுட்டு இப்படி எங்கேயோ சவாரி விட்டுட்டாளே கிழவி என்றாள் கனபாடிகள் பெண்டாட்டி.

சுப்பம்மாளுக்குக் கடுத்த ஜுரமா இருந்தது. இங்கே இருந்தா கல்யாணிக்கு இன்னும் ரோகம் பாதிக்குமோன்னு தன்னோட கிரஹத்துக்குப் போனா. அது நீங்க கல்யாணத்துக்குக் கிளம்பிப் போனதுக்கு மறுநாளைக்கு மறுநாள்.

பாடசாலை ராமலட்சுமிப் பாட்டி சொன்னாள். அது கழிந்து சுப்பம்மாள் கவலையில்லாமல் பாடிக்கொண்டு நடுராத்திரியில் தெருவில் நடந்து போனதைப் பார்த்ததாகவும் தெரிவித்தாள். அப்போது போனவள் தான்.

மூத்தகுடிப் பெண்டுகள் என்னோடில்லையோ வந்தது? அப்புறம் எப்படி சுப்பம்மா பாடிக்கொண்டு அவர்களோடு போகமுடிந்தது என்று நியாயமான கேள்வியைச் சுப்பிரமணிய அய்யர் எழுப்பினார்.

அவள் குரல் கர்ண கடூரமாக இருந்ததாகவும் அது மூத்த குடிப் பெண்டுகள் கைவேலை இல்லையென்றும் ஆனால் சுப்பம்மாள் வெகு உற்சாகமாக மழையில் நனைந்தபடி பாடிப் போனதாகவும் ஜோசியர் பெண்டாட்டி அறிவித்தபோது, நீ சும்மா இரு என்று ஜோசியர் அடக்கினார். சுப்பம்மாளுக்குக் கொடுத்த யந்திரத்தை அவள் போகிற போக்கில் அரண்மனைத் தோட்டத்தில் விட்டுப் போனதை இன்னும் அவர் சரியென்று ஏற்கவில்லை. அதனால் எத்தனை கஷ்டம்? மலையாள வைத்தியன் கொடுத்த ருசியான திரவம் தவிர வேறு சுகம் ஏதும் இல்லை. கொட்டகுடித் தாசி மட்டும் கடாட்சம் காட்டாதிருந்தால் சரிந்து போன மகாயந்திரம் இன்னும் எத்தனை நாசத்தை உண்டாக்கி இருக்குமோ என்று அவர் நினைத்தபோது அம்பலப்புழை பிஷாரடி வைத்தியர் விக்ஞான ரீதியில் யோஜிக்கப் பழகிக் கொள்ளணும் என்றார். வைத்தியர் தன் மனதில் இப்படி அவ்வப்போது வந்து சேதி சொல்லும் சங்கடத்தை நிவர்த்திக்க அடுத்த யந்திரத்தில் என்ன மாதிரியான க்ஷேத்ர கணிதம் போடலாம் என்று யோசித்தபடி ஜோசியர்

நடந்தபோது அரண்மனைத் தோட்டத்து யந்திரம் கண்ணில் பட்டது. அது அவர் ஸ்தாபித்ததை விட அளவு சுருங்கிக் காணப்பட்டது.

சங்கரன் பகவதிக்குட்டியைக் கடைத்தெருவுக்கு அழைத்துக் கொண்டு போனான். கொட்டகுடித் தாசி நடந்தபோது நிமிர்ந்த தலைகளை விட இப்போது உயர்ந்தவை இன்னும் அதிகம் என்று அவனுக்குத் தெரிந்தது.

கடை வாசலில் தலையாட்டி பொம்மை கண்ணை உருட்டி உருட்டி பகவதியை வரவேற்றது. அப்புறம் அப்படியே நிலைத்து நின்று விட்டது. பகவதி குறுகின மரப்படிகளின் மூலம் கடைக்குள் ஏறிவரக் கஷ்டப்பட்டாள்.

அவளுக்குப் புகையிலை வாடை வயிற்றைப் பிரட்டிக்கொண்டு வந்ததாகச் சொன்னாள் சங்கரனிடம். என்ன செய்ய பொண்ணே, இதை வித்துத்தான் குடும்பத்தைச் சம்ரட்சிக்கணும் என்று நம் தலையில் விதிச்சு விட்டான் பகவான் என்றான் சங்கரன். வீட்டில் இந்தத் தடவை புகையிலை ஒரு நறுக்கு கூட இல்லாமல் எல்லாம் அரண்மனைக் கிட்டங்கியில் அடைத்து வைக்க வழி பண்ணிக் கொடுத்த வகையில் வங்கிழவன் துரைக்கு மனதில் நன்றி சொன்னான் அவன்.

யாரோ மூக்குத்தூள் வாங்க வந்து நின்று பகவதியைப் பார்த்துத் தயங்கி அப்புறம் வருவதாகச் சொல்லிப் போக, நான் வந்து உங்க வியாபாரம் தடசமானதா இருக்க வேணாம் என்று அவள் படியிறங்கினாள்.

திறக்க ஆரம்பித்த மூக்குத் தூள் பரணியைத் திரும்ப இறுக்க மூடினான் சங்கரன். அப்படியும் பகவதி தும்ம ஆரம்பித்து நடுப்படியிலேயே நின்றாள். மூடிய கண்ணும் ஒரு சிரிப்புமாக அங்கே தும்மிக் கொண்டு நின்றவளை வாரி அப்படியே அணைத்துக்கொள்ள வேண்டும் என்று மனதில் எழுந்து வந்ததை அடக்கிக் கொண்டான் சங்கரன்.

ஐயணை என்று கூப்பிடுவதற்கு முன் ஐயணை கடை வாசலில் வந்திருந்தான்.

ஆலப்பாட்டு வயசன் சாயல் ஐயணைக்கு இருப்பதாகப் பகவதிக்குட்டி சொன்னது அவளுக்கு நினைவு வர சங்கரன் சிரித்தான். அது எதுக்குச் சிரிப்பு என்று புரியாமல் பகவதியும் சிரிக்க ஆரம்பித்தாள்.

கொளந்தைக்கு நெறைவா சிரிப்பு இருக்கு சாமி. வீட்டுலே அதுதான் இத்தனை நாள் காணாம இருந்துச்சு.

ஐயணை பெட்டி வண்டியை ஓட்டிப் போகும்போது சொல்லியபடியே போனான்.

கல்யாணம் விசாரிக்க பக்கத்து அரண்மனையிலிருந்து ராணி வந்தபோது சுப்பிரமணிய அய்யர் குடும்பமே அங்கே கூடியிருந்து அவளை வரவேற்றது. சங்கரன் மட்டும் ஏதோ நினைத்துக் கொண்டது போல் கடைக்குக் கிளம்பி விட்டான்.

மகாராணி. அதுவும் வாயும் வயிறுமாக இருக்கப்பட்ட ஸ்திரி என்று வீட்டுப் பெண்கள் எல்லோரும் அவளை மரியாதையும் பிரியமுமாக வரவேற்றார்கள். கனபாடிகள் பெண்டாட்டியும், கச்சேரி ராமநாதய்யர் சம்சாரமும் குரல் நடுங்க லாலி பாடி அவளுக்கும் சேர்த்து ஆரத்தி எடுத்தார்கள்.

சுப்பம்மாள் கிழவி இருந்தால் அருமையான பாட்டு ஏதாவது பாடி அவளுக்கு மரியாதை செய்வாள். மூத்த குடிப் பெண்டுகளுக்கும் இவள் வரவு இஷ்டமாக இருந்திருக்கும். சுப்பம்மாளோடு அவர்களும் போய்விட்டார்கள் போலிருக்கிறது என்று ஆரத்தியை வாசலில் கொட்டியபோது கனபாடிகள் பெண்டாட்டி நினைத்தாள்.

ராஜாவுக்கு துரைத்தனத்துக் கணக்கு ஏதோ உடனடியாக சமர்ப்பிக்க உத்தரவு வந்திருப்பதாகவும் காரியஸ்தனோடு அவர் விடிந்ததிலிருந்தே மல்லுக்கட்டிக் கொண்டிருப்பதால் வரமுடியவில்லை என்றும் ராணி அறிவித்தபோது, ஜமீன் நிர்வாகம்னா சும்மாவா, ஏகப்பட்ட பிக்கல் பிடுங்கல் இருக்கத்தானே செய்யும் என்று கச்சேரி ராமநாதய்யர் ஆதரவாகச் சொன்னார். தான் கோர்ட்டில் சிரஸ்ததாராக

ஜமீன் கணக்கு வியாஜ்யங்களையே மேலதிகம் ஆயுசு முழுவதும் பார்த்ததாக அவர் கூட்டிச் சேர்க்க, இந்த அய்யரை காரியஸ்தன் இடத்தில் அமர்த்தினால் துரைத்தனத்துக்கு லிகிதம் எழுதி அதிக மான்யம் வாங்கவும், தேவைப்பட்ட போது தர்க்கம் செய்யவும் உபயோகமாக இருக்கும் என்று நினைத்தாள் ராணி.

சுந்தர கனபாடிகள் பெண்டாட்டி வீடு முழுக்கச் சுற்றிக்காட்ட மெல்ல நடந்து போய்ப் பார்வையிட்ட அவள் தாம்பூலத்தோடும் மஞ்சள் குங்குமத்தோடும் கிளம்பும்போது பகவதிக்குட்டியை அணைத்துத் தலையில் வாஞ்சையாக முத்தமிட்டாள்.

கிணற்றடிக்கு மேலே ஓடு இறக்கியோ இல்லை கூறை போட்டோ ஒரு ஏற்பாடு செய்து கொள்ளச் சொல்லிப் போனாள் அவள். அரண்மனையில் புகையிலை அடைக்க இடம் கொடுத்தபிறகு ஆள் நடமாட்டம் அதிகமாகிப் போனதாகவும் குளிக்கும்போது யாராவது வெளியிலே இருந்து பார்க்கக் கூடும் என்பதால் இந்த யோசனை என்றும் அவள் தெரிவித்ததாகச் சங்கரனிடம் பிற்பாடு பகவதிக்குட்டி சொன்னாள்.

யாராவது பார்த்தால் பொசுக்கிப் போடுவேன் என்றான் அவன் தலையைக் குனிந்தபடிக்கு.

கல்யாணம் விசாரிக்க இனிமேல் ஊரில் ஆள் பாக்கி இல்லை. தாணுப்பிள்ளையும் தம்பதி சமேதராக மதுரையிலிருந்து வந்து பெண்ணுக்கும் பிள்ளைக்குமாக ஆளுக்கொரு வராகனும், மதுரை மல்லிகைப் பூவும், மீனாட்சி கோயில் குங்குமமுமாக வந்துவிட்டுப் போனார்.

எல்லோரும் போய் வீடு கூட்டம் குறைந்து சகஜ நிலைக்கு வந்தபோது கருத்தான் வந்து சேர்ந்தான். வந்ததும் முதல் காரியமாகக் கையோடு கொண்டு வந்திருந்த பொடித்தூள் ஜாடிகளை அரண்மனைக் கிட்டங்கியில் வைத்துப் பூட்டி விட்டுச் சாவியை சங்கரனிடம் சேர்ப்பித்தான்.

அய்யர் சாமி, உங்க கல்யாணத்துக்கே மலையாள சீமைக்கு வரத்தான் நினைச்சிருந்தேன். ஆனா பீவி பிள்ளையைப் பெத்துக் கையிலே கொடுத்துட்டா.

சைனா பட்டுத் துணியில் இரண்டு நேர்த்தியான சால்வைகளைப் பிரியத்தோடு சங்கரன் கையில் கொடுத்தான் அவன்.

என்ன குழந்தைடா கருப்பா இந்த விசை உனக்கு என்று விசாரித்தான் சங்கரன் அந்தச் சால்வையில் முகம் புதைத்துக் கொண்டு.

ஆம்பளை ஒண்ணு. கூடவே பொம்பளைப் புள்ளை ஒண்ணு. ரெட்டையாப் பெத்து விட்டுட்டா.

அவன் குரலில் தெறித்த சந்தோஷம் சங்கரனையும் பற்றிக் கொண்டது.

பகவதி, இந்தத் தடியன் தான் எனக்கு வியாபாரத்துலே பாகஸ்தன். கருத்தான்னு பேர்.

பகவதி கருத்தானுக்கு இரண்டு கையையும் கூப்பி நமஸ்காரம் செய்தாள்.

இந்த அபிஷ்டுவுக்குக் காப்பி கொண்டு வந்து கொடு.

கருத்தான் பதறிப்போய் எழுந்து வெளியே ஓடியே விட்டான்.

கல்யாணம் விசாரிக்கக் கடைசியாக வந்தவர்களில் கொட்டகுடித் தாசியும் இருந்தாள். பகவதிக் குட்டிக்கு மட்டுமே அவள் பெயர் மோகனவல்லி என்று தெரிய வந்தது. தான் பகவதியென்று சொல்லி அவளுடைய பெயர் என்ன என்று விசாரித்தபோது, முதல் தடவையாகத் தன்னிடம் இன்னொருத்தர் பெயர் கேட்பதில் அதுவும் யௌவனமும் அழகும் கல்வியும் கொண்ட ஸ்திரி ஒருத்தி விசாரிப்பதில் அவளுக்குத் தாங்கொணாத சந்தோஷம் என்றாள். சங்கரனிடம் ராத்திரி இதைப் பகவதி சொன்னபோது அவன் கொட்டகுடித் தாசியின் முழங்கைகளைப் பற்றி நினைத்துக் கொண்டிருந்தான்.

பெண்டாட்டியைப் பக்கத்தில் வைத்துக் கொண்டு அன்னிய ஸ்திரியை இச்சிக்கலாமா என்று மனம் கேட்டபோது அவன் பதிலேதும் இல்லாமல் கூடத்தில் ஊஞ்சலில் உட்கார்ந்தான்.

அப்போது நடு ராத்திரிப் பொழுது. வெளியே மழை பெய்கிற சத்தம்.

பகவதியிடம் கொட்டகுடித் தாசி கடைக்கு வந்த விஷயத்தைச் சொல்லவில்லையே என்று பட்டது சங்கரனுக்கு. அதை ஏன் சொல்ல வேண்டும் என்று தெரியவில்லை. அவள் எழுதிக் கொடுத்த வெண்பாவையாவது காட்டியிருக்கலாம். ஆனால் பகவதிக்குத் தமிழ் படிக்க வராது. மலையாளம் தான் வரும். அவளுக்குத் தமிழ் சொல்லிக் கொடுக்க வேண்டும். படிப்பிக்க புருஷர்கள் யாரும் சரிப்பட்டு வராது. கொட்டகுடித் தாசி வரச் சம்மதித்தால் நன்றாக இருக்கும். அடுத்த தடவை அவள் கடைத்தெருவுக்கு வரும்போது கேட்க வேண்டும். எனக்கு என்ன கற்றுக் கொடுப்பாய் என்றும் விசாரிக்க வேண்டும்.

பகவதிக்குட்டி அவனுக்குப் பக்கமாக வந்து நின்றாள். இழுத்து அணைத்து ஊஞ்சலில் கிடத்தினான் அவளை. நாபியில் மென்மையாக முத்தமிட அவள் சிலிர்த்தபடி திரும்ப எழுந்து உட்கார்ந்து அவனை ஆரத்தழுவி உதட்டில் முத்தினாள். ஊஞ்சல் ஆட்டத்தில் அவளோடு கலந்தபோது இதெல்லாம் ஏற்கனவே நடந்து முடிந்த விஷயம் என்று சங்கரன் மனதில் வந்து போனது.

ஆனாலும் தான் நீங்க ரொம்பப் படுத்தறேள்.

எழுந்து உட்கார்ந்த அவள் குரல் மட்டும் குறைப்பட்டுக் கொண்டது. அவிழ்ந்த தலைமுடியை திரும்ப முடியத் தொடங்க, வேணாம் இப்படியே இருந்துட்டுப் போகட்டும். குத்து விளக்கு வெளிச்சத்துலே ரதி மாதிரி இருக்கே என்றான் சங்கரன். இதுவும் இவன் சொன்னது இல்லை. ஏற்கனவே பேசப்பட்ட வார்த்தைகள்.

பகவதி, ஒரு பாட்டுப் பாடேன்.

பிராந்தோ, இப்படி அசுத்தமா உக்காந்து தான் சங்கீதம் பாடுவாளோ?

நான் தொட்டதாலே அசுத்தமாயிட்டியாடி நீ?

சங்கரன் அவளை மடியில் இழுத்துக் கொண்டு கேட்டான்.

தொட்டதோட விட்டாத்தானே?

பகவதி சிரித்தாலும், அவனுக்கு முன்னால் தரையில் உட்கார்ந்து பாட ஆரம்பித்தாள்.

ஒவ்வொன்றும் ஏற்கனவே நடந்து போனதாகச் சங்கரனுக்கு இன்னும் நிச்சயமாகப் பட்டது. அவன் தான் சாமா. அவன் முன்னால் உட்கார்ந்து பாடிக் கொண்டிருப்பவள் சாமாவோடு போனவள். இந்த ஊஞ்சல் தான். முன்னால் கால் இடிக்கிற இடத்தில் இதே சுவர்தான். அங்கே வரலட்சுமி முகம் வரைந்து வைத்திருந்தது. பக்கத்தில் புகையிலைக் குழாயில் இருந்து துரை சாம்பலைத் துப்பினான். கூரை இல்லாத இந்த வீட்டுக்கு வெளியே இருந்துதான் சுப்பம்மாக் கிழவி பழுக்காத்தட்டு சங்கீதத்தைப் பாடினாள். அதுவும் சாமா சுழல விட்டுக் கேட்டுக் கொண்டிருந்ததுதான். அதைக் கொண்டுவந்து கொடுத்த களவாணிகள் திரும்பவும் வருவார்கள். அவர்களுக்குச் சாமிநாதன் சங்கரன் எல்லோரும் ஒன்றுதான். இந்த வீட்டையும் யாரோ எரிப்பார்கள். இன்னொரு தடவை இங்கே அப்புறம் உட்கார்ந்து ஊஞ்சலாடுவது வேறு யாரோ. எல்லாம் பழுக்காத்தட்டு போல் சுழன்று சுழன்று மறுபடி மறுபடி நிகழ்ந்தபடி இருக்கும்.

சங்கரன் ஊஞ்சலில் படுத்துத் தூங்கிப் போனான். தரையில் புறங்கையைத் தலையணையாக வைத்தபடி பகவதியும் உறங்கிப்போன அந்த ராத்திரி முழுக்க விடாமல் மழை பெய்தபடி இருந்தது.

மழைக்கு நடுவே பெரிய இடிச்சத்தம். பக்கத்து வீட்டுத் திசையிலிருந்து ஏதோ பற்றி எரிவது போல் வெளிச்சம். ராஜா பதறி எழுந்து ஜன்னல் பக்கம் பார்க்க, ஜோசியர் அரண்மனை நந்தவனத்தில் நிறுத்தியிருந்த யந்திரம் எரிந்து கொண்டிருந்தது. ஒரு வினாடியில் அது பஸ்பமாகக் கீழே

விழ, அங்கே சின்னதாக இன்னொரு நெருப்பு. ஏகப்பட்ட பெண்குரல்கள் சண்டை பிடித்தபடி காற்றில் மிதந்தன.

நீ போய்த் தூங்கு. ஒண்ணுமில்லே என்றார்கள் மூதாதையர்கள் ராஜாவிடம். வீடு ஒண்ணும் தீப்பிடிக்கலியே என்று திரும்ப விசாரித்தார் ராஜா. அது மாதிரி ஆகி இருந்தால் அரண்மனையில் அந்தப்புரக் கட்டிலிலும் ஒருபக்கமாகப் புகையிலைச் சிப்பம் அடுக்க இடம் கொடுக்க வேண்டி வரலாம்.

இல்லேப்பா ஒண்ணும் ஆகலே அப்படியெல்லாம் என்றான் புஸ்திமீசையான். சரிதான் என்று சமாதானத்தோடு மூத்திரச் சட்டியை வெளியே எடுத்தார் ராஜா.

அந்தச் சின்ன யந்திரம் தீயோடு பறந்து போனதை ஜன்னல் வழியாகப் பார்த்தார் அவர்.

சே இதொரு சல்யம். அரசூர் ஜோசியனும் அவன் யந்திரமும் எல்லாம் நசிச்சுப் போக. யார் சுப்பம்மா? எதுக்கு இவனோட யந்திரம் அவள் போன திசைக்குப் பறக்கணும்? மூட ஜனங்கள். தூக்கத்தைக் கெடுக்கக் கொதுகு போதாதுன்னு இவன் வேறே.

பிஷாரடி வைத்தியர் புதைப்பை இன்னும் இழுத்துப் போர்த்திக் கொண்டு கலைந்த நித்திரையைத் தொடர ஆரம்பித்தபோது விடிந்திருந்தது.

அத்தியாயம் ஐம்பத்தொன்று

வண்டி வியாபார நிமித்தம் நிறுத்தி வச்சிருக்கப்பட்டது. வந்தவன் போனவனுக்கு எல்லாம் வடிச்சு எடுத்துண்டு போய் சட்டமாப் படைச்சுட்டு வரதுக்கு இல்லே அது. மாப்பிள்ளை கேட்டால் கோபப்படுவார். உனக்கும் உன் அனுஜத்திக்கும் சகோதர வாஞ்சை பீறிட்டுண்டு வரதா என்ன?

சோமநாதன் சத்தம் எகிறிக் கொண்டிருக்க, அலமேலு அக்கா குரல் தாழ்த்திப் பேசிக் கொண்டிருந்தது பகவதிக் குட்டிக்குக் காதில் விழுந்தது.

ஐயோ, அந்த மாபாவி கிட்டன் எப்போலேருந்து எனக்கு அண்ணாவானான்? அறுத்துப் போட்டுட்டு வேதத்துலே ஏறினதுக்கு அப்புறம் உறவாவது மண்ணாவது. அந்தத் தேவிடியா முண்டை சிநேகாம்பாளை நினைச்சாலே பத்திண்டு வரது. பகவதிக்குட்டிக்கு தாராள மனசு. ஏதோ சொல்லியிருக்கா. அதுக்காக என்கிட்டே இரைவானேன்?

அலமேலு அக்கா சொன்னதைக் கேட்க பகவதிக்குத் துக்கமாக இருந்தது. ஆனாலும் அவளால் ஆகமுடிந்தது என்ன? புருஷர்கள்

இல்லையா இங்கே எல்லாம் எல்லோரும் எப்படி நடக்க வேண்டும் என்று தீர்மானிப்பது.

கல்யாணம் ஆகி அரசூர் வந்த பத்து வருடத்தில் சங்கரன் சொல்லி ஒரு வார்த்தை தட்டியது உண்டா அவள்?

ஏன்னா அலமு அக்கா ஆத்துக்காரார் சோமநாதய்யர் இருக்காரில்லியோ.

சோமனுக்கு என்ன வந்தது? மதுரையிலே சாப்பாட்டுக்கடை வச்சுண்டு வசதியாத்தானே இருக்கான்?

சங்கரன் கேட்டபோது அவள் சும்மா இருந்தாள். சங்கரனுக்கு எல்லாம் தெரியும் என்பது அவளுக்குத் தெரிந்த சங்கதிதான்.

எல்லோரும் சோற்றுக்கடை போடுகிறார்களே, முன்னேற்றமாக வருகிறார்களே என்று சோமநாதனும் அம்பலப்புழையை விட்டுவிட்டு மதுரைக்குக் குடியேறி சோற்றுக்கடை போட்டான். கிட்டாவய்யன் வேதத்தில் ஏறிப் பரம்பரைச் சொத்தான காணியைப் பங்கு பிரித்துப் போன நாலாம் வருஷம் விருச்சிக மாதத்தில் அவன் செய்த காரியம் அது.

விசாலாட்சி மன்னி கதறக் கதற உறவை அறுத்துக்கொண்டு, இரண்டு பெண் குழந்தைகளையும், நிறைமாத சூலியான சிநேகாம்பாளையும் கூட்டு வண்டியில் ஏற்றிக் கொண்டு கிட்டாவய்யன் பிரிந்து போன தினமும் ஒரு விருச்சிகம் முதல் தேதியில் தான்.

சபரிமலை அம்பலத்துக்குப் போக நான் வருஷா வருஷம் விரதம் ஆரம்பிக்கற தினம்டா கிட்டா இது. மாலை போட்டுண்டு வந்துடறேன். நாளைக்கு எங்கே கூப்பிடறியோ அங்கே வந்து எல்லாக் கையெழுத்தும் போட்டுத் தரேன். ஒரு நாள் பொறுத்துக்கோடா.

தமையன் துரைசாமி அய்யன் எவ்வளவோ சொல்லிப் பார்த்தும் கிட்டாவய்யன் கேட்கிற வழியாக இல்லை. விருச்சிகம் பந்திரெண்டில் கொல்லத்தில் கடை ஆரம்பிக்க

எல்லா ஏற்பாடும் செய்தாகி விட்டது. ஊருக்கு இப்போதே மூட்டை முடிச்சைக் கட்டாவிட்டால் எல்லாம் தாமதமாகி விடும். யாரோ எங்கோ மலை ஏறட்டும். இறங்கட்டும்.

துரையப்பா, அவனைப் போகவிடுடா. போகணும்னு முடிவு பண்ணிட்டான். கிட்டாவய்யன் இல்லை. இவா ஜான் கிருஷ்ணமூர்த்தி. போய்ட்டு வாங்கோ. க்ஷேமமா இருங்கோ எல்லோரும் எங்கே யாரா இருந்தாலும்.

குப்புசாமி அய்யன் சுவரை வெறித்துக் கொண்டு சொன்னான் அப்போது.

விசாலாட்சி பெருங்குரலெடுத்து அழுது யாரும் பார்த்ததில்லை. இப்போது பார்த்தார்கள். கிட்டாவய்யன் கிறிஸ்தியானி ஆனதில் அவளுக்கு எந்த வருத்தமும் இல்லை. பிள்ளைத் தாய்ச்சியான சிநேகாவையும் சிற்றாடை கட்டின இரண்டு பெண்குட்டிகளையும் இப்படிப் பழகிய இடத்தை விட்டுப் பறித்துக் கிளப்பிக் கொண்டு போகிற துக்கத்தைத் தான் அவளால் தாங்க முடியவில்லை.

அக்கா, எனக்கும் போக என்ன இஷ்டமா? அதுவும் இப்படி வாயும் வயறுமா நிக்கற ஸ்திதியிலே? அவரானா பிடிவாதம் பிடிக்கறார். கொஞ்ச நாள்தான் பொறுத்துக்கோங்கோ. எல்லோருமா இங்கே திரும்பிடுவோம்.

விசாலாட்சி அவளை ஆதரவாக அணைத்துக் கொண்டாள். அவளுக்கு என்னவோ தோன்றியது அதெல்லாம் நடக்கிற விஷயம் இல்லை என்று. இந்தப் பெண் குழந்தைகள் அடுத்து அச்சனோடு கூட குரிசுப் பள்ளிக்குக் குடை பிடித்துக்கொண்டு நடப்பார்கள். சிநேகா வயிற்றில் இருக்கப்பட்டது ஆணோ, பெண்ணோ பிறந்தது முதல்கொண்டு அப்படியே வளரும். பின்னால் ஏதோ ஒரு தினத்தில் சிநேகாவும் குரிசு பிடித்தபடி ஞாயிறாழ்ச்சை காலை நேரத்தில் பள்ளிக்குப் போவாள்.

பங்கு பிரித்து முடித்தபோது கிட்டாவய்யன் உடனடியாகத் தன் காணியை விற்றுக் காசாக்கிக் கொண்டான். குப்புசாமி

அய்யன் சிநேகிதன் கருநாகப்பள்ளி சங்குண்ணிதான் அவன் நிலத்தை வாங்கியது.

கிட்டாவய்யன் போன அடுத்த வருடமே, அவன் தமக்கை லட்சுமியும், ராமேந்திரனும் கண்ணூருக்குப் புறப்பட்டுப் போனார்கள். அங்கே அடுக்களைப் பணிக்கு ஒரு தம்புரான் நிறையப் பணம் கொடுத்துக் கூப்பிட்ட காரணத்தால் ராமேந்திரன் கிளம்பினான்.

அடுத்துப் போன அலமேலுவும் சோமநாதனும் தான் மதுரையில் சோற்றுக்கடை போட்டது. மைத்துனன் கிட்டாவய்யன் போல் வரவேண்டும் என்று எதிர்பார்த்து ஆரம்பித்த வியாபாரம் முதலுக்கே நஷ்டமாக முடிந்தபோது மூன்று பிள்ளைகளையும், அலமுவையும் வைத்துக் காப்பாற்ற வழியேதும் தெரியாமல் அலமுவை பகவதியைப் பார்க்க அனுப்பி வைத்தான் சோமநாதன். அவள் வந்த விவரம் எல்லாம் தெரிந்தே தான் பேசினான் சங்கரன்.

அத்திம்பேருக்கு நம்ம கடையிலே ஒரு இடம் கொடுத்தா ஒண்டிப்பார்.

பகவதி தயங்கித் தயங்கித் தெரிவித்தாள் அப்போது.

சின்னக் கடை. அங்கே நான் உக்காந்தாலே பிருஷ்டத்தை அப்படி இப்படித் திரும்ப முடியலே.

அட ராமா, இங்கேன்னா இங்கே இல்லே. மதுரையிலே தாணுப்பிள்ளை கைலாச யாத்திரையானதுக்கு அப்புறம் வேறே யாரையுமே காரியஸ்தனாப் போடலியே. அங்கே இவரை இருக்கப் பண்ணக் கூடாதா? கணக்கு வழக்கு எல்லாம் படிச்சிருக்கார் திண்ணைப் பள்ளிக்கூடத்திலே.

அந்த இடத்தில் சென்னைப் பட்டணம் தெலுங்கு பிராமணனை நியமிக்க சங்கரனும் கருத்தானும் சேர்ந்து முடிவு எடுத்திருந்தார்கள். ரங்கூனுக்கு வியாபாரத்தை விருத்தியாக்கக் கிளம்பிப்போன இன்னொரு பாகஸ்தன்

சுலைமான் தெலுங்கனைக் கப்பலேற்றி உடனே அனுப்பி வைக்கச் சொல்லியிருந்தான்.

பிராமணன் கப்பலேற மாட்டானே என்று சங்கரன் சந்தேகத்தைக் கிளப்ப, ஆமா அய்யர் சாமி, அப்படி ஏறினா கப்பலே தலைகீழாக் கவுந்துபோயிடறதே என்றான் கருத்தன் கள்ளச் சிரிப்போடு.

தெலுங்கு அய்யன் மதுரைக்கும் வரமுடியாது, ரங்கூனுக்கும் வரத் தோதுப்படாது. சென்னபட்டணத்திலேயே தொடர்ந்தால் சரி. இல்லாவிட்டால் வேறே உத்தியோகம் பார்த்துக் கொள்வதாகத் தீர்மானமாகச் சொல்லவே அந்த யோசனையைக் கைவிட வேண்டி நேர்ந்தது. தெலுங்கனுக்குத் தெரிந்த வியாபார நெளிவு சுளிவு கருத்தானின் வாப்பா தஸ்தகீர் ராவுத்தருக்கே அத்துப்படியானதில்லை என்று ராவுத்தரே சொன்னதால் ஏற்பட்ட மதிப்பின் அடிப்படையில் எடுத்த முடிவு அது.

சோமநாதய்யன் அப்புறம் சங்கரனின் மதுரைக் காரியஸ்தனானான். நாலைந்து மாதம் தவித்துத் தண்ணீர் குடித்து இப்போது இரண்டு வருஷமாக உற்சாகமும் நம்பிக்கையுமாக வியாபாரத்தை விருத்தி பண்ணிக்கொண்டிருக்கிறான்.

பகவதியின் இரண்டாம் பெண் கல்யாணியின் காதுகுத்துக் கல்யாணம் என்று முந்தாநாள் அலமேலுவும் சோமநாதனும் வந்து சேர்ந்த ஒரு மணி நேரத்தில் சங்கரனின் கடைப்பக்கமாக அதி நவீனமான ஒரு சாரட் வண்டி உருண்டோடிக் கொண்டு வந்தது.

பக்கத்து அரண்மனைக்காரன் ஜமீன்தார் ராஜமானியம் உயர்ந்து புது வண்டி பூட்டியிருக்கிறான் என்று சங்கரன் அசிரத்தையோடு பார்க்க, வண்டி அவன் கடை வாசலில் நின்றது.

உள்ளே கிட்டாவய்யன். குடும்பம்.

சங்கரனுக்குத் தெரிந்த கிட்டாவய்யன் இல்லை இது. நீளமான சட்டையும், அரையில் பஞ்ச கச்சமும் மார்பில் வெளியே தெரியும்

சிலுவையுமாக இருந்த ஜான் கிட்டாவய்யன் சகலத்துக்கும் காற்றில் குரிசு வரைந்தபடி இருந்தான். அவனுடைய ஒரே மகன் கையிலும் காலிலும் ஆறு விரலோடு சூட்டிகையாகக் கடைக்கு முன்னால் வைத்திருந்த தலையாட்டிப் பொம்மைத் தலையைத் திருகி எடுக்க ஆரம்பித்தான். அது எப்போதோ இயக்கம் நின்றுபோய் தூசியும் துப்பட்டையுமாகக் கிடந்தது.

தூசி எல்லாம் சுவாசத்திலே ஏறினா ஜலதோஷம் வரும்.

வண்டிக்குள்ளே இருந்து இறங்கின சிநேகாம்பாள் மன்னி முன்னைக்கிப்போது பெருத்திருந்தாள். கழுத்தில் தாம்புக்கயிறு போல் ஏகத்துக்கு சொர்ணம் மாலையாகத் தொங்கிக் கொண்டிருந்தது.

வீட்டுக்குக் கூட்டிப் போனபோது அவள் பகவதியிடம் மதுரைக் கோயில் குங்குமத்தை நீட்டினாள்.

இவா எல்லாம் கோயில் குளம்னு எங்கேயும் போறதில்லே. சதா பாதிரி சங்காத்தம், குரிசு பஜனைதான். நம்மால முடியுமோடி பொண்ணே?

அவள் அப்படியே தான் இருந்தாள். சுற்றி நிகழ்ந்த எதுவும் அவளைப் பாதித்ததாகப் பகவதிக்குத் தெரியவில்லை. இல்லை பணம் பெருக்கும்போது அதெல்லாம் போதத்திலேயே வராது போலும் என்று பகவதி நினைத்துக் கொண்டாள்.

சிநேகாம்பாளின் பெண்கள் நெடுநெடுவென்ற வளர்த்தியும், வனப்பும், தலையில் முக்காடும் கழுத்தில் குரிசுச் சங்கிலியுமாக இருந்தார்கள். கலாசாலையில் படிக்கிறதாகச் சொன்னார்கள் இருவரும். சங்கிலியைக் கடிச்சு எச்சில் பண்ணாதேடி என்ற சிநேகாவை அவள் மகள் லட்சியமே பண்ணவில்லை என்றாலும் பகவதி பார்ப்பதால் அதை வாயிலிருந்து எடுத்துத் தழைய விட்டுக் கொண்டாள். அந்தப் பெண்ணைப் பார்க்கும்போதே இழுத்து அணைத்துக் கொள்ள வேண்டும் என்று பகவதிக்கு வாத்சலயம் பொங்கி வந்தது.

என்னதான் பிரியம் இருந்தாலும் வேதம் மாறிப்போனவனைக் குடும்பத்தோடு வீட்டில் இருக்க வைத்தால் ஜாதிப் பிரஷ்டம் செய்து விடுவார்கள் ஊரில் என்று தோன்ற, சங்கரன் அவர்களை நாலு தெருத்தள்ளி ஒரு காலி மனையில் தங்க வைத்தான். ஊரில் விற்க வருகிற மனையெல்லாம் அவன் தான் இப்போது வாங்கிக் கொண்டிருக்கிறான்.

ஜான் கிட்டாவய்யன் சென்னைப் பட்டணத்தில் ஒரு சுவிசேஷக் கூட்டத்துக்காகக் குடும்பத்தோடு போய்க் கொண்டிருக்கிறான். அது முடித்து, சென்னைப் பட்டணத்தில் சாப்பாட்டுக் கடை போடவும் உத்தேசமாம்.

அலமேலு சிநேகாம்பாளோடோ தமையன் கிட்டாவய்யனோடோ முகம் கொடுத்துப் பேசவில்லை. சோமநாதனும் தான்.

சிநேகா சாவக்காட்டுக் கிழவனுக்கு எதைக் காட்டினாளோ, அவன் கள்ளுக் குடித்த குரங்கு மாதிரி லகரி ஏறி இவாளுக்குப் பணமாக் கொட்டி இறைக்கிறான். பொண்களையும் கூடிய சீக்கிரமே ஊர்மேய விட்டுடுவா அந்த முண்டை என்று அலமேலு சொன்னபோது பகவதி அவள் வாயைப் பொத்தினாள்.

அக்கா, எதுக்குத் தூஷணை பண்ணணும் பிறத்தியாரை?

நான் என்ன சொல்றது? ஊரோடு வழிச்சுண்டு சிரிக்கறாளாமே. கொல்லத்திலே போய்க் கேட்டுப்பாரு. அதான் பட்டணக்கரைக்குக் குடும்பத்தோடு சவாரி விடறான்.

எல்லா ஊரும் எல்லாரையும் பற்றியும் பேச ஏதாவது வைத்திருக்கிறது. கொட்டகுடித் தாசியோடு சங்கரன் தொடுப்பு வைத்திருக்கிறதாகப் பகவதி காதுக்கும் கேட்கிறது. தாசி பெற்ற ஒரு பெண்குழந்தை சங்கரனுக்குப் பிறந்தவள் என்றார்கள் ஊரில். பகவதியின் மூத்த பிள்ளை சாமிநாதன் கூடத்தான் ஆரம்பப் பள்ளிக்கூடத்தில் படிக்கிறாள் அவள். பக்கத்தில் வைத்துப் பார்க்கும்போதெல்லாம் அந்தக் குழந்தை முகத்தில் சங்கரனின் சாயலைத் தேடி பகவதி தோற்றிருக்கிறாள்.

குழந்தையிடம் கேட்க முடியுமா? இல்லை, கொட்டகுடித் தாசி வீட்டுப்படியேறி அவளைக் கேட்க முடியுமா?

பொண்ணே, இந்தாத்துப் புருஷா எல்லாம் அலையப்பட்டவா. வாச்சதும் பெத்ததும் எல்லாம் தான். இவனைப் பத்திரமாப் பாத்துக்கோ.

கல்யாணி அம்மாள் படுத்த படுக்கையாகவே இருந்து பகவதிக்கு மூத்த பிள்ளை பிறந்ததற்கு அடுத்த மாதம் உயிரை விட்டபோது பகவதியைக் கூப்பிட்டுச் சொன்னது இது.

நான் திருப்புத்தூர் வரைக்கும் போய் ஒரு வியாபார விஷயம் பேசிட்டு வரேன். சாயங்காலம் மதுரை திரும்பணும். தயாரா இரு. வண்டிக்கு வேலை இருக்கு. எந்தப் பன்னாடைக்கும் சேவகம் பண்ண இல்லை இது.

சோமநாதய்யன் சத்தம் போட்டு அறிவித்துப் போனது காதில் விழ பகவதி உள்ளே வந்து என்ன அலமு அக்கா என்று அப்பாவியாக விசாரித்தாள்.

அந்த அவிசாரிக்குச் சாப்பாடு கொண்டு போறதுக்கு வண்டியை அனுப்பணும்னியாமேடி பகவதி? வண்டியும் மாடும் வைக்கோலும் எல்லாம் உங்காத்துச் சொத்துதான். ஆனாலும் மாப்பிள்ளைக்குச் சொல்லாம நீயே தீர்மானிச்சுக் காரியம் நடத்தறது சரியோடி பொண்ணே?

சரியில்லையோ என்ன எழவோ அக்கா. அங்கேயும் குழந்தைகள் இருக்கு. சொந்தம்தான் வேண்டாம். விருந்தாளியா வந்திருக்கறவாளைப் பட்டினி போடணும்கிறியா?

பகவதி வாசலுக்குப் போய் சாமா அடே சாமா என்று சத்தமாக விளிக்க, வெளியே விளையாடிக் கொண்டிருந்த அவள் மகன் ஓடி வந்தான்.

ஐயணை வண்டியிலே இந்தப் பாத்திரத்தை எல்லாம் எடுத்திண்டு போய்.

அவள் சொல்லி முடிப்பதற்குள் அவன் குஷியாகக் கிளம்பினான்.

அத்தை, நானும் போறேனே.

கூட விளையாடிக்கொண்டிருந்த தோழன் சொன்னான்.

மருதையா. உங்க அம்மா திட்டுவாங்க. நீ அரண்மனைக்குப் போ.

பகவதி அந்தச் சிறுவனிடம் சொன்னாள்.

ராஜாவுக்குக் காலம் தப்பிப் பெய்த மழை போல் வயோதிகத்தில் அடியெடுத்து வைக்கும்போது பிறந்த குழந்தை. அவன் மட்டும் இல்லாவிட்டால், துரைத்தனம் ஜமீன் நிர்வாகத்தை அடிமடியில் கைவைத்துப் பிடுங்கிக் கொண்டிருக்கும் என்பதால் ராணியும் ராஜாவும் ஏகத்துக்கு பிரியத்தைப் பொழிந்து வளர்த்ததில் வயதுக்கு மீறின கடோத்கஜனாக வளர்ந்திருந்தான் அவன்.

ஆத்தா ஒண்ணும் சொல்லாது. நீங்க அதுங் காதுலே ஏன் போடுறீக?

மருதையன் உப்பின கன்னத்தில் சிரிப்பை அடக்கியபடி சொல்லிவிட்டு ஓடியே போனான். ஐயணையைத் தள்ளிக் கொள்ளச் சொல்லி வண்டியை வேகவேகமாக ஓட்டிக் கொண்டு போனவன் அவன்தான்.

மருதையா, எங்க மாமா மகன் கடையிலே தலையாட்டி பொம்மையைத் திரும்ப நகர வச்சுட்டான் தெரியுமோடா?

சாமிநாதன் பெருமையோடு சொன்னான். ஒரு நாள் பழக்கத்தில் ஜான் கிட்டாவய்யனின் பிள்ளை வேதையனோடு நெருங்கி இருந்தான் அவன்.

அவனுக்கு ஒவ்வொரு கையிலும் ஆறு விரல் இருக்கு தெரியுமா?

சாமிநாதன் இன்னொரு தகவலையும் தோழனுக்கு அறிவித்தான்.

கீழே ஒண்ணா ரெண்டாடா என்றான் மருதையன்.

சின்னப் புள்ளைங்க பேசற பேச்சா சாமி இது?

ஐயணை சத்தம்போட ஆரம்பித்தது இருமலில் முடிய வண்டிக்கூட்டில் சாய்ந்தபடி தூங்க ஆரம்பித்தான்.

நாலு பாஷை பேசுவானாம். களரின்னு ஏதோ யுத்தமெல்லாம் தெரியுமாம். ஆனா வெளவால் மட்டும் கெட்ட பயம்.

சாமிநாதன் சொன்னபோது வண்டியைக் கிட்டாவய்யன் குடும்பம் தங்கியிருந்த வீட்டு வாசலில் நிறுத்தியிருந்தான் மருதையன்.

அத்தியாயம் ஐம்பத்திரெண்டு

அரசூர் பற்றி எழுதிவிட்டேன்.

முன்னோர்களிடம் சொன்னேன்.

என்னத்தை எழுதினே போ. இப்பத்தானே ஆரம்பிச்சே.

அவர்கள் உட்கார்ந்த இடங்களிலிருந்து எழுந்து வந்து மறுபடியும் என் மேசையில் ஓரங்களில் புகை போல் ஒட்டிப் படிந்து சூழ்ந்தார்கள். என் கம்ப்யூட்டர் திரையில் இன்னொரு முறை பனியாகப் படர்ந்து மறைத்ததோடு இல்லாமல் அதன் இயக்கத்தை நிறுத்தினார்கள். காலியான காப்பிக் கோப்பையிலும் அவர்களின் வாடை.

அது என்ன வாடை என்று இன்னும் எனக்குப் பிடிபடவில்லை. கொஞ்சம் அது மூக்குத்தூள் வாடை. வைகைக்கரை மணல் வாடை. வெளவால் வாடை. வெள்ளைக்காரியின் கட்கத்தின் நெடி. பாழுங்கிணற்றில் பாசி வாடை. புறா எச்சத்தின் வாடை. வெடிக்குழலின் புகை வாடை. அத்தர் வாடை.

அதெல்லாம் ஒண்ணுமில்லேப்பா. சும்மாத் தோணறது உனக்கு அப்படியெல்லாம்.

பனியன் சகோதரர்கள். எழுந்ததபடி சொன்னார்கள்.

என்ன அவசரம்? அதுக்குள்ளே போய் எந்தக் கோட்டையைப் பிடிக்கப் போறீங்க?

இவர் ராஜாவாக இருக்கலாம். குரலில் அதிகார நெடியடித்தது.

பூத்திருவிழா வருதில்லே? வசூல் பண்ணிட்டு இருக்கோம். புதுத் தாசில்தார் வந்திருக்காராம். போய்க் கும்பிட்டு.

பழுக்காத்தட்டு விக்கப் போறீங்களா?

பெரிய மீசை வைத்தவர் கேட்டார்.

ராஜாவின் மாமனாரா என்றேன்.

ராஜாவே இல்லை. மாமனார் எங்கே இருந்து வரப்போறாரு?

அவர் கேட்டார். விடிகாலையில் ஏன் கையில் மல்லிகைப் பூவைச் சுற்றிக்கொண்டு வந்து நிற்கிறார் என்று தெரியவில்லை.

ராஜா என்ன வெறுங் கோமாளியா இருந்தாரா என்ன?

முன்னால் பேசியவர் திரும்பவும் மேஜைமேல் ஏறினார். என்னை வம்புக்கிழுக்கிறார்.

புள்ளை தப்பா ஒண்ணும் எழுதலேப்பா. நல்லாத்தானே எல்லாரையும் பத்திச் சொன்னது?

ராணி ஒண்ணும் கொளுத்திப் போடலை. நினைவு வச்சுக்கோ தம்பி.

அந்தப் பெண் அரச குடும்பத்து அடையாளங்களோடு இருந்தாள். வேண்டாம். விசாரித்தால் ராணி இல்லை என்று சொல்லப் போகிறாள் அவளும்.

ராஜாவுக்கு அப்புறம் அவர் வம்சம் என்னாச்சு?

நான் விசாரித்தேன்.

எப்போதிலிருந்து அரசூர் அரண்மனை புழுதியடைந்து சிதிலமானது என்று தெரிந்து கொள்ள வேண்டும்.

அது என்னப்பா அவரோட வம்சம், உன்னோடதுன்னு தனியா? எல்லாம் ஒண்ணாத்தானே இருக்கு?

அப்படியா?

முன்குடுமி வைத்த ஒருத்தர் என்னை விடக் கூடுதலாக ஆச்சரியப்பட்டார். அவர் என் கம்ப்யூட்டர் திரை மேல் படிய அது திரும்ப உயிர் பெற்று வடிவங்கள். சதுரங்கள். முக்கோணங்கள்.

பதினேழு தேவதைகளை இங்கே நிறுத்தியிருக்கேன். இனிமே இந்த யந்திரம் பழுதில்லாமல் இயங்கும்.

இல்லை. நான் ஜோசியர் அண்ணாசாமி அய்யங்கார் இல்லை. அவர் அப்புறம் நாலு பிறப்பு எடுத்து முடித்து இப்போது வளைகுடாவில் நெருப்புக்கோழிகளை வைத்து ஓட்டப்பந்தயம் நடத்தும் அராபியாக இருக்கிறார்.

தான் எம்பிராந்திரியின் நேர் வம்சத்து, நாலாந் தலைமுறை என்றார் அவர்.

சுப்பம்மாள் என்ன ஆனாள்?

நான் அவரைக் கேட்டேன்.

மகாபாவி நீயா பேரு வச்சே. சுவாதீனமாக் கூப்பிடறதைப் பாரு.

அவர் என்னமோ செய்ய திரையில் சதுரங்கள் சிவந்து வழிந்தன. இயக்கம் நிற்பதைத் தவிர வேறு வழியில்லை என்று தோன்றியது.

கோபிச்சுக்க வேணாம். தெரிந்துக்கத்தான் கேட்டேன். அந்தப் பெரிய பாட்டித் தள்ளை, மூத்த சுமங்கலிப் பெண்டு போன இடம்தான் என்ன?

அந்தம்மா காசிக்குப் போய் ராத்திரி நேரங்களில் சுடலை எரியும்போது ஸ்நான கட்டங்களில் உட்கார்ந்து இந்துஸ்தானி சங்கீதம் பாடுகிறேன் என்று மனம் போனபடி இரைச்சல் போட, அவள்மேல் பரிதாபப்பட்டு ஒரு முகமதியப் பெரியவர் கூட்டிப்போய் வீட்டுக்கு வெளியே குடில் அமைத்துத் தங்க வைத்ததாகக் கேள்வி. அவர் ஓடிப்போன தன் வீட்டுக்காரர் என்று சாகும்போது கூவி மூத்தகுடிப் பெண்களை அழைக்க அவர்கள் கேட்காமல் யார் வீட்டிலோ சுமங்கலிப் பிரார்த்தனைக்கு ஓடினார்கள்.

இதைச் சொன்னவர் முடிக்கும் முன்பே இன்னொருத்தர் அவசரமாக மறுத்தார். அத்தர் வாசமும், தோளில் புறாவுமாக இருந்த அவர் இந்த வீடு என்ன விலைக்குப் போகும் என்றார் சுற்றுமுற்றும் பார்த்தபடி. வீடு விற்பதற்கு இல்லை என்றேன்.

உனக்கு சுப்பம்மாள் யார்னே தெரியாது. ஜான் கிட்டாவய்யரின் மூத்த குமாரத்தி தெரிசா இருந்தாளே? அவள் அந்த மூத்த குடியாள் சுப்பம்மாளை பட்டணத்தில் வைத்துச் சந்திக்க நேர்ந்தது. உடம்பு தளர்ந்து ரிடையர்ட் செஞ்ஜார்ஜ் கோட்டை நாவிகேஷன் கிளார்க் வைத்தியநாதய்யர் வீட்டைத் தேடிக் கொண்டிருந்தாளாம் சுப்பம்மாள். அவளைத் தன் பொறுப்பில் வைத்திருந்த அப்பெண்மணி கலாசாலையில் பிள்ளைகளுக்கு சாஸ்திரக் கல்வி போதித்து வந்தவள். அவள் குரிசு வரைந்து பிரார்த்திக்கவும் நல்ல நல்ல சுவிசேஷ கானங்களைப் பாடவும் எல்லாம் சுப்பம்மாளுக்குக் கற்பித்தாள்.

அவர் முடிக்கும் முன்பே அப்படி எதுவும் நடக்கவில்லை என்றும் தான் தெரசாம்மாளின் பெண் வயிற்றுப் பேத்தியாக ஜனித்திருக்க வேண்டியிருந்து கர்ப்பம் கலைந்து போய் மரித்ததால் பூர்வகதை முழுக்கத் தெரியும் என்றும் சோகையாக மெலிந்திருந்த இன்னொரு ஸ்திரி சொன்னாள். சங்கரய்யரின் மகன் சுவாமிநாதய்யர், ஜான் கிட்டாவய்யரின் இரண்டாவது பெண் அமலோற்பவம்மாளை வயது வித்தியாசம் பார்க்காமல் கல்யாணம் செய்து கொண்டதாகவும், அவரும் வேதத்தில்

ஏறியதாகவும் சொன்னாள் அந்தப் பெண்.

கல்யாணம் ஆனது வாஸ்தவம் தான். அது வடக்கநாத க்ஷேத்ரத்துலே வச்சு நடந்தது. கமலா பத்து நெல்லை முழுங்கி வயசைக் குறைச்சுண்டுதான் கல்யாணம் பண்ணிண்டா. கல்யாணத்துக்கு முந்தின விருச்சிக மாசம் ஒண்ணாந்தேதி சாவக்காட்டான் முகத்துலே காசை வீசியெறிஞ்சுட்டு எல்லோரும் திரும்பி வந்தாச்சு.

கீசுகீசென்று இரைந்த பெண் என் திரையில் தட்டுப்பட்டுக் கலைந்து மறுபடி எழ, முண்டு மடக்கிக் குத்திய வழுக்கைத் தலையனாகி இருந்தான்.

குரிகள். குரிகள். கேரளா கவர்மெண்ட் பாக்ய குரிகள். வேணுமோ சாரே? அவன் விசாரித்தபோது இந்தக் கஷண்டித்தலையனை நம்பாதே. அதொண்ணும் காசு கிட்டாது என்றவர் பனை ஓலை விசிறியால் விசிறிக்கொண்டபடி, காலை நேரத்துக்குப் பொருந்தாமல் ஏப்பம் விட்டார்.

புகையிலைக் கடை என்ன ஆச்சு?

சங்கரய்யர் மகன் சுவாமிநாதன் புகையிலை விற்பதற்குப் பிடிக்காமல் கலாசாலைக்குப் போய்விட, அவன் சகோதரி கல்யாணியும் அவளைக் கட்டிய மதுரை நாராயணய்யரும் அந்த வியாபாரத்தைத் தொடர்ந்ததாக பனியன் சகோதரர்கள் நினைவு வந்தது போல் குறிப்பிட்டார்கள்.

அடுத்து ரெண்டு தலைமுறை கடை நடந்தது. அப்புறம் வக்கீல் குமாஸ்தாக்களும், வங்கி குமஸ்தாக்களும் தலையெடுத்து அதை முடக்கிப் போட்டார்கள்.

கட்டையாய்க் குட்டையாய்க் கருப்புக் கோட்டோடு ஒருத்தர் சொல்ல பனியன் சகோதரர்களில் நெடியவர் அதுவும் அப்படியோ என்று ஆச்சரியமாக விசாரித்தார்.

உங்களுக்குத் தெரியாம ஊர்லே எதுதான் நடக்கும் என்றேன்.

நாங்க என்னத்தைக் கண்டோம். திருவிழா, வசூல், பெரிய மனுஷங்க தரிசனம், சில்லுண்டி வியாபாரம்னு போய்ட்டு இருக்கோம். அடுத்த வேளை சாப்பாட்டுக்கும் காருக்கு பெட்ரோலுக்கும் கிடைக்குமான்னே நித்தியக் கவலையாயிடுச்சு.

படம் பிடிக்கும் பெட்டியோடு கப்பலில் ஏறினால் ஏகத்துக்குக் கிடைக்குமே என்றாள் ஒரு பெண். அவளுக்குக் கையிலும் காலிலும் ஆறாறு விரல்கள்.

கரு.பெரி.சொக்கலிங்கம் செட்டியார் கிட்டே பெட்டியை அடகு வைச்சோம். மூழ்கிடுச்சு அது என்றார்கள் பனியன் சகோதரர்கள் முகத்தை வருத்தமாக வைத்துக்கொண்டு.

சாமிநாத அய்யர் என்னதான் ஆனார் என்று விசாரித்தேன் அவர்களிடம்.

மருதையன் சேர்வை கலாசாலையின் உயர் ஆசிரியனாக திருவனந்தபுரம் போனபோது அவனுக்கு அடுத்த தரத்தில் சாமிநாத அய்யரும் உத்தியோகம் எடுத்துக் கூடவே போனதாகவும் இரண்டு பேரும் கணிதத்திலும் ஆங்கில மொழியறிவிலும் புலிகள் என்றும் அந்த ஆறுவிரல் பெண் தெரிவித்தாள். சாமிநாதய்யர் வேதத்தில் ஏறினாலும் வயது மூத்த பெண்ணைக் கல்யாணம் கழிக்கவில்லை என்றாள் அவள்.

ராணியம்மாள் அரண்மனையை விட்டுவிட்டு வரமாட்டேன் என்றதால் பேராசிரியர் மருதையன் தன் குடும்பத்தோடு திருவனந்தபுரம் போகும்போது அவளை சங்கரய்யர் மனைவி பகவதி அம்மாளின் பொறுப்பில் விட்டுப் போனதாகவும், சொந்தத் தாயைப் போல அந்தக் கிழவியை அவளும் மகள் கல்யாணியம்மாளும் அவள் வீட்டுக்காரர் புகையிலக் கடை நாராயணய்யரும் கவனித்து வந்ததாகவும், அவள் ஆயுசு முடிந்த அப்புறமும் அரண்மனை புகையிலைக் கிட்டங்கியாக நீடித்ததாகவும் இன்னொரு குரல்.

பனியன் சகோதரர்கள் என் பக்கத்தில் வந்து குனிந்து இவர்கள்

யாருமே அரசூர் வம்சத்தில் பட்டவர்கள் இல்லை. சும்மா வார்த்தை சொல்லிக் கொண்டிருக்க இறங்கி வந்தவர்கள். நீ நேரத்தை வீணாக்காமல் ஆக வேண்டிய காரியத்தைப் பார் என்றார்கள்.

ஆனாலும், எங்க பெரிய தாத்தா அம்பலப்புழையில் புகையிலைக்கடை வைத்திருந்தாரே, அவர் உண்டல்லவா இந்தக் கூட்டத்தில் என்றேன்.

நான் தான் அது என்றாள் ஒரு சிறுமி. அரசூர் வம்சத்தின் மீதிக் கதையை நான் உனக்குச் சொல்கிறேன் என்று துருதுருவென்று என்னைச் சுற்றி ஓடினாள் அவள்.

பெரியம்மா, நீங்க இந்தப் பையன் எழுதினதுக்கு எழுபது எண்பது வருஷம் கழித்துல்லே பிறந்திருப்பீங்க? நடுவிலே என்ன ஆச்சுன்னு தெரியுமா என்ன உங்களுக்கு?

அது தெரிந்து என்ன ஆகப் போகிறது? எல்லாத்தையும் சங்கிலி போல ஆதியிலிருந்து அந்தம் வரை பதிந்து வைக்கணுமா என்ன?

அந்தப் பெண் காற்றில் கலந்து போனாள். கூடவே மற்றவர்களும்.

நேரமாறது. பூத்திருவிழாவுக்கு நீ ஒண்ணும் காசு எழுதலியே?

பனியன் சகோதரர்கள் நோட்டுப் புத்தகத்தை நீட்டினார்கள்.

நாளைக்குத் தரேன் என்றேன் வழக்கம்போல்.

கம்ப்யூட்டரை நிறுத்திக் குளிக்கப் போனபோது சுலைமான் பற்றி விசாரிக்காமல் போனேனே என்று நினைவு வந்தது.

அடுத்த தடவை பனியன் சகோதரர்கள் வரும்போது கேட்க வேண்டும். இல்லை நாளைக் காலை புதுப்பால் காப்பிக்கு முன்னோர்கள் இறங்கி வரும்போது.

அவர்கள் என் முன்னோர்கள் இல்லாமல் இருந்தால்?

பாதகமில்லை. அவர்களுக்குத் தெரிந்த ஒரு சுலைமான் இருப்பான். ஒரு சாமிநாதன் இருப்பான். அரசூர் வம்சம் இருக்கும். பெயர் மாறியிருக்கும். இடம் மாறியிருக்கும். காலம் முன்னே பின்னே இருக்கலாம். ஆனாலும் யாரோ எங்கோ இருந்ததையும் மகிழ்ந்ததையும் நடந்ததையும் நடக்காததையும் சொல்லட்டும்.

கேட்டுவிட்டு எழுதுகிறேன்.

(நிறைவடைந்தது)

குறிப்பு : இப் புதினத் தொடரின் அடுத்த கதையான 'அரசூர்க் காரர்கள்' விரைவில் துவங்கும். அதுவரை வணக்கத்தோடும் நன்றியோடும் இரா.முருகன்.

www.ingramcontent.com/pod-product-compliance
Ingram Content Group UK Ltd.
Pitfield, Milton Keynes, MK11 3LW, UK
UKHW042138021026
15589UKWH00003B/915

9 789393 882158